DAKSHINAYAN
INDIAN THOUGHT

విభా ప్రభాతములు

తెలుగు ప్రగతిశీల సాహిత్య గవాక్షం

సంపాదకులు

ఓల్గా
కల్పన కన్నబిరాన్

సిరీస్ సంపాదకులు
గణేశ్ దేవి

ఓరియంట్ బ్లాక్‌స్వాన్

All rights reserved. No part of this book may be modified, reproduced or utilised in any form, or by any means, electronic or mechanical, including photocopying, recording or by any information storage and retrieval system, in any form of binding or cover other than in which it is published, without permission in writing from the publisher.

The Dakshinayan Indian Thought Series has received funding support from the Rajiv Gandhi Foundation, New Delhi.

తెలుగు సాహిత్య సంకలనం
తెలుగు ప్రగతిశీల సాహిత్య గవాక్షం

ఓరియంట్ బ్లాక్‌స్వాన్ ప్రైవేట్ లిమిటెడ్

రిజిస్టర్డ్ కార్యాలయం
3-6-752, హిమాయత్ నగర్,
హైదరాబాద్ 500 029, తెలంగాణ
Email: centraloffice@orientblackswan.com

ఇతర కార్యాలయాలు
బెంగళూరు, చెన్నై, గౌహతి, హైదరాబాద్, కోల్‌కతా,
ముంబాయి, కొత్త ఢిల్లీ, నొయిడా, పాట్నా, విశాఖపట్టణం.

© ఓరియంట్ బ్లాక్‌స్వాన్ ప్రైవేట్ లిమిటెడ్, 2023

మొదటి ముద్రణ 2023

ISBN: 978-93-5442-161-7

035760

కవర్ డిజైన్ : ఓరియంట్ బ్లాక్‌స్వాన్

టైప్‌సెట్
మాధవీ గ్రాఫిక్స్, హైదరాబాద్

ప్రింటర్స్
బి. బి. ప్రెస్, నొయిడా

ప్రచురణ
ఓరియంట్ బ్లాక్‌స్వాన్ ప్రైవేట్ లిమిటెడ్
3-6-752, హిమాయత్ నగర్, హైదరాబాద్ 500 029, తెలంగాణ
Email: info@orientblackswan.com

కృతజ్ఞతలు

ప్రొఫెసర్ గణేశ్ దేవి ప్రతిపాదన, ప్రోత్సాహం లేకపోతే ఈ సంకలనం మేం తలపెట్టేవాళ్ళం కాదు. ముప్ఫయ్ సంవత్సరాలుగా ఒక ఫెమినిస్ట్ కలెక్టివ్‌గా పనిచేస్తున్న మేము సాహిత్యాన్ని, అనువాదాన్నీ మా పనిలో ముఖ్యమైన, విలువైన భాగంగా చేసుకున్నాం. ఆ రెండింటిపై మాకున్న ప్రేమను, గౌరవాన్నీ ఈ రూపంలో వ్యక్తం చేసేందుకు అవకాశం కల్పించిన గణేశ్‌దేవికి ధన్యవాదాలు. మేం ఏ పని తలపెట్టినా సహకరించే స్నేహితులు అనేకం. ప్రత్యేకంగా ఈ పుస్తకానికి సింగమనేని నారాయణగారు, డా॥ సి. మృణాళిని గారు, అక్కినేని కుటుంబరావుగారు ఎన్నో విధాలుగా సహాయాన్ని అందించారు.

ఒక మానవీయమైన, న్యాయబద్ధమైన సమాజం కోసం మేధోపరమైన చరిత్ర రచన చేస్తున్న సమష్టి బృందపు కృషిలో భాగమే ఈ "విభా ప్రభాతములు" సంకలనం. ఈ సంకలనపు పనిలో స్టాన్లీ తంగరాజన్ మాకు అండగా నిలిచారు. ఆయనకు కృతజ్ఞతలు. టి. అనురాధ మా పరిశోధనలో సహకరిస్తే సుబ్బలక్ష్మి యితర పనులలో సహకరించింది. వారికి ధన్యవాదాలు.

భాషా రిసెర్చ్ అండ్ పబ్లికేషన్ సెంటర్‌కు, రాజీవ్ గాంధి ఫౌండేషన్‌కు ధన్యవాదాలు. చివరిగా ఓరియంట్ బ్లాక్‌స్వాన్‌లో దక్షిణాయణ టీమ్‌కు, ఇంగ్లీష్ కాపీ ఎడిటింగ్ చేసిన జేమ్స్ కంజమాల గారికి, తెలుగులో సహకరించిన చంద్రశేఖరరెడ్డి గారికి ధన్యవాదాలు.

ఓల్గా

కల్పనా కన్నబిరాన్

విభా ప్రభాతములు

తెలుగు ప్రగతిశీల సాహిత్య గవాక్షం

కవులు - రచయితలు

1. తిక్కన 1
2. మంచెన 2
3. అన్నమాచార్య 3
4. ఆతుకూరి మొల్ల 4
5. పోతన 5
6. ధూర్జటి 6
7. వేమన 7
8. ముద్దుపళని 9
9. కందుకూరి వీరేశలింగము 10
10. గురజాడ వేంకట అప్పారావు 14
11. భండారు అచ్చమాంబ 17
12. ఉన్నవ లక్ష్మీనారాయణ 31
13. త్రిపురనేని రామస్వామి చౌదరి 34
14. భాగ్యరెడ్డివర్మ 38
15. శ్రీపాద సుబ్రహ్మణ్య శాస్త్రి 41
16. గరిమెళ్ళ సత్యనారాయణ 55
17. గుడిపాటి వెంకటచలం 56
18. బసవరాజు అప్పారావు 63
19. గుర్రం జాషువ 64
20. నందూరి సుబ్బారావు 65
21. కనుపర్తి వరలక్ష్మమ్మ 67

22.	సురవరం ప్రతాపరెడ్డి	79
23.	దేవులపల్లి కృష్ణశాస్త్రి	85
24.	జానపదగీతం (అముద్రితం)	86
25.	కుసుమ ధర్మన్న	87
26.	కొడవటిగంటి కుటుంబరావు	92
27.	శ్రీరంగం శ్రీనివాసరావు	103
28.	త్రిపురనేని గోపిచంద్	106
29.	బోయి భీమన్న	111
30.	కాళోజి నారాయణరావు	113
31.	చాగంటి సోమయాజులు	115
32.	వట్టికోట ఆళ్వారుస్వామి	121
33.	బుచ్చిబాబు	127
34.	పొట్లపల్లి రామారావు	130
35.	కాంచనపల్లి చినవెంకటరామారావు	133
36.	దేవరకొండ బాలగంగాధర తిలక్	137
37.	రాచకొండ విశ్వనాథశాస్త్రి	140
38.	కాళీపట్నం రామారావు	151
39.	ఆరుద్ర	158
40.	ఆలూరి బైరాగి	160
41.	దాశరథి కృష్ణమాచార్యులు	162
42.	దాశరథి రంగాచార్యులు	163
43.	మధురాంతకం రాజారాం	165
44.	సి. నారాయణరెడ్డి	172
45.	శివసాగర్	174
46.	వాసిరెడ్డి సీతాదేవి	175
47.	కొలకలూరి ఇనాక్	183

48. కేతు విశ్వనాధ రెడ్డి	189
49. బొజ్జా తారకం	202
50. పి.సత్యవతి	205
51. వరవరరావు	211
52. కె. శివారెడ్డి	213
53. సింగమనేని నారాయణ	215
54. చెరబండరాజు	222
55. అక్కినేని కుటుంబరావు	223
56. అమ్మంగి వేణుగోపాల్	230
57. రాచపాళెం చంద్రశేఖరరెడ్డి	231
58. ఎన్. గోపి	233
59. గద్దర్	235
60. దేవిప్రియ	238
61. చిలుకూరి దేవపుత్ర	239
62. కె.ఎన్.వై. పతంజలి	245
63. బి.యస్.రాములు	250
64. కత్తి పద్మారావు	256
65. గంటేడ గౌరునాయుడు	259
66. నందిని సిధారెడ్డి	270
67. కొండేపూడి నిర్మల	273
68. పాపినేని శివశంకర్	276
69. వి. ప్రతిమ	277
70. మందరపు హైమవతి	279
71. అనిశెట్టి రజిత	281
72. శిఖామణి	284
73. విమల మొర్తాల	286

74.	యాకూబ్	289
75.	ఎండ్లూరి సుధాకర్	290
76.	వాద్రేవు చినవీరభద్రుడు	291
77.	త్రిపురనేని శ్రీనివాస్	292
78.	పైడి తెరేష్ బాబు	294
79.	గోరటి వెంకన్న	296
80.	జూపాక సుభద్ర	300
81.	మద్దూరి నగేష్‌బాబు	303
82.	సీతారాం	305
83.	అఫ్సర్	306
84.	చల్లపల్లి స్వరూపరాణి	308
85.	జాజుల గౌరి	310
86.	మహమ్మద్ ఖదీర్ బాబు	313
87.	ఖాజా	319
88.	ఎమ్.ఎమ్. వినోదిని	321
89.	షాజహానా	330

పదశక్తి

తెలుగు సాహిత్యంలో వివిధ చారిత్రక దశలలో వినిపించిన, కనిపించిన 'ప్రగతిశీలమైన రాజకీయమైన' ప్రతిధ్వనులనూ, రేఖాచ్ఛాయలనూ ఒకసారి తిరిగి చూసే ప్రయత్నమే ఈ సంకలనం. "ప్రగతిశీల" "రాజకీయ" భావనలు రచయితల వ్యక్తిగత సామూహిక ప్రయత్నాలలో నిబిడీకృతమై ఉంటాయి. వలస పాలన చివరి దశలోనూ 1947 తర్వాత, ప్రగతిశీలమే రాజకీయమై రచయితలకూ, కళాకారులకూ, రంగభూమియై, సృజనాత్మక సాహిత్యానికి, కళా ప్రదర్శనలకూ కార్యక్షేత్రమైన క్రమ రచనను రూపొందించింది (జలిల్ 2014). మేము చేసిన ఈ విహంగ వీక్షణంలో మేము అనుకోని కాలాలలో, అనుకోని సాహితీ రూపాలలో, ప్రక్రియలలో, శైలులలో రచయితలు మానవత్వాన్ని గురించీ, మానవీయతతో ఒకరినొకరు స్నేహాలింగనం చేసుకున్న సందర్భాల గురించీ, ఆ స్నేహపు లోతైన అర్థాన్ని గురించీ, ధర్మం న్యాయంగా, న్యాయం సామాజిక న్యాయంగా మారిన పరిణామ క్రమం గురించీ తెలుసుకునే అవకాశం కలిగింది.

ఇంతకు ముందు మేము తెలుగు ప్రాంతాలైన మద్రాసు ప్రెసిడెన్సీ, నైజాం ప్రాంతం, 1947 తర్వాతి ఆంధ్రప్రదేశ్‌లలో సాంఘిక సంస్కరణ, ప్రతిఘటన, తిరుగుబాటుల మేధోపరమైన చరిత్రను, 19వ శతాబ్దపు చివరిభాగం నుండి ఇరవయ్యవ శతాబ్దపు మధ్య భాగం వరకూ స్త్రీలచే నిర్మించబడిన చరిత్ర రూపురేఖలను చిత్రించాం. ఆ శతాబ్దం సంఘసంస్కరణ, జాతీయోద్యమం, స్త్రీల హక్కుల నిర్ధారణ, వివిధ రంగాలలో బలమైన మహిళా నాయకత్వంతో నిండిపోయింది. (ఓల్గా 2001) ముందు చేసిన ఈ పనిని మరింత విశాలం చేస్తూ ఈ దక్షిణాయణ పని చేపట్టాం. ఇది నిజానికి వేరే దిశలో నడిచేది. తెలుగు

సాహిత్యంలో ప్రగతిశీల రాజకీయాల వ్యాఖ్యానాన్ని పరిశీలించే పని. ప్రాచీన కాలపు కవులతో మొదలుపెట్టి వర్తమాన కాలం వరకూ మా పరిధిని నిర్దేశించుకున్నాం.

ఈ దృష్టి కోణం నుంచి మేము దాదాపు 800 సం॥ల నుంచి అక్షరబద్ధమైన సాహిత్యాన్ని - కవిత్వం, పాట, నవల, కథ, ఆత్మకథ, వ్యాసం వంటి రూపాలలో రాజకీయాల గురించి, ప్రజల మనోభావాల గురించి నిర్దిష్టంగానూ, తిరుగుబాటు రూపంలోనూ మాట్లాడిన సాహిత్యాన్ని పరిశీలించాం. నిజానికి తిరుగుబాటు రూపంలో వచ్చిన సాహిత్యమే మేము ప్రగతిశీల రాజకీయంగా గుర్తించాం. భిన్న సాహిత్య రూపాలు, వాటి సారాంశము, నిర్మాణము, అంతరువుల స్థాయి యివి ఏ విధంగానూ ఏకశిలా సదృశంగా లేవు. అధికారాన్ని, ఆధిపత్యాన్ని ప్రశ్నించే పని ప్రతి రచయితా తన రచనల్లో చేశారు. దానిని గమనించటం మాకు విలువైన పాఠమైంది. ఉదాహరణకు జండర్ విషయాన్నే తీసుకుంటే ఒక పితృస్వామిక స్వరం (ప్రత్యక్షంగా కనిపించనపుడు లోపల దాగివుండి) చాలా రచనలలో కనిపించింది. అది ఆయా స్థల కాలాలకు ఉన్న పరిమితిగా గుర్తించాం. ఆ రచయితల సాంఘిక స్థల కాలాలు భిన్నమైనవి. అంతర్గతంగా భిన్నమైన, బహుళత్వాన్ని కలిగివున్న రచనలను చదివి, చర్చించి ఒక రచనను ఎంపిక చేసుకున్నాము. ఆ రచన మిగిలిన రచనలనెన్నిటినో ప్రతిఫలించగలదనీ, ప్రతిధ్వనించగలదనీ అనుకున్నాం. ఈ పుస్తకంలో ఉన్న రచనలను ఒక కాలక్రమంలో అమర్చటం నిస్సందేహంగా అనుసరింపదగినదే అనిపించింది. ప్రగతిశీల సాహిత్య ప్రవాహంలోని ఆధిపత్యపు గొంతులను అడ్డుకునే నిరంతరాయపు పురోగమనం ప్రధాన స్రవంతి కథనానికి వ్యతిరేకంగా నిలబడుతుంది. ఈ పద్ధతి ఒకదానినొకటి తాకుతూ విడిపోతూ ఉండే సాహిత్య సృజనావృతాలలో నిరంతరమైన తిరుగుబాట్లకు ప్రతిఘటనలకు సంబంధించిన కీలకమైన ప్రశ్నలను రేకెత్తిస్తుంది.

చరిత్రనుండి సరికొత్త ఆలోచనలను గుర్తించి విషయాన్ని బాగా చూడగలిగేది, వర్తమానంలోనుంచే. ఈ సందర్భంలో అది మేధో చరిత్ర కాబట్టి తక్షణం, అత్యవసరమైన ముందుచూపుగలిగిన వర్తమాన విషయాల చుట్టూనే, ఆసక్తుల చుట్టూనే ఈ సంకలనంలోని విషయాలు విస్తరించుకుని రూపొందాయి.

ప్రగతిశీల రాజకీయాల సాహిత్య ఆవాసపు అన్వేషణ ఈ ప్రయత్నానికి కేంద్రంగా ఉంది. ఈ అన్వేషణా సమయం కూడా కీలకమైనదే. ఎన్నో ఛాయా భేదాలతో ఉన్న ప్రగతిశీల రాజకీయాలు క్లిష్ట పరిస్థితులలో, ప్రమాదపు అంచున వున్న కాలమిది. కాబట్టి ముఖ్యమైన ఉద్దేశంలో ఈ ప్రయత్నం తెలుగు సాహిత్యంలో నుంచి ఆవిర్భవించిన మేధో చరిత్రను తిరిగి చెప్పటమే. ఇప్పుడు చరిత్రను తిరిగి కనుగొని, తిరిగి పొంది, తిరిగి చెప్పటానికున్న మార్గాలను గుర్తించగలిగాం. అలాగే చరిత్ర కథనాన్ని ఏ విధంగా కొత్తగా వస్తున్న స్వీయ అస్తిత్వ స్థానాలనుండి ప్రశ్నించవచ్చో కూడా గుర్తించాం. ఇప్పుడు మనకు తెలుసు, అణచివేత స్థితినుండి మాట్లాడటం, అణచివేత స్థితిలో వున్నవారి కోసం, వారి గురించి, వారితో కలిసి మాట్లాడటం – ఈ రెండూ మేధో చరిత్రలో ప్రాముఖ్యత కలిగినవే. ఈ రెండు ధోరణులూ ఒకదానితో ఒకటి ముఖ్యమైన పద్ధతుల్లో తలపడుతున్నప్పటికీ, ఆ రెండు స్వరాలు కలిసి రాజకీయ ఆలోచనలకు మాటల రూపాన్నివ్వటంలో కొత్త పదాలను, పద బంధాలను, వాక్యాలను సాహిత్యం ద్వారా నిర్మిస్తాయి. అణచివేత పరిస్థితిలో వున్నవారు కాలాన్నిబట్టి, విశాల రాజకీయ సందర్భాన్నిబట్టీ, భావజాల, ఆదర్శపరమైన ఆసక్తులను బట్టి సందర్భాలను బట్టి మారుతుంటారు. వలసపాలనకు ముందు రాజ్యాలలో, వలస పాలనలో, నయా వలస విధానాలలో, హింసారూపపు అమలులో, సాంకేతిక ఆధిపత్య సందర్భాలలో అణచివేత పవనాలు ఒక్కోకాలంలో, సమయంలో ఒక ప్రత్యేక గ్రూపు మీద మరింత తీవ్రంగా వీస్తుంటాయి. ఒకసారి 'తక్కువ కులం', యింకోసారి వలసపాలనలోని స్థానికులు, మరోసారి అగ్రవర్ణ స్త్రీలు, ఒకసారి కార్మికుడు, ఇప్పుడు దళితులు, బహుజనులు, ముస్లింలు, ట్రాన్స్‌జండర్లు, భార్యలు, ఉంపుడుగత్తెలు, వేశ్యలు, స్త్రీలు.

విశ్వమానవ శ్రేయస్సు, సర్వేజనాసుఖినోభవంతు వంటి భావనలు ప్రత్యేక రూపాలలో ఉన్న అసమానతలను, కొందరిని అసమానంగా చూసే విధానాన్ని, ఆధిపత్యాన్ని చూడ నిరాకరిస్తాయి. ఈ అసమానతలన్నీ ఒకే సమయంలో ఉండే భిన్న రూపాలు. భిన్న కాలాలలో ఉండే భిన్న రూపాలుగా వుంటాయి. ఈ సమస్య నాలుగువందల యేళ్ళుగా కులం గురించి, రాజ్యాధికారాన్ని గురించి, వలసాధిపత్యాన్ని గురించి, జండర్ అణచివేత గురించి, రాజకీయ, ఆర్థిక,

సాంఘిక హోదాలలో ఆధిపత్యం అసమానత్వాల గురించి, మత విశ్వాసాల గురించి, సంఘ సంస్కరణ గురించీ – అన్నిటికంటే ముఖ్యంగా తిరుగుబాటు, ప్రతిఘటనల గురించి సాహిత్యం ప్రతిధ్వనిస్తూనే ఉంది.

ఫెమినిస్టు చరిత్రకారులు పోగొట్టుకున్న స్వరాలను, రాజకీయ ఆచరణలనూ తిరిగి చేతిలోకి తీసుకోవటంలో దీపధారుల వలే ముందున్నారు. ఫెమినిస్టులకు పూర్వం మార్క్సిస్టు చరిత్ర రచన, జాతీయ చరిత్ర రచనలు అలాంటి పనే చేశాయి. మేధో చరిత్ర గురించి, సాహిత్య విమర్శ గురించి దళిత దృక్పథాలు మరిన్ని చర్చలకు తెరతీశాయి. వామపక్షాలను మితవాదులు, ఉదారవాదులు తీవ్రంగా ఫెమినిస్టులను విమర్శిస్తూ, భారత ఉపఖండంలో కుల అణచివేత యొక్క అనుభవాన్ని మానవ సాంఘిక అనుభవ కేంద్రంలో ఉంచే రాజకీయ మార్గాలనూ, భిన్న కూడళ్ళలో కనుగొంటూ దళిత దృక్పథాలు పదునెక్కాయి. ముఖ్యంగా ఈ రచన తీక్షణ మానవ వేదనను దాటివెళ్ళి, రాడికల్ తాత్త్వికతతో లోతుగా ఆలోచించి, మానవ స్థితిగతులను బాధలకు, కష్టాలకు గురిచేసేదేమిటని ఆలోచిస్తుంది. అలాగే విముక్తి బీజాలు నిజంగా ఎక్కడ మొలకెత్తటానికి సిద్ధంగా ఉన్నాయని పరిశీలిస్తుంది. వర్తమాన సమయంలో మైనారిటీల ప్రత్యేకమైన వేదనలు, ముఖ్యంగా ముస్లింల బాధా సందర్భాలు మెజారిటీ ఆధిపత్య భావన పెరుగుతున్న కాలంలో మనం పరిశీలించాల్సిన భూమికలుగా ఉన్నాయి.

అంబేద్కరిస్టుల తాత్త్వికత ఆలోచనల ప్రభావం ప్రగతిశీల రాజకీయ సాహిత్యాలలోకి చొచ్చుకురావటం స్పష్టంగానే ఉంది. వలసకాలపు మలి సంవత్సరాల నుంచి, 1947 తర్వాత 70 సంవత్సరాల వరకూ, రచయిత యొక్క స్థల కాలాల ప్రత్యేకతలతో సంబంధం లేకుండా ఆ ప్రభావం సాహిత్యంలో కనిపిస్తూనే ఉంది. ముఖ్యంగా ప్రత్యేకంగా ఈ 70 సంవత్సరాల కాలంలో 'ప్రగతిశీల' భావన, న్యాయం గౌరవం అనే అంశాల నుంచి ఫెమినిస్టు కలెక్టివ్‌లలో, అంబేద్కర్ రాజకీయ ఉద్యమాలలో భారత రాజ్యాంగంలో చాలా స్పష్టంగా, సూటిగా చెప్పబడిన తన సారాంశాన్ని పొందింది.

ఈ రచనలు కులం, జండర్, మతం, మైనారిటీలు, రాజ్యం, న్యాయం, వర్గం, ఆధిపత్యం, అణచివేత, ప్రతిఘటన, భావవ్యక్తీకరణ, సంఘాలుగా ఏర్పడే

హక్కు, గౌరవం వీటి మీద ప్రత్యేకించి దృష్టి సారించినప్పటికీ, సాంఘిక ఉద్యమాల నేపథ్యంలో, రాజ్యాంగ సభలో డాక్టర్ అంబేద్కర్ నాయకత్వంలో రూపొందిన 'రాజ్యాంగ నైతికత' అనే భావనకు లోబడి ఉన్నాయి. రచయితలు తాము ప్రగతిశీల రచయితల ఉద్యమాలలో, ఫెమినిస్ట్ ఉద్యమాలలో, ఆర్గనైజ్‌డ్‌గా వున్నా, లేకున్నా మార్పు కోసం, సమానత్వం, గౌరవాల దిశగా జరుగుతున్న రాజకీయ, సాంఘిక ఉద్యమాలకూ, ప్రగతిశీల సాహిత్యానికి ఉన్న సంబంధం ఈ కాలమంతటిలోనూ కొనసాగుతూ వచ్చింది. వర్తమానంలోనూ కొనసాగుతుంది. అనంగీకారాలతో, అసమ్మతులతో, సవాళ్లతో అదే సమయంలో ఒక సంభాషణతో అది కొనసాగుతూనే ఉంది. మా దృష్టిలో అందరికీ చోటు వున్న ఒక భూమిక వేదిక తప్పనిసరిగా ఉండాలి.

ఈ సంకలనం సకల సర్వ రచయితల సాహిత్య సమాహారం కాదు. ఈనాడు మనం ఏ ప్రశ్నల గురించి ఆలోచిస్తున్నామో వాటి సాహితీ రూపాలను చూసేందుకు ఒక కిటికీని మాత్రమే తెరిచాము. అణచివేత, హింస, ప్రతిఘటనల గురించిన కొన్ని రచనలను ఒకచోట చేర్చాం. సాహిత్యపరంగా, రాజకీయ, తాత్త్వికపరంగా ఆధిపత్య ధోరణులను ఎత్తిచూపి, ప్రశ్నించి, విచారణ జరిపి, పెకలించే ప్రజాపక్ష విధానాలను నిర్వచించే వ్యూహాలు ఈ రచనలలో ప్రకాశిస్తున్నాయి. ఈ వ్యూహాలలో అసమ్మతి స్వరం శక్తివంతమైనది.

ఈ రచనలు కొత్త బహుళత్వాన్ని గుర్తించిన ఆధిపత్య రహిత, విశ్వజనీన ప్రజలను గురించినవి. వీటిలో భావాల చరిత్రను నిర్మించే క్రమ వికాసాన్ని మేము చూశాం. ముద్దుపళని, ప్రసిద్ధ ఆస్థాన నర్తకిని అవినీతి గురించిన నిందలతో వీరేశలింగం పంతులుగారు మన కళ్లముందు నిలబెట్టినపుడు, ఆమె పుట్టిన మూడు వందల సంవత్సరాల తర్వాత దేవదాసి సంప్రదాయంలోని సంగీత, నృత్య, విదుషీమణి అయిన బెంగళూరు నాగరత్నమ్మ ఆమె సాహిత్యాన్ని పునరుద్ధరించింది. ఈ సవాలులోని సంక్లిష్టమైన ప్రతిధ్వనులు, తాత్త్విక, నైతిక, సాహిత్య చర్చలతో వినిపిస్తూనే ఉన్నాయి. ఆ ప్రతిధ్వనులు హెటరోసెక్సువల్ బ్రాహ్మణీయ పితృస్వామ్య కుల వ్యవస్థాక్రమంలో వేశ్య, భార్య వీరి స్థానమేమిటని అడుగుతూనే ఉంటాయి.

ఈ సవాళ్లు వేగవంతమవుతూ, పెరుగుతూ మిగిలిన ప్రాంతాలలోని రాజకీయ ధోరణుల స్వరాలనూ, దృష్టినీ సరిపోల్చుకుంటూ ఉంటాయి. దళిత సాహిత్య పోకడల దర్పణంగుండా చూసినప్పుడు ఏది ప్రజా అనుకూలం, ఏది వ్యతిరేకం, దళిత ప్రతిఘటన (కౌంటర్ పబ్లిక్, నాన్సీ ఫ్రేసర్ ప్రకారం) ఆధిపత్య రంగం, వాటినామోదించే సమాజాన్ని సవాలు చేయటమేనా (చూ॥ఫ్రేసర్ 1990–2000) అంటరానితనంతో వేరుచేసి ప్రజలను విడగొట్టినపుడు, అణచివేత యొక్క అమరికలు, దాని స్థానమూ నిరంతరం ఒకచోట నుంచి మరొకచోటికి మారుతూ దానిని కనుగొనలేని అశక్తతతో ఒక బెదిరింపుని కలిగి వుంటుంది. వెలివాడ ప్రతిఘటనా కేంద్రంగా మారి అధికారంతో కొనసాగే మార్గాలలో వేర్పాటువాద, ఆధిపత్య బ్రాహ్మణీయ పబ్లిక్‌ని సవాలు చేస్తుంది.

భాషలు - అధికారపూరితంగా, ప్రేమగా, అణచివేతతో కూడిన, ప్రతిఘటనా పూర్వకమైన, న్యాయాగ్రహమైన, అన్యాయ వాదనలను తిరస్కరిస్తూ వుండే భాషలు, పాటలతో, నృత్యరూపకాలతో, ఇతిహాస గాథలతో, ఇతిహాసాలను ప్రశ్నించే గాథలతో, యుగ వైతాళిక గీతాల భాషలు; జీవన ప్రపంచాలలో జీవించిన పదాలు, పదాలలో పొదిగిన అనుభవాలు, అనుభూతులు, మానవజాతికోసం న్యాయాన్నీ, ప్రేమనూ స్వప్నించిన పదాలు - ఇవన్నీ మనకు లిఖిత పదానికున్న శక్తిని వివిధ వర్ణ ఛాయలతో ప్రదర్శించి చూపుతాయి.

వీటన్నిటిలోనుంచీ ప్రవహించే కాంతి ధార ఒకటే, అది రాడికల్ రాజకీయ సంప్రదాయల జ్ఞాపకాల ధార. మనం జీవిస్తున్న స్వప్నిస్తున్న, పంచుకుంటున్న వర్తమాన, భవిష్యత్తుల దారిని కనుగొని సుగమం చేసే ఆలోచనా ధార.

2

"ఎందరో మహానుభావులు అందరికీ వందనములు"

మా సెంటిమెంట్లను ఈ త్యాగరాజ కీర్తన శక్తివంతంగా ఆవిష్కరిస్తుంది.

మేము చేసిన ఈ పనిలో ఎంతో విశాలమైన, విస్తృతమైన మౌఖిక సాహిత్యాన్నంతా వదిలివేశాం. ఆదివాసీయులు, చేతివృత్తుల వారు, వ్యవసాయ వృత్తులలోని వారు, మత్స్యకారులు, జానపద కళాకారులు, సంచార కళాకారులు

ఎంతో సంపన్నమైన సాహిత్యాన్ని సృష్టించారని, దాని విలువ అమూల్యమని తెలిసికూడా దానిని వదలక తప్పక పరిస్థితి. ఈ మౌఖిక సాహిత్య సృజనకారులు అక్షరబద్ధులైన మానవ సమూహాల ఆవల ఉన్న తిరుగుబాటు రాజకీయాల గురించి, జీవితాల గురించి, జీవితానుభవాల గురించి మాట్లాడతారు. లిఖిత సాహిత్యాన్ని చూసినప్పుడు అదెంత భిన్నత్వాన్ని ప్రతిఫలించినప్పటికీ, అనంతమైన బహుజన ప్రపంచపు జీవితాలను సాహిత్యావరణం నుంచి అవతలకి నెట్టివేసిందనే ఎరుకతోనే ఉన్నాం.

ఈ సంకలనంలో రాని రచయితలు ఎందరో. ముందుగా "ఎందరో మహానుభావులు, అందరికీ వందనములు" అనటం సముచితం. ప్రాచీనకాలంలోనే శృంగార భక్తి రస ప్రధానమైన కావ్యాలలోనే యెక్కడో ఒకచోట తమలోని సృజనాత్మక స్వేచ్ఛా ధిక్కార స్వరాలు అక్కడక్కడా వినిపించిన వారున్నారు. కులమతాల నిరసన చేసిన వారున్నారు. శ్రీనాథుడి నుంచి పోతులూరి వీరబ్రహ్మం వరకూ ఎందరో రచయితలను ఈ సంకలనంలో చేర్చవచ్చు. కానీ సంకలన పరిమాణాన్ని దృష్టిలో పెట్టుకోవటం మాకున్న మొదటి పరిమితి.

వీరేశలింగం, గురజాడలతో పాటు పానుగంటి, చిలకమర్తి వంటి వారెందరినో ఈ సంకలనంలో చేర్చవచ్చు. కానీ మా పరిమితులూ పరిధులూ మాకున్నాయి. సాక్షి వ్యాసాలలో పానుగంటి సాంఘిక, రాజకీయ విమర్శను పరిచయం చేస్తే ఎంతో బాగుటుందనిపించినా నిగ్రహించుకోక తప్పలేదు. వలసవాదం తెచ్చిన ప్రతి మార్పునీ ప్రతిఘటించటంలో తీవ్రాతి తీవ్ర స్వరమైనప్పటికీ వర్ణాశ్రమధర్మాలను గట్టిగా సమర్థించిన, స్త్రీల రెండవ తరగతి స్థానాన్నే సరైనదనుకున్న విశ్వనాథ సత్యనారాయణగారిని ఈ సంకలనంలోకి తేలేకపోయాం. భావకవులెందరో – రాయప్రోలు సుబ్బారావు, వేదుల సత్యనారాయణ, మల్లవరపు విశ్వేశ్వరరావు, వేంకట పార్వతీశ కవులు, చావలి బంగారమ్మ, తల్లాప్రగడ విశ్వసుందరమ్మలు ఈ సంకలనంలో తప్పక ఉండవలసినవారే. ప్రగతిశీల భావజాల నాయకుడుగా ఎన్నో రచనలు చేసి పెళ్ళి – దాని పుట్టు పూర్వోత్తరాలు, 'దేవాలయాల మీద బూతు బొమ్మలెందుకు' వంటి రాడికల్ రచనలు చేసిన తాపీ ధర్మారావుగారు, అభ్యుదయ రచయితలో అనిశెట్టి సుబ్బారావు, శ్రీరంగం నారాయణబాబు వంటి మహామహులు, జానపద గీతాల రచయిత కొనకళ్ళ

వేంకటరత్నం ఈ సంకలనంలో లేకపోవటం తీరని లోటే. దిగంబర కవులలో ఒక్క చెరబండరాజు కవితను మాత్రమే తీసుకోగలిగాం. విప్లవ కవులలో కూడా ఎంతో మందిని పక్కన పెట్టవలసి వచ్చింది. పుస్తక పరిమితి, అనువాదానికి ఒదిగే తత్త్వం యిలా కారణాలు చెప్పవచ్చుగాని, లోటును లోటుగా అంగీకరించవలసిందే. ఈ తరపు దళిత, స్త్రీవాద మైనారిటీ రచయితలను కొద్దిమందిని మాత్రమే పరిచయం చేయగలిగాం. గోగు శ్యామల, సతీష్ చందర్, స్కైబాబ, వేంపల్లి షరీఫ్, బారహమతుల్లా, అట్టాడ అప్పల్నాయుడు, అన్వర్, చంద్రలత, కె.ఎన్.మల్లీశ్వరి వంటి ప్రముఖ రచయితలెందరికో ఈ సంకలనం చోటివ్వలేకపోయింది.

ఐతే ఈ తరం రచయితలు ఇంగ్లీషులోకి, హిందీలోకి యితర భారతీయ భాషలలోని అనువాదమవుతున్నారు. ఆ అవకాశాలు పెరగటం వల్ల వారు తప్పకుండా యితర ప్రాంతాల ప్రజలకు పరిచయమవుతారనే నమ్మకం ఉంది.

ముందే చెప్పినట్లు ఇది ఒక కిటికీ మాత్రమే. తెలుగు సాహిత్యపు ప్రగతిశీల విశాల సౌధ నిర్మాణానికి పునాదులు తవ్వి, రాళ్ళెత్తి, వివిధ వర్ణాలతో అలంకరించి బహుళ భావాలను సమర్పించి శ్రమను, స్వేదాన్ని అర్పించిన రచయితలు వేలాదిమంది. అందరికీ మరోసారి వందనాలు.

సాహిత్య విమర్శ, రాజకీయ రచనలు, చరిత్ర రచనలు, సాంఘిక విమర్శవంటి యెన్నో అంశాలను, చర్చలను ఈ పుస్తకంలో తేలేకపోయాం. భవిష్యత్తులో యిలాంటి ప్రయత్నాలు మరిన్ని జరుగుతాయనీ, వాటిన్నింటితో సుసంపన్నమైన సంకలనాలు వెలువడతాయని, తెలుగు సాహిత్య సర్వస్వమూ ఆంగ్లంలోకి, యితర భారతీయ భాషలలోకి వెళ్ళి ఆయా భాషల వారిని ఆలోచింపజేస్తుందనీ గాఢంగా విశ్వసిస్తున్నాం. 'అంతం కాదిది ఆరంభం' అన్న శ్రీశ్రీ మాట ఈ విషయంలో నిజం కావాలని ఆశిస్తున్నాం.

– ఓల్గా, కల్పన కన్నబిరాన్

ఆధార గ్రంథాలు

1. Fraser, Nancy. 1990. Rethinking the Public Sphere: A Contribution to the Critique of Actually Existing Democracy. Social Text, No.25/26 (1990), pp. 56-80.

2. Fraser, Nancy. 2000. Rethinking Recognition. New Left Review 3, May-June 2000. https://newleftreview.org/II/3/nancy-fraser-rethinking-recognition. Accessed on 18 February 2018.

3. Guha, Ranajit 1983. Elementary Aspects of Peasant Insurgency in Colonial India, New Delhi: Oxford University Press.

4. Volga, Vasanth Kannabiran, Kalpana Kannabiran. 2001. Mahilavaranam/Womanscape. Secunderabad:Asmita.

తిక్కన (1205-1288)

*

మహాభారతం

★ ఒరులేయవి యొనరించిన
నరవర యప్రియంబు తన మనంబునకగుఁతా
నొరులకుఁ నవి సేయకునికి
పరాయణము పరమధర్మ పథములకెల్లన్

శ్రీమదాంధ్ర మహాభారతం
సం॥ డాక్టర్. జి. వి. సుబ్రహ్మణ్యం
టి. టి. డి. పబ్లికేషన్స్, తిరుపతి, 2003,
శాంతిపర్వం - పంచమాశ్వాసం, పుట 749

మంచెన (13వ శతాబ్దం)

*

బాలరసాల సాల నవ పల్లవ కోమల కావ్యకన్యకన్
గూళల కిచ్చి యప్పడుపుకూడు భుజించుట కంటెన్ సత్కవుల్
హాలికులైన నేమి గహనాంతర సీమల కందమూలో
ద్దాలికులైననేమి నిజదార సుతోదర పోషణార్థమై

కేయూర బాహు చరిత్రము సం॥ వేదం వేంకటరాయ శాస్త్రి,
*వేదం వేంకటరాయ శాస్త్రి అండ్ బ్రదర్స్, మద్రాసు, **1970**, పుట.3.*

అన్నమాచార్య (1408-1503)

*

తందనాన ఆహి-తందనానపురె
తందనాన భళా-తందనాన

బ్రహ్మమొక్కటే పర-బ్రహ్మ మొక్కటే
బ్రహ్మమొక్కటే పర-బ్రహ్మ మొక్కటే

కందువగు హీనాధీ-కములిందు లేవు
అందరికి శ్రీహరే అంతరాత్మ
ఇందులో జంతుకుల-మంతా నొక్కటే
అందరికి శ్రీహరే-అంతరాత్మ

నిండార రాజు నిద్రించు-నిద్రయు నొకటే
అండనే బంటు నిద్ర-నదియు నొకటే
మెలయు బ్రాహ్మణుడు-మెట్టు భూమి యొకటే
చండాలు డుండేటి-సరి భూమి యొకటే

కడిగి యేనుగుమీద-గాయు నెండొకటే
పుడమి శునకము మీద-బొలయు నెండొకటే
కడు పుణ్యులను పాప-కర్ములను సరిగావ
జడియు శ్రీవేంకటే-శ్వరు నామ మొక్కటే

అన్నమాచార్యుల అమృతవర్షిణి
సం॥ ఐ.వి.సీతాపతిరావు
అన్నమాచార్య ట్రస్ట్, హైదరాబాద్, 1987, పుట.124.

ఆతుకూరి మొల్ల (1440-1530)

*

సల్లలిత ప్రతాప గుణ సాగరుఁడై విలసిల్లి. ధాత్రిపై
బల్లిదుఁడైన రామ నరపాలకునిన్ స్తుతి సేయు జిహ్వకున్
జిల్లర రాజ లోకమును జేకొని మెచ్చఁగ నిచ్చు పుట్టునే?
యల్లము బెల్లముం దినుచు నప్పటి కప్పటి కాస సేయునే?

సుడిగొని రామపాదములు సోఁకిన ధూళి వహించి రాయి యే
ర్పడ నొక కాంతయయ్యెనఁట పన్నుగ నీతని పాదరేణు, ని
య్యెడ వడి నోడ సోకఁ నిది యేమగునో యని సంశయాత్ముఁడై
కడిగె గుహుండు రామ పద కంజ యుగంబు భయంబుపెంపునన్

మొల్ల రామాయణము
*సం॥ బొమ్మకంటి వేంకట సింగరాచార్య, బాలాంత్రపు నళినీకాంతరావు, ఎమెస్కో బుక్స్, విజయవాడ, **1997,** పుట.**6,36.***

పోతన (15వ శతాబ్దం)

*

కారే రాజులు రాజ్యముల్ గలుగవే గర్వోన్నతిం బొందరే
వారేరీ సిరి మూటగట్టుకుని పోవం జాలిరే భూమిపైఁ
బేరైనం గలదే శిబి ప్రముఖులుం బ్రీతిన్ యశఃకాములై
యీరే కోర్కులు వారలన్ మఱచిరే ఇక్కాలమున్ భార్గవా!

బమ్మెర పోతనామాత్య ప్రణీత శ్రీమహాభాగవతం
సం॥ ఆచార్య రాయప్రోలు సుబ్బారావు
అష్టమస్కంధము, పుట. 591.

ధూర్జటి (1480-1545)

*

రాజుల్ మత్తులు వారిసేవ నరకప్రాయంబు వారిచ్చు అం
బోజాక్షి చతురంతయాన తురగీ భూషాదుల్ ఆత్యవ్యధా
బీజంబుల్ తదపేక్షచాలు పరితృప్తిన్ బొందితిన్ జ్ఞానల
క్ష్మీ జాగ్రత్ పరిణామ మిమ్ము దయతో శ్రీకాళహస్తీశ్వరా!

శ్రీకాళహస్తీశ్వర శతకం, సువర్ణముఖి వ్యాఖ్య
సం॥ మాదగుల నాగఫణిశర్మ
స్వీయ ప్రచురణ, హైదరాబాద్, 1984, పుట.39.

వేమన (1652-1730)

*

ఉర్వివారికెల్ల నొక్క కంచము పెట్టి
పొత్తుగలిపి కులము పొలియజేసి
తలను జెయ్యిపెట్టి తగనమ్మ జెప్పరా
విశ్వదాభిరామ! వినురవేమ!

మత మెఱుఁగలేక మతములు గల్పించి
యుర్వి దుఃఖులగుదురొకరికొకరు
గాజుటింటికుక్క కళవళపడురీతి
విశ్వదాభిరామ వినురవేమ!

కల్లనిజములు రెండు కఱకంఠుడెరుగును
నీరు పల్లమెరుగు నిజముగాను
తనయుని జన్మంబు తల్లి తానెరుగును
విశ్వదాభిరామ వినురవేమ!

మాలవానినేల మరి మరి నిందింప
ఒడల రక్తమాంస మొకటి గాదె
వానిలోన మెలగు వాని కులంబేది
విశ్వదాభిరామ వినురవేమ!

మతపు వేషగాండ్రు మహిమీదపదివేలు
మూఢ జనులఁ గలప మూఁగు చుండ్రు
కొంగలు గుమిగూడి కొఱకవా బోదెలు
విశ్వదాభిరామ వినురవేమ!

వేనవేలుచేరి వెర్రికుక్కలవలె
అర్థహీన వేద మఱచుచుండ్రు
కంఠశోషగాని కలిగెడు ఫలమేమి
విశ్వదాభిరామ వినురవేమ!

శిలలఁజూచి నరుడు శివునిగా భావించు
శిలలు శిలలు గాని శివుడు గాడు
జీవులందె గాక శిలలనేమున్నది
విశ్వదాభిరామ వినురవేమ!

రాతి బొమ్మకేల రంగైన వలువలు
గుళ్ళు గోపురములు కుంభములను
కూడుగుడ్డతాను కోరునా దేవుడు
విశ్వదాభిరామ వినురవేమ!

తప్పులెన్నువారు తండోపతండంబు
లుర్వీజనులకెల్లఁ నుండు తప్పు
తప్పులెన్నువారు తమ తప్పులెరుగరు
విశ్వదాభిరామ వినురవేమ!

శతక సంపుటం (వేమన శతకం)
సం॥ నిడదవోలు వెంకట్రావు
ఆంధ్రప్రదేశ్ సాహిత్య అకాడమీ, హైదరాబాద్, ***1966,*** *పుట.* ***36,42,76.***

ముద్దుపళని (1739-1790)

*

రాధికాసాంత్వనము

సీ॥ ఆశుకవిత్వంబు ◆ లల్లితేనే సరా
చిత్రప్రబంధము ◆ ల్సేయ వలదె
గోటిచేతను వీణె ◆ మీటితేనే సరా
కొంచక రాల్గరఁ ◆ గించ వలదె
పదచాళిరాగము ల్పాడితేనే సరా
హిత వొప్ప వర్ణంబు ◆ లెత్త వలదె
అలనాట్యభేదమ్ము ◆ లాఁడితేనే సరా
నవరసంబుల నంటి ◆ నడువ వలదె

తే.గీ. వింతవింతగఁ గలసిన ◆ యంత సరియె
యెమ్మెకానిమనోభావ మెఱుఁగ వలదె
యేమినేరని నిన్నటి ◆ యింతమోటికె
నన్ను విడనాడనా కోరెఁ ◆ జిన్ని చిలుక

రాధికాసాంత్వనము, ముద్దుపళని ప్రణీతము
*శృంగార కావ్యమండలి, మచిలీపట్టణం, **1936.** పుట.**81.***

కందుకూరి వీరేశలింగము

(1848-1919)

*

విరూపాక్ష పీఠస్థులయిన మా శంకరాచార్య స్వాములవారు విజయ నగరము నుండి బైలుదేఱి దారిపొడుగునను భిక్షలును పాదపూజలును గైకొనుచు మా గోదావరీమండలమునకు వచ్చుచుండిరి. ఇట్టి యాచార్యస్వాముల వారు భిక్షలని పాదపూజలని పేరులు చెప్పి ధనాకర్షణము చేయుచుండుటయే కాని సాధారణముగా శిష్యులకు మతబోధ చేయవలెనన్న చింతయే వారికుండదు. వారిలోఁ గొందఱికి మత గ్రంథముల పేరులకంటె భక్ష్యముల పేరులే యెక్కువగాఁ దెలియును. ఇందును గూర్చిన పూర్వకథ యొకటిగలదు. ఒక స్వాములవారొక గృహస్థుని యింటికి భిక్షకు దయచేసిరఁట. భిక్షానంతరమున వేదాంత గ్రంథపారాయణము చేసికొందురేమో యని తలఁచి యాయింటి గృహిణి యతీశ్వరునికడకు వచ్చి "స్వామీ! భగవద్గీతలు తెత్తునా?" యని యడిగెనఁట! ఆ పేరాస్వాములవారెన్నడును విన్నది కాకపోవుటచేతఁ గొంత సేపాలోచించి యదియు నేమో భక్ష్యవిశేషమని భావించి "అమ్మా! ఇప్పుడు కడుపు నిండుగా నున్నది. మఱి రెండుగడియల సేపు తాళి తీసుకొనిరమ్ము" అని యుత్తరము చెప్పెనఁట. యతీశ్వరులలో ననేకులకు మత విషయక జ్ఞాన మీరీతిగానే యుండును. రాజ మహేంద్రవరమున జరుగుచున్న విధవావివాహ ప్రయత్నమును గూర్చి తునియొద్దనున్నప్పుడే మాస్వాములవారు విని తా మచ్చుటకు విజయం చేసినప్పు డాపనిలోఁ బ్రవేశించినవారి నందఱిని వెలివేసెదమని యానతిచ్చిరఁట! పీఠాధిపతుల యర్థ కృత్యములనుగూర్చియు, వారు విత్తాపహరణము నిమిత్తము చేయుచున్న యకృత్యములను గూర్చియు, వారిని

స్వకృత్యమునకు మరల్చుటకు శిష్యులు చేయవలసిన కర్తవ్యమునుగూర్చియు, మా వివేకవర్ధని బహువిధముల వ్రాసి ప్రజలకన్నులు తెఱపుట కారంభించినది.

లక్ష్మీ నరసింహముగారి యభియోగము పోయినతరువాత శ్రీశంకరాచార్యుల వారును వారిని పురస్కరించుకొనియున్న మాపురమువారును మహోచ్ఛ్రాయదశ యందుండి విజయగర్వముచేత మిన్నును మన్నును గానకుండిరి. ఆయభియోగము పోయినమఱుcనాడు శంకరాచార్యస్వాములవారిని మహావైభవముతో మావీధిని మా గుమ్మముముందఱినుండి గొనిపోయి రాత్రి కరదీపికాసహస్రములతో రాజమహేంద్ర పురవీధులలో నూరేగించిరి: కాని మా యింటిముందఱ నల్లరి యేమాత్రమునుచేయక నిశ్శబ్దముగా సాగిపోయిరి. నాcడే యావార్తను తంత్రీ ముఖమున కాకినాడకుపంపcగా నా లేఖను కాకినాడ పురజనులు పల్లకిలోcబెట్టి యారాత్రియే యూరేగించి గొప్ప యుత్సవముచేసి పయిడా రామకృష్ణయ్యగారి యింటిముందునిలిచి యంతటి ధనికుని చెల్లుబడి కలిగినవానిని సహితము లక్ష్యముచేయుక, ఆయన గుమ్మమువద్ద చప్పటలు గొట్టి కేకలు వేసి చేయcగలిగినంత యల్లరిచేసిరి. ఈ యల్లరియే రామకృష్ణయ్యగారి ధైర్యమును చలింపcజేసి యాయనయు ప్రాయశ్చిత్తమునకు లోcబడునట్లు చేసినది, ఇటువంటి సంతోషదినములలో స్వాములవారు రాజమహేంద్రవరమును విడువక మా పక్షమువారికి మఱింత యవమానము కలుగుటకయి ప్రతిదినమును వాద్యములతో వీధులగుండ నూరేగుచు భిక్షలు చేయుచు కొన్ని మాసములక్కడనే నిలిచి యుండిరి. ఆ కాలములో స్వాములవారు విధవావివాహముల నెంతనిషేధించుచు వచ్చినను ఘోటక బ్రహ్మచారులైన వారి శిష్యులుమాత్రము రండలతోడ రాత్రుల మంత్రకములైన వివాహములను రహస్యముగా జరుపుచునే వచ్చిరి. పాఠశాలలోని విద్యార్థులు కొందఱీ రహస్యమును కనిపెట్టి యొకనాటిరాత్రి కాచియుండి యొక బ్రాహ్మణ వితంతువుతో సంసారము చేయుచున్న బ్రహ్మచారిశిష్యుని పట్టుకొని, ఆయపూర్వదంపతులను వీధిలోనికీడ్చుకొనివచ్చి యెల్లవారికినిజూపి యవమాన పఱిచిరి. అందుచేత స్వాములవారి శిష్యులకందఱికిని పాఠశాలలోని విద్యార్థులcమీద విద్వేషముపుట్టి వారీ బాలురమీద నేలాగునైన పగతీర్చుకొనవలెనని నిశ్చయము చేసుకొని యుండిరి. ఇట్లుండగా వారికి సమయము సహితము వెంటనే దొరికినది. రెండు దినములయినతరువాత పగలు పండ్రెండుగంటలవేళ స్వాముల

వారిశిష్యులు గోదావరిలో స్నానముచేయుచుండఁగా, పాఠశాల విడిచినతరువాత విద్యార్థు లిద్దఱక్కడకు స్నానమునకు పోయిరి. వారిని చూచి యాస్వాములవారి శిష్యులు పాఠశాలంజదువుకొను విద్యార్థుల నందఱినికలిపి తిట్టఁగా, ఎవరు తప్పిదము చేసిరో వారినే తిట్టవలయునుకాని మొత్తముమీఁద తిట్టుట న్యాయముకాదని యొకవిద్యార్థి మందలించినందున వాక్కలహము ముదిరి, పిండివంటలు నిత్యమును తిని బలిసియున్న యాశిష్యులా చిన్న వానిని పట్టుకొని నిష్కరుణులయి క్రూరముగా కొట్టిరి. అప్పుడక్కడున్న రెండవవిద్యార్థి పాఱిపోయి యా సమాచారమును పట్టణములో చెప్పఁగా, పాఠశాలలోని విద్యార్థులనేకులు కూడుకొని తమతోటిబాలకుని క్రూరముగా ప్రహరించినందుకయి యాదుండగపు శిష్యులను దండింపవలయునని ప్రతిజ్ఞచేసుకొని గుంపులుకూడి కోపముతో స్వాములవారున్న గృహము ముందు వీధిలో తిరగసాగిరి. విద్యార్థుల యాగ్రహమునుజూచి భయపడి యాశిష్యులు వీధిలోనికిరాక యింటిలో నడఁగియుండుటయేకాక యిద్దఱు రక్షకభటులను సహాయులనుగా తెచ్చుకొని వాకిటిలో కావలియుంచుకొనిరి.

స్వాములవారు శిఖాయజ్ఞోపవీతములను విసర్జించినను రాగద్వేషాదులను మాత్రము విసర్జింపనందున శిష్యులకు సంభవించిన దుర్దశ నిమిత్తమయి కొంతసేపు విలపించి యావిద్యార్థులను శపించి యూరివారు తమ్మువచ్చి ప్రార్థించి యలుక తీర్చెదరెమోయని పీఠమును విడచి లేచిపోయెదమని వారికిని వీరికిని సమాచారములుపంపిరి. ఆ రాత్రి బడిపిల్లలు స్వాములవారి శిష్యులను కొట్టి చంపిరనియే పట్టణములో ప్రవాదము పుట్టెను. అందుచేత విధవా వివాహములకు ప్రతిపక్షులుగానున్న వారు వీధులలో మొగము చూపుటకే తెగింపలేకపోయిరి. నేనా సమయమున చల్లగాలి ననుభవించుచు మా రేవున గోదావరిలోని యొకపడవమీఁదఁ గూరుచుండియుండుట వలన పొద్దుపోయి యింటికి పోవువఱకును నాకీవార్తయే తెలిసినదికాదు. ప్రథమశాస్త్ర పరీక్షనిచ్చి న్యాయవాదిగా నుండి మొట్టమొదట మాలోఁజేరియుండియు, యిప్పుడు స్త్రీ పునర్వివాహ నిషేధవాదులకు నాయకుఁడుగా నుండినయొక ప్రబల గృహస్థా సమయమున చల్లగాలికై నేను కూరుచుండిన తావున కనతియారముననే గోదావరియొద్దున కూరుచుండియుండి యెవ్వరోవచ్చి యాశిష్యులవార్తను చెవిలో చెప్పగానే యధైర్యముపుట్టి తన సేవకుని చేతిలోని దీపమునారిపించి తలనిండ

12 ❖ విభా ప్రభాతములు

ముసుఁగు వేసికొని రాజమార్గమున నడువక ప్రాణము అరచేతిలో పెట్టుకొని సందులగుండపోయి యిల్లుచేరి తిరిగి చూచెను. అటువంటి స్థితిలో స్వాములవారికి ముఖ్యబలముగానున్న వారొక్కరును వారినూరార్చుటకయిన ఆ రాత్రి పీఠ దర్శనమునకు రాక, తక్షణ మూరివిడిచిపొండని దూరము నుండి లోకగురువులకు సందేశమును బంపిరి. వారి యాలోచనప్రకారముగా మఱునాటి యుదయమున విద్యార్థులు తమ విద్యాశాలనుండి రాకమునుపే స్వాములవారు తమ పీఠమును మాపట్టణము నుండి తరలించి పొగయోడకుగట్టిన పడవలో శిష్యబృందముతో తాము నదినితరించి భిక్షలు చేయింపలేక శ్రమపడుచున్న మాపురమువారిని కూడ తరింపఁజేసిరి. స్వాములవారు మా పురములో నట్టేయుండిన యెడల విద్యార్థులు వారి పీఠమును గొనిపోయి గోదావరిలో పడవేసెదరని కూడ నొక ప్రవాదము పుట్టెను. మొట్టమొదట దెబ్బలు పడిన విద్యార్థి స్వాములవారి శిష్యులమీఁదను, స్వాములవారి శిష్యులు విద్యార్థులమీఁదను ధర్మసభలలో నభియోగములు తెచ్చిరికాని దండవిధాయకుఁడు జగద్గురుల శిష్యుల కైదేసి రూపాయలు ధనదండనము విధించి ఋజువు లేనందున విద్యార్థులను విడిచిపెట్టెను. స్వాములవారికి సంభవించిన యీ విపత్తువలన మా ప్రతిపక్షులకు కొంత గర్వభంగం కాఁగా కొంతకాలము వారు మమ్మధికముగా బాధింపకుండిరి.

రచనా కాలం–1915

వీరేశలింగం రచనలు, మొదటి సంపుటం
సం॥ అక్కిరాజు రమాపతిరావు,
విశాలాంధ్ర, హైదరాబాద్, 1986. పుట.121,155–158.

గురజాడ వేంకట అప్పారావు (1862-1915)

*

ముత్యాల సరములు

"యెల్ల లోకము వొక్క యిల్లై
వర్ణ భేదము లెల్ల కల్లై,
వేల నెరుగని ప్రేమ బంధము
వేడుకలు కురియ.

"మతము లన్నియు మాసిపోవును.
జ్ఞాన మొక్కటి నిలిచి వెలుగును;
అంత స్వర్గ సుఖంబు లన్నవి
యవని విలసిల్లున్.

❖ ❖ ❖

మలిన వృత్తులు మాలవారని
కులము వేర్చిన బలియు రొక దే
శమున కొందరి వెలికి దోసిరి
మలినమే, మాల

మలిన దేహుల మాల లనుచును,
మలిన చిత్తుల కధిక కులముల
నెల వొసంగిన వర్ణధర్మ మ
ధర్మ ధర్మంబే!

"మంచి చెడ్డలు మనుజు లందున,
యెంచి చూడగ, రెండె కులములు,
మంచి యన్నది, మాలయైతే,
మాలనే అగుదున్

దేశభక్తి

దేశమును ప్రేమించు మన్న
మంచి అన్నది పెంచుమన్నా;
వొట్టి మాటలు కట్టిపెట్టోయి
గట్టి మేల్ తల పెట్టవోయి!

స్వంత లాభం కొంత మానుకు
పొరుగు వాడికి తోడుపడవోయి
దేశమంటే మట్టి కాదోయి
దేశమంటే మనుషులోయి!

చెట్టపట్టాల్ పట్టుకుని
దేశస్థులంతా నడవవలెనోయి,
అన్నదమ్ముల వలెను జాతులు
మతములన్నీ మెలగవలెనోయి!

మతం వేరైతేను యేమోయి?
మనసు లొకటై మనుషులుంటే
జాతమన్నది లేచి పెరిగి
లోకమున రాణించునోయి!

దేశమనియెడి దొడ్డ వృక్షం
ప్రేమలను పూలెత్తవలెనోయి
నరుల చమటను తడిసి **మూలం**
ధనం పంటలు పండవలెనోయి!

ఆకులందున అణగిమణగి
కవిత **కోకిల** పలకవలెనోయి
పలుకులను విని దేశమందభి
మానములు మొలకెత్తవలెనోయి!

ఆగస్టు 9,1913 పత్రిక
రచనా కాలం 1910

మనిషి

మనిషి చేసిన రాయి రప్పకి
మహిమ కలదని సాగి మొక్కుతు
మనుషులంటే రాయి రప్పల
కన్న కనిష్టం

గాను చూస్తా వేల బేలా?
దేవు డెకడో దాగెనంటూ
కొండ కోనల వెతుకులాడే
వేలా?

కన్ను తెరిచిన కానబడడో?
మనిషి మాత్రుడి యందు లేడో?
యెరిగి కోరిన కరిగి యీడో
ముక్తి

డిసెంబరు 14, 1912, కృష్ణా పత్రిక

గురజాడ రచనలు, కవితల సంపుటం
సం॥ శెట్టి ఈశ్వరరావు
విశాలాంధ్ర, హైదరాబాద్, 1991, పుట. 5,6,25,61-63,67.

భండారు అచ్చమాంబ (1874-1905)

*

ధనత్రయోదశి

ధన త్రయోదశి నాటి సాయంత్ర మేడుగంటలవేళ నెటుచూచినను నానందోత్సవములతో బొంబాయి పట్టణము నిండియుండెను. నాఁడు దీపావళి దినమున తగునంత దీపోత్సవము లేకుండినను బ్రతిగృహము నందును ఆ గృహము యొక్క యాకారమును సౌందర్యమును నితరులకు జూపఁగలిగిన దీపమాలికలు వెలుగుచునే యుండెను. ఎటువిన్నను టపాక్కాయల ఘటఘట ధ్వనులు వినవచ్చు చుండెను. ఇంటింటను పళ్లెరములలో స్వర్ణాలంకారముల నుంచి లక్ష్మీపూజలను జేయుచుండిరి. కాని, యొక యింట మాత్రమిట్టి యుత్సవ చిహ్నములేవియుఁ గానవచ్చుటలేదు. దీనిని ఇల్లనుటకంటెఁ గుటీరమనిన బాగుండును. ఈ కుటీరము గొప్ప సాహుకార్ల రెండు మేడల నడుమనుండి చెల్లెలగు లక్ష్మీదేవి యుత్సవముఁజూడ వచ్చిన జ్యేష్ఠాదేవియో యనునటుల నుండెను. ఈ యింటివలన ఆ బజారునకు గల శృంగార మొక్కింత తగ్గినను దీనియందలి పరిశుభ్రతను వ్యవస్థను గనినవారి మనములకు నుల్లాసము గలుగుచుండెనని మాత్రము చెప్పవచ్చును. ఇట్టి గొప్ప పట్టణమునందీ యుత్సవ సమయమునందే ధనికుని వృత్తాంతమును జెప్పక మాకొక దరిద్రకుటుంబ వార్తను జెప్ప మొదలుపెట్టినదని నాప్రియ సోదరీమణులు నాపైఁ గోపగించెదరేమో? అక్కలారా! మీరట్లు విసువక నేను జెప్పఁబోవు కథను సావధానులరై వినినచో మీకీ గృహవార్తయే విశేషయుత్తమయినదని తోఁచకపోదు.

నేనుఁజెప్పిన కుటీరము యొక్క రెండు ప్రక్కలను గొప్ప గొప్ప మేడలుండి నటులనే నిదివరకే చెప్పితిని. వానియందనేక దీపములు వెలిగింపబడియుండెను.

అయితే మధ్యగల కుటీరమునందొక్క దీపమే వెలుగుచుండెను. దాని సమీపమునందు విజయలక్ష్మమ్మ కూలికిఁ గుట్టఁదెచ్చిన పరుల రవికను గుట్టుచుఁ గూరుచుండెను. ఆమె సమీపమున నాఱుసంవత్సరముల బాలికయు మూడు సంవత్సరముల ముద్దు బాలుఁడును గూర్చుండి తమ బాలికలఁ జూపుచుందెలిసియుఁ దెలియని ప్రశ్నలచే దమ తల్లిమనమున కానందము కలుగఁజేయుచుండిరి. విజయలక్ష్మమ్మ సాయంత్రపు వంట చేసి పెనిమిటిరాక కెదురుచూచుచుండెను. ఆమె భర్త వెంకటసెట్టియను నొక గొప్ప సాహుకారు నింట గుమాస్తాగా నుండెను. నేఁడు ధనత్రయోదశి గాన, సెట్టిగారియింట లక్ష్మీపూజకానిదే భర్తరాడని యెఱిఁగిన దగుటవలన నామె పిల్లలకు భోజనములు పెట్టి మైలఁబడి రెవికకుట్టుకొనుచు భర్త యాగమనమున కెదురు చూచుచుండెను. ఆహా! గ్రామమునందు జరుగుచుండిన యుత్సవము వైపెంత మాత్రమును జిత్తములేక తదేకాయుత్త చిత్తయై పెనిమిటి రాకను గోరుచున్న యావనిత మొగమెంత మనోహరముగానుండెనో? అట్టి స్త్రీలను గన్నులారఁ గనుఁగొన్న వారలకే కాని యితరులకుఁ దెలియనేరదు. ఇట్లామె తన బాహ్య చక్షువులను మాత్రము కుట్టుచున్న రెవిక పైనుంచి యంతశ్చక్షువులతోఁ బెనిమిటి రాకను జూచుచుం గూర్చుండెను. ఇంతలో ముద్దుల బాలుఁడగు నామె కొమారుఁడామెను సమీపించి మెడను గట్టిగాఁ గౌగలించుకొనినందువలన నామె తనమనసును వానివైపునకుఁ ద్రిప్పవలసినదయ్యెను. ఇంతవఱకామె వాఁడడిగిన ప్రశ్నలకెల్ల హూ, యనుచు నేదోయొక జవాబు చెప్పుచుఁ దనపనినిఁ జేసి కొనుచుండెను. గాని, బాలుఁడు తన ముద్దుహస్తములతో మెడకు బంధమువేయఁగా నామె వెంటనే కుట్టుపనిని నవతల నుంచి పిల్లవానినిఁ దగ్గిరనుంచుకుని బుజగరించి ముద్దుపెట్టుకుని నన్ను గన్న నాయనా! నీకేమికావలెను? నీవక్కతో నింతవఱకాడు కొనుచుంటివే అట్లే యిఁక కొంచెమాడుకొనుము. నేను పరుల రెవికను గుట్టుచున్నాను. ఇది త్వరగాఁ గుట్టవలెను అనెను. తల్లినోటి నుండి మాట వచ్చిన వెంటనే యాసుగుణవంతుండగు బాలుఁడు లేచి యావలి కరిగెను. ఇంతలోఁ బొరుగింటఁ గాల్చిన చిచ్చుబుడ్డి వెలుగు వానికగుపడినందున వాఁడుమిక్కిలి సంతోషముతోఁ జేతులతో వెలుతురుఁ జూపుచు గంతులు వేయుచు "అమ్మా! అత్తల తమాసాగాయున్నది అక్కతో జూలపోతా"నని తన ముద్దు మాటలతోఁ దల్లినడిగెను. వాఁడు పోదునన్న స్థలము సమీపమైనందున విజయలక్ష్మమ్మ వెంటనే బిడ్డను బిలిచి "రుక్మిణీ! నీవీరామునినిఁ దీసికొని పొరిగింటనగుచుండిన వేడుక చూసి తీసికొనిరా. భద్రము సుమా దీపము నొడ్డుకుఁ దీసికొనిపోకు. అచట

నెవరితోనేని తగువులాడకు" అని చెప్పిపంపెను. వెంటనే యాబాలకులు పొరిగింటి వాకిటికిఁబోయిరి. ఇట్లు పిల్లలు పోవుచుండగా వారితల్లి కమితదుఃఖము కలిగి యామె యశ్రుపూర్ణ నేత్రములవారినిఁ జూచు చుండెను. పాపమామెకుఁ దొలిదినము సంగతి జ్ఞాపకము వచ్చినది కాఁబోలు. తొలిదినము వారు టపాక్కాయలనడుగఁగా నెటులనోయామె వారిని సమాధాన పరచెను. అప్పటి నుండి యాపిల్లలును మరి తల్లిని నడుగనేలేదు. తుదకు పొరుగింట టపాక్కాయలు కాల్చుచున్నను నడుగక యూరకచూచి వచ్చెదమా యనియడిగిన వారి సద్గుణమును గని యిట్టి మంచి బాలుర కోర్కెలు తీర్చుటకు తగినంత యైశ్వర్యము మనకు లేకపోయెను కదాయని తల్లికి మరింత దుఃఖము హెచ్చెను. ఉండుటకిల్లు మంచిదిలేదని గాని, కట్టుటకుఁ గొప్ప వస్త్రములేదనిగాని పండుగనాఁడు పిండివంటలు చేసికొనుటకు వీలులేదనిగాని యెన్నడును నామెకుఁ జింతకలుగలేదు. ప్రతిదినము నష్టకష్టములతో గడుచుచున్నను నామె సద్గుణ వంతుఁడగు భర్త సహవాసమువలన సంతోషముగానే కాలము గడుపుచుండెను. గాని, కడుపునగన్న బిడ్డల కష్టములను దలచుకొని నంత మాత్రమున నామెకపరిమిత దుఃఖము కలుగుచుండెను. ఆమెతాను విశేషవైభవము ననుభవించిన దగుటవలన దనసంతానము కిట్టి కష్టములు వచ్చెనని పొక్కుచుండెను. నిజముగా విజయలక్ష్మమ్మయు వెంకటరత్నమును జిన్నతనమునందు చాలా యైశ్వర్య మనుభవించిరి. కలకలూరు మల్లయ్యయను నొకయగ్రహారీకునకు వెంకటరత్న మొక్కఁడె కొడుకు. అందువలన నాతని వివాహము పదవయేటనే విశేష యుత్సవముతో జరిగెను. తనకొక్క పుత్రుఁడైనందునను తాను గ్రామమునందఱి కంటె నధిక ధనవంతుడనిపించుకొని నందునను మల్లయ్యగారు వివాహమునకు విశేషధనము వ్యయపఱచిరి. ఆ వివాహమునకు పదునేనువేల రూపాయిలు ఖర్చయ్యెను. అయ్యెయ్యో వివాహమునకు పదునేనువేల రూపాయిల ఖర్చయిన దంపతులకిప్పుడు పదునేను రూపాయల కండ్లల్లకగుపడుట బంగారమైంది. అయితే యీ కాలములోఁ గొందఱియగ్రహారీకుల యగ్రహారములు పాడగుటఁజూచి వారికిది యొక విచిత్రముగా నుండదు. మల్లయ్యగారి యగ్రహారమది వఱకే కొంత తాకట్టు పెట్టఁబడియుండెను. అయినను వారియింట జరుగు కార్యములు పూర్వమువలెనే జరుగుచుండినందున దినదినమును నప్పులు హెచ్చుచుండెను. ఇట్టి సమయమున నొక్కగాని యొక్కకొమారుని వివాహము చేయవలసిన సమయము మించిపోవునని తలఁచి యతఁడింకను గొంత ఋణముచేసి వివాహము చేసెను.

ఈ ఋణముల వలననే వెంకటరత్నముగారి కిప్పుడన్నముదొరకుట సహితము దుస్తరమై చిన్నపిల్లల కష్టములకు వారు విచారపడ వలసినంత దుర్దినము వచ్చినది. మల్లయ్యగారి జీవితమునందు మాత్రము ఋణస్తులెవ్వరును విశేషతొందర చేయలేదు. కాని ఆయన ప్రాణము పోయిన వెంటనే యందఱు నొక్కసారిగా వచ్చి కలదానిలో రూపాయికి నర్ధరూపాయి చొప్పునఁదమతమ బాకీలను దీర్చికొనిరి. పాపము యుక్తవయస్సు రాకమునుపే వెంకటరత్నముగారికి దమపెద్దల చాతుర్యమువలననో తెలివి తక్కువ వలననో గలిగిన ఫలమునుభవింపవలసి వచ్చెను. వెంకటరత్నము మిక్కిలి సద్గుణుండు. ఆయన పసితనమునందగ్రహారీకుల వైభవము ననుభవించినను వారియందుండు దురభిమానము, యున్మాదము, సోమరితనము మొదలైన వాయననంటినవి కావు. ఆయనకుఁదగినటుల భార్యయు సద్గుణవతియే దొరికినందునందున దరిద్రతకై యొకప్పుడాయనకుఁ జింతగలిగి భార్యయనుకూలతను జూచి దుఃఖము నాచుచుండెను. తండ్రి చచ్చువఱకాయన ప్రవేశపరీక్షయందు మాత్రము కృతార్థుఁడయ్యెను. ఇంకను జదువుకుని విద్యాభివృద్ధి చేసికొనుటకు వయసున్నను ధనములేనందున నాఁతండు వెంటనే యుద్యోగములోఁ బ్రవేశించెను. ఉద్యోగములీ కాలములోఁ దొరుకుటయే మిగులదుర్ఘటము. ఇట్టి స్థితిలో నెటులనో వెంకటసెట్టియనునొక గొప్ప సాహుకారు యొద్ద పదిరూపాయల వేతనముగల గుమాస్తా గిరి దొరికెను. ఆ పది రూపాయలతో వారెటులనో దినములు గడుపుచుండిరి. ఇట్టి స్థితిలో వారికిఁ దమ బిడ్డలను గూర్చి విచారము కలుగుట సహజమే.

విజయలక్ష్మమ్మకుఁ దన బిడ్డల స్థితినిఁ గూర్చి విశేషదుఃఖము కలిగినదని పైనఁ జెప్పితిని. అప్పుడామె కన్నులయెదుట పూర్వస్త వైభవము నది నాశనమైన విధమును బ్రస్తుతస్థితి వల్లఁ బిల్లలనుభవింపుచున్న కష్టములును గానుపించెను. ఈ సంగతులన్నియుఁ దలఁపునకు వచ్చినందున నామె దుఃఖము పొరలి పొరలి యాపుకొన శక్యముకాక వచ్చుచుండెను. ఇంతలో రాముని యేడుపామెకు వినఁబడినందున నామె దిగ్గునలేచి పొరుగింటి వద్దికిఁబోయెను. అచటికీమె పోవునంత కచట నొకస్త్రీ రామునిం గొట్టుచుండెను! ఆచిన్నవాని తప్పిదము విచారింపగా నచటనొత్తిలేని టపాకాయనొకదాన్ని వాఁడెత్తికొని విరిచి యటనున్న నొకదీపము దగ్గిరపట్టెను. అందు వలన నాదీపమారిపోఁగా నాయింటిపిల్లవాఁడు

రామునిఁగొట్టి వానియేడుపు వినఁబడినఁ దల్లితనను గొట్టునను భయముచే వాడే తనను గొట్టెనని పెద్దపెట్టున నేడువసాగెను. వాని యేడుపు విని వాని తల్లి పరుగెత్తివచ్చి తనపిల్లవానిని రాముఁడే కొట్టెనని తలఁచి వాని సుకుమారతనైనను జూడక గొడ్డును బాదినట్టుల బాదసాగెను. తమ పిల్లలను తామధికముగా గొట్టు తల్లులయినను వారినితరులు కొట్టుచుండగా జూచి సహింపజాలరు. ఇఁక తానెన్నడును బిల్లలనొక దెబ్బయినను వెయ్యని విజయలక్ష్మమ్మ వంటి మాతకుఁ దన పిల్లవానినితరులు గొట్టుచుండగాఁ జూచుట యెంత కష్టముగానుండునో యట్టి తల్లులకేతప్ప యితరులకు దెలియుట కష్టము. ఆ సమయమునందామెకు బట్టరాని కోపమువచ్చెను గాని వివేకవతియగుటచే నాసాధ్వి కోపమునంతను దిగమ్రింగి రుక్మిణిని, రామునిని దీసుకొని యింటికివచ్చెను. ఆమె గృహమునకు వచ్చిన పిల్లలను బుజ్జగించి సముదాయించెను గాని యామె తన దుఃఖము నాపుకొనశక్తురాలు కాదయ్యెను. నోరెఱఁగని తన పాపని నితరులు నిష్కారణముగా దండించుటకుఁ దమ దరిద్రదేవతయే కారణముగదాయని తోఁచి యామెకధిక దుఁఖము కలిగెను. ఆమె తనముద్దుపాపని శరీరమునందలి దద్దులను దడవిచూచి కన్నులనుండి బాష్పధారలు గార్చంజొచ్చెను. అప్పుడామెకు సమాధానము చెప్పు వారచట నెవ్వరును లేకయుండిరి. వెంకటరత్నముగారచట నుండినచో నామెకు సమాధానము చెప్పియుందురు. చూడుడు! ప్రస్తుతము సహితము నామెదుఃఖము నాయనయే తగ్గించుటకుఁ గారకుఁడయ్యెను. ఆమె భర్త యలికిడిని వినిన వెంటనే తన దుఃఖమునంతను నడచుకొని సంతోషము ముఖమునం దోపఁజేసెను. ఆహా! విజయలక్ష్మీ! నీ సుగుణములిన్నియని వర్ణింప నాతరమా? పనిచేసియలసి వచ్చిన పతికి నీ దుఃఖము తెలిసినచో విశేషవ్యసనము కలుగునను తలంపుచేఁతగదా నీవు నీ దుఃఖమును మ్రింగి సంతోషమును ముఖమునందుఁ దెచ్చుకొని ముద్దుపాపని నెత్తుకొని భర్తనెదురుకొంటివి? ఇట్టి సత్ప్రవర్తనమును స్త్రీలందఱు నవలంబించినచో మాదేశమునకెంత మేలుకలుగును. వెంకటరత్నము గృహమునకు వచ్చెను గాని నిత్యమువలె నేఁడాయన ముఖము సంతోషముగా లేక మిగుల చిన్నవోయి యుండెను. ఆయన శరీరమునిండను చెమ్మటపెట్టి యుండెను. నిత్యము నాతఁడు తనకెదురుగా వచ్చిన భార్యను నవ్వుచుఁ బలకరించిగాని, కుమారుని ముద్దిడు కొనిగాని లోపలికిఁ బోవుచుండును. నేఁడా గృహస్థుదెదురైన సతీసుతుల

నూరకcజూచుచు మౌనముగా లోపలికి వచ్చెను. భర్తనుగాంచిన వెంటనే విజయలక్ష్మి నేcడధికముగా పనియుండినందున నలసెనని తలcచి యావేళ నిత్యముకంటెను శ్రమ విశేషమైనదిగాబోలు, ఏమీ యీచెమట! యని తనపమిట చెఱుcగుతో నాతని చెమటను దుడిచెను. ఇంతలో జంకనున్న పిల్లవానికి నిదుర వచ్చినందున వానింబరుడcబెట్టవచ్చి యామె భర్తకు దుస్తులు విడచుటలోc దోడుపడెను. దుస్తులు విడిచి పత్నిచేతికినిచ్చి యాయనమిక్కిలి చింతాక్రాంతుcడై యచటనున్న పక్కచుట్టనానుకొని కూర్చుండెను. విజయలక్ష్మియు నాదుస్తులను నియమిత స్థలములనుంచి వచ్చి పతిచెంతc గూర్చుండెను. కొంతసేపటి వఱకు భర్తమాటలాడ నందున వింతపడి విజయలక్ష్మి యాయనకుc దలనొచ్చుచున్నదని తలచి "యిదేమి? నేcడుమాటలాడరు? తలనొప్పిగానున్నదా?" యని సమీపమున కరిగి తలపట్టి చూచెను. తలనొప్పిలేదని వెంకటరత్నమనెను. గాని యంతతో నాసాధ్వికి సమాధానముకానందున, తలనొప్పిలేనిచో నేcడిట్లుదాసీనముగా నుండుటకుc గారణమేమి? ఈముఖమింత చిన్నబోయియుండుటకు హేతువేమి! యని భర్తనడిగెను, పత్ని నోటినుండి వచ్చుమాట వినినతోడనే వెంకటరత్నముగారికి మిగుల విచారము కలిగి, నీకు మన యీదుస్థితినిc దలచుకొనిన విచారముగా నుండదా? యనియడిగెను. భర్తవాక్యము చెవినబడిన వెంటనే విజయలక్ష్మి గడియక్రిందటి దుఃఖము జ్ఞాపకమువచ్చి విశేష విచారము కలిగి భర్తకు నట్టిదుఃఖమే యేదయినcగలిగి యుండునని యూహించి తనదుఃఖమునంతను మహా ప్రయత్నమున నాపుకొని, ముఖమునందు సంతోషమంకురింపc జేసికొని ఇదేకద! ఇంతమాత్రమునకు విచారమేల? నాకిందున గూర్చి విచారమేమాత్రమును లేదు, "ఆహా! నీవిట్టిదానివే కానిమునుపటి మన వైభవమును బ్రస్తుతపు స్థితియుc దలచుకొనినచో నాకు జాలవిచారముగా నుండును. దివ్యమందిరము లందష్టైశ్వర్యములనుభవించిన వారికి గుడిసెలో నష్టదరిద్రమిస్త్రలననుభ వించవలసి వచ్చెనుగదా! నేcడు లోకులందఱనేక యమూల్యములగు నలంకారము లొకచోట నుంచి పూజింపుచుండగా రత్నాభరణములనేకములు దాల్చిన నీ శరీరమున నొక్కబంగారపు గుండయినను బూజించుటకు లేకుండుట చూచి నీకెంత మాత్రము విచారముగానుండదా?"

విజ:- నాకెంతమాత్రమును విచారముగానుండదు. మనకు సంపదలేదనిగదా మీరువిచారపడుట, సంపన్నులగు కొందఱికిc గల గర్వమును, విచారశూన్యతయుc

జూచినపుడెల్ల మనస్థితియే నాకునుత్తమమైనదిగాఁ గానుపించుచుండును. ఇట్టిస్థితిలో మనము సత్యమార్గమును విడువక నడుచుచుండుట వలన మనకగు నమితానందము ధనవంతులమైనచోఁ గలుగనేరదు. నేనన్ననో తమ ప్రేమయొక్కటి కలిగిన నితరసంపదలేమియు నొకలెక్కగాఁగొనను;"

పత్ని పలుకులాలించి వేంకటరత్నము కొంత యులికిపడెను. ఆయన చిత్తము బెదరినట్లు ముఖచర్యకానుపించెను. సత్యప్రవర్తకుఁడగు నాతని ముఖమునందొక విధమైన భయము కానుపించెను. అప్పుడాతఁడు ఱిచ్చవడి భార్యకేమి సమాధానము చెప్పవలయునో తోఁచకయుండి తుదకెటులనో ధయిర్యమవలంబించి "ప్రియే! పొడిప్రీతినిఁ దీసికొని నీవేమిచేసెదవు?" విజయలక్ష్మి కాయన ముఖమునందుఁ గలిగిన భేదమేమియుఁ దెలియలేదు గాని, పతిమాటవలన నామెకు దుఃఖము మాత్రము కలిగెను. అప్పుడామె మీరిట్టిమాటలవలన నామనసునకు దుఃఖమే గలుగఁజేయుచున్నారు అనెను.

వేంక:– అట్లయిన నేను మాటలాడనులే. నీకు మనపిల్లల దుస్థితిని గూర్చి యైనను విచారముగానుండదా? పరుల పిల్లలీదీపావళి పండుగకు మంచి దుస్తులను ధరియించుకొని మృష్టాన్నములను దిని సాయంకాలమానందముగా టపాక్కాయలను గాల్చుచుండగా వారిని జూచి మన బిడ్డలు దీనముఖులై యుండఁగా జూచియైనను నీకు దుఃఖముగానుండదా?

విజ:– ఇందుకు దుఃఖమేమి? నాకెంతమాత్రము విచారములేదు సరేగాని నేఁడీ లేనిపోని ప్రసంగములు చేసి విచారించుచు లేని దుఃఖమునేల కల్పించుకొన మొదలు పెట్టితిరి. మనపిల్లలేమయిన మనలనావస్తువాహనములు తెమ్మని యడిగిరా?

వేంక:– ఇందువలననే కద నా దుఃఖము విస్తరిల్లుట. ఈమాటయని యతఁ డొకింత యూరకుండిగద్గదధ్వనితో నేను నీకొకమాట చెప్పినట్లైన నీవు... ఏమిలేదు. అని యాయన నాలుక గరచుకొని యేదోభయంకరమగు సంగతినిఁ జెప్పబోయి శంకించువానివలె ముఖచర్యను జేసెను. విజయలక్ష్మి పాపమాయన చేష్టలనుగని చేష్టలు దక్కియుండెను. కొంతవడికామె తెలివితెచ్చుకొని "మీరునాకేమి చెప్ప వచ్చితిరి"యని యడిగెను.

ఆకన్నీటిఁగని గుమాస్తా "ఏమి? వేంకటరత్నమా! నేనన్నటులనే నీకుటుంబ స్థితి యున్నదాలేదా?"

వేంకటరత్నము: కన్నులు దుడుచుకొనుచు "అవును అటులనేయున్నది".

పెద్దగుమాస్తా: అయితే నీ యిష్టము నేనన్నమాటను సమ్మతించవు?

వేంకటరత్నము: ఛీ. కృష్ణమూర్తిగారూ! నాతో మీరిఁక మాటలాడకుఁడు. మీమాటల వలన నా మనసేమయినఁ జెడునేమో.

ఆ వృద్ధునకు మనుష్యస్వభావ లక్షణములు చక్కఁగా దెలిఁసియుండినందున మనుష్యుల మనసొకసారి యించుక దుర్మార్గమువైపునకు దిరిగినచో మరల సన్మార్గమునకుఁ దిరుగుట దుస్తరముగాన నీతని సంగతినిఁ గూర్చి కొంత విచారణ చేయుటకు వ్యవధి కలిగించినచో మన కార్యము సఫలీకృతమగునని తలఁచి యాతడు మంచిది, అటులనే కానిమ్ము నేనిప్పుడు నీతో మాటలాడను నీవే యీ రాత్రియంతయు నాలోచించికొని తెపుప్రొద్దున నాయింటికివచ్చి నీ నిశ్చయమును దెలుపుము. ఈ దినములు దీపావళీదినములు, మీయింట పండుగ కేమియు లేకుండును. గాన నీ నూఱు రూపాయిలనోటును నీకిచ్చెదను. వీనినినక్కఱలేదనక తీసుకొనుము' యని యాతఁడొకనోటును వేంకటరత్నము జేబులో నుంచెను.

దుకాణము నుండి యింటికి వచ్చు త్రోవలో నాగృహస్థుని మనసునందనేక విధముల విచారతరంగములుద్భవింపుచుండెను. వృద్ధుఁడగు నా గుమాస్తా చెప్పిన చొప్పునఁ జేయవలెననా చేయఁగూడదా? యన్న ప్రశ్న యాతని మనమును తొందర పెట్టసాగెను. అట్లు చేయుటవలనఁ దన వంశముయొక్క కీర్తిభంగము కలుగునని యామానవుని యంతరాత్మ తెలుపుచుండెను. ఇంతలోఁ జతురుఁడగు కృష్ణమూర్తి బోధ జ్ఞప్తికివచ్చి యాతఁడనినటులఁ జేయుటకుఁ బురికొల్పుచుండెను. ఇట్టిస్థితిలో వేంకటరత్నమింటికి వచ్చెను. గాన పైనుదహరించినటుల నాతనిస్థితి యుండెను. ఈ సంగతినే భార్యకుఁ జెప్పఁబోయి యతఁడు తడబడి చెప్పకుండెనని బుద్ధిమతులగు చదువరులిదివఱకే గ్రహించియుండెదరు.

ప్రస్తుతమాయనపరుండి కన్నులమూసికొని నిదురఁబోయినవానివలె నభినయించినను నిదురపట్టక వెనుకనుదహరించినటులాతని మనస్సునందనేక విధముల యాలోచనలు వచ్చుచుఁబోవుచునుండెను. గాని యేమిచేయుటకును

జూచినపుడెల్ల మనస్థితియే నాకునుత్తమమైనదిగాఁ గానుపించుచుండును. ఇట్టిస్థితిలో మనము సత్యమార్గమును విడువక నడుచుచుండుట వలన మనకగు నమితానందము ధనవంతులమైనచోఁ గలుగనేరదు. నేనన్ననో తమ ప్రేమయొక్కటి కలిగిన నితరసంపదలేమియు నొకలెక్కగాఁగొనను;"

పత్ని పలుకులాలించి వేంకటరత్నము కొంత యులికిపడెను. ఆయన చిత్తము బెదరినట్లు ముఖచర్యకానుపించెను. సత్యప్రవర్తకుఁడగు నాతని ముఖమునందొక విధమైన భయము కానుపించెను. అప్పుడాతఁడు ఊచ్చవడి భార్యకేమి సమాధానము చెప్పవలయునో తోఁచకయుండి తుదకెటులనో ధయిర్యమవలంబించి "ప్రియే! పొడిప్రీతినిఁ దీసికొని నీవేమిచేసెదవు?" విజయలక్ష్మి కాయన ముఖమునందుఁ గలిగిన భేదమేమియుఁ దెలియలేదు గాని, పతిమాటవలన నామెకు దుఃఖము మాత్రము కలిగెను. అప్పుడామె మీరిట్టిమాటలవలన నామనసునకు దుఃఖమే గలుగఁజేయుచున్నారు అనెను.

వేంక:- అట్లయిన నేను మాటలాడనులే. నీకు మనపిల్లల దుస్థితిని గూర్చి యైనను విచారముగానుండదా? పరుల పిల్లలీదీపావళి పండుగకు మంచి దుస్తులను ధరియించుకొని మృష్టాన్నములను దిని సాయంకాలమానందముగా టపాక్కాయలను గాల్చుచుండగా వారిని జూచి మన బిడ్డలు దీనముఖులై యుండఁగా జూచియైనను నీకు దుఃఖముగానుండదా?

విజ:- ఇందుకు దుఃఖమేమి? నాకెంతమాత్రము విచారములేదు సరేగాని నేఁడీ లేనిపోని ప్రసంగములు చేసి విచారించుచు లేని దుఃఖమునేల కల్పించుకొన మొదలు పెట్టితిరి. మనపిల్లలేమయిన మనలనావస్తువాహనములు తెమ్మని యడిగిరా?

వేంక:- ఇందువలననే కద నా దుఃఖము విస్తరిల్లుట. ఈమాటయని యతఁ డొకింత యూరకుండిగద్గదధ్వనితో నేను నీకొకమాట చెప్పినట్లైన నీవు... ఏమిలేదు. అని యాయన నాలుక గరచుకొని యేదోభయంకరమగు సంగతినిఁ జెప్పబోయి శంకించువానివలె ముఖచర్యను జేసెను. విజయలక్ష్మి పాపమాయన చేష్టలనుగని చేష్టలు దక్కియుండెను. కొంతవడికామె తెలివితెచ్చుకొని "మీరునాకేమి చెప్ప వచ్చితిరి"యని యడిగెను.

వేంకటరత్నము చర్యను స్థిరపఱచుకొని ఏమియులేదు. పోనివ్వు నీవన్నదే సత్యము. లేనిపోని సంగతులు ముందిడుకొని వ్యసనమేల పడవలెను, అనెను. గాని నట్లాయన ముఖచర్యల వలనఁదెలియుచుండెను. గాని, కపటమేమియుఁ దెలియలేదు. ఆమె తన భర్త వాక్యములనే నమ్మెను. ఇంతలో నాయన "సరె నాకాకలి యైనది. నేఁడు విశేష శ్రమచేయుటవలన విసుకుగానున్నది. త్వరగా భోజనము చేసి పరుండుదము!" భర్త నోటినుండి ఈ వాక్యములు బయలువెడలిన తోడనే విజయలక్ష్మి మడికట్టుకొని భర్తకు వడ్డించి యాతఁడు తినిన పిమ్మట తాను భోజనముచేసి యింటిపని దీరినవెనుక పరుండఁబోయెను. అంతకుమునుపే వేంకటరత్నము నిదురపోవుచుండెను. విజయలక్ష్మియు ప్రొద్దుపోయినందున కుట్టుపనిని చేయుచుంగూరుచుండక తానుపరుండెను.

విజయలక్ష్మి కపటహీనయగుటవలన పక్కకిఁజేరిన వెంటనే నిదురపట్టెను. గాని, విచారగ్రస్థుఁడగు వేంకటరత్నము పైకి నిదురపట్టిన వానివలె నభినయించినను నిజముగానాఁటి రాత్రి యాతనికి నిదురపట్టనేలేదు. నాఁటి సాయంకాలమున వేంకటశెట్టి గారింటఁ జరిగిన సంగతియే రాత్రి యాతనికి సుఖనిద్రకు భంగము కలిగించెను.

నాఁటి సాయంకాలము సెట్టిగారింట లక్ష్మీపూజగుటవలన వేంకటరత్న మచటనే యుండి యందుకుఁగావలసిన వస్తువులన్నియు జతపర్చుచుండెను. ఇంతలో నచటి పద్దుగుమాస్తా వేంకటరత్నము నేకాంతముగా నొకచోటికిఁ దీసికొనిపోయి రహస్యముగా "వేంకటరత్నమా! నీవధిక బుద్ధివంతుఁడవని నేను నిన్ను నాకు సహాయునిగాఁ గోరెద నేను నీకుఁ జెప్పుసంగతిని నీవితరులతోఁ జెప్పనని ప్రతిన చేయుము?" ఆ ముసలి గుమాస్తా మిక్కిలి మంచివాఁడును నమ్మఁదగినవాఁడును అని యదివఱకెఱిఁగినవాఁడు గాన, నీవుచెప్పునది యొరుల కెఱిఁగింపనని వేంకటరత్నము నమ్మఁబలికెను. అప్పుడా ముసలి గుమాస్తా "వేంకటరత్నమా! నేఁడు లక్ష్మీపూజనమునకై తీసిన యనేకములైన యమూల్యాభరణములను జూచితివా ఇవియొక లెక్కలోనివి కావు. వీనికంటె వేయిరెట్లెక్కువ విలువగలవి వీరి దుకాణమునందున్నవి. ఇది నీవెఱుఁగనే యెఱుఁగుదువు గదా?" ఈమాటల ధోరణియేమియుఁ దెలియక వేంకట రత్నము అవును, నాకుఁ దెలియుననియెను.

పెద్దగుమాస్తా: ఇది తెలిసినటులనే యీధనమంతయు నానమ్మకముననే యున్నదనియును నీకుఁదెలిసియేయుండును. ఇట్టి విశ్వాసము నాయందుండుట వలననేకదా నేనుతలఁచిన కార్యము నిర్విఘ్నముగా నెరవేరునని నేనుబూనునది.

గుమాస్తామాటలను విని వేంకటరత్నమునకు కొంచెమనుమానము కలిగెను. గాని, యాతఁడింకను నేమిచెప్పునో యని తలంచి వినుటకు నూరకుండెను;

పెద్దగుమాస్తా: ఇంతసంపత్తి లోనిది మనమొకకొంత తీసికొనిన నదియొక తప్పిదము కాదు. అందువలన సెట్టిగారికిని నష్టమురాదు. మనకన్నో దానివలన మనదరిద్రదేవత తొలఁగిపోవును ఇంత పెద్దగుమాస్తాను నాకేబది రూపాయలేగద జీతము నీకన్నో పదియే. ఇంత స్వల్ప జీతములో మనకుటుంబములను భరించుట మనకు దుస్తరము గదా? ఈ సంగతి వెలికివచ్చునన్న భయము నీకక్కరలేదు. ఆపూచీ నాది నేను జెప్పిన యీ సంగతి సంవత్సరాంతములెక్కలకు లోగా కావలెను. సాలాకరింకను రెండేదినములున్నది. నీవేమనియెదవు?" పెద్దగుమాస్తా యీమాటలు చెప్పునప్పుడు వేంకటరత్న మునకుఁగోపమువలనఁ గన్నులెఱ్ఱనగుచుండెను. అందువలన నాతఁడు మాటలమధ్యనే గుమాస్తా నోరుమూయింపవలెనని చూచెను గాని యాయన తన యధికారియు, వృద్ధుఁడునునగుటవలన కోపమును ద్రింగి యూరకుండెను. ఆవృద్ధుని మాటలయిన వెంటనే వేంకటరత్నము నిర్మొగమాటముగా "అయ్యా! కృష్ణమూర్తిగారూ? మీరు నన్నిట్లు వేళాకోళముల కడిగినఁజింతలేదు. కాని యిది వాస్తవమేయైనచో తమ నిశ్చయము నాకెంతమాత్రము సమ్మతము కానేరదు. మీకు మాటయిచ్చినందునఁ గావలసిన నేనీ సంగతి నితరులకెఱిఁ గింపను", అనెను. ఈ దృఢ వాక్యములనువిని కృష్ణమూర్తిగారికిఁగల యుత్సాహ మంతయుఁ దగ్గినటులాతని చర్యవలనఁదెలియు చుండెను. అయినను ధైర్యము విడువక ముసలిగుమాస్తా తియ్యని మాటలవలన వేంకటరత్నమును వశపఱచు కొనఁజూచెను. సెట్టిగారికిఁగల యమిత ధనమును జూసినను వేంకటరత్నము తననిశ్చయమును విడువకుండెను. అంతనా గుమాస్తా తనచాతుర్యమువలన వేంకటరత్నముగారి దరిద్రమును నాతనికిఁ గానుపించునటుల వర్ణించి యాతనిభార్య పిల్లలకందువలనఁ గలుగుచున్న కష్టమును వక్కాణించెను. సదావాణిజ్యములో మెలఁగినిపుణుఁడైన వృద్ధుఁడు తన దరిద్రస్థితిని హృదయ ద్రావకముగా నుడువునప్పుడు వేంకటరత్నము కన్నులనుండి నీరుకారఁ జొచ్చెను.

ఆకన్నీటిఁగని గుమాస్తా "ఏమి? వేంకటరత్నమా! నేనన్నటులనే నీకుటుంబ స్థితి యున్నదాలేదా?"

వేంకటరత్నము: కన్నులు దుడుచుకొనుచు "అవును అటులనేయున్నది".

పెద్దగుమాస్తా: అయితే నీ యిష్టము నేనన్నమాటను సమ్మతించవు?

వేంకటరత్నము: ఛీ. కృష్ణమూర్తిగారూ! నాతో మీరిఁక మాటలాడకుఁడు. మీమాటల వలన నా మనసేమయినఁ జెడునేమో.

ఆ వృద్ధునకు మనుష్యస్వభావ లక్షణములు చక్కఁగా దెలిఁసియుండినందున మనుష్యుల మనసొకసారి యించుక దుర్మార్గమువైపునకు దిరిగినచో మరల సన్మార్గమునకుఁ దిరుగుట దుస్తరముగాన నీతని సంగతినిఁ గూర్చి కొంత విచారణ చేయుటకు వ్యవధి కలిగించినచో మన కార్యము సఫలీకృతమగునని తలఁచి యాతడు మంచిది, అటులనే కానిమ్ము నేనిప్పుడు నీతో మాటలాడను నీవే యీ రాత్రియంతయు నాలోచించికొని తేపుప్రొద్దున నాయింటికివచ్చి నీ నిశ్చయమును దెలుపుము. ఈ దినములు దీపావళీదినములు, మీయింట పండుగ కేమియు లేకుండును. గాన నీ నూఱు రూపాయిలనోటును నీకిచ్చెదను. వీనినినక్కఱలేదనక తీసుకొనుము' యని యాతఁడొకనోటును వేంకటరత్నము జేబులో నుంచెను.

దుకాణము నుండి యింటికి వచ్చు త్రోవలో నాగృహస్థుని మనసునందనేక విధముల విచారతరంగములుద్భవింపుచుండెను. వృద్ధుఁడగు నా గుమాస్తా చెప్పిన చొప్పునఁ జేయవలెననా చేయఁగూడదా? యన్న ప్రశ్న యాతని మనమును తొందర పెట్టసాగెను. అట్లు చేయుటవలనఁ దన వంశముయొక్క కీర్తిభంగము కలుగునని యామానవుని యంతరాత్మ తెలుపుచుండెను. ఇంతలోఁ జతురుఁడగు కృష్ణమూర్తి బోధ జ్ఞప్తికివచ్చి యాతఁడనినటులఁ జేయుటకుఁ బురికొల్పుచుండెను. ఇట్టిస్థితిలో వేంకటరత్నమింటికి వచ్చెను. గాన పైనుదహరించినటుల నాతనిస్థితి యుండెను. ఈ సంగతినే భార్యకుఁ జెప్పఁబోయి యతఁడు తడబడి చెప్పకుండెనని బుద్ధిమతులగు చదువరులిదివఱకే గ్రహించియుండెదరు.

ప్రస్తుతమాయనపరుండి కన్నులమూసికొని నిదురఁబోయినవానివలె నభినయించినను నిదురపట్టక వెనుకనుదహరించినటులాతని మనస్సునందనేక విధముల యాలోచనలు వచ్చుచుఁబోవుచునుండెను. గాని యేమిచేయుటకును

నింకను దృఢనిశ్చయము కానందున నిదురరాకుండెను. తుదకు వేంకటరత్నము భార్యకు నిదురపట్టినదని తెలిసికొని యాగదిలో నిటునటు తిరుగుచుండెను. ఆసమయము నందదాటున నాతనికి గుమాస్తా యిచ్చిన నోటు సంగతి తలంపునకు రాఁగా వెంటనే దానినిఁదీసి దీపము వెలుతురున నొకజాముచూచి యాలోచింపు చుండెను. అంత నాతని చిత్తమునందేదో యొక దృఢనిశ్చయమయినటుల ముఖమునందగు పడెను. వెంటనేయాయన 'అవును ఇటులనేచేయవలెను. కృష్ణమూర్తిగారన్నది మనలాభమునకే కద?' ఇంతలోనాతని దృష్టి నిదురించియున్న భార్య ముఖము వైపునకుఁ బాఱును. గాన గడియక్రిందనాసాధ్వి పలికినపలుకు లాతనికిఁ దలపునకు వచ్చినతోడనే యదివఱకైన నిశ్చయమంతయు మరచి యాపురుషుడు 'నేనట్టి చెడుకార్యము జేసినచో సద్గుణరాశియగు నీమెకు మొగమెట్లు చూపఁగలను? ఛీ. ఇట్టికార్యమే చెయ్యను.' వెంటనే యాతనికామె వెనుక ముందఱ పరుండి నిదురించి చున్న బిడ్డలగుపడి యదివఱకువచ్చిన వివేకమును బాఱఁ దోలఁగా నతఁడు, ఈ చిన్న పాపల కష్టములను జూడనోప నిదియునుగాక నేను జేయఁదలంచిన కార్యమి తరులకుఁ దెలియుట సంభవింపదు? అని మరల నాతఁడు నోటును జూచుచుం గూర్చుండెను. ఈ సమయము నందే కారణమువలననో విజయలక్ష్మికి మెలకువవచ్చి లేచినందున నామెనుగని వేంకటరత్నము నిశ్చేష్టితుండై గోడకొరిగెను. ఆయనచేతిలో నున్న నోటు క్రిందపడెను.

విజయలక్ష్మి నిదుర నుండి లేచువఱకామెకీ సంగతులగుపడుట వలన నాసాధ్వి మిగుల నాశ్చర్యమును, విచారమును గలదియై పతిని సమీపించి 'ఇదేమిటి? అర్ధరాత్రి లేచి నేఁడేమిచేయుచున్నారు. సాయంకాలము నుండియేమిటో నాకుఁజెప్పఁగూడదా?' అనునంతలో నాయువిద కచటఁబడియున్ననోటు కానుపించెను. దానింగనిన వెంటనే యామెహృదయము ఝల్లన రోదనస్వరముతో 'అయ్యా! ఈనోటెచటిది దీనినెచటనుండి తాము తెచ్చితిరో నాకుఁజెప్పఁగూడదా? నేఁడన్నియు దుశ్శకునములగానేయున్నవి. మీకు నమస్కరించెదను నాకీ సంగతినించుక వినిపింపుడు.'

వేంకటరత్నము ముదుసలి గుమాస్తా మాటలవలనఁ గొంత తెలివి కలవాఁడయినందున నాతఁడు తన భార్య మనసును ద్రిప్ప యత్నించెను గాని యాతని ప్రయత్నమువలన లేశమైనను లాభము కలుగలేదు. మీదు మిక్కిలి యాతని

మాటలను వినినప్పటినుండియు విజయలక్ష్మి మనమున దిగులొందినందున నామె శరీరము వడఁక సాగెను. కోపాతిశయమువలనఁ గన్ను లెఱ్ఱబాఱి వానిలోనుండి జలమురాఁదొడఁగెను. అట్టికోపావేశమునందును నామె యితఁడు నాపతి యితనిని దండించుట యుక్తముకాదను సంగతి మఱచినదికాదు. కాని, యిట్టి సమయమున మనముపేక్ష చేసినచో నీతఁడు దుర్నడవడిలోఁ బ్రవేశించి చెడిపోవునుగాన, నట్లుకాకుండఁజేయుట కర్తవ్యమని తెలిసినది గాన నామెయూరకుండక కొంచెమావేశము తెచ్చుకొని ఈనోటు తమరు న్యాయముగా సంపాదించి యుండరని నేనిది వఱకే యనుమానపడితిని. మీరిట్లు చేయుటకు హేతువేమి? నేనెన్నఁడైన నగలకనిగాని బట్టలకనిగాని మిమ్ముల నిబ్బంది పెట్టితినా? పిల్లలయిన నేదేని తెచ్చుటకై కచ్చెచేసిరా? అందువలన మీకీ దుర్బుద్ధి పుట్టెనా? అందువలననే మీకీబుద్ధి పుట్టియుండిన నేను నీపాదాల సాక్షిగాఁ జెప్పెదను. నేనెన్నడిక యడుగను. పిల్లలనేమయిన నడుగనివ్వను. మాయందునుగ్రహించి మీరిట్లు చేయవలదు. ఈ సంగతి యొరులెఱుఁగజాలరని మీరనెదరు. గాని సర్వసాక్షియగు పరమేశ్వరుని మోసపుచ్చి మీరీకార్యము చేయఁగలరా? ఇట్లు చేసిన పిదప మీమనసైనను బూర్వమువలె స్వస్థముగా నుండునా? కష్టపడి సంపాదించుకొనిన పది రూపాయలను సుఖముగాఁదినినటుల నీదొంగసొమ్మును దినఁగలమా? దాని మనము ముట్టినపుడెల్ల నిది మీరు విశ్వాసద్రోహమువలన సంపాదించితిమని మనోవేద మనను దెప్పుచుండదా? ఓ పరమేశ్వరా! తండ్రీ ఈ కార్యమును మానుపుటకు నేను శక్తురాలనుగాకున్నాను. నాకీదరిద్రములోఁ గలుగుచున్న పరమానందమిక దొరుకఁజాలదుగదా! యనియామె దుఃఖము నాపుకొనలేక యేడువసాగెను. దానింగని తెలివి తెచ్చుకొని వేంకటరత్నము దుఃఖింపుచున్న తనసతిని దగ్గఱకుఁ దీసికొని యక్కునఁజేర్చుకొని సతీ తిలకమా! యనయామె దుఃఖము నాపుకొనలేక యేడువసాగెను. దానింగని తెలివి తెచ్చుకొని వేంకటరత్నము దుఃఖింపుచున్న తనసతిని దగ్గఱకుఁ దీసికొని యక్కునఁజేర్చుకొని సతీ తిలకమా! నీసద్బోధవలన నా మనమునందలి యజ్ఞానంధకారము తొలగెను. నేనిఁక దుష్కార్యమెన్నఁటికినిఁజేయను. మనము దరిద్రములో నుండియు సద్గుణముచేత గలుగునానందమునను భవించెదము. ఆహా! నాకిట్టి సచ్చరితయగు కాంత లభించినందుననే కదా నేనొక గొప్ప పాపము నుండి విడుదలఁ గంటిని మత్ప్రాణ

సమానమా! నీకు విజయలక్ష్మియనిన నామమెంతయుఁ దగియున్నది. నీవు నిజముగా నేడు విజయము బొందితివి. లోకులందఱు లక్ష్మీపూజ చేయుచుండఁగా నాదగ్గిర పూజించుటకు లక్ష్మిలేదని గడియక్రింద నేను జింతింపు చుంటిని నాదగ్గిర నీరూపముతోఁ బ్రత్యక్షలక్ష్మియేయుండఁగా నాకా లోహమయలక్ష్మితోఁ బ్రయోజన మేమి? నేఁడు నేనీలక్ష్మినే పూజించెదను. అని వేంకటరత్నమా స్వర్ణాలంకార హీనమైన సద్గుణలంకారయగు విజయలక్ష్మినిఁదన యాలింగనము చేతంబూజించెను. ఆ సమయమునందు విజయలక్ష్మికత్యానందము కలిగినందున నామె దేహము తెలియక భర్త భుజముపై నొరిగెను. తాను తనపతిని నిష్కారణముగా తూలనాడితినని యామెకధిక దుఃఖము కలిగెను. కొంతవడికా సాధ్వీమణి తెలివి తెచ్చుకొని మీరట్లు చెయ్యరు గదా? ఇది నిజమేనా? యని యడిగెను. వేంకటరత్నము వెంటనే నిజముఁగా జెయ్యనని మరల యామెను గౌగలించుకొని నమ్మఁబలికెను. అప్పుడామె లేఁచి యాతని పాదములను గట్టిగాఁబట్టుకొనియెను. తన భర్తయేదో యొక గొప్ప సంకటము నుండి విడువఁబడి తనకు లభించినట్లామెకుఁ దోఁచెను. వేంకటరత్నమామెను లేవనెత్తఁగా శుద్ధాంతకరణులగు నాదంపతులు మిగతా రాత్రిని సుఖనిద్రలోఁ గడిపిరి.

రెండవ దినము నరక చతుర్దశి యగుటవలన నాకుటుంబీకులు తెల్లవారు జాముననే లేవవలసినవారలైరి. అప్పుడు విజయలక్ష్మి రుక్మిణిచేత భర్తకును గుమారునకును మంగళహారతులిప్పించి మంగళస్నానము చేయించెను. ఇంతలోఁ దెల్లవారినందున వేంకటరత్నము భార్యప్రేమతో తనచేతనుంచిన బెల్లపు ముక్కను దిని దుస్తులను ధరించుకొని మొదట కృష్ణమూర్తిగారింటి కరిగెను. అచటకిఁబోయిన వెంటనే వేంకటరత్నము నోటునాతని ముందరవేసి మీయాలోచనకు నేను సమ్మతింపను దయచేయుఁడని తన పనికిఁనాతను బోవుచుండెను. గాని కృష్ణమూర్తి యాతనినిఁ బోవనియ్యకు కూర్చుండఁబెట్టి నేను లోపలినుండి వచ్చు వఱకిచటనే యుండుమని చెప్పియతఁడు లోపలికిఁబోయెను. ఆయన యట్లు చేయుటకు హేతువేమో తెలియక వేంకటరత్నము విచారించుచుండెను. ఇదియునుగాక తొలిదినము వేంకటరత్నమిందులోఁ బ్రవేశించనని చెప్పునప్పటివలె కృష్ణమూర్తి నిరుత్సాహుఁడుగాక ప్రస్తుతమధిక హర్షమునుబొందినటులఁ గానుపించెను. దీనినన్నిటిగూర్చి విచారింపుచు వేంకటరత్న మాగుమాస్తారాఁక కెదురు చూచుచుందు

నంతలోఁ దనయజమానుఁడగు వేంకటసెట్టియుఁ కృష్ణమూర్తియుఁ దన దగ్గిరకు వచ్చుచున్నటులాతనికిఁ గనుపించెను. వెంటనే యాజమానునకు నెదురుపోవుట కాతఁడు లేవఁగా నింతలో సెట్టిగారే యాయనను సమీపించి వేంకటరత్నమా శబాసని వీపుతట్టెను. అందుపై సెట్టి వేంకట రత్నమును గని నీవు మిక్కిలి తెలివికలవాఁడవు, పాటువడు స్వభావముగల వాఁడవని తెలిసికొని యట్లేనీవు సత్యప్రవర్తకుండవవుదువోకావో పరీక్షింపనెంచి నేనీకృష్ణమూర్తి గారికిఁ జెప్పి యిటులఁజేయించితిని, నీవు నాపన్నిన పరీక్షలో నుండియు దుర్ఘటమగు దరిద్రమునుండియుఁ దేరితివి. నిన్ననీమనసొకింత మెత్తనయినటులఁ గానుపించెను, గాని నీదోషముకాదు, నీదరిద్రదేవత దోషమేయగును. చెడుకార్యమె న్నఁడును జేయని వానికంటెను జెడు కార్యము వైపుల కొకింత మనసు తిరిగి వివేకయైనవాఁడే యుత్తముఁడు మొదటి వానిచేత తప్పిదము జరుగును, గాని రెండవ వానిచేత బొత్తిగా తప్పిదమగుటయే సంభవింపదు. నిన్ననీకిచ్చిన నూఱురూపాయలును నీవే వానిని నీయుదాత్త గుణములవలనఁ బడిసితివి. రెండవది నిన్ను నేఁటి నుండియు నిరువది రూపాయిల వేతనమునిచ్చి కృష్ణమూర్తిగారికి సహాయునిగా నుంచెదను. ఇదియంతయు విని వేంకటరత్నమూరకుండజాలఁడయ్యెను. ఆయనకుఁ దనస్తుతి వినుటకు నిష్టములేక తొలిరాత్రి జరిగిన దంతయునచట సవిస్తరముగా వినిపించెను. దానినివిని వేంకటసెట్టి పరమానందభరితుఁడయ్యెను. ఆయన వెంటనే తన భార్యకుఁ జెప్పి విజయలక్ష్మిని బిలిపించి అమ్మా! నీవు నిజముగా విజయలక్ష్మివే. ఇట్టినీవు నాధర్మకన్యకవని మన్నించెను.

నాఁటి నుండి నిజముగా వేంకటసెట్టి విజయలక్ష్మి స్వకన్యకగా భావింపు చుండెను. వేంకటరత్నమామె నొక దేవతనుగానెంచి ప్రేమించుచుండెను. ఆదంపతులట్లు తమ ధైర్యము చేతవడిసిన సంపద నధికానందముగా ననుభవింపు చున్నవారు.

*రచనా కాలం : **1902***

తొలి కతలు
సంకలనం సా.వెం.రమేశ్, ఆర్.ఎం.ఉమామహేశ్వరరావు
*తొండనాడు తెలుగు రచయితల సంఘం, **2014**, పుట.**81-93**.*

ఉన్నవ లక్ష్మీనారాయణ (1877-1958)

*

మాలపల్లి

ఈ సంభాషణ జరుగుతుండగా చౌదరయ్య వీధిలోకి వచ్చాడు సంగదాసు గదికి తాళం లేకపోవడం చూచి వెంగన్నను బిలిచాడు. వెంగన్న అయ్యా అని దొడ్లోనుంచి పొగాకు నములుతూ బయటికి వచ్చాడు.

చౌ: మాలవాడు రాంగానే చెప్పమంటే చెప్పలేదేమి?

వెం: ఆ పనిమీదనే వున్నా. ఆవులదొడ్లో జీతగాండ్లకు బడిపెట్టి బోదచేస్తున్నాడు.

చౌ: వీడు నన్ను నిలువనిచ్చేటట్టు లేదు.

అని అక్కడ పడివున్న రాగోల బుజాన బెట్టుకొని బయలుదేరాడు. ఈయన రావడం జూచి జీతగాండ్లు ఆవులదొడ్డి తలుపు లోపలి తూర్పు వాకిలిగుండా గొళ్ళెము వేసి బీట్లోకి పరుగెత్తారు. చౌదరయ్య తలుపు దన్ని "తీయి తలుపు" అని కేకలేశాడు. దాసు మెల్లగా తలుపుదీసి లేడిపిల్లవలె బిత్తర చూపులు జూస్తూ వోరగా నిలువబడ్డాడు.

చౌదరయ్యకు పండ్లు పటపట మంటున్నవి. దేహం స్వాధీనంలో లేదు. శరీరం కట్టెవారింది. ముఖమంతా ముడతలు బడ్డది. కండ్లుబెత్తులై పైకుబికినవి. పెదవులు బిగిసి ఉచ్ఛ్వాస మాగిపోయింది. దేహం జేవురించి చెమర్చింది. మనసు క్రోధపూరితమై ఘూర్ణించింది. వేళ్ళు అరవడి బడేటట్టుగా రాగోల బిగపట్టి తలమీద గొట్టాడు. సంగదాసు అల్లుదీసిన తీగవలె చతికెలబడి నేలకొరిగాడు. తల దానిమ్మ పండువలె బద్దలయింది. లోకంలోని అక్రమాలను జూచి

ఆక్రోశించిన రక్తం, ఉన్నత భావాలను ఉద్రేకించిన రక్తం, పరులసేవలో పాలిపోయిన రక్తం, పవిత్ర భావాల చేత పావనమయిన రక్తం, గొట్టాన జిమ్మినట్టు ప్రవహిస్తున్నది. భూమి పావనమయింది. చౌదరయ్యకు రక్తం జూచేవరకు కళ్ళుబైర్లు గమ్మినవి. రాగోల దిబ్బలో విసిరేసి, తలుపు గొళ్ళెం తగిలించి ఇంట్లోకి పరుగెత్తాడు. ఎవరో వెంటబడి తరుముతున్నట్టు తోచింది. లక్ష్మమ్మ ముగింట్లోకి యెదురుగా వచ్చి యేమిటంటే మాట్లాడక భవంతిలోకి పరుగెత్తి పడమటింట్లో జొరబడి పత్తిమండెక్కాడు. లక్ష్మమ్మ లోపలికి పరుగెత్తి వచ్చి యేమిటో కొంప మునిగింది, చెప్పమంటే చెప్పవేమని అడిగింది.

చౌ: మాలవాడిని ఆవులదొడ్లో కఱ్ఱతో గొడితే చచ్చాడు. దబ్బున పోయి దిబ్బలో పాతివేయించు.

"కొట్టడమేమిటి–చావడమేమిటి–ఇదేందో ముంచుకపోయేందుకు వచ్చిందని లక్ష్మమ్మ కత్తి వాటేసిన మొగాన నెత్తురు లేకుండా వీధివాకిట్లో నిలుచున్నది.

బీట్లోకి పరుగెత్తిన జీతగాండ్లలో వొకడు రాగోల పైకెత్తడం జూచాడు. ఫెళ్ళునదెబ్బ వినబడ్డది. "అయ్యో చంపాదురా" అని కేక వేశాడు. జీతగాండ్లంతా పరుగెత్తుకొని వచ్చారు. రక్త ప్రవాహం జూచే వరకు ఆవేశమెక్కింది. అయ్యో మన రత్నం బోయిందిరా అన్నారు. తలుపు గొళ్ళెం వేసున్నది. మూడు తన్నులకు విరిగిపడ్డది. ఆ యెఱ్ఱ మీద యేడీ యేడని వీధిలోకి పరుగెత్తారు, లక్ష్మమ్మను జూచి.

జీ: ఏడీ? వాడేడి? చంపి యింట్లో జొరపడ్డాడు.

ఆదం: ఏడీ వాడి రక్తం కండ్లజూస్తా.

సత్తి: ఏడి? పేగులు పీకి జందెం వేసుకుంటా.

నాగడు: కండ్లగ్గనపడితే ముక్కలుగా నరికి గద్దలకు పారేస్తా.

లక్ష్మమ్మకు తొందరబుట్టింది. నిబ్బరించుకొని "ఇంట్లోకి రాలేదు. కొట్టంలోకి బోయినా" డన్నది, కొట్టూ కొట్టూ అని జనమంతా కొట్టంలోకి పరుగెత్తారు. లక్ష్మమ్మ తటాలున వీధి తలుపు వేసి గడియ బిగించింది. చౌదరయ్య కొట్టంలో కనబడలేదు. మళ్ళీ వీధిలోకి అంతా పరుగెత్తారు. తలుపు వేసి వున్నది. వీధిలో నిలుచుండి తలుపులు పగలదన్నమని కేకలు వేస్తున్నారు. పది తన్నులకైనా తలుపు కదలలేదు. ఉద్రేకం కొంత అణిగింది. ముదురుబోసిన ప్రహరీగోడవంక

చూశారు. గోడ చేతికి మిగిలి వున్నది. మృగం తప్పించుకొన్న వేటకాండ్లవలె రోజుతూ అందరూ నిలువ బడ్డారు. కొంత శాంతం వచ్చింది.

సతి: ఆదంసాహెబూ! నేను మాలపల్లెకు బోయి వాండ్ల వాండ్లను తీసుకొని వస్తా. మీరు మునసబుకు రిపోర్టు చెయ్యండి.

సత్తిగాడు మాలపల్లెకు పరుగెత్తాడు. కొందరు దొడ్లోకిపోయినారు.

ఆదం సాహెబు మునసుబు దగ్గరకుబోయి జరిగిన సంగతి రిపోర్టు ఇచ్చాడు.

మాలపల్లి ప్రథమ సంపుటి
జయంతి పబ్లికేషన్స్, 1992, పుట. 191, 196.

త్రిపురనేని రామస్వామి చౌదరి (1887–1943)

*

మను–బృహస్పతుల సంవాదం

ఇంద్రసభలో ఆ సమయంలో యిద్దరు శాస్త్రవేత్తల మధ్య హెూరాహెూరీగా వాదోపవాదం జరుగుతుంది. వాళ్ళెవరో నాకు తెలియదు. తెలుసుకోవాలనే కుతూహలం పట్టిపీడించసాగింది. ఆగలేక – 'వాళ్ళెవరో' అని అక్కడ వున్న వాళ్ళనడిగా, (ఇక్కడ మళ్లీ అందరికీ కనిపిస్తున్నాడు.)

ఆ యిద్దరిలో వొకళ్ళు దేవతల గురువైన, బృహస్పతి అనీ, రెండో వ్యక్తి – హిందూ సాంఘిక ధర్మకర్త – అంటే హిందూ చట్ట నిర్మాత – మనువు – అనీ చెప్పారు.

ఆ రెండు పేర్లు విన్నాక నాలో కుతూహలం మరీ పెరిగింది. ఆ వాదం ఏమిటో చివరకది ఎట్లా ముగుస్తుందో? తెలుసుకోవాలన్న ఆరాటం ఇబ్బడి ముబ్బడి అయింది.

దేవ గురుడైన బృహస్పతి, మనువుని చూచి–పట్టరాని ఆవేశంతో యిట్లా అన్నాడు.

"ఏమయ్యా! మనూ...! నీవు స్మృతిని రాశావు గదా! ఎందుకు రాశావు? ఊరికే వుండలేక రాసినట్టుంది. లేకపోతే, స్మృతి రాసినందుకు పెద్ద పేరు ప్రతిష్ఠలు వస్తాయని రాశావా? నీ స్మృతి వల్ల వంచితుల్లో ఎంత గందరగోళం ఏర్పడిందో? ఎంత తలవంపులు గలిగాయో? తెలుసా? భారతదేశంలోని ప్రజలు ఎంత దైన్యస్థితిలోకి నెట్టబడ్డారో...! గమనించావా?

ఈ స్వర్గలోకంలో చూడు... మేం జాతుల్ని బట్టి తరతమ భేదాలను కల్పిస్తూ స్మృతులను మీలాగా రాయలేదు. జాతిని బట్టి తప్పుకు శిక్ష ఎక్కువ తక్కువలుగా విధించం. జాతిని బట్టి ధర్మాన్ని అంటగట్టం.

ఇక్కడ అంతా సమానం. పక్షపాత బుద్ధితో వ్యవహరించం. నీవు చేసిన పని చాలా తప్పు. నీ భూతదయ, నీవు రాసిన ధర్మశాస్త్రాన్ని బట్టి అర్ధమవుతూనే వుందిగా!

ఒకే తప్పు చేసిన వాళ్ళల్లో ఒకళ్ళకు ఒకరకమైన శిక్ష-ఇంకొకళ్ళకు ఇంకొకరకమైన శిక్ష, కులాన్నిబట్టి విధించటం న్యాయమంటావా? ద్విజులు కాని శూద్రులకు - కఠిన శిక్ష విధించడం, అదే తప్పు చేసిన ద్విజులకు - దానికి భిన్నమైన శిక్ష విధించడం భావ్యమా!

ద్విజుల్లో కూడా వైశ్యుడికంటె, క్షత్రియుడికి తక్కువ శిక్ష. క్షత్రియుడికంటే బ్రాహ్మణుడికి మరీ తక్కువ శిక్ష విధించడం ఏపాటి న్యాయం? జాతి మాత్రోపజీవి బ్రాహ్మణునికి ఎంత ఘోరమైన తప్పు చేసినా - నామమాత్రపు శిక్ష విధించడం భావ్యమంటారా?

శుద్రాది ద్విజేతరులు ఏ అవయంతో తప్పు చేస్తే, ఆ అవయవాన్ని ఖండించటం శిక్షగా విధించిన నీ ధర్మం ఎట్లాంటిది? భారతఖండంలోని ప్రజలకు ధర్మైక్యం లేదు కదా!

అందులో అందరినీ మ్లేచ్ఛులని శాసించావు. ఆంధ్రుల్ని మ్లేచ్ఛ జాతుల్లో చేర్చటానికి కారణమేమిటో? వీళ్ళను గూర్చి ఆనుపానులేమైనా తెలుసా నీకు? ఇంత విపరీతపు రాతలు రాసి, అనంతమైన పాపాన్ని మూటగట్టుకున్నావు. పనికిమాలిన ఈ స్మృతి రాయమని ఎవరు ఏడిచారు?

వాన వంగుళ్ళ కోర్చి, ఆరుగాలం పెళ్ళాం బిడ్డలతో రక్తాన్ని చెమటగా చిందించి శ్రమ చేసి, సంపదను సృష్టించి, అనుభవించండని మీకిచ్చిన శూద్రులకు, నీవు స్మృతిరాసి చేసిన నిర్వాకమేది?

శూద్రుడెవ్వడూ సొంతంగా సంపాదించుకోరాదా? శూద్రుడైన వాడు మీ యెంగిలి కూడు తప్ప ఇంకోటి ఆహారంగా తినరాదా? శ్రమ చేసి కుంచెడు ధాన్యం దాచుకొన్నా. అతని యింటి పైబడి బలత్కారంగా ఆ ధాన్యాన్ని కాజేయాలా? కట్టుకోవటానికి శుభ్రమైన వస్త్రం వుపయోగించరాదా? మీరు తొడిగి పారేసిన చింకి పేలికలా వాళ్ళు ధరించవలసింది?

విభా ప్రభాతములు ❖ 35

శూద్రుడన్నవాడెవ్వడూ చదువరాదా? చదువుకొంటే నాలుకలు కోస్తారా? వింటే. చెవుల్లో సీసం - రాగి కరిగించి పోస్తారా? ఇంకా కాదంటే, అట్లాంటి ప్రయత్నం చేసిన శూద్రుల్ని నిట్టనిలువునా, నిండు ప్రాణాలు తీయటానికైనా వెనకాడరా?

మనూ...! ఇదేనా, నీ న్యాయం? ఇదేనా! నీ ధర్మ శాస్త్రపు గొప్పతనం?

పైగా ఏమన్నా అంటే... "ప్రజలకు మేలు చేయటానికే స్మృతిని రాశానంటావా? పై రాతలు గమనిస్తే, నీవు చేసిన మేలేమిటో, దానిలో వుండే బండారం బయటపడడం లేదా?

శూద్రుడికి సంపద చేకూరితే, తక్కిన ప్రపంచమంతా క్షోభ పడుతుందని చెప్పావు, శూద్రుడు మనిషి కాదా? నిజం చెప్పాలంటే, శూద్రుడు నీచుడా? ఈ పనికిమాలిన పిచ్చివాగుడు వాగిన నీవు వీరుడవా? నీకేమాత్రం ధైర్యం వున్నా, మా ఇంద్రుడి సమక్షంలో చెప్పు.

ఏమయ్యా...! ధర్మశాస్త్రకర్తా..! ఒక విషయం అడుగుతా చెప్పు-'శూద్రుడు దాస్యం చేయవలసిందే'-అని గట్టిగా రాశావే...! ఇదెట్లా రాశావు? ఇట్లా శాసించటానికి గానీ-రాయటానికి గానీ-నీ మనసెట్టా అంగీకరించింది? ఏ మాత్రం మానవత్వం - దయ వున్నా, యిట్లా రాస్తావా?

ఓయీ! మహానుభావా! కసాయివాడికున్న దయలో నూరోవంతైనా నీకు లేదు. నీవు ఋషివెట్లైనావు? స్మృతినెట్లా రాశావు? ధర్మనిర్ణయాన్ని యెట్లా చేశావు?

మాలో కూడా చాలా జాతులున్నాయి. కిన్నరులు-కింపురుషులు, గరుడులు, గంధర్వులు, యక్షులు-మొదలైన జాతులెన్నో మాలో వున్నాయి. కాని, కొన్ని వందల సంవత్సరాల నుంచి మేమంతా యిక్కడే వుంటున్నాం. ఒక్కసారైనా పొరపొచ్చాలు రాలేదు. ప్రజల్లో ఎక్కువ తక్కువలు సృష్టించి, వాటిని పెంచి పోషించే రాజులూ, వాటిని చట్టపరం చేసే దుర్మార్గులైన పండితులూ వున్న భారతదేశం యావత్తూ మ్లేచ్ఛ రాజ్యమే అవుతుంది.

ప్రజల్ని సమాన దృష్టితో చూస్తూ, రాజ్యంలో ఈతి బాధలు లేకుండా, నీతితో ప్రజల్ని పాలించడం రాజు కర్తవ్యం. అట్లా కాకుండా పక్షపాత బుద్ధితో పాలించే రాజు - రాజు కాడు." దేవతల గురువు బృహస్పతి మాట్లాడిన సూటిపోటి

మాటలకు మనువు ఉలిక్కిపడ్డాడు. ఒక్క క్షణమాగి తెప్పరిల్లుకొని బృహస్పతికిట్లా చెప్పాడు.

"గురువర్యా! నీవన్నది నిజం మా బ్రాహ్మణుల్లో కొంతమందికి తెలివితేటల లెక్కువై స్మృతులన్నిటినీ తలక్రిందులు చేయటానికి పూనుకొన్నారు. వాళ్ళే బలవంతం చేసి నాతో ఈ స్మృతినిట్లా రాయించారు. వీళ్ళ మాటలకు మోసపోయి జడుణ్ణై యిట్లా రాశా. ఇది చాలా తొందరపాటు చర్య. ఇట్లాంటి అవివేకమైన కార్యాన్ని చేసినందుకు- నన్ను క్షమించండి.

మనువు చెప్పిన మాటలు బృహస్పతి విన్నాడు. ఆ మాటల్లోని ఆంతర్యాన్ని గ్రహించాడు. యథార్థాన్ని అతనికి తెలియజెప్పాలని భావించి, "ఓ మనూ! నీ కల్లబొల్లి కబుర్లు కట్టిపెట్టు. నీకు దివ్యదృష్టినిస్తా. ఇదిగో! మెల్లగా భారతదేశమంతా వొకసారి చూడు. ఆ దేశంలోని ద్విజేతరులు నిన్ను గూర్చి ఏమనుకొంటున్నారో గూడా విను" అని అన్నాడు.

భారతదేశంలోని సాంఘిక చిత్రపటం నాకు బాగా తెలుసు కాబట్టి, అక్కడి ప్రజల కష్టగాథలు అనుభవంలోనివే కనుక, యింద్ర సభలోని మనువు బృహస్పతుల వాగ్వివాదం నాకు వింతగా అనిపించలేదు. బృహస్పతి మాట్లాడిన మాటలకు మనువు కిమ్మనకుండా వూరుకోవటం వల్లనూ, అతడు దేబెలాగా చూస్తూ వుండడం వల్లనూ నేను అక్కడ నుండి బయటకు వచ్చా.

సూతపురాణం - 1. (కవిరాజు సూత పురాణానికి వ్యవహారిక భాషా రూపం)
వచనం: బి.రామకృష్ణ
పీకాక్ క్లాసిక్స్, హైదరాబాద్, పుట.100-102.

భాగ్యరెడ్డివర్మ (1888-1939)

*

వెట్టిమాదిగ

పోలీసు పటేలగు రామిరెడ్డి గ్రామచావడిపై కూర్చొని యుండెను. అతడేదో తొందర పనిచే మనోవైకల్యము గలవానివలె గన్పట్టుచుండెను. రామిరెడ్డి గ్రామమునందు పలుకుబడిగల రెడ్డి కుటుంబమున జన్మించెను. ఈతనికి సుమారు రెండువందల ఎకరముల భూమిగలదు. దీని వలన సంవత్సరమునకు ఇంచుమించు యైదారు వందల యాదాయము వచ్చును. మన రెడ్డిగారికి తెనుగు నందును, ఉరుదూ భాషయందును కొంత జ్ఞానము కలదు. ఐనను వాక్పటిమలో నీతని సరిపోలు పోలీసు పటేండ్లు అరుదుగా నుందురు. గ్రామములో ఒకనితో నింకొకనికి కలహములు కలిగించుట యందీతనికి పెట్టినది పేరు. గ్రామములో రెడ్డిగారిని మనసార దూషించనివారులేరని చెప్పిన తప్పు కాదు. ఐనను వీరికి జంకియో లేక వారితో నేదేని పని గలుగుననియో అందరును వీరిని గౌరవ భక్తులతో జూతురు. రెడ్డిగారితో కించిద్విరోధ మెవరికైన గలిగెనా నాతడు అచటినుండి వేరొక గ్రామమునకు లేచిపోవలసినదే. లేనిచో నాతడు కష్టనష్టముల పాలగుటయేగాక కొద్దిదినములలోనే యేదేని నేరము క్రింద న్యాయస్థానమున కీడ్వబడి నేరారోపితుడై శిక్షకు పాత్రుడైన కావలయును. లేదా దండుగలపాలై "అన్నమో రామచంద్రా" యను సప్తాక్షరి మంత్రోపాసననైనను చేయ వలయును. ఈ కారణము వలననే చండశాసనుడగు రామిరెడ్డిగారనిన గ్రామ ప్రజలకు భయము.

రామిరెడ్డిగారి కత్యవసరమైన కార్యముపై మూడామడ దూరముపైనున్న యతని బంధువుని యింటికి యుత్తరము పంపవలసియుండెను. తలారిని

యూరివంతు మాదిగను పిలుచుకొని వచ్చుటకై పంపెను. కాని తలారి రిక్త హస్తములతో వచ్చి వంతు మాదిగవాని కీరోజు ఆవశ్యక కార్యము కలుగుటచే రాజాలననెనని రెడ్డిగారితో నుడివెను. ఇది వినగానే రెడ్డిగారు తోకద్రొక్కిన కాలభుజంగములవలె క్రుద్ధుడై "ఏమి! వంతు మాదిగకు ఆవశ్యకమైన పనిగలదా! నా పని ఎవ్వరు చేయుదురు. నీ తాతనా లేక నీ ముత్తాతనా? నీకు బుద్ధి లేదు. తుచ్ఛుడగు మాదిగవానిని పిలుచుకొని రాక యింకను సిగ్గులేక నాతో చెప్పు చున్నావా? నీ కింతయైనను సత్తువా లేదా" యనుచు పాదమున నున్న చెప్పు నూడదీసి తలారిని కోపమడుగువరకు మోది, ఐదు నిమిషములలో మాదిగ వాడు రాకున్న నీ ప్రాణముల తీసెదనని బెదిరించెను. తలారియు పటేలుగారి ప్రతాప మెరుగువాడగుటచే కిక్కురుమనక మాదిగవాడ దారిబట్టెను. పటేలుగారికి క్రోధముడుగక యిట్లు తిట్టనారంభించెను. "ఏమి, మాదిగవాని కావశ్యక కార్యమా! ఇక్కడ సర్కారు పని నెవ్వరు చేతురని తలచెనో, నేడు రేపటి కాలమే మారినది. మాదిగలకు గూడ కన్నులు నెత్తికెక్కి క్రిందుమీదు కానరాకుండ నైనవి. రేపే వీరి పని పట్టించెదను. ఈసారి వీరి మాన్యమును జప్తు చేయించకున్న నేను రామిరెడ్డినే కాను. ఇప్పుడదేమి విచిత్ర కాలమో కాని సర్కారనిన అందరికి నిర్లక్ష్యమే కలిగినది. పాపము వారినెందుకు కష్టపెట్టవలెనని దయదలచిన వారు నెత్తికెక్కి పోవుచున్నారు. అందుకనే పెద్దలు చెప్పుతో నలుగ రాచవలయునని చెప్పిరి. వెట్టంటే వీరికి కష్టమట. వీరిని ఊళ్ళో ఉండనిచ్చిన దెందుకో – వీరికి రైతులతో బిచ్చము బలిపెట్టించే దెందుకో – ఇంట్లో కూర్చొని దొరలవలె తినుటకు కాబోలు. ఇక నా ప్రతాపమును చూపింతును. వీరల కొంపలు నాశనము చేతును – ఎవ్వరడ్డము వచ్చెదరో చూచెదను కాక".

కార్తీక మాసము ఆరునెలలు కష్టపడి గింజలు పండించుకొని నాలుగు అయిదు నెలల వరకు కలియో గంజియో త్రాగుదుమని యువ్విళ్ళూరుచు పండించి ధాన్యపు కుప్పలను కొట్టుకొను సమయము. బొక్కెనలకు తొండములిచ్చి, వ్యవసాయమునకు కావలసిన యితర పరికరముల నొసగి మీదు మిక్కిలి భూఖామందుతో కలిసి రాత్రింబగళ్ళు పనిచేసిన వెట్టి ఫలితమిపుడే తేలగలదు – ఆ దినమున మాదిగ మల్లడు వంతు పోవలసి యుండెను. కాని నాడే అతడు వెట్టి చేసిన భూఖామందు కుప్పలు కొట్టుచుండెను – అందుచే మల్లడు సంకటమున చిక్కెను. ఒకవేళ వెట్టిపనికి

పోయినచో గవ్వ లాభముండక పోవుటయేగాక రావలసిన బిచ్చములో తచ్చగును - వెట్టి మానినచో పాషాణ హృదయుడగు పటేలుగారి క్రోధాగ్నికింధనము నగుదునను జంకు - ఇట్లు చింతించుచు పటేలు గారిని బ్రతిమాలుకొని నేటికింకొకరిని తోలుట కొప్పించుటకై పటేలుగారి సన్నిధానమునకు పోవుటకై ప్రయాణమయ్యెను. ఇంతలోనే తలారి కోపఘూర్ణిత నయనములతో వచ్చి మల్లనిని తిట్టుచు కొట్టుచు పటేలుగారి కడ కీడ్చుకొని పోజొచ్చెను. అధైర్యుడును, న్యాయశాస్త్రమున నేమోనెరుగనట్టియు మనమల్లడు యెవరి ధైర్యము చూచుకొని తలారి నెదిరింపగలడు? పటేలుగారు యితనిని చూచుటయే తడవుగ చేతిలోని కఱ్ఱను సవరించుకొని మల్లనిపై బడెను. మల్లడేమైన మరల కొట్టగలడాయను ధైర్యముతో నతడు చేతులు నెప్పి యెత్తువరకు సమర్థించెను. ఎంత కొట్టినను పాపము మల్లడు నోరైన యెత్తలేదు. తుదకు మల్లడు దెబ్బలకాగలేక స్పృహతప్పి పడిపోయెను. నెత్తిపైన బలమగు గాయము తగిలెను. నెత్తురు వరదలై ప్రవహింప దొడగెను. నెత్తురును కనులచూచినతోడనే పటేలుగారి కోపము శాంతించెను. అంత నాతడు తలారితో తన భృత్యులనిద్దరిని బిలిపించి మల్లనిని యింటివద్ద విడిచి రమ్మనెను. వారును శవాకారముగా నున్న నాతనిని యింటికి కొనిపోయిరి. సుమారైదారు నెలల వరకును మల్లడు వ్యాధిపీడితుడై కూర్చున్న చోటనుండి లేవలేనివాడై పడియుండెను. ఇన్ని దినములును తినతిండిలేక, కట్టబట్టలేక ఆలుబిడ్డలు కృశించి యుండిరి. ఇది యంతయు కనులార జూచుచుండెడి పటేలుగారొక కాని సహాయమైనను చేయలేదు. రామిరెడ్డి ఎంత కఠినాత్ముడో పాఠకులే గ్రహించవలెను - ఇట్టి పటేండ్లు దేశమునందింకెంతమంది గలరో యూహించుకొనుడు.

*రచనా కాలం : **1932***

తెలంగాణా కథలు
సం॥ కాలువ మల్లయ్య, సదానంద శారద, చంద్ర
*విశాలాంధ్ర, హైదరాబాద్, **2005**, పుట. 22-25.*

శ్రీపాద సుబ్రహ్మణ్య శాస్త్రి (1891-1961)

*

అరికాళ్ల కింద మంటలు

"దిమ్మచెక్కలాగ అలా కూచోకపోతే కాస్త గంధం తియ్యరాదుషే? రోజూ పురమాయించాలా?"

"పెద్దబావ నిన్ననే వెళ్ళిపోయాడు కదా–"

"గంధం పూసుకోతగ్గవాళ్ళే కనపడ్డం లేదూ నీకూ?"

"పోనీ, పురమాయించినట్టే చెబితే యేం?"

"మీ అమ్మా మీ నాన్నా-నోటితో చెప్పాలిషే?"

"లేకపోతేయెలా తెలుస్తుందీ నావంటిదానికీ?"

"నిజంగా నీకీమాత్రం వూహ తోచనేలేదూ? ముసలాళ్ళూ ముక్కాళ్ళూ వాళ్లకేమే? నిక్షేపంలా గంధం పూసుకోకా?"

"........."

"ఈ జన్మలో నీకెలాగా ఆ యోగం లేదు. ముందుజన్మలో నయినా సుఖపడాలంటే యెప్పుడిలాగ ముత్తయిదువులికి గంధం తీసి యివ్వడమూ, మల్లెమొగ్గలు దండలు గుచ్చి వెయ్యడమూ–అందులోనూ కన్నవాళ్ళకి. ఇంతకంటే పుణ్యం యేమిషే?"

"చూశా, అనుభవించా, గంధం పూసుకుంటే యెలాంటి సుఖం కలుగుతుందో వొకళ్ళ కలాంటి సుఖం కలిగిస్తే యెంత పుణ్యం వస్తుందో తెలవడానికి? ఇంతకీ ఈ జన్మలో యింతమంది, ముందు జన్మలో సుఖపడనేమో అని బెంగ. ఏదో

చేతులారా ప్రాణాలు తీసుకోలేక బతకడం. కాకపోయినా ముందుజన్మలో మనిషినే అయి పుడతానన్న మాటేమిటి?"

"నిజమే, ఇలాంటి బుద్ధులుండే వాజమ్మకి మనిషిజన్మ రమ్మంటే మాత్రం యెలా వస్తుందీ?"

"వచ్చేం వొరగదోసిందీ? ఇంతకంటే పశువు జన్మో పిట్ట జన్మో వస్తే నయం, యీ రాతా యీ కోతా-"

"వెనకటి జన్మలో యెవళ్ళని చూసి యేడ్చావో? ఎవళ్ళ సుఖం పడగొట్టావో? ఎవళ్ళకి యెడబంధాలు కల్పించావో? లేకపోతే నీకిప్పుడీరాత యెందుకు వస్తుందీ? కనక ముందు జన్మకోసం జాగ్రత్త పడవే అంఛే-నీకోసమే గాని నా కోసమా యేమిషి?"

"నీ కోసమని యెవరన్నారేమిటి? అసలెవరికోసం అయితే మాత్రం నాకు తప్పుతుందేమిటి? నువ్వు ప్రేమ వున్నదానవు కనక నీ కూతురికోసం గంధం తియ్యమన్నావు, తప్పని యెవరన్నా రేమిటీ? నాకా వూహ కలగలేదు గాని, నేనేం తియ్యనన్నానా, తియ్యనా? నువ్వు స్పష్టంగానూ, కచ్చితంగానూ చెప్పావు కనక యివాళ మొదలుకుని యేరోజునయినా తియ్యకపోతే అడుగు. తిని కూచోవాలంటే సాగుతుందా యేమిటి నాకు? రెక్కల్లో సత్తువ వుంది కదా?"

"వోసి నీ మొగం యాడ్చా, కాస్తమాట అనేటప్పటికెంత దండకం విడేశావే"

"......."

"తల్లికీ తండ్రికీ చెయ్యడానికే యేడ్చేదానవు నువ్వు మరొకళ్ళకేం చేస్తావే?"

"......."

"వీలయితే రేపు పొద్దున్నే కుట్టేయ్యి. కొత్తచీర కట్టుకుని పాప సోదెమ్మ అత్తగారి యింటికి వెడదామని-దానిమీదికిదెంతో బావుంటుంది. కదుటే చెల్లీ?"

"చెల్లాయికి తల అంటడమూ, తమ్ముడికి తల దువ్వడమూ, అక్క కూతురి పక్కగుడ్డలు-"

"అవెంత సేపే?"

"మరి దూడల సాల?"

"బాగు చేస్తావనుకో?"

"పాలు?"

"పితికేస్తావు. దాని మీద పడేస్తావు. చల్లకూడా అయిందనిపించేస్తావు, నాన్న పంచె వుతికి ఆరేస్తావు. ఇంతేనా? ఇంకేమిటమ్మా?"

"అవన్నీ నీకెందుకు, నేను చూస్తాను కాదూ?"

"చూస్తానేమిటి, చేస్తానను."

"అంటే చేసినట్టూ అనకపోతే మానేసినట్టూనా?"

"సరే, యేం నంగనాచివే మమ్మా?"

"........"

"ఎంత బతిమాలినా గిజా అనే-అయితే రేపు సాయంత్రానికి తప్పకుండా కుడతావా?"

"కుడతాను"

"మరిచిపోకు సుమా! అసలు, మధ్యాహ్నం భోజనాలు కాగానే నీ దగ్గిరే పడుకుంటానులే. నేను. దిక్కుమాలిన యెండలు ముదిరిపోవడం వల్ల తిండి తినగానే కసింతసేపు నిద్రపోతేగాని-మళ్ళీ లేచేటప్పటికి కుట్టేస్తావు, కాదుటే?"

"......"

"మీ బావ యెంతో మెచ్చుకుంటారు నిన్ను, మాకు ఉద్యోగం అయ్యాక నువ్వు వచ్చి మా దగ్గిర వుందువుగాని, ఏం, వుంటావా?"

'......"

"మాట్టాడవేమే?"

"మాట్టాడ్డం యెందుకూ? ఎవరిదగ్గరా వుండకపోతే రోజులెలా వెడతాయీ నా బతుక్కి?"

"ఎంత మాటన్నావే దిక్కుమాలినదానా? నీకంత నీరసంగా వుందా నేనంటేనూ? నువ్వు రాకపోతే నేను చేసుకోలేననుకుంటున్నావా? అసలు వంటలక్కనే పెట్టేసుకుంటాము మేము. ఒకళ్ళ అవసరమే మాకు లేదు."

"..........."

"వోస్! మాట్టాడితే కంటనీళ్ళు. ఎవరికీ భయం లేదు."

"............"

చిన్నక్కలాగ మాయమాటలు చెప్పడం నాకు చేతకాదు. నువ్వంటే నేనెంత అభిమానపడి ఛస్తానో-యెందుకూ చెప్పుకోడం? నువ్వు నాతో మా యింటికి వచ్చావంటే నిమిషంలో లేవగొట్టెయ్యనూ మా ఆడపడుచునీ? నా యింటి పెత్తనం కూడా నీ కిచ్చెయ్యనూ?"

".........."

"నువ్వు చేసే చాకిరీ చూస్తే-నువ్వు పిల్లని చూసుకుంటూ వుంటే నీకొక్క పని చెబుతానా నేను?"

"......"

"ఇంచక్కా మాధవస్వామి గుడి మా యింటికెంతో దగ్గర. రోజూ వెళ్ళి పురాణం -అంతకంటే నీకుమరేం కావాలీ? గుప్పెడన్నమూ, చారెడు బట్టా-నీకు లోటు చేస్తానా నేను? తాళాలు నీ చేతికి యిచ్చేస్తారు మీ బావ. నెల్లాళ్ళు తిరిగారంటే దోసెడేసి రూపాయలు, నోములూ, వ్రతాలూ, కాశీ రామేశ్వరాలూ-వో! నీ కడ్డేమిటి నా యింటిలోనూ?"

"......."

"చిన్నక్కతో వెడదామని వుబలాటపడుతున్నావేమో, అది నిన్ను తీసుకు వెళ్ళదు. వొంటెత్తు పీనుగ అది. నీకు అన్నం కూడా పెడుతుందా? కాకపోయినా పెట్టడానికి దానికేం వుందీ? పాస్‌పీస్ మంటూ యింగ్లీషేగాని భూమేదీ? రెండెకరాలేనా? అదేనా మెరక. మాది పదెకరాలు చెరువు కింది పల్లం. ఇంతకీ దాని మొగుడు-అలాంటి చోట నువ్వుండ గూడదు."

"ఏం చేస్తున్నావు రుక్కూ?"

"ఇప్పుడే గంధం యింటో పెట్టేసి వచ్చి కూచున్నాను. పెద్దక్క కూతురు జుబ్బా కుడదామని"

"దానికిప్పుడేం తొందరా?"

"ఎవళ్ళపని వాళ్లకి తొందరే. ఇంకా పూర్తి చెయ్యలేదా అని క్షణం కిందటే సాగతీసుకు వెళ్ళిందది"

"తేరగా చేసేవాళ్ళు దొరికితే సరి, తనేం చేస్తుందిట?"

"అడగలేదు"

"అడగనేవద్దు. అది యింట్లో పడేసి చక్కారా"

"ఎందుకూ?"

"చెబుతా, ముందు పడేసిరా"

"పడేస్తాను చెప్పు"

"కందులు వేయించాటప్పటికి అమ్మమ్మకి వొళ్ళు హూనం అయిపోయింది."

"ఊహూ"

"నన్ను మీ నాన్న తలంట మంటున్నారు. నేనే కాని పనికిరాదుట"

"ఊహూ"

"అమ్మమ్మ తనకి వుప్పు పిండి చేసుకుంటుందిట"

"......."

"నువ్వు వంట చెయ్యాలి"

"......"

"ఏం, అలా తెల్లపోతావేం?"

"......"

"ఇవాళకే, రేపు నేనే మడి కట్టుకుంటానులే"

"కందులు బాగాచేశాటప్పటికీ, రెండుమాట్లు గంధం తీశాటప్పటికీ నాకు రెక్కలు పడిపోయాయే అమ్మా!"

"రెండు మాట్లు మూడు మాటు మాట్లూనూ, ఏం, అంత రెచ్చగొట్టడమేం దాన్నీ?"

"......."

"త్రికాయ పప్పులోవేసి,, వంగవరుగూ, మునక్కాడలూ, పనసపెచ్చూ బెండకాయా వేసి పులుసు చెయ్యి."

"పెద్దక్కనైనా చిన్నక్కనైనా చెయ్యిమనరాదుటే?"

"వాళ్లెందుకు చేస్తారమ్మా మనకీ? ఇక్కడ మనం చెబితే అక్కడ వాళ్ళ మొగుళ్ళకేం కోపం వస్తుందో? అత్తగార్లేం చెప్పుతారో"

"........"

"వాళ్ళంతటి వాళ్ళు వాళ్ళూ, మనంతటి వాళ్ళం మనమూనూ, మనకి వోపిక వుంటే పెట్టాలి. లేకపోతే పంపెయ్యాలిగాని పని చెప్పగూడదు."

"......"

"అప్పుడే ఆరయిపోయింది. లే. కూచోకు. మీ నాన్న పెందరాళే వంట కావాలంటున్నారు. ఆ గుడ్డ అవతల పడేసి-ఇంకా చూస్తావేం?"

"......"

"చద్దన్నాల్లోకి వుండాల. మామిడికాయల పచ్చడి మాత్రం-తెలిసిందా? అమ్మమ్మ నడుగు, ఎన్ని కాయలు చెయ్యాలో చెబుతుంది"

"......"

"అన్నట్టు వొక్క చెక్క పేడైనా లేదుకింద. చీకటి పడకుండా తొరగా చిట్టటక ఎక్కి నాలుగు పూటలకి సరిపడేవి తీసి, చూరులో పెట్టాలి. మరిచిపోకు."

"..........."

"అమ్మమ్మ కొయ్యరొట్టి చేసుకుంటాననంటే కొబ్బరికాయ కొట్టి ముక్కలు తరిగి ఇయ్యి, పచ్చట్లో కూడా-వినపడుతోందా యేమయినా?"

".........."

"లేవా ల్లేవాలి. కూచుంటేకాదు...."

"........ప్చ్, రామయ్య తండ్రీ, నా బతుకిలా వెళ్ళిపోవలసిందేనా మహాప్రభూ?...."

"ఏయ్, ఎవరు వంటింట్లో?"

"నేనురా తమ్ముడూ!"

"నిమిషంలో అన్నం పెట్టెయ్యాలి నాకు"

".........."

"మాట్లాడవేం? సినిమాకి వేళ అయిపోతుంది. తొరగా వడ్డించెయ్యాలి"

"అంత తొందరయితే-"

"తొందరన్న తొందర కాదు, కంచం పెట్టుకోనా, ఆకు వేస్తావా?"

"ఇంత సేపటిదాకా ఏం చేస్తున్నావురా?"

"డబ్బులు చూసుకోవాలా మరీ?"

"ఇప్పుడా డబ్బులు చూసుకోవడం?"

"తెల్లవారింది మొదలు అడుగుతున్నాను, మూడు గంటలికి వొప్పుకుంది అమ్మ కాని, వెధవ అమ్మమ్మ-"

"ఆ, ఆ"

"నా సినిమా డబ్బు లడ్డుకొడితే వూరుకుంటానేం?"

"....."

"అలా నుంచుంటావేం వడ్డించక?"

"ఎసట్లో బియ్యం పొయ్యలేదురా మరీ"

"ఇప్పటిదాకా యేం చేస్తున్నావూ? వెధవది-రెండో ఆటకి వెడితే రేపు చదువు పాడయిపోతుంది. ఇప్పుడేనా బియ్యం పోసెయ్యవేం?"

"ఎసరు కాగందే?"

"నీ మొగం లాగే వుంది. మరెలాగా యేడవడం?"

"పొడి అన్నం వుంది, తింటావా?"

"అఘోరించినట్టుంది నీమాట. పోనీ అదే-"

"చిన్నక్కనైనా, పెద్దక్కనైనా పెట్టమను"

"వాళ్ళు రారట. వాళ్ళకి తీరుబడి లేదుట"

"ఏం చేస్తున్నారూ?"

"చిన్నక్క మల్లెమొగ్గల దండ గుచ్చుకుంటోంది. పెద్దక్క యెదటింటి శ్యామలాంబ గారితో గవ్వలాడుకుంటోంది-నువ్వే పెట్టాలి"

"నేను ముట్టుకోగూడదురా"

"అయితే తగలడు, వెధవ ఆచారమూ నువ్వూనూ"

"....."

"లేకపోతే పదిన్నరదాకా మేలుకొని వుండు."

"స్నానం ఎలాగా చేస్తుంది కనక, అమ్మమ్మ పెడుతుందేమో వెళ్ళి అడిగిరా"

"నాకక్కర్లేద్దు?"

"ఏం?"

"ఆవిడ కళ్ళు పడితే అన్నం జీర్ణం కాదు."

"......"

"పనసపెచ్చు ముక్కలూ,...మునక్కాడ ముక్కలూ నాకు చాలా అట్టే పెట్టాలి సుమా! లేకపోతే చితక్కొట్టేస్తా-నేమనుకున్నావో?"

"నీకింత తెలియకుండా వుందేమిషోయ్? అది చేసిన వంట నన్ను తినమంఛావా యేమిషోయ్? అయ్యో, నా గ్రహచారమా?"

"......"

"దానివల్ల నాకు వొరిగింది మాత్ర మేమిషోయ్?"

"అయితే, నన్నేం చెయ్యమంచారూ?"

"నా నోటితో చెప్పించుకోవాలని వుందా?"

"......"

"నిజంగా నీకు ఆలోచనే తోచలేదంటావా?"

"తోచలేదు"

"అయ్యో?"

"........"

"ఎఫ్ఫే చదివావు కదా-"

"మీరు చెబితే యేం?"

"అయితే విను, చెబుతాను. దాని బతుకంతా తెల్లారేపోయింది, ఇంకేమున్నా లేనట్టే"

"కనక?"

"ఎప్పుడో వొకప్పుడెలాగా తప్పదు. రోజులు గడవడమేకాని లాభం యేమీ లేదు."

"అయితే...ఏమిటి చివరికి?"

"తల అంటుకోనా? దువ్వుకోనా? జడ వేసుకోనా? యింకెందుకోయ్ దానికా దిక్కుమాలిన జుట్టు?"

"-అదేమమ్మా పులుసు కింద పోసేస్తున్నావూ?"

".....గరిటి వేడిగా వుండడంవల్ల చెయ్యి వొణుకుతోంది నాన్నారూ"

"ఇందాకా రామదీక్షితులుగారి నడగ్గా యెల్లుండి దశమినాడు మంచిదన్నారు.

కోటిలింగానికి వెడితే వొక్క నిమిషం పనీ"

"....."

"నువ్వు కాస్త దూరం ఆలోచిస్తేకాని వీలులేదు. తర్వాత అమ్మమ్మ-నాన్న ....మొగుడు చచ్చిన పడుచు పిల్లలికి మంచిరోజులు కావివి. మొన్ననే వీరేశలింగం తోటలో వొక వెధవ పెళ్ళి అయిందిట. ఇంక నలుగురు వెధవకొడుకుల కోసం వెతుకుతున్నారట ముండల్ని తోటలోవాళ్ళు,. ఒక ముహూర్తం లేకుండా వొక సమయాసమయాలు చూడకుండా, యేక్షణంలో దొరికితే ఆ క్షణంలో చేసేస్తున్నారట పెళ్ళిళ్ళు. తరవాత యేమనుకున్నాయిక కలసి రాదుసుమా?"

"పదిహేడేళ్లయినా యింకా నిండలేదు కాద-"

"అయితే? ఎన్నేళ్లు నిండితే యేమిటీ? కాకపోయినా, పదిహేడేళ్ళు నిండలేదు కనకనే పాడు బుద్ధులేమీ పుట్టకుండా జాగ్రత్తపడాలి వెనకాల వాళ్ళు"

"....."

"అమ్మ పేరు కదా అని, గారాం చూపిద్దా మనుకుంటున్నావేమో, యిది కొరివితో తల గోక్కోవడం కాని మరోటి కాదు."

"మీ అమ్మాయి యేమంటుందీ?"

"దానిమాటెందుకూ నీకూ?"

"అయినా–"

"ఎంత అవసరం వచ్చినా తల్లిపీనుగు నోటితో చెప్పగలదు షోయ్ ఆ మాట."

"నేను మాత్రం?"

"మొగరాజువు నీకేం? కాకపోయినా, యెవరికీ బాధ లేకుండా నేనున్నాను కాదూ, మూడో కంటివాడికి తెలియకుండా తెల్లవారాటప్పటికి చేయించెయ్యడానికీ!"

"....అదేమమ్మా, నీళ్ళలా వొలకబోశావూ?"

".....నేతిజిడ్డు మూలాన చేతిలో చెంబు జారిపోయింది నాన్నారూ"

"చూశావా?....విన్నావా? ఇదీ వరస, ఒక్కపని చేతకాదు. చేసినంత మట్టుకయినా ఒబ్బిడీ, నిదానమూ లేదు. తేరగా తిని కూచున్నట్టే వుంటుందా వండి వడ్డించడం అంటేనూ?"

"....."

"మాట్టాడవేమోయ్?"

"ఏమనమంఛావా?....నువ్వూరుకుంఛే నేనూరుకుంఛానుకున్నావా?"

"......"

"వీధికి వెడితే పెద్దలందరూ నా గుడ్లు పీకేస్తున్నారు, తెలుసా నీకేమయినా?"

"......"

"దేనికీ మాట్లాడవు కనక దానికీ మాట్టాడకుండానే వూరుకో నువ్వు చేస్తేగాని ఆగిపోయేదేమీ లేదు"

"....."

"రేపులేదెల్లుండి దశమీ బుధవారం తప్పదు. నీకిదేచెప్పడం, ఏమనుకున్నావో"

"....."

"వినపడిందిషోయ్?"

"చెవుల్లో హోరు పుట్టుకు వస్తూవుంటే వినపడకపోవడ మేమిటండీ?"

రుక్కమ్మ తన పక్కమీదికి వచ్చాటప్పటికి ఖరాగా పదకొండయింది, రాత్రి.

అప్పటికప్పుడే-యింటిల్లిపాదీ-బహిరంగంగా పడుకుని వున్నవారంతా గాఢనిద్రలో వున్నారు. ముసలమ్మ బావురుబిల్లులతో కాట్లాడుతోంది. వంటింటి వసారాలో నులక మంచం మీద. మండువా హాల్లో రుక్కమ్మ పడక. అక్కడికి తానెలా వచ్చిందీ యెరగదామె.

వచ్చాక మాత్రం అంత యింట్లో-అంతమంది వున్న యింట్లో తానొక్కతె మట్టుకే మేలుకొని వుండడం చూసి తన అసహాయతను పూర్తిగా గ్రహించేసుకుంది.

దాంతో, దీపం బంతి పువ్వులాగే వెలుగుతోంది కాని, యిల్లంతా అంధకార బంధురంగా కనపడిందామెకి.

ఆమెకి అసలేమీ తోచడమే లేదు. తోచినా అది నిలవడం లేదు. అయినా అది నిలవడం లేదు.

పిలవడమే వస్తే అంతలో అంతా అడివీ ముళ్ళూ అయిపోతోంది.

కాగా, తన ఒంటరితనం భరించుకోలేక ఆమె గట్టిగా కళ్ళు మూసుకుంది.

కాని, దానివల్ల మరీ విషమించింది.

రైక గుడ్డ చేతపట్టుకుని కొరకర చూస్తూ చిన్నక్క హొకవేపునా, జుబ్బా గుడ్డ పట్టుకుని పళ్ళు పటపట్లాడిస్తూ పెద్దక్క హొకవేపునా, కత్తినూరుతూ మంగలి వెంట రాగా, సగం పళ్ళూడిపోయిన దెయ్యపు నోరు తెరుచుకుని స్వయంగా కత్తెర చేత్తో పుచ్చుకుని అమ్మమ్మ హొకవేపునా, రెక్కలు పడిపోయేటట్లు తాను తీసిన గంధం అంతా సెంటు కలిసి పూసుకుని బుగ్గా బుగ్గా ఆనిపించుకుని తల్లీ తండ్రీ హొకవేపునా-

రుక్కమ్మకి హొళ్ళు రణకంపరం యెత్తిపోయింది.

ఇక పడుకుని వుండలేక వెంటనే ఆమె గబీమని లేచి కూచుంది, చాపమీద.

కూచోనూలేక వుబ్బెత్తుగా లేచి నుంచుంది.

నుంచోడం తడవుగా వూచలాగ వాకిట్లోకి వచ్చేసింది. వచ్చిన వెంటనే తలుపులు తెరుచుకుని వీధిలో పడింది. చెర తప్పినట్లనిపించిందామెకి దాంతో.

ఆమె కాళ్ళలో విద్యుద్వేగం పుట్టింది. కళ్ళల్లో దివ్యజ్యోతి వెలిగింది.

ఒక్క నిమిషంలో, ఒక్కమాటు, ఇన్నీస్ పేట వీధులు, పటం తిప్పేసినట్టయి పోయాయి.

నిదానించగా ఆమె నాళం వారి సత్రం వెనకవేపున నిలిచివుంది.

ఎదట–వరదరావు హొటలు, ముందర ఆమె కెవరో మనుష్యులు కనపడ్డారు.

"బాబోయ్" అనుకుంటూ ఆమె నిలువునా కొయ్యయిపోయింది.

ఒక గోడవార జట్కాకింద పడుకుని చుట్ట కాల్చుకుంటూ వున్న జట్కావాడిదంతా చూశాడు.

"బండి కావాలా?"

"...."

"మేఘాలమీద యెగిరిపోతేనే డబ్బివ్వండి"

"......."

"అర్ధరాత్రి, తేళ్ళోపాములో–రూపాయలా, అర్థాలా–పావలా డబ్బు లివ్వండీ"

అని అడిగినా జవాబు రాకపోవడం వల్ల జట్కామనిషి అనుమానపడి లేచివచ్చి పరకాయించి చూస్తూ "యెక్కడికి వెడతా రమ్మాయిగారూ?" అనడిగాడు మెల్లిగా.

"వీ పేట నీది." అని ఆమె అంతకంటేనూ మెల్లిగా అడిగింది.

"దానవాయిగుంట" అని చెప్పాడు చెవిలో వూదినట్టు, ఆ మనిషి.

"ఏం పుచ్చుకుంటావు?" అంటున్నట్టు పెదవులు కదిపిందామె.

"పంతులుగారి తోటకా?" అని అడిగాడు వాడు, ఏదో జ్ఞాపకం చేసుకుంటూ.

ఉప్పొంగిపోయి "అవు"నన్నట్టు తలవూపిందామె.

"నిమిషాలమీద తోలుకుపోతాను, బండెక్కండమ్మాయిగారూ" అంటూ వాడు బండికేసి బయలుదేరాడు.

అయితే "నా దగ్గిర ఒక్క రాగిదమ్మిడీ అయినా లేదు" అంటూ అమె చరా చరా రెండడుగులు వేసింది.

"పంతులుగారి తోటకయితే నాకేమీ యివ్వక్కర్లేదు తల్లీ!" అని చెబుతూ గుఱ్ఱం పేన్చి, వాడు జట్కా తీసుకువచ్చాడు.

వెంటనే మాట్టాడకుండా బండిలో యెగిరిపడి, శరీరం కుంచించుకుందామె.

కొరడా ఫెడేలుమంది.

వేగం అందుకునీ దాకా గుఱ్ఱంతో కూడా పరిగెత్తి తరవాత వాడు కూడా బండిమీదికి వురికాడు.

"నాకూ తెలుసునండమ్మాయిగారూ, కష్టసుఖాలు. నాకొక్కత్తే కూతురండి. అది యీడేరిన నెలకే-పెద్దల్ని చెయ్యకుండానే-పదిరోజుల కిందటే దాని మొగుడు చచ్చిపోయాడండి. దాన్ని చూసినా, జ్ఞాపకం వచ్చినా నా కడుపుమడుగయి పోతోందమ్మాయి గారూ!....నా పనే యిలా వుంటే, యిక మా యింటిదాని మాట చెప్పడానికేం వుందండి? అది గంజినీళ్ళు కూడా మానేసి లంకణాల మనిషిలాగ మంచం పట్టేసిందండి. పిల్లని వూరుకోమనడానికి నోరు రాకా, ఇంటిదాన్ని కనిపెట్టుకుని వుండడానికి వీలులేకా, బండితోలడం మానేసి నెల్లాళ్ళు ఇంటో వుండిపోదామంటే గడిచే దారిలేకా, నే ననుభవించే యాతన దేవుడయినా గుర్తించుకోలేడండి.

"పంతులుగారి తోటలో మొన్నరాత్రి రెండు పెళ్ళిళ్ళయినాయండి. నిన్న మూడోదయిందండి. నాలుగోది కూడా అయిపోయీదేకాని, సగం దారిలో నా బండే అటకాయించి తండ్రీ అన్నలూ ఆ అమ్మాయిగారిని వెనక్కి లాక్కుపోయారండి. నాకు గుండె లాగిపోయాయండీ. ఎంత కోరికతో వచ్చారో, యెన్నాళ్ళనుంచి ఆశపడుతున్నారో, యిప్పుడేం బాధ పడిపోతున్నారో, యికముందు ఆవిడ గతి యేమయిపోతోందో-నా ప్రాణాలు మహా కొట్టుకుంటున్నాయండమ్మాయిగారూ!

"మరో పిల్లకోసం వెతుకుతున్నారండి....

"మహా బాగుంటారండి, రాచకొమారుడిలాగ ఆ అబ్బాయిగారు...

"నెలకి అరవై రూపాయల జీతమంటండి...

"రెండో పెళ్ళేగాని పాతికేళ్ళేనా వుండవండి, పాపం!

"తం(డి గారు యగ్గెం పట్టినోరుటండి....

"అక్కడికి వెళ్ళీవెళ్ళగానే ఆయనకీ మీకూ పెళ్ళయిపోతుందండి..."

"మీరు పుణ్యం చేసుకున్నారు, ఏమీ భయపడకండమ్మాయిగారూ! ఇక మీకు సుఖమే కాని కష్టం లేదండమ్మాయిగారూ...

"పదిరోజులు పోయాక-కొంచెం పాతబడి పోయాక మా పిల్లక్కూడా-"

మళ్ళీ ఎవరయినా వచ్చి మొన్నటిలాగే అటకాయిస్తారమో అన్న భయంతో కొరడా మళ్ళీ చెళ్ళు మనిపించాడు జట్కామనిషి.

మేఘాలమీద ఎగిరిపోయింది జట్కా

మళుపు కూడా తిరిగేసింది.

-1935 జూన్, 'ప్రబుద్ధాంధ్ర' నుంచి (సవరణలతో).

శ్రీపాద సుబ్రహ్మణ్య శాస్త్రి ఉత్తమ కథలు
సం॥ వేదగిరి రాంబాబు
నేషనల్ బుక్ ట్రస్ట్, న్యూఢిల్లీ, పుట. 65-88.

గరిమెళ్ళ సత్యనారాయణ (1893-1952)

*

అన్యాయ కాలము

అన్యాయకాలంబు దాపురించిందిపుడు
అందరము మేలుకోవాలండి
మాన్యాలు భోగాలు మనుజులందరి కబ్బు
మార్గాలు వెతకాలి రారండి ॥అన్యాయ॥

ఏటి పొడుగున దున్ని యెరువేసి నీరెట్టి
నూర్చి పండించేది మన వంతా
గోటు సేయుచు బూతు కూతలను కూసి తల
కోసికొని పోవు టింకొక రొంతా ॥అన్యాయ॥

పొగలలో మరలలో పొగిలి సరకు
పుట్టించి యిచ్చేది మన వంతా
తొగరు వాతెఱ సొగసు తొయ్యలులతో కల్సి
విరగబడుచుండు టింకొక రొంతా ॥అన్యాయ॥

కూలి చాలక కడుపు మాడుతూ గుహలలో
కుందుతూ కుళ్లడము మనవంతా
గాలి మేడలలోను కమ్మతావులలోను
గర్వముగ భోగ మింకొక రొంతా ॥అన్యాయ॥

*రచనా కాలం : **1938***

రైతు కవిత, సం॥ పాపినేని శివశంకర్, బండ్ల మాధవరావు, ఎమ్వీ రామిరెడ్డి, ముప్పా చిన బాపిరెడ్డి మెమోరియల్ ట్రస్ట్, గుంటూరు, 2004. పుట.191.

గుడిపాటి వెంకటచలం (1894-1979)

*

స్త్రీ

మొదటిమాట

స్త్రీకి కూడా శరీరం వుంది. దానికి వ్యాయామం యివ్వాలి. ఆమెకి మెదడువుంది. దానికి జ్ఞానం యివ్వాలి. ఆమెకి హృదయం వుంది. దానికి అనుభవం యివ్వాలి-అనే సంగతి గుర్తించని యీ దేశానికి, నేను రాసే యీ సంగతులు అర్థమవుతాయా? పాశ్చాత్య నాగరికతా వ్యామోహంలోపడి, వొళ్ళు తెలీక, నోటికి వచ్చినట్లు కూసిన కూతలనుకుంటారని తెలుసు. కాని ఇట్లాంటి పుస్తకం నా చిన్నతనంలో దొరికితే, నా జీవితాన్ని యిప్పటి కన్న యెన్నో రెట్లు పవిత్రవంతమూ, సార్థకమూ చేసుకోగలిగేవాణ్ణి. నా వంటివారు యీ నూతన యుగంలో వున్నారేమో,

మళ్ళీ ఈనాడు

మొదటి ముద్రణ చివర "ఈనాటికి యీ మార్గం, యీ పద్ధతులు నాకు మంచివని తోస్తున్నాయి. తప్పు కావచ్చు" అని వ్రాసి, కాలం గడిచినకొద్దీ నా అభిప్రాయాలు మారవొచ్చునని సూచించాను. నా ఉద్దేశ్యాలూ, ఆచారాలు మారితే చూసి సంతోషించాలని చాలామంది చాలా ఏళ్ళనుంచి కాచుకుని వున్నారు. నాలో "ఇన్‌టరెస్టు" (Interest) వల్ల కాదు. నా పద్ధతుల్ని అనుకరించి చెడిపోతున్నారని (బాగుపడుతున్నారని) అనుకునే యువకుల్ని నిరుత్సాహ పరచి, తమవంటి నిర్జీవపు తుక్కుకింద మురగపెట్టాలనే ఆశవల్ల. యువకులే భవిష్యత్తుకు

ఆధారాలని కబుర్లే గాని, పెద్దవాళ్ళకి చిన్నవాళ్ళు తమకన్న బాగు పడతారంటే చాలా యీర్ష్య. అందువల్లనే లోకానికి మహోపకారం చేసినవాళ్ళు, జవసత్త్వాలు వున్న వాళ్ళందరూ, పెద్దవాళ్ళకి తిరగబడ్డవారే! తల్లిదండ్రుల మాట వినే కుర్రవాడికి గతులులేవు. గురువుల మాట వినేవాళ్ళకి అంతకన్నా!

ఆనాడు పెద్దవాళ్ళమీద తిరుగుబాటు చేసిన యువకులు పెద్దవారై చిన్న వారికి నీతులు బోధించే అధికారాలుచేసి, అణగతొక్కడం చూస్తున్నాను. తమకి చిన్నప్పుడే పెళ్ళిళ్ళు చేశారని తమ తల్లిదండ్రుల్ని తిడుతో తమ పిల్లలకి చిన్నప్పుడే బలవంతంగా పెళ్ళిళ్ళు చేసే తల్లి దండ్రుల్ని చూస్తున్నాను. నాతో చేరి నా కథలూ, అభిప్రాయాలు మెచ్చుకొని తమ స్వంత స్వతంత్రంమీద చాలా అభిలాష చూపి, గంతులు వేసి, పెళ్ళిళ్ళు చేసుకునీ, ఉద్యోగాలు సంపాయించుకునీ, యిళ్ళు కట్టుకునీ, చప్పుడు కాకుండా మాయమైన వాళ్ళని ఎరుగుదును. స్వతంత్రదేవత కలకత్తా కాళీకన్నా భయంకరమైనది. నిరంతరమూ సుఖ నైవేద్యాన్ని, అశ్రు అభిషేకాన్నీ కోరుతుంది. ఆమెని చివరిదాకా ఆరాధించగల జవ సత్త్వాలున్న వాళ్ళు అరుదు. చాలామంది తమ ప్రత్యేక కష్టంలోంచి తప్పించుకునే స్వతంత్రాన్నేగాని, జీవితంలో ఆ దేవతని భరించలేరు.

మొదటి ముద్రణ చివర ఆ పై వాక్యం 2-12-30న వ్రాశాను. ఈనాడు 2-12-1940న పదేళ్ళ అనుభవంతో "స్త్రీ"ని మళ్ళీ చదివి, నా అభిప్రాయాలు ఎక్కడ మార్చుకోవలసిన అవసరముందో చూశాను. ఈ పదిహేనేళ్ళలో ("స్త్రీ" వ్రాసింది 1925లో) చాలా దూరం ప్రయాణం చేశాను-(లోపల-బైట కాదు.) ఏళ్ళలోకాక, మనసుల్లో ఎదిగేవాళ్ళకి యీ ఆయాస ప్రయాణాలు తప్పవు.

అప్పటికన్న ఇప్పుడు నా బాధ్యత హెచ్చింది. ఇల్లాటిరోజు వొస్తుందేమోననే చాలా యేళ్ళనించి నా భయం. ఎవరూ ఇష్టపడక, వెలివేసి, వొదిలివేసిన స్వేచ్ఛాజీవిని. ఏమి వ్రాస్తున్నాను, ఏమిచేస్తున్నాను అనే సంకోచం ఉండదు.

ఆ కాలంలో నేను, నేను బతకడం ఇష్టంలేని ప్రజలమీద దండెత్తి "సెల్ఫ్ ఎసెర్ట్" చేసుకోవడమే ప్రధానంగా వుండేది. ప్రజలకి ఎంత కోపం తెప్పిస్తే నాకు అంత సంతోషం. నన్నెదిరించే వాళ్ళని అదరకొట్టడానికి ఎంత తీవ్రమైన మాటలూ శక్తి హీనంగా తోచేవి. అందువల్లనే ఆనాటి నా పుస్తకాలనిండా, అతిశయోక్తులూ వన్‌సైడ్ స్టేట్‌మెంట్స్ (Oneside Statements) ద్వేషంతో కూడిన

తిట్లూ, అనవసర శృంగారమూవుండేవి. ఈనాడు ముఖాలతో, కంఠాలతో ఉత్తరాలతో, మౌనంతో, నిశ్శబ్దంతో వ్రాయడానికీ, అడగడానికీ వీలులేని పరిస్థితులలోంచి, ఆతృతగా నన్ను ప్రశ్నిస్తున్న వారున్నారనీ, నా మాటలు విలువగా గ్రహించే వారు వొస్తున్నారని తెలీగానే కాళ్ళకి బంధాలుపడ్డాయి. నిర్విచారపు స్వేచ్ఛా ప్రయాణం ముగిసింది. అజాగ్రత్తగా ఏం వ్రాసి, ఏం మాట్లాడి, ఏం వ్రాయక ఏం మాట్లాడక, మిస్‌లీడ్ చేస్తానో అని భయం.

నేను గర్విష్టిననీ, మాట్లాడననీ సిన్సియర్‌గా కంప్లెయిను చేసే వారికి (మాట్లాడడానికి యితరులు నా దగ్గరికి రాకుండా చెయ్యటానికి స్కాండల్స్ చెప్పే ప్రియమిత్రులకి కాదు) చెపుతున్నాను ఎందుకు మాట్లాడనంటే నిజం మాట్లాడనేమోననే భయంవల్ల (నా అబద్ధం నాకు హానిచేస్తే భయంలేదు. ఇతరులకి హాని చేస్తుందని భయం.) తమకి తామే యోచించుకునేట్టు వారిని నా మౌనంవల్లా, స్వల్ప భాషణవల్లా నేను చెయ్యగలిగితే వారికి ఎక్కువ ఉపయోగం వుంటుందనే నమ్మకంచేత-ఇదే సరైన మార్గమని గట్టిగా చెప్పడానికి నాకు అధికారం లేదని గుర్తించడంవల్ల-ప్రజలమీదా, వారి స్వంత అభిప్రాయాలమీదా, వారి స్వేచ్ఛమీదా నాకు గౌరవం ఉండటంచేత-ప్రతి వారి మార్గమూ, సత్యమనే విశ్వాసంచేత-నా మార్గం కొంత కొంత సూచనలకేగాని, యావత్తు నాకుగాక, ఇంకెవరికీ సరిగా సరిపోదు అని తెలీటంవల్ల. ప్రజలకు మొత్తం మీద యీ మార్గం మంచిదని వ్రాయడమున్నూ, ప్రత్యేకం ఒకరితో ఇది నీకు మంచిదని చెప్పడమున్నూ రెండూ వేరే సంగతులు. వొచ్చిన కర్మమేమిటంటే, నాకు సంఘంమీద కోపం, వ్యక్తులమీద యిష్టం. సంఘం (నాతో కలుపుకుని) నా కన్నా, చాలామంది కన్న బుద్ధిహీనమైనది. వ్యక్తులు నాకన్నా గొప్ప వారు లేరు. నాకన్నా హీనులూ లేరు.

"స్త్రీ" అంతా జాగ్రత్తగా చదివాను. అచ్చు పొరపాట్లు తప్ప మార్చవలసిన మాట ఒకటీ కనబడలేదు-నీతిని బోధించే వారిని తిట్టడానికీ, స్త్రీ పురుష ఆకర్షణ ప్రభావాన్ని అద్వితీయంగా పొగడటానికీ, కొత్తమాటలూ, గొప్పమాటలూ నేర్చుకోకపోతినే అనే చింతతప్ప. మతాన్ని గురించీ, నీతిని గురించీ నా భావాలు విశాలం చేసుకున్నాను. కాని మతమూ, నీతి వేదాంతమూ మాట్లాడే మనుషుల్ని ఏ మాత్రం నమ్మవద్దనీ, వాళ్ళ దగ్గర మతమూ, నీతి ఏమాత్రమూ లేవనీ

హెచ్చరిస్తున్నాను. స్వేచ్ఛని కావాలనే మనుషుల్నీ, పుస్తకాల్నీ వొప్పుకోని వాళ్ళందరూ దుర్మార్గులు, బానిసలు, దొంగలు-సందేహమేమాత్రమూ లేదు.

నా పుస్తకాలు (ముఖ్యం "స్త్రీ") చదివి చెడిపోయిన వారున్నారని చాలా మంది ఉద్దేశ్యంలాగు కనబడుతోంది. చెడిపోవడమంటే ఏమిటి?- అనే మాట అటుంచి, ఆ చెడిపోయిన వాళ్ళు వొక్కరూ నాకంట పడలేదు. ప్రస్తుతం ఏ మోహమూ, ఆకర్షణ లేకుండా అలవాటు ప్రకారం నిష్కామ కర్మచేసే యీ సంసారులకన్న చెడిపోవడమనేది యెట్లా సంభవమో ఎంత యోచించినా మనసుకు అందటంలేదు. ప్రత్యేకించి యీ పుణ్య లోకంలో నా వొక్కడిదే పాపిష్టి మనసు కావచ్చు. అట్లా నా పుస్తకాలు చదివి చెడిపోయిన వాళ్ళే వుంటే వాళ్ళు ఎంత బాగుపడ్డారో! ప్రపంచమంతా యిట్లా తమ కళ్ళముందు యిదివరకు మారదని అనుకున్న దానికన్న చాలా ఎక్కువగా మారిపోతోవుంటే, దేశానికి దేశాలు కొట్టుకుపోతోవుంటే, యింకా పసుపు పారాణాలకోసం, అంటు తప్పాల మీది మెతుకుల కోసం, సిగ్గు బిడియాలకోసం గింజుకులాడే ముసలి అత్తల్నీ, శీల అశ్లీలాలకోసం వెతికే తెలుగు కథకుల్నీ, బడి టీచర్లనీ, పత్రికా విమర్శకుల్నీ చూసి నవ్వొస్తుంది? దిగులేస్తుంది.

పత్రిక కొనే ప్రతి మనిషీ వీరనుకొనే అవినీతి కథల కోసమే కొంటున్నాడు. తెలుగు వాళ్ళల్లో చదువు వొచ్చిన వాళ్ళంతా అవినీతివంతులులాగే వున్నారు. ఈ విమర్శకులు మాత్రం ఆ కథల్నే ఆరుసార్లు చదివి, అవినీతి కథలని పత్రికలలో వ్రాయడం యింకా మానలేదు. ఏం చేస్తాం? ఈ మ్యూజియం వస్తువులు పదేళ్ళలో మరీ అపురూపమై పోతాయి. చూసి నవ్వేందుకు ఎవరూ వుండరేమో అనే దిగులుతో, ఇంకా పదేళ్ళపాటు మా ఆహ్లాదం కోసం బతకమని దీవిద్దాము.

"సెక్సు" అంటే జీవితపు సూత్రం, పిల్లల దగ్గర్నుంచి ముసలి వాళ్ళయిందాకా, అందర్నీ, వాళ్ళకీ తెలిసినా తెలియకపోయినా ప్రోత్సహించి పాలిస్తోంది. తమలో ఆ ప్రోద్బలంలేదనీ, అక్కర్లేదనీ, యెంత వంచన చేసుకునీ లాభంలేదు. జీవితంలేదు. మేము బతకటమే లేదు, బతుకు ముఖ్యం కాదు-అనుకుంటే ఎంత లాభమో "సెక్స్" ప్రోద్బలం లేదనుకుంటే అంతే అర్థం. ఈ ఆకర్షణ వుందని నిష్కపటంగా అంగీకరించి, దాని నించి సౌఖ్యాన్ని సాధించినవాళ్ళు ధన్యులు. అంత వున్నతమైన సాధన, అపూర్వానందం, ఇంక యేమీలేదు. దొంగనీతులకూ,

కీర్తులకూ పోయి ఆత్మవంచకులైనంత మాత్రాన ఆ శక్తి ఒదిలేదికాదు. నిర్భాగ్యుల్నీ, నిస్సారుల్నీ, నిరర్థకుల్నీ చేసి మరీ ఒదులుతుంది.

బెజవాడ, 2-12-40

మూడోమాట

స్త్రీపురుషానుభవం అమూల్యమని శృంగారపు విలవల్లో నమ్మి, తమ జీవితాన్నే గాక తక్కిన తమ సంబంధమైన జీవితాల్ని సుఖప్రదం చెయ్యాలనే దీక్షవున్న వారికోసమే వ్రాశాను "స్త్రీ". ఈ నా స్వేచ్ఛాబోధని అర్థం చేసుకోని, తప్పు అర్థం చేసుకునే ప్రజలకి వివాహబంధం చాలా అవసరం. సంఘ నియమాల్ని నీతి నిబంధనల్ని చాటుగా, స్వార్థంగా గిల్టీగా, అపాలజెటిక్‌గా (Apologetic) గా కాక, సంఘంమీది అభిమానంవల్ల, మనసుమీది ప్రేమవల్ల ఎదిరించగల ధీరులు అవసరం. నా వ్రాతలలో, సంఘంమీది ద్వేషమంతా సంఘం చూపే అజ్ఞానంలో, క్రౌర్యంలో నలిగే మనుషులమీది ప్రేమ. ఈ ఫిల్ములలో, కథలలో, యువకుల వీరాలాపాల్లో వినబడే "వెధవ సంఘం, సంఘం మనబోటి వాళ్ళకి లెఖ్ఖా! సంఘం మూర్ఖం" అనే మాటలు అర్థంలేనివే కావు, దుర్మార్గమైన మాటలు. ఆ సంఘం దయలేనిది, ఆధారంలేనిది, ఒక్క నిమిషం నిలువలేని మనుషులే యీ మాటలనేది.

అమలులోవున్న కట్టుబాట్లకి యెదురు తిరగగల అవసరమూ, సామర్థ్యమూవున్న మనుషులు ఏ కాలంలోనైనా కొద్దిమంది వుంటారు. తన తిరుగుబాటువల్ల తనకిగాని, ఇతరులకిగాని మేలు జరగాలంటే తను కోరే స్వేచ్ఛని అందరికీ అంగీకరించాలి. తన స్వంతవారిమీద తన అధికారాన్ని వదులుకోవాలి. తన తిరుగుబాటువల్ల వచ్చే కష్టాల్ని గర్వంతో యెదుర్కోవాలి. ఈ ప్రచారంవల్ల ప్రతి హృదయంలోనూ కొద్దో గొప్పో మార్పు కలిగి తీరుతుందనీ, కొత్తకోణంనించి చూడడం తెలుసుకుంటారనీ, మౌనం వల్లా, మూర్ఖంవల్లా, అజ్ఞానంవల్లా తాము యితరులకు, అసహాయులకు, బలహీనులకు చేసే అన్యాయం వ్యక్తమౌతుందనీ ఆశ. క్రమంగా ప్రజ కొత్త కాంతికి కళ్ళు తెరవగలదని విశ్వాసం.

నాగరికత హెచ్చినకొద్దీ, పనులూ, ధ్యాసలూ, ఆశలూ యెక్కువైనకొద్దీ మనుషుల్ని మనుషులుగా గుర్తించుకోవడం తగ్గిపోతోంది. "ఇది నా స్త్రీ" అనే

భావంపోయి, ప్రక్కలలోసుఖాన్నిచ్చే శరీరంగాకూడా దృష్టిపోయి, ఉత్తవొస్తువ, ఒక ఐడియా, ఇంకే దిక్కులేని ఒకజీవం అయిపోతోంది స్త్రీ. స్త్రీకి పురుషుడూ అంతే. తనకి తిండినీ, నగలనూ, మర్యాదనూ యిచ్చే ఒక సాధనం–అంతే.

స్త్రీగా భార్యకి పురుషుడూ, పురుషుడుగా భర్తకి స్త్రీ ఏమీ ఇవ్వలేక పోతున్నారు. ఒకరి శరీరంమీదనైనా రెండోవారికి ధ్యాసేపోయింది. ఉత్తసిగ్గూ అసహ్యం ఆ విధంగా తలుచుకుంటే! ముఖ్యంగా విద్యా, మతమూ తెచ్చిపెట్టాయి యిట్టాంటి దౌర్భాగ్యస్థితిని. సౌఖ్యమివ్వడానికి ధనమూ, ఆస్తీ ముఖ్యమనుకున్నంత కాలమూ యింక ఏ విలువకీ స్థలముండదు. మనుషుల మనసుల్లో, తనను సృష్టించిన మన్నుతోటి, తన కళ్ళు తెరిచిన కాంతితోటీ సంబంధానికి క్రమంగా దూరమౌతున్నాడు మానవుడు. ధనం లేనివాడు ఎందుకూ కొరగానివాడూ, సుఖ మనుభవించేవాడు పాపాత్ముడూ ఔతున్నాడు ప్రజల దృష్టిలో.

ఏ కొత్తపద్ధతులు, ముఖ్యం సంసారం విషయమై మాట్లాడినా సరే పెద్దలు "లోకం ఎట్లా సాగుతుంది" అంటారు. "ఎవరూ పిల్లల్ని కనకపోతే లోకమెట్లానండీ" అంటారు. ఆ ప్రశ్నకింక సమాధానం లేనట్టూ, ఆ లోకసంగ్రహభారం తమ భుజాలమీద మోస్తున్నట్టూ. "ఏం లోకంలో మనుషులు లేకపోతేనేం?" అంటే ఆ జవాబుని ఒక లెక్కలోకి తీసుకోకుండా తుడిచెయ్యడానికి ఏమాత్రమూ సంకోచించరు. ఎట్లాగో వచ్చాము ఇక్కడికి. రాకుండా వుండలేకపోయినాము. కనుక ఎట్లా సుఖపడాలో యోచిద్దాము. సుఖపడలేమా, ముందువాళ్ళకన్నా బాధలు లేకుండా వాళ్ళని ఆపుచేద్దాము. "పుడితే ఈ సమస్యలుగాని, పుట్టకుండానే వుంటే?" అంటున్నాము, జన్మనిచ్చే శక్తిని ఆధీనంలోకి తెచ్చుకొని.

"ఎవరూ బీదతనంలో బాధపడకుండా చేస్తాను" అని సోషలిస్టు అంటే "సుఖపడడానికి వొచ్చామా ప్రపంచంలోకి!" అంటారు మతం కిందికి మారుతో.

Men would rather die than think అంటాడు బెంట్రండ్ రస్సెల్. లోకం, సంసారం ఆస్తీ, ఈ నీతిపద్ధతీ, ఇవన్నీ శాశ్వతమైన విషయాల్లాగు చూస్తారు–ప్రస్తుతం అమలులోవున్న విషయాల వల్లే కాకుండా. ఇంత వ్రాస్తున్నానేగాని కమ్యూనిజంవంటి గొప్పమార్పు వచ్చి వరదమల్లే యీ చెత్తనంతా ఊడ్చేసిందాకా యీ మనుషులు ఎట్లానూ కదలరు. ఎన్ని ఇట్లాంటి వ్యాసాలు వ్రాసినా, ఏ యుద్ధాలో, ఉద్యమాలో, కమ్యూనిజాలో కదిలించవలసిందే గడ్డ కట్టిన యీ

సంఘాల్ని. ఇట్లాంటి వ్రాతలన్నీ అట్లాంటి గొప్ప మార్పులు రావడానికి సోపానాలు. కమ్యూనిజం వచ్చి యీ గృహాలనే గూళ్ళని విధ్వంసం చేసి, ఈ ఊరగాయల గూళ్ళనీ, దేవుడి గదుల్నీ, వంటిళ్లనీ కూలదోసి, కామన్ మెసెస్‌నీ, పిల్లలకి గొప్ప ఆటమందిరాల్నీ, విద్యాలయాల్నీ స్థాపించిందాకా ఒకళ్ళకొకళ్ళు పెనవేసుకుని ఒకరి రక్తాన్ని ఒకరు తాగుతా బతికే యీ భార్యా భర్తా, పిల్లా, అత్తా, ముత్తవ్వా, వితంతువా ఒకర్నొకరు హింసించుకోవడం మానారా? తెల్లారిలేస్తే పప్పు, పిడకలు, మళ్ళు, చీదరలు, అలుకులు, అధికారాలు, మూలుగులు, మురుకులు- ఇవన్నీ వదిలి సూర్యోదయాన్ని చూసి నవ్వే మనోవ్యవధి, సంతోషం, ఉత్సాహం-ఎప్పుడు కలుగుతుంది మానవులకి!

ఈ దరిద్రపు చచ్చుబతుకుల్లో, ఒక సంసారంలోనే ఒకరిమీద ఒకరు అధికారాలు చలాయించుకుంటో, ఊరికే యితరులది ఎట్లాగో తమదిగా ఇంట్లోపడేసుకుంటో, దాన్ని ఒక్కొక్కరే మళ్ళీ దాచుకుంటో ఏడుస్తో తిట్టుకుంటో బతకడంలో వుండే బాధ, నీచత్వం, ఇంకా దూరంగానన్నా తెలియరాలేదు మనుషుల మనసుకి.

బెజవాడ, జులై 27, 1945

స్త్రీ (ముందుమాట నుంచి కొన్ని భాగాలు)
అరుణోదయ పబ్లిషింగ్‌హౌస్, విజయవాడ, 1976.

బసవరాజు అప్పారావు (1894–1933)

*

ప్రేమ తత్త్వము

ఎద మెత్త నౌటకై సొద గుందరా, అంత
మదిగల అహమ్మెల్ల వదలి పోవునురా
వలపెరుంగక బ్రతికి కులికి మురిసే కంటె
వలచి విఫలమ్మొంది విలపింప మేలురా

చెలి వలపు లేని నీ కలిమి కాల్పనె! వినుము
వలపు తీగనె జీవ ఫలము కాయునురా!
ప్రేమ కంటే ఎక్కు వేముందిరా, ఎల్ల
కామ్య పదవుల కన్న ప్రేమ ఎక్కువరా!

ప్రేమించు సుఖముకై ప్రేమించు ముక్తికై
ప్రేమించు ప్రేమకై ఏమింక వలెనురా!
ఎదమెత్త నౌటకై సొద గుందరా, అంత
మదిగల అహమ్మెల్ల వదిలి పోవునురా!

వైతాళికులు:

సం॥ ముద్దుకృష్ణ

విశాలాంధ్ర, హైదరాబాద్, 1994, పుట.21,22.

గుర్రం జాషువ (1895-1971)

*

గబ్బిలము

సీ. శిలవంటి యూరిసత్తులకు నెత్తుటి కూడు రేపులుమాపులు మేపలేక
'ఆచారమని! తప్పదని' వెంటబడివచ్చు గురులదక్షిణ లిచ్చుకొనగ లేక
మంత్ర తంత్రముల సోమరిమాంత్రికుల బారిబడి ధైర్యమును చిక్కబట్టలేక
శతసహస్ర క్రూరమత సింహములు సేయు కుటిలగర్జకు తట్టుకొనగ లేక

తే.గీ. అనుగు తమ్ముల సిరు లోర్చుకొనగలేక
పిచ్చిపూజల మమతలు విడువ లేక
అమరనుతమైన మాదుదేశాభ్యుదయము
యుట్టికిని స్వర్గమునకెక్క కూగులాడు

సీ. కవిగారికిదె నమస్కారంబనెడు వాడు కళకు లెమ్మని పరోక్షమునబలుకు
కవనంబునకు మేను గరిగి మెచ్చినవాడు కవిచెంత నెఱబెటికముగ మసలు
విద్యా కళంకంబు వెదకజాలనివాడు జాతిలేదని నోరు చప్పరించు
శాఖీయులకు సహస్రములు బోసినదాత అన్యుల మధుర వాక్యములదనుపు

ఆ.వె. జీవకళలుచెక్కు శిల్పిని నిరసించి
శిల్పమునకు పూజసేయునట్టి
వక్ర చరితులైన వ్యక్తులు గలచోట
కళలకకట! ప్రేత కళలగతులు

*రచనా కాలం : **1946***

జాషువ సర్వ లభ్య రచనల సంకలనం
సం॥ యం.వి.రాయుడు, టి.శ్యామ నారాయణ
*మనసు ఫౌండేషన్, బెంగళూరు, **2015**, పుట.**895, 896.***

నండూరి సుబ్బారావు (1895–1971)

*

నమిలి మింగిన నా యెంకి

యెంకి వంటి పిల్ల, లేదోయ్, లేదోయ్!
యెంకి నా వంకింక, రాదోయ్, రాదోయ్!

మెళ్ళొ పూసల పేరు
తల్లో పూవుల సేరు
కళ్ళెత్తితే సాలు
కనకాబిసేకాలు

యెంకి వంటి పిల్ల, లేదోయ్, లేదోయ్!
యెంకి నా వంకింక, రాదోయ్, రాదోయ్!

సెక్కిట సిన్ని మచ్చ
సెపితే సాలదు లచ్చ
వొక్క నవ్వే యేలు
వొజ్జర వోయిదూరాలు

యెంకి వంటి పిల్ల, లేదోయ్, లేదోయ్!
యెంకి నా వంకింక, రాదోయ్, రాదోయ్!

పదము పాడిందంటే
పాపాలు పోవాల
కతలు సెప్పిందంటే
కలకాల ముండాల

యెంకి వంటి పిల్ల, లేదోయ్, లేదోయ్!
యెంకి నా వంకింక, రాదోయ్, రాదోయ్!

తోటంత సీకట్లె
దొడ్డీ సీకటి మయమె
కూటీ కెళితె గుండె
గుబగుబమంటా బయమే

యెంకి వంటి పిల్ల, లేదోయ్, లేదోయ్!
యెంకి నా వంకింక, రాదోయ్, రాదోయ్!

రాసోరింటికైన
రంగు తెచ్చేపిల్ల
నా సొమ్ము నాగుండె
నమిలి మింగిన పిల్ల

యెంకి వంటి పిల్ల, లేదోయ్, లేదోయ్!
యెంకి నా వంకింక, రాదోయ్, రాదోయ్!

వైతాళికులు:
సం॥ ముద్దుకృష్ణ
విశాలాంధ్ర, హైదరాబాద్, 1994, పుట.66,67.

కనుపర్తి వరలక్ష్మమ్మ (1896–1960)

*

"చట్టసభల్లో మెజారిటీ మీదేగా"

ఉదయం తొమ్మిదిగంటలవేళ రాజేశ్వరి యింట్లో ఏదోపని చేసుకుంటూ ఉన్నది. కచ్చేరిసావట్లో పడకకుర్చీలో కూర్చుండి టపా చూచుకుంటూ ఉన్న రాఘవరావు 'రాజేశ్వరీ' అని పిల్చాడు. "ఓయి" అంటూ రాజేశ్వరి సావట్లోకి వచ్చి 'యెందుకు పిల్చారు' అన్నది. "ప్రయాణం వచ్చింది. పెట్టెలు సర్దూ" అన్నాడు రాఘవరావు.

"ఎక్కడికి" అన్నది రాజేశ్వరి.

గుంటూరు కన్నాడు రాఘవరావు.

"ఏమి మా మఱదలు పెద్దమనిషైందా? మా మామయ్య ఉత్తరం వ్రాశాడా?" అని అడిగింది రాజేశ్వరి వడివడిగా.

"మీ మఱదలూ పెద్దమనిషి కాలేదు. మీ తమ్ముడూ పెద్దమనిషి కాలేదు. గుంటూరులో మహిళాసభలు. కొందఱు పెద్దమనుష్యుల భార్యలు నిన్ను రమ్మని ఆహ్వానం పంపించారు."

"పెద్దమనుష్యుల భార్యలేమిటి? వారికి వూరూ పేరూ లేనట్టు."

"ఉన్నదో లేదో నాకేమి తెలుసు. దానిలో ఉన్న విషయం చెప్పాను."

"అయితే వారి పేర్లు అందులో లేవా?"

"ఉంటే చదువనా?"

"పేరులేని ఆహ్వానపత్రిక లుంటాయా?"

"ఉన్నవో లేవో నీవే చూడు. రాఘవరావు సతీ" అని ఆహ్వానపత్రిక రాజేశ్వరి చేతికిచ్చాడు రాఘవరావు. రాజేశ్వరి పత్రిక చేతికి తీసుకొని చదువుకొని, "వారందరు ఉన్నతోద్యోగుల భార్యలు కనుక ఘనంగ ఫలానివారి సతి అని వ్రాసుకున్నారు. అందులో తప్పేమున్నది. ఇప్పుడందరూ అట్లాగే వ్రాసుకుంటున్నారు గదా?" అన్నది చిరునవ్వు నవ్వుతూ.

"ఓహో! యిందులో తప్పేమిటో నీకు కన్పడలేదా? అయితే బ్రతికిపోయినాను. ఇంకా కొన్నాళ్లు మేము నిర్భయంగా ఉండవచ్చు."

"ఒకప్పుడు మాత్రం మీకు నిర్భయం గాకేమిగాని, అసలు మీకు కన్పడిన తప్పేమిటో చెప్పరాదా?"

"కందకులేని దురద చేమకేమి? నా కెందుకు నేను చెప్పను."

"మాకు తెలివిలేక తెలుసుకోలేదు. తెలిసినవారు మీరెందుకు చెప్పరాదూ?"

"మీకు వ్యక్తి స్వాతంత్ర్యం కావాలె గాదూ?"

"ఆఁ"

"పురుషులతో సమానహక్కులు కోరుతున్నారు గాదా?"

"ఆవశ్యకం."

"ఇది వట్టి వాగాడంబరం అనుకుంటాను. మనసార మీ కట్టి కోరికలేదు. అది వట్టి వాక్తీవ్రత. పద తీవ్రత అంతే మనోగతాభిప్రాయం మాత్రం గాదు".

"అట్లా అనుకోటం పొరబాటు. స్వాతంత్ర్యం కోసం మా మహిళాలోకం యెంత ఆవేదనపడుతున్నదీ మా మనస్సులు చొచ్చి చూస్తే తెలుస్తుంది."

"అంతశ్రమ అక్కర్లేదు. మీ ఆహ్వానపత్రికలు చూస్తేనే విశదమౌతున్నది."

"ఏమి విశదమౌతున్నది."

"మీరింకా మగవారి అండనే ఆధిక్యత పడయ గోరుతున్నారని."

"ఎందువల్ల?"

"తమకొక ప్రత్యేక నామధేయముండగా దానిని మాని ఫలాన ఆయన పెండ్లాన్ని అని వ్రాసికున్నందు వల్ల."

"ఓహెూ! మంచి సారాంశమే తేల్చారే. భర్త పేరు వ్రాసుకొన్నందువల్లనే మా ఆశయాలకు భంగం వస్తుందా? దొరసానులందరూ యిట్లాగే వ్రాసుకుంటారు గదా. వారి హక్కుల కేమి భంగం వచ్చింది? వారు పురుషులతో సమాన హక్కులనుభవించడం లేదా?"

"అనుభవిస్తున్నారు గాని వీరికైనా యీ స్వరూప నాశనం బాగుండలేదు. ఒక దొరసాని ఒక్కొక్క మొగుడిని పెండ్లాడి వాడితో సఖ్యత చెడితే విడాకులు పుచ్చుకొని మరొకడిని కట్టుకుంటూ ఉంటుంది. ఒక్కొక్క మొగుడిని కట్టుకున్నప్పుడల్లా వాడి పేరే దీని పేరు. దీని కెన్నిటిలో సమానహక్కులున్నా పేరులో మాత్రం సమానహక్కులేదు. మీకు దేనిలోనూ హక్కులేక పోగా హక్కున్న ఈ పేరులో దొరసానులను అనుకరించి అది గూడా పోగొట్టుకున్నారు. మనదేశంలో అనాది నుంచీ జనకసంబంధమైన పేరులోగాని, భర్తసంబంధమైన పేరులుంచు ఆచారములేదు. వైదేహి, వైదర్భి, పాంచాలి, శైబ్య, జానకి, ద్రౌపది, ఈ పేరులన్నీ దీనినే సూచిస్తూ ఉన్నవి. ఈ పేరులు స్త్రీల దేశమును, వారి వంశమును, వారి తండ్రులను వెల్లడిస్తూ చిన్నవిగా ముద్దుగా నున్నవి. ఇక ఇప్పటి పేరులో శారదారమణారావు, పార్వతీనారాయణమూర్తి, సత్యవతీ సీతాపతి, లేకపోతే మిసెస్ శర్మ, మిసెస్ శాస్త్రీ, మిసెస్ నాయుడు. వీటికి తెలుగు తర్జుమా పిళ్లైసతి, గుప్తసతి, చౌదరీసతి, ఇవి మరీ అధ్వాన్నంగా ఉన్నాయి. ఇందులో అయ్య పేరూ లేదు. అమ్మపేరూ లేదు. ఈ విధంగా ఉన్న గోడగూడా ఊడగొట్టుకుంటూ వ్యక్తి స్వాతంత్ర్యమనీ, సమానహక్కులనీ ఏవేవో పెద్ద పెద్ద పేర్లు చెప్పుతుంటే నవ్వు వస్తుంది. రాజేశ్వరీ! మీ ఆడవాళ్లంతా ఈ పేరులు చూచి దీనిలో యేదో గొప్ప ఉన్నదని మురుసుకుంటున్నారు గాని మా మగవాళ్లమైతే భార్య యెంత విద్యావంతురాలైనా కానీ, యెంత ఆస్తిపరురాలైనా కానీ, ఎంత సంపాదనపరురాలైనా కానీ, ఫలాని ఆమె మొగుడు అంటే హత్య చేసుకుంటాము గాని ఆమోదిస్తామా! అంతటి మాట యెందుకు నన్నెవరైనా రాజేశ్వరీ పతీ! అని పిలవనీ పిలిచినవాడిని చెంపలు వాయించుతానో లేదో?" అన్నాడు రాఘవరావు.

రాజేశ్వరి పకపకా నవ్వి "మేమంత అఘాయిత్యం చేయలేము సుమండీ" అన్నది.

"దాస్యపు వాతావరణంలోపుట్టి పెరిగిన జీవులు మీరు మీకు వ్యక్తి గౌరవం ఏమి తెలుస్తుం"దన్నాడు రాఘవరావు?

"అవును తరతరాలనుంచీ స్త్రీ ఆధిక్యత నంగీకరించని జాతికి చెందిన మహనీయులు మీరు ఫలాని ఆమె పెనిమటి అంటే సహిస్తారా మరి?"

"సహించడం మాకు......"

"ఇంతకు ప్రయాణం మాటేమిటి?"

"అయితే మహిళాసభకు వెళ్తావా ఏమిటి?"

....

"ఐతే ప్రయాణం గట్టు."

"ఎప్పుడు?"

"ఇవ్వాళే మూడుగంటల బండికి."

"మూడుగంటల బండికా? గుంటూరు వెళ్లేటప్పటికి బాగా చీకటిపడదూ?"

"అయ్యే! చీకటిపడితే రైలు దిగలేనిదానివేనా సమానహక్కులు కోరుతున్నావు మాతోబాటు?"

"యుగయుగాలనుంచి మమ్మల్ని వంటయిండ్లలో నిర్బంధించి మా శక్తియుక్తులన్నీ అణగగొట్టి ఇప్పుడు ఒంటరిగాపోలేదంటే ఏమి చేస్తాము? చిన్నప్పటి నుంచీ ధైర్యసాహసాలకు అలవర్చి ఉంటే గదా ఎవరికైనా ధైర్యస్థైర్యాలుండేవి?

"అయినా భయంలేదు. శ్రీమతులను యెదుర్కోడానికి కెందరో స్త్రీలు రైలువద్ద వేచి ఉంటారు. వారు సురక్షితంగా నిన్ను బసకు చేరుస్తారు. కనుక ఒంటరిగా వెళ్లినా భయంలేదు."

"నేను ప్రతినిధుల బసకుపోను మామయ్యగారి యింటికి పోతాను. పిల్లలకు పాలునీళ్లు ఆ బసల్లో ఎక్కడ అమురుతాయి.?"

"అట్లాయితే మీ మామయ్యకు ఇప్పుడే వైరు చేస్తాను. ఆయన రైలువద్దకు మనిషిని పంపుతారు."

"పోనీ మీరుగూడా రాగూడదా ఎట్లాగో శని ఆదివారాలు కచ్చేరి ఉండదు గదా."

"మా మగవాళ్ళ హక్కులన్నీ ఊడ గొట్టుట వంటి సభకు నీవు డెలిగేట్‌గా పోవడమూ నీకు నేను తోడురావడమూనా?

"మా మగవారిమీద తీర్మానాలెవరు చేస్తున్నారు? మాకీ యీ సౌకర్యాలు కావలెనని కోరుకుంటాము అంతే. అవి మీ మీద తీర్మానాలెట్లా అవుతాయి?"

"మీరు కోరిన సౌకర్యాలన్నీ మీ కిచ్చేటట్లయితే మా కసౌకర్యమేగాదా?"

"స్వార్థపరత్వానికి మగవారు పెట్టింది పేరు."

"పరార్థములను భంగపుచ్చేవాళ్ళం మాత్రం కాము."

"ఇంతకూ గుంటూరు వస్తారా? రారా?"

"దయచేసి రాను"

"అయితే మామయ్యకు టెలిగ్రామివ్వండి. స్టేషనువద్దకు ఎవర్నైనా పంపుతాడు" అని రాజేశ్వరి లోపలికి వెళ్లింది.

"అయితే వెంటనే టెలిగ్రామిస్తే మంచి"దని రాఘవరావు పడకకుర్చీలోనుంచి చివాలున లేచి గదిలోకి వెళ్లి బీరువాలో మనీ పర్సుతీసి జేబులో పెట్టుకుని ఉత్తరీయం భుజాన వేసుకొని బజారుకు బయలుదేరాడు. ఇంతలో రాజేశ్వరి వంట యింట్లో నుంచి వచ్చి "టెలిగ్రాము యివ్వడానికి వెళ్లుతున్నారా?" అన్నది.

"అవును"

"అక్కడనుంచి బజారుకుగూడా వెళ్లి వస్తారా?"

"వెళ్లిరమ్మంటే వెళ్లివస్తాను. ఏమి కావాలేమిటి?"

"సభలో పిల్లలు యేడిస్తే చేతిలో బెట్టడానికి ఒక బిస్కట్ల పొట్లముతేండి. యింకా మా మామయ్యగారి పిల్లల కివ్వడానికి రెండుపౌన్ల పెప్పరమెంట్లు."

"సరే తీసుకొస్తాను."

"అయ్యో! వినిపించుకోకుండా వెళుతారేం?"

"ఇంకా యేమిటి?"

"సన్నపూవుల వాయెల్ ఎనిమిది గజాలు, తలలో గ్రుచ్చుకొనే....."

"అబ్బబ్బా మీ ఆడవాళ్ల ప్రయాణమూ అంటే భయమేస్తుంది."

"చిన్న సూది దగ్గరనుంచి మీ చేతిమీదుగా రావాలె గనుక మేము యెంత అవసరమైన వస్తువుకోరినా అబ్బబ్బా అంటారు. అదే మీకు కావాలసొస్తే మాట్లాడకుండా తెచ్చుకుంటారు. మొన్న మీరు బొంబాయి వెళ్లటానికి యెన్నిసూట్లు కుట్టించారు. ఎన్నిబూట్లుకొన్నారు! మాటవరసకైనా అబ్బా యింతైందని అనుకున్నారా? మీకేమి చేతులారా సంపాదించుకుంటారు. గనుక మనసారా ఖర్చుపెట్టుకుంటారు."

"మీరు గూడా సంపాదించుకోరాదా? మాపని తేలికపడుతుంది."

"అదే ఉంటే మా స్త్రీల పరాధీనత ముక్కాలు మువ్వీసం తగ్గేపోవును."

"ఔరా! మీ మనస్సులో ఎన్ని భావాలు పుట్టుతున్నాయి."

"ఎన్ని పుడ్తేనేమి? నీళ్ళల్లోపుట్టిన బుడగలు నీళ్లల్లో కలియవలసిందేగాని వానికి ప్రత్యేకతేమున్నది?"

"నిజంగా యిది మహిళాయుగం" అంటూ రాఘవరావు చిరునవ్వు నవ్వుతూ లోపలికివచ్చి డబ్బు తీసుకొని బజారుకు వెళ్లాడు. రాజేశ్వరి ప్రయాణపు సర్దుబాటులో నిమగ్నురాలైంది.

2

సరిగా రెండుగంటలకు గుఱ్ఱపుబండి వచ్చి వాకిట్లో నిలిచింది. రాజేశ్వరి సామానంతా సర్దుకొని బిడ్డలకు తలలు దువ్వి నీళ్లుపోసి మంచి దుస్తులు వేసి తానుగూడా చక్కగా ముస్తాబై గదులకన్నిటికి తాళాలు పెట్టుతున్నది. రాఘవరావు వరండాలో పచారు చేస్తూ బండిని చూడగానే సామానుబండిలో పెట్టరా అని నౌకరుతో జెప్పి లోపలికి వచ్చి "యింటరు తీసుకోమంటావా?" అన్నాడు రాజేశ్వరితో. "యింటరులో స్త్రీలకు ప్రత్యేకపుపెట్టె ఉంటుందా" అన్నది రాజేశ్వరి. "బహుశా యీ బండిలో ఉండదనుకుంటా" నన్నాడు రాఘవరావు. "అయితే మూడవక్లాసే తీసుకోండి హాయిగా మాటామంతీ ఆడుకుంటూ కూర్చోవచ్చు"న్నది రాజేశ్వరి.

"ఇంటరులో మాత్రం మాట్లాడుకోగూడదా?"

"ఎవరితో?"

"ఉన్నవాళ్లతోనే."

"ఎవరో మగవాళ్లుంటే వాళ్లతో నా కేమి మాటలు? అట్లాంటిది మీరు వెంట ఉంటే ఏ బండిలోనైనా కూర్చోవచ్చును."

"సరి నీవు యెక్కడికి బోయినా బాడీగార్డుగా నేను వెంటనుండాలె కాబోలు."

"అయినా యిప్పుడెందుకు? మూడోక్లాసు టికెట్ తీసుకుంటే ఆడవాళ్ల పెట్టె తప్పకుండా ఉంటుంది కనుక అందులోనే కూర్చుంటాను."

నౌకరూ బండివాడూ సామన్లు బండిలో పెట్టారు. రాజేశ్వరీ పిల్లలు బండిలోయెక్కారు. రాఘవరావు సైకిల్ మీద యెక్కి ముందుగా స్టేషన్‌కు వెళ్లి టికెట్లు తీసుకున్నాడు.

ఇంతలో రాజేశ్వరి పిల్లలు యెక్కిన జట్కాబండి వచ్చింది. లైసెన్సుకూలీని సామానులోపలికి తీసుకపొమ్మని చెప్పి జట్కావాడికి బండి బాడుగ యిచ్చి భార్యబిడ్డలను ప్లాటుఫారం వద్దకు తీసుకొని వెళ్లాడు రాఘవరావు. "పిల్లల నెట్లా పట్టుకుంటావో కిటికీల వద్దకు పోతారు, తలుపులు వేయబోతారు, తలక్రిందికి వంచుతారు. జాగ్రత్త సుమా" అని రాఘవరావంటూ ఉంటే "యిల్లు జాగ్రత్త సుమండీ నౌకర్లమీద యిల్లు వదిలిపెట్టిపోతున్నాను. సుబ్బమ్మ కొంచెం చెయి వాడి మనిషిగూడాను" అని రాజేశ్వరి చెప్పుతూ ఉన్నది. మాట్లాడుతూ ఉండగానే కూతలు పెట్టుకుంటూ రైలు ప్లాటుఫారం మీదికి వచ్చింది. స్త్రీల పెట్టెలో భార్యనూ బిడ్డలనూ యెక్కించి "యిక నేను ఉంటా" నన్నట్టుగా భార్యవంక చూచాడు రాఘవరావు. "అయ్యో వెళ్లుతున్నారా? ఈ బండిలో యెవరూ ఎరిగిన వాళ్లు ఉన్నట్టు లేదు. పిల్లలతో ఎట్లా వెల్లుతానో" అన్నట్టుగా బిక్కమొగంతో పెనిమిటివంక చూచింది రాజేశ్వరి. ఆమె పిరికిచూపులు చూచి "నేను గూడా ప్రయాణమై రాకపోతి"నని జాలితో అనుకున్నాడు రాఘవరావు మనస్సులో. కాని రైలు కదిలిపోయేటప్పుడు గమనోన్ముఖమైన పొగబండి ఒక్క కూతకూసి ఒకరినొకరు విడవలేకున్న సతీపతులను నిర్దాక్షిణ్యంగా విడదీసి నడవసాగింది.

బండి దృష్టిపథంనుండి తొలిగేదాకా చూస్తూ నిలబడి చల్లంగా యింటికొచ్చాడు రాఘవరావు.

కచ్చేరి నుండి యింటికి వచ్చింది మొదలు భార్యతో కడా తిరుగుతూ ముచ్చట్లు చెపుతూ పరిహాసాలు చేస్తూ పొద్దులు పుచ్చడం రాఘవరావుకు

అలవాటు. అందువల్ల భార్యా బిడ్డలులేని యిల్లు చూస్తే అతని వల్లమాలిన విచారం కలిగింది. ఒక్క నిముషమైనా యింట్లో నిలవడానికి బుద్ధి పుట్టలేదు. వేళగాకపోయినా బ్యాటు తీసుకొని క్లబ్బుకు వెళ్లాడు. రాత్రి యెనిమిది గంటలదాకా అక్కడే ఉండి మరునాటి కాలక్షేపం నిమిత్తం మిత్రులను పేకాడుకొందాము రండని పిలిచి యింటికి చక్కా వచ్చాడు.

3

సోమవారం సాయంత్రం అయిదుగంటల బండి దిగి రాజేశ్వరి యింటికి వచ్చేటప్పటికి రాఘవరావు యింకా యింటికి రాకపోవటంచేత పిల్లలు తండ్రికోసం ఎదురు చూస్తున్నారు. ఇంతలో రాఘవరావు ఇంటికి వచ్చాడు. "నాన్నా యీ బండికే వచ్చామని కుర్రవాడంటే, మామయ్య గూడా వచ్చాడు నాన్నా అన్నది లీల. "ఎవరు శ్రీనివాసులా" అన్నాడు. రాఘవరావంటూ వుండగానే దొడ్లోకి వెళ్ళిన శ్రీనివాసరావు సావట్లోకి వచ్చాడు. రాఘవరావతన్ని చూచి "ఏమిరోయ్ శ్రీనివాసులూ, ఆర్జనలేని ఆనర్సు బియ్యేకు అనాలోచితంగా పిల్లనిచ్చినందుకుగాను అపరాధం క్రింద నన్నుగూడ పోషించండని అత్తవారింట్లోనే ఉంటున్నావా ఏమి?" అన్నాడు.

"లేదు బావా!" అన్నాడు శ్రీనివాసులు చిరునవ్వుతో.

"సరే, సరే క్షణంలో యెంత అల్లిక వేశారు? మహిళాసభ రేపనంగా నేను వెళ్లిననాడే వాడూ వచ్చాడుట. అంతట్లో వాడు అత్తవారింట్లో ఏండ్లూ పూండ్లూ ఉన్నట్లు మాట్లాడుతున్నారేమ"న్నది రాజేశ్వరి.

"ఓహో! ఏమిటి చెప్పవూ. మహిళాసభకు డెలిగేట్‌గా వచ్చాడా. ఆ సంగతి నాకేమి తెల్సు మతీ" అన్నాడు రాఘవరావు నవ్వుతూ. ఆడవాళ్ల సభకు వాడెందుకు డెలిగేటుగా రావటం అన్నది రాజేశ్వరి అభిమానంతో.

"బావ కథకుడుగాదూ. అట్లా అల్లుకుపోతూ ఉంటాడులే" అన్నాడు శ్రీనివాసులు.

"నా కథలమాట యెత్తబోకు. మీ అక్కయ్యకు కూడా కొండంత కోపం వస్తుం"దన్నాడు రాఘవరావు.

"వస్తే నీ కేమిభయమా?" అన్నాడు శ్రీనివాసులు.

"మీ అక్కయ్య తమ-మహిళా సమాజంలో న్యాయంగా అగ్రాసన మధిష్టించి మూడు తీర్మానాలు చేసినప్పటినుంచీ నాకు భయము కాస్తాకూస్తా గాదు. వల్లమాలిన భయంపట్టుకున్నది. మళ్లీ మళ్లీ ఎటువంటి రిజల్యూషన్సు చేయిస్తుందో అని. ఇవి ఆడవాళ్లకు భయపడాలిసిన రోజులురా! నీకు తెలుసునో తెలియదో" అన్నాడు రాఘవరావు.

"అబ్బో యేమి భయపడుతున్నారో పడుతున్నారు. నిజంగా ఈ రోజుల్లో ఆడవాళ్లను గురించి మీ మగవాళ్లు వ్రాస్తు ఉన్న వ్రాతలవంటి వ్రాతలు యేనాడు యే మగవాళ్లూ వ్రాసి ఉండలేదు. ఏ కథ చూచినా, ఏ వ్యాసంచూచినా, ఏ పాట చూచినా, ఏ పద్యం చూచినా స్త్రీలను గూర్చిన నిందలూ, అధిక్షేపణలూ, అనుచితపు వర్ణనలూ" అన్నది రాజేశ్వరి.

"అదిగో ఆరంభమైంది తామసోపన్యాసం" అన్నాడు రాఘవరావు నవ్వుతూ.

"అవును ఇప్పటి అసభ్యపు వ్రాతలు తలుచుకుంటే నాకు తామసమే వస్తుంది నిజంగా. స్త్రీని భోగ్య వస్తువని రసికులూ, పురుషునికి చెందిన వస్తువాహనములవంటి జడపదార్థమని అధికారదృష్టిగలవారూ, హేయపదార్థమని వేదాంతులూ, ఎవరికి తోచినట్లు వారు వారి వారి చిత్త వృత్తులనుబట్టి వ్రాస్తూ ఉంటారు. ఈ వర్ణనలు చూస్తే గ్రుడ్డివాళ్లు యేనుగును వర్ణించిన కథగా ఉంటుంది. నలుగురు గ్రుడ్డివాళ్ళు ఏనుగు ఎట్లా ఉంటుందో తెలుసుకోబోయి ఒకడు కాలుపట్టి చూచి ఏనుగు స్తంభంలాగుంటుం దన్నాడుట. ఇంకొకడు చెవిపట్టుక చూచి యేనుగు చేటలాగుంటుందన్నాడుట. ఇంకొకడు తొండంపట్టుక చూచి ఎబ్బే స్తంభమంతలావెక్కడిది, రోకలంత లావుంటుందో అంతకంటే కాస్త మించో అన్నాడుట. అట్లాగే స్త్రీనిగూడా వర్ణిస్తుంటారు తమకు తెలిసి నంతవరకూ. అంతేగాని అగాధమైన నారీహృదయం పూర్తిగా తెలుసుకున్నవారెవరూలేరు. భగవంతుడు పురుషులను యే దినుసుపదార్థంతో చేశాడో స్త్రీనిగూడా అదే పదార్థంతో చేశాడు. కనుక స్త్రీ పురుషుడితో సమానమైన స్వరూప స్వభావ లక్షణాలు గల మానవ ప్రాణిగాని మగవారి కలపు పోకడలకు ఆస్పదమైన శుద్ధజడపదార్థం గాదు" అన్నది రాజేశ్వరి తీవ్రంగా.

"అబ్బో! అబ్బో! ఇదిగో శ్రీనివాసులూ! యీ పురుషులతో సమానమైన మానవప్రాణి మొన్న గుంటూరు ఒంటరిగాపోలేక తల్లకిందులైందోయి. యిప్పుడీ బింకపుమాటలు చూచావా?" అన్నాడు రాఘవరావు విరగబడి నవ్వుతూ.

"ఎల్లప్పుడు ఇనుపపంజరంలోపెట్టి బంధించిన పక్షికి దాని యెగిరేశక్తి కుంటుపడిపోయి ఉండదా? అయినా ఆ తప్పు మాత్రం యెవరిది?" అన్నది రాజేశ్వరి. రాఘవరావందుకు సమాధానం చెప్పకుండా "ఓహెూ! ఇక్కడ ఉన్న కొద్దీ మనమీద తప్పు లెక్కులైపోతున్నాయి గాని షికారుపోదాము వస్తావుట్రా శ్రీనివాసులూ!" అన్నాడు బావమరిదితో. నవ్వుతూ వస్తానన్నాడు శ్రీనివాసులు. బావమరదులిద్దరూ షికారు వెళ్లారు. రాజేశ్వరి ప్రయాణపు సామానులు సర్దుకుంటున్నది.

4

రాజేశ్వరినిగూడా తమతో భోజనానికి కూర్చోమన్నాడు. తరువాత భోజనం చేస్తానంటే రాఘవరావు ఒప్పుకోలేదు. అందరు భోజనానికి కూర్చున్నారు. భోజనాలవుతున్నాయి. "ఏమిరా శ్రీనివాసులూ ఉద్యోగంమాట యేమీ ఆలోచిస్తున్నట్టు లేదేం" అన్నాడు రాఘవరావు.

"స్నేహపు సిఫారసులకు ఉద్యోగాలిచ్చే రోజులు పోయి చాలా రోజులైంది."

"అట్లాగైతే మామగారి యింట్లోనే యిల్లిటం ఉండు. ఇప్పుడు కళాశాలా పట్టభద్రులు చాలా మంది నిరుద్యోగ సమస్యను యిట్లాగే పరిష్కారం చేస్తున్నారు. కాఫీ ఫలహారం భోజనం వగైరాలు వేళకు భయభక్తులతో అమరుతాయి. భార్యగూడా ఉంటుంది. దర్జాగా ఉండవచ్చు."

"అత్తవారియింట్లో చాలా రోజులుంటే అల్లుడి గౌరవం అడగనక్కరలేదు. వారపు బ్రాహ్మడికన్నా కనాకష్టమైపోతాడు."

"ఓరే నీవిట్లా దేవయ్యరగా ఉన్నావంటె ఎవడూ ఉద్యోగమీయడు సరిగదా అత్త మామలూ ఘనంగా చూడరు. పెళ్లాంగూడా చెప్పినమాట వినదు. ఆఖరికి యే ఫిలిం స్టూడియోలోనూ యాక్టుచేయడానికీ ఏ గ్రామెూఫోనులోనూ రికార్డివ్వడానికీ గూడా పనికిరాకుండా పోతావు తెలుసునా?"

రాఘవరావూ శ్రీనివాసులూ కుర్చీలమీద కూర్చొని తాంబూలం వేసుకుంటున్నారు. ఉయ్యాల్లో పసిపిల్ల కదులుతూ ఉంటే రాజేశ్వరి మెల్లగాపోయి బిడ్డను చిచ్చిగొట్టి ఊపుతూ ఉన్నది.

"రాజేశ్వరీ ఇంతకూ గుంటూరుపోయి రావడం తప్ప మీ మహిళాసభ యెట్లా జరిగిందో డైవోర్సు తీర్మానం యేమిచేశారో యేమీ చెప్పవేం" అన్నాడు రాఘవరావు. రాజేశ్వరి బిడ్డ బాగా నిద్రపోయినట్టు చూచి సావట్లోకి వచ్చి "ఇంకా యేమి డైవోర్సు మహిళాసభలో రూపులేకుండా పోయింద"న్నది.

"డైవోర్సు తీర్మానం మహిళాసభలో రానే లేదా? బ్రతికిపోయినాము. మన దాంపత్యానికి చివర వరకూ స్తిరత్వమేర్పడింది".

"డైవోర్సు ప్యాసైతే మాత్రం మనదాంపత్యానికేమి...."

"అంటే నష్టమే. నీ సావాసకత్తె లెవరైనా ఇష్టపడి డైవోర్సు పుచ్చుకుంటూ ఉంటే అది నీకు ముచ్చటైతే నేనేమిచేయను? ఈ ముగ్గురు...."

"రంగమ్మ గారి పెనిమిటి చెప్పినట్లే చెప్పుతున్నారు".

"అతను ఏమి చెప్పాడుట?"

"ఒసే నీవు చూడబోతే ఆరుగురు బిడ్డల తల్లివి. మహిళాసభలో డైవోర్సు ప్యాసు చేస్తున్నారు. దాని ప్రకారం మనమిద్దరం మన వివాహం బంధంపూర్తి చేసుకొని విడి పోవాలె. అప్పుడు నిన్నూ పిల్లలనూ ఎవరు చూస్తారు. ఇంతమంది పిల్లలు గలదానినెవడు కట్టుకుంటాడు? నిష్కారణంగా అన్యాయమైపోతావు. అటువంటిది ఆ మహిళాసభ. ఆ సభకు పోవాక దానికి చందా యివ్వవాక' అని చెప్పాడుట. అంతటితో ఆమె హడలిపోయి వదినెగారు నేను మహిళాసభకు రానండి. మావారిట్లా చెప్పారన్నది. ఏమైనాసరే, మీ మగవారికి డైవోర్సంటె సింహస్వప్నంలాగా ఉన్నది లెండి. అందువల్ల యెన్ని అభూతకల్పనలైనా చేసి ఆడవాళ్లను హడలేస్తున్నారు".

"నా కాభయమేమీలేదు. నీవు నిక్షేపంలాగా విడాకులుపొంది మరో......"

"అబ్బా! ఏమి మాటలండి! మీకు తప్పు ఒప్పు తెలియదు. ఏది పట్టుకుంటే అదే" "అబ్బో! విడాకులంటె యింత తప్పు పట్టుకుంటున్నావు గాని సమానహక్కులూ, స్వాతంత్ర్యము యిత్యాదులంటే ఉప్పొంగిపోతావే."

"దానికేమి. అని మానవ సహజమైన హక్కులు. అవి ప్రతి స్త్రీకి ఉండితీరాలె. అయితే విడాకులకు బదులు మగవారిమీద ఒకటి ప్యాసు చేశాము లెండి."

"ఏమిటది."

"భార్య జీవించి ఉండగా యే మగవాడూ మళ్లీ పెళ్లి చేసుకోరాదని."

"లక్ష చేసుకోండి మాకేం."

"అవును మీకేమీ? చట్టసభల్లో మెజారిటీ మీదేగా?"

గృహలక్ష్మి, జనవరి, 1936

స్త్రీల కథలు - 4 (1901-1980)
సం॥ డాక్టర్ కె. లక్ష్మీ నారాయణ
రమా పబ్లికేషన్స్, అనంతపురం, 2007, పుట.36-46.

సురవరం ప్రతాపరెడ్డి (1896-1953)

*

గ్యారా కద్దూ బారా కోత్వాల్

(గ్యారా అనగా పదకొండు. కద్దూ అనగా సొరకాయ లేక ఆనగపుకాయ. బారా కోత్వాల్ అనగా గ్రామాలలోని పన్నిద్దరు (12) ఆయగాండ్లు. మొగలాయి జమానాలో కర్ర యెవనిదో బర్రె వానిది అనే బాపతుగా పనులన్నీ సాగుతూ వుండెను. ఒక అమాయకుడైన కాపు తుదకు లక్షాధిపతి ఎట్లైనాడో యీ కథ నిరూపించుతుంది.)

ఒకనాడు ఒక పల్లెకాపు 11 సొరకాయలను కంబట్లో వేసుకొని ఒక గ్రామానికి అమ్ముకొనేదానికి వెళ్ళినాడు. గ్రామంలో అమ్మలక్కలు పదిమంది మూగి బేరంచేస్తూ వున్నారు. అంతలో మాలీపటేల్ వేంచేసినాడు. "ఒరేయ్! ఈడ కూర్చోమని నీకెవరు సెలవిచ్చినారు? మంచి మాటతో ఒక కాయ ఇచ్చిపో" అంటూ తానే ఒక పెద్ద కాయను లాగుకొని పోయినాడు. కాపువాడు గొణుక్కుంటూ ఉన్నాడు. అంతలోనే గోరుచుట్టుమీద రోకటి పోటన్నట్లుగా పోలీసు పటేలు హాజరైనాడు. "పట్టుకొని రారా వాన్ని. ముసాఫిర్ల లెక్కలో వానిపేరు రాయాల్సింది వుంది" అని గర్జించినాడు. తలారివచ్చి తనపాలి వకకాయ, పటేల పాలిటి వకకాయ లాగుకొని పోయినాడు. కొంతసేపటికి పెద్ద తలారి వచ్చినాడు. "ఏయ్, మొన్న నీవంటివాడే వచ్చిండెను. పొద్దు మునిగినప్పుడు కూరగాయ లమ్మునట్లు అమ్మి రాత్రి కోమటోళ్ళ యింట్లో కన్నం వేసిండు. పద! చావిట్లో నిన్ను కట్టేస్తాన్" అంటూ తానున్నూ ఒక కాయ చేతబట్టుకున్నాడు. "అయ్యా! మారాజా! నేను దొంగను కాను. దొరను కాను. పొరుగూరు వాన్ని, ఎల్లప్పటికిన్ని వచ్చిపొయ్యేవాన్ని. ఇప్పటికే

మూడు కాయలు ఎగిరిపోయినవి. మళ్ళీ నీవెక్కడనుండి ఊడి పడితివి?" అని కాపువాడు మొరపెట్టుకున్నాడు. అదే కాయతో వాని నెత్తిని పొడిచి కాయతో చక్కా పోయినాడు పెద్ద తలారి. ఈ విధంగా పూజారి, పురోహితుడు, కమ్మరి, వడ్ల మొదలైన 11 మంది ఆయగాండ్లు ఒకరి వెనుక వకరు వచ్చి కాయలన్నీ లాగుకొని పోయినారు. కాపు వాడు ఏడ్చుకుంటూ గొంగడి దులుపుకొని లేస్తున్నాడు. చీకట్లోనే చేనికి పోయినట్టి కర్ణమయ్య అప్పుడేవానికి ప్రత్యక్షమైనాడు. "ఏమిరా ఏడుస్తున్నావు? నిన్నెవరేమన్నారు నాకు చెప్పు. నేనీవూరి కర్ణాన్ని. తప్పు చేసినోనికి శిక్ష యిప్పిస్తాను" అని అన్నాడు. న్యాయం విచారించే ప్రభువు ఒక్కడైనా ఈ వూరిలో ఉన్నాడురా నారాయణా అని అనుకొని కాపువాడు తన 11 సొరకాయలు మాయమైన విధమంతా వినిపించి "అయ్యా కరణమయ్యా, నీవే నారాయణ మూర్తివి. నన్నెట్లన్నా గడ్డ కేయండి" అని గొంగడి ఆయన కాళ్ళమీదవేసి కాళ్ళు పట్టుకొన్నాడు. కర్ణం ఒక్క తన్ను ఝాడించి తన్ని కంబడి లాగి చంకబెట్టుకొని ఇట్లన్నాడు. "అరే లుచ్ఛా! అందరికీ వంతు సొరకాయ యిచ్చి నావంతు తప్పించి నావా? నేను తలారి వాని కంటే పనికిరాని వాన్నా? వడ్లోని కంటే వ్యర్థుడనా? ఆ ఓనమాలురాని మాలీపటేలు నీకు ఎక్కువైనవాడా? తే! నా వంతు సొరకాయ. అదిచ్చి యీ గొంగడి తీసుకుపో" అని గ్రుడ్లెర్ర చేసుకొని కంబళి తన చంకపెట్టుకొని తన యింటికి పోయినాడు.

కాపువాడు ఎగాదిగా చూచినాడు. "నీవూ ఇంతేనా? ఈ వూరంతా ఇంతే? ఏం దేశం యిది పాడుదేశం. ఇంక నా వంటి దిక్కులేనివారు బదికే దెట్లా?" అని గొణుగుతూ పట్వారివెంట కొంతదూరం దీనంగా ప్రాధేయ పడుతూ వెళ్ళినాడు. "ఒరేయి! ఒక్క అడుగు ముందుకువేస్తే నీ తలకాయ పగులతంతా (జాగ్రత్త) ఖబర్దార్?' అన్నాడు పట్వారి. కాపువాడు దిక్కుతోచకుండా నిలిచిపోయినాడు. చిన్న పిల్లవానివలె కొంతసేపు ఏడ్చినాడు. ఒకరిద్దరు ఆడవారు వాన్ని చూచి "పో నాయనా! పో! పొద్దున్నే ఎవరి ముఖం చూచినావో ఏమో! యీ వూళ్ళో అందరూ ఇట్లాంటి మారాజులే. ఇంకోమారు రావద్దు" అని బుద్ధిచెప్పినారు. కాపువాడు దీర్ఘాలోచన చేస్తూ ఇంటిబాట పట్టినాడు. "థూ. పుట్టితే పటేలు పట్వారి అయి పుట్టాలె. లేకుంటే తలారిగా అయినా పుట్టాలే. ఈ బదుకు బతికినా వకటే చచ్చినా వకటే.... కాయలుపోతే పోయెకాని గొంగడి కూడా పోయింది.

అందరికంటే ఆకర్ణమోదు మరీ చెడ్డవాడు. అందుకోసరమే కాటికిపోయినా కర్ణంపీడ తప్పదన్నారు పెద్దలు... దీనికి బదలా తీయకుంటే నేను మనిషినా? అయితే బీదోన్ని ఏమి చేయగలను? ఆ తలారికి చేరెడు చేనన్నాలేదు. నాకు చేనుంది. పెండ్లాము పైన వంకి వుంది. ఒకెద్దుంది. తలారి కంటే తక్కువనా నేను?.... దేవునికైనా దెబ్బే గురువు. నేనున్నూ ఏదో మొండి తొండిచేస్తా...." ఇట్లా ఆలోచనా పరంపరలో మునిగి నడుస్తున్నాడు. తన మోటబావిని సమీపించినాడు. బావిగడ్డపై కూర్చున్నాడు. ఇంకా దీర్ఘాలోచనలోనే ఉన్నాడు. తటాలున మెరుపుమెరిసినట్లా వాని తలలో వక ఆలోచన తళుక్కుమంటూ ప్రవేశించింది. చటుక్కున లేచినాడు. ఊళ్ళోకి పోయినాడు. చక్కగా పెండ్లాం వద్దకు వెళ్ళి "ఒసేయి! నీ వంకి ఇట్లాతే. ఇయ్యమంటే! నీకేం పర్వాలేదు తే. మళ్ళీ వుగాదినాటికి ఒకటికి నూరువంకీలు చేయిస్తే నా పేరు వెంకయ్య! అనూ" అని వంకీని లాగుకున్నాడు. పటేలుకు దాన్ని 200 రూపాయలకు అమ్మినాడు. పైకం తీసుకొని 10 మైళ్ళ దూరంలో ఉండే పట్నం చేరుకున్నాడు. షేర్వానీలు, లాగులు, మోజాలు, పగిడీ, నడుముపట్టి, బిల్లలు మొదలైన పరికరాలు సిద్ధము చేసుకొన్నాడు. నలుగురు అరబ్బు జవానులు జతచేసుకున్నాడు. వారికి బిల్లలును తగిలించాడు. తానున్నూ బాగా వేషం వేసుకొన్నాడు. ఒక బగ్గీని కిరాయకు మాట్లాడుకొన్నారు.

రెండామడల దూరంలో ఒక పెద్ద బస్తీ ఉండింది. అది నాలుగు బాటలు కలిసే స్థలం. గొప్ప వ్యాపారి పేట. అధికారులు, మంత్రి, నవాబుకూడా ఆ మార్గంగా షికారుకు పొయ్యే స్థలం. ఆ గ్రామంలో మన కాపు దిగినాడు. ఊర బావిగట్టున ఒక పెద్ద మర్రి మానుండింది. దానికింది మేజు కుర్చీలు వేయించినాడు. జవానులను బావిపై పహరా ఎక్కించినాడు. ప్రొద్దున్నే ఊరులోని ఆడవారు నీటికి వస్తే ఆ జవానులు "ఖబర్దార్ కడవకొక పైసాయిచ్చి నీళ్ళు తీసుకోండి" అని బెదిరించినారు. పటేలు పట్వారీలు వచ్చినారు. "ఒరేయ్! మాకు సర్కారు హుకుం అయింది. ఇదిగో ఫర్మాన్" అని ఉర్దూ ముద్రలతోనుండే ఫర్మాను చూపించినాడు కాపు. ఉండవచ్చునని గ్రామాధికారులూరకైనారు.

దినమున్నూ పైకం బాగా వసూలు కాబట్టింది. మొదట మొదట దినం 20 రూపాయీల వరకు వసూలైంది. క్రమేణ ఆదాయం ఎక్కువైంది. "మర్రిమాన్ పరగణా సుంకం" చుట్టూ రెండామడవరకు ప్రసిద్ధి అయిపోయింది. ఇట్లా వారాలు,

నెలలు, సంవత్సరాలు గడిచినవి. ఒక నాడు సుబేదారు దౌరావచ్చి గుడారాలు వేయించినాడు. అతని నౌకరు నీటికి పోతే "పైసా లావ్" అన్నారు జవానులు, వారు ఉత్తకడవలతో వాపసుపోయి "సర్కార్! నల్గురు అరబ్బీ జవానులు పైసా యియ్యంది నీళ్ళు తీసుకోనివ్వరు. అరే సుబేదార్ సర్కారు వారికిరా! అంటే జంబియాలతో పొడిచేదానికే పైబడవస్తారు సర్కార్!" అని విన్నవించుకొన్నారు. అక్కడనే సేవలో ఉన్నట్టి పటేలు పట్వారీ లిట్లన్నారు, "హుజూర్! పదేండ్లనుండి యీ మర్రిమాన్ పరగణా సుంకం సక్రమంగా వసూలౌతుంది. అందుకు సర్కారు ఫర్మాను వుంది", "ఉంటే ఉండవచ్చును" అనుకొని సుబేదారు కూడా పైసలిచ్చి నీరు తెప్పించుకొన్నాడు.

ఒకనాడు దీవాన్ బహద్దర్‌గారు అక్కడ డేరావేయించినాడు. అతనికిన్నీ ఇదేగతి పట్టింది. అరబ్బులు కడవకు పైసా పెట్టంది ఒక మెట్టుకూడా దిగనియ్యరు. దీవానుగారు అంతా వినుకొని ఇట్లనుకొన్నారు. "మాహూజూర్‌గారు ఫర్మానిచ్చినారేమో లేకుంటే నావద్దకూడా వసూలుచేసే గుండె వుందావీనికి?" దీవాను గూడా సుంకం చెల్లించుకొన్నాడు. ఒక కాపువాన్ని పట్టేపగ్గాలు లేవు. సుబేదారేమిటీ దీవాను బహద్దరు కూడా కిక్కురుమనుండా సుంకం చెల్లించుకొని పోయివుంటే అబ్బా ఏం దబ్దా బాహా వీనిది అని జనులు చాటున అనుకునేవారు. ఇట్లా వుండంగా నవాబుగారు షికారుకు పోతూ పోతూ పొద్దుపోయిందని రాత్రికి ఆవూరులోనే ఠికానా వేసినారు. నవాబో గివాబో ఇప్పటికి కాపువానికెవ్వరున్నూ కంటికాగేటట్లు కనబడలేదు. పైసా ఆడపెట్టి బావిలోకి దిగూ అన్నాడు నవాబు నౌకరును. నవాబుకు షికాయతు అయింది. నవాబు గారిట్లా తమలోనే అనుకున్నారు. "మా దివాన్జీ మాఖజానా భర్తీ చేసే దానికి ఈ హుకుం ఇచ్చినాడేమో పట్నం పోయిన తర్వాత విచారించుతాను. ఇప్పుడుమాత్రం నేనున్నూ ఖానూనుకు బద్ధున్నై ఉండాల్సిందే" అని ఆలోచించుకొని తానున్నూ నీటిసుంకం చెల్లించుకొన్నాడు.

ఈ పాటికి మర్రిమాన్ పరిగణాలో రెండతస్తుల బంగ్లా పెరిగింది. గ్రామంలో సగం భూములు కాపువానివే. 100 ఎద్దుల సేద్యం సాగించినాడు. చుట్టూ 5 ఆమడ దూరం అప్పులిచ్చినాడు. నవాబుగారు తమ నగరానికి వేంచేసిన తర్వాత దివాన్జీని పిలిచి "దివాన్‌సాబ్, మీరెందుకు నీటికి సుంకం ఏర్పాటుచేసినారు?

ఇది అన్యాయము కాదా?" అని విచారించినాడు. అందుకు దీవానుగారిట్లు మనవి చేసుకొన్నారు, "బందగానె ఆలీ, హుజూర్! నేనున్నూ మీతో అలాగే గుంజారిష్ (మనవి) చేసుకోవాలే అని వుంటిని. నేను కూడా సుంకం చెల్లించుకున్నాను. హుజూర్‌గారు ఫర్మానె ముబారక్ జారీ చేసి వుంటారని నేనున్నూ అనుకున్నాను." "అరే నీవూ హుకుం ఇయ్యలేదు. నేనూ హుకుం ఇయ్యలేదు. మరి ఈ 15 ఏండ్లనుండి వాడు ఎట్లా వసూలు చేసినాడు? వాన్ని గిరప్తారీ (అరెస్టు) చేయించి తక్షణం పట్టి తెప్పించు" అని నవాబుగారు ఉరిమినారు.

కాపువాడు ఇట్టి ఫర్మానుకొరకై 10 ఏండ్లనుండి నిరీక్షించుతూనే వున్నాడు. 1000 అష్రఫీలు బంగారు తట్టలో పోసుకొని జర్రీపనిచేసిన మఖ్మల్‌బట్ట పైన మూసుకొని కాపువాడు హుజూరువానికి నజరానా సమర్పించుకొన్నాడు. నజరానా చూచేవరకు నవాబుగారు చల్లబడ్డారు. "క్యారే నీకీయెవ్వర్ నీటి సుంకం హుకుం ఇచ్చినార్?" అన్నారు నవాబ్‌గారు. "హుజూర్! గ్యారా కద్దూ బారా కొత్వాల్ హుకుం ఎట్లా ఏర్పడిందో మర్రి మాన్ పరిగణా సుంకం కూడా అట్లే ఏర్పాటైంది" అన్నాడు కాపు. "ఏమంటున్నావురా? నీవనేదేమిన్నీ అర్థం కాలేదు. సరిగా చెప్పు."

"తప్పులంతా మాఫ్ చేస్తామని సెలవిస్తే అన్నీ మనవి చేసుకుంటాను."

"సరేలే! చెప్పు చూస్తాం."

కాపువాడు తనకథంతా వర్ణించి చెప్పుకొన్నాడు. హుజూరు వారు అదేపనిగా నవ్వుతూ సాంతం విని "అరే! నీవు చాలా హుష్యారు మనిషివి. నీ తప్పంతా మాఫ్ ఇకముందు నీవు మాదేవిడీ వద్ద రాత్రి గంటలు కొట్టూ వుండుము. అదే నీకు శిక్ష" అని సెలవిచ్చినారు. కాపువానికి కొన్నాళ్ళ వరకు తిక్కలేచినట్లుండింది. ఏమిన్నీ ఆదాయం లేదు. అధికారం లేదు. అడిగేవారు లేరు. రాత్రులంతా నిద్రకాయవలెను. ఒక నాడు నిద్రమబ్బులో రాత్రి 11గంటలు కొట్టేది మరిచిపోయినాడు. 12 గంటలకు లేచి కొట్టినాడు. ఈ చిన్న పొరపాటుకు దేవిడీ అంతా తలక్రిందులయ్యింది.

హుజూరు వారు 8 గంటల నుండి గంటకొక బేగంగారి గదికి పొయ్యేవారు. 11 గంటలు కొట్టలేదు. 11 గంటల బేగం వద్దకి హుజూరు పోలేదు. మర్నాడు 11 గంటల బేగంగారు గంటల కాపును పిలిపించి "అరేయ్! నా గంట

మరిచిపోకుండా కొట్టూ వుండుము. నెలకు 50 రూపాయిలిస్తాను" అని అన్నది. "చిత్తం చిత్తం హుజూర్!" అని కాపువాడు తత్తరపాటుతో అన్నాడు. "ఈ గంటలలో ఏమో రహస్యం ఉందిరా" అని కాపువానికి స్ఫురించింది. ఒకనాడు 9 తప్పించినాడు. ఒకనాడు 10 తప్పించినాడు. ఒకనాడు 12 తప్పించినాడు. ఏ గంట తప్పితే మరునాడే ఆ గంట బేగంగారు కాపువానికి జీతం ఏర్పాటు చేసుకొన్నది. ఈ విధంగా నెలకు 400 రూపాయిల జీతం ఏర్పాటైంది కాపువానికి. కొన్ని యేండ్ల తర్వాత నవాబుగారికీ సంగతి కూడా తెలిసింది. వీడు చాలాకీవాడు అని మెచ్చుకొని వాడు సుంకం వసూలు చేసిన గ్రామమే వానికీనాముగా ఇచ్చి పంపివేసినాడు. చూచినారా సొరకాయ మహిమ! సొరకాయ నరుకుట అంటే ఇట్లాంటి కథలు చెప్పేదానికే అంటారు.

రచనా కాలం : 1930

తెలంగాణా కథలు
సం॥ కాలువ మల్లయ్య, సదానంద శారద, చంద్ర
విశాలాంధ్ర, హైదరాబాద్, 2005, పుట.12-15.

దేవులపల్లి కృష్ణ శాస్త్రి (1897-1980)

*

శీతవేళ రానీయకు

శీతవేళ రానీయకు – శిశిరానికి చోటీయకు
పూలకారు ఏనాటికి – పోనీయకు పోనీయకు
జాగ్రత్త! జాగ్రత్త! జాగ్రత్త!
జాగ్రత్త! జాగ్రత్త! జాగ్రత్త!
ఉగ్రమైన వేసంగి యెండ – ఆగ్రహించి పైబడనీ
ఒక్కుమ్మడిగా వర్షామేఘం – వెక్కి వెక్కి యేడ్చేయనీ
శీతవేళ రానీయకు – శిశిరానికి చోటీయకు
చైత్రంలో తొగరెక్కే కోర్కెలు – శరత్తులో కైపెక్కే కలలు
శీత సమయం మగత నిదుర
శిశిర కాలం మరణం మసనం
శీతవేళరానీయకు – శిశిరానికి చోటీయకు
వీటలేదని చెప్పించు–వీలు కాదని పంపించు
వీధి వాకిటను జరాపదధ్వని – వినబడగానే వెంటనే
వీటలేదని చెప్పించు – వీలుకాదని పంపించు
శీతవేళ రానీయకు – శిశిరానికి చోటీయకు.

అమృతవీణ
సం॥ దేవులపల్లి వేంకట సుబ్బరాయ శాస్త్రి
రాజహంస ప్రచురణలు, చెన్నై, 1983.

జానపదగీతం (అముద్రితం)

*

ఏటి కేతం బెట్టి

ఏటి కేతం బెట్టి ఎయిపుట్లు పండించి
ఎన్నడూ మెతుకెరగ నన్నా-నేను
గంజిలో మెతుకెరగనన్నా ॥ఏటి॥

కాల్జేయి కడుక్కోని కట్టమీన గూసుంటె
కాకి దన్నీ పాయెరన్నా-కాకి పిల్లదన్నీపాయెరన్నా ॥ఏటి॥

పోరుకు సాల్లేక పొయికాడ కూసుంటె
పోరి దన్నీపాయె రన్నా-పోరి తల్లిదన్నీపాయెరన్నా ॥ఏటి॥

చుక్క పొద్దున లేసి బొక్కనెత్తుక పోంగ
బొక్క బోర్లా బడితిరన్నా-నేను పక్కలిరగా బడితిరన్నా ॥ఏటి॥

నాదేటి బతుకాయె రన్నా-నేను
నాడె సావక పోతిరన్నా ॥ఏటి॥

కుసుమ ధర్మన్న (1900-1945)

*

గుండెలదిరిపోయే ఘోరాలు

"మేము స్వాతంత్ర్య ప్రియులం. కాంగ్రెస్ తెరచాటున బురకావేసికొని యెన్ని చేసినా తప్పులేదు. సంఘ సంస్కరణ వూసు మాకక్కరలేదు. స్వరాజ్యం మాత్రం లడ్డూ వుండలాగ చేతులో పడాలి" అనే పోరంబోకు రకాల వల్ల యేమీ తెగదనుకోండి.

కవితాగ్రామంలో జరిగిన భయంకర దృశ్యం. చెట్టినాడులో జరిగిన ఘోరం. తూర్పుగోదావరి పొన్నమండలో జరిగిన అఘాయిత్యం. ఆ జిల్లా రామచంద్రాపురం తాలూకా చెల్లూరులో జరిగిన అన్యాయం. విశాఖపట్టణం జిల్లా గాజులరేగలో జరిగిన అక్రమం. చిత్తూరు జిల్లా మంగలగుంటలో జరిగిన దౌర్జన్యం, ఏలూరులో జరిగిన క్రూరం, జయపూర్ స్టేట్‌లోను, రామనాధ్ జిల్లాలోను జరుగుతున్న దురంతాలు వింటుంటే గుండెలదిరి పోతున్నాయి. వీటిని జరిపించేదెవరు? హిందువులు, హిందూ మతస్తులే కదా? ఈ నాయకులు, వినాయకులు ఏమీ మాట్లాడరెందుకో!

అన్ని వర్ణాల పిల్లలూ చదువుకొనే బోర్డు పాఠశాలకి తమ పిల్లల్ని కూడా పంపించడమే కవితాలో హరిజనులు చేసిన మహానేరం. ఇందుకు నూతుల్లో కిరసనాయిలు పోసి, హింసించి, కొంపలు తగలబెట్టడమే హరిజనులకు వేసిన శిక్ష.

రవికెలు తొడుగుకొని బజారు వీధుల్లో నడవడమే చెట్టినాడులో హరిజన స్త్రీలు చేసిన తప్పిదం. పొన్నమండలో హరిజన యువకులు సైకిళ్ళపై వీధిలోకి వెళ్ళడమే వారు చేసిన సాహసం. చెల్లూరులో హరిజనులు కుంతీదేవి వుత్సవం

చేసి పెద్ద వూరేగింపుతో వెళ్ళడమే వారు చేసిన ఘోర పాపం. గాజులరేగలో హరిజన వధూవరులను గుఱ్ఱంపై వూరేగించడమే వారు చేసిన విరుద్ధ కార్యం. మంగలగుంట రాజవీధిలో హరిజనులు చెప్పుల కాళ్ళతో నడిచిపోవడమే వారు చేసిన మహాద్రోహం. అందుకు వారికి తన్నులు, గుద్దులే తగిన బహుమానం, ప్రాయశ్చిత్తం.

ఏలూరులో ముక్కోటి యేకాదశినాడు దేవుళ్ళను వూరేగించే సమయంలో, సనాతనుల దేవుడికి-మాల దేవుడు బజారు వీధిలో తారసిల్లడమే తగనిపని. ఇందుకు పోలీసువారి సహాయంతో సందులమ్మట, గొందులమ్మట మాల దేవున్ని పారదోలడమే హరిజనులకు చెప్పిన కబడ్దార్.

అంచులు, కండువాలు వుండే గుడ్డలు, పట్టుబట్టలు, బంగారు-వెండి నగలు ధరింపరాదని, నేతి వంటలు చేసుకోరాదని, ఇండ్లకు తలుపు లుండరాదని ఘోరమైన సాంఘిక నిర్బంధ నిరంకుశ శాసనం చేసి, జయపూర్ స్టేట్‌లో రామనాధ్ జిల్లా హిందువులు హరిజనుల్ని యేలి పాలిస్తున్నారు. పూర్వం మూతికి ముంతా, ముడ్డికి చేలా, కాళ్ళకు చీపురు కట్టుకోవాలనే శాసనమట. ఈ 20వ శతాబ్ధంలో కట్టకూడదు, కుడువకూడదు, ధరింపకూడదు, తలుపులుండ కూడదనే ఘోరమైన ఆర్డినెన్సులట! ఇది మన దురదృష్టమా! లేక హిందువుల దురహంకారమా?

తిరుపతి వెంకటేశ్వరుని కొండమీదకు గవర్నరు దొరగారిని చెప్పుల కాళ్ళతో డోలీలో మోసి తీసుకొని వెళ్ళవచ్చునట. ఆ జిల్లా మంగలగుంట నడివీధిలో మాలవాడు చెప్పుల కాళ్ళతో నడవకూడదట. భక్తి తత్పరుడై ఎత్తురాజులు దాసు (హరిజనుడు) తిరుపతి దేవస్థానంలో అలివేలుమంగాదేవిని పూజించాడనే నెపముతో నేరం ఆరోపించి, కోర్టుకు లాగించిన సంగతి మరచిపోగలమా? మాలవ్యా పండితుడు మనకు మంత్రోపదేశం చేసి దేవాలయ ప్రవేశాలు చేయిస్తాడట! అయితే యిప్పుడు దేవాలయాలకు పోయేవారందరూ మంత్రాలు నేర్చుకున్నవారే కాబోలు?

పైన చెప్పిన దారుణ క్రూరకృత్యాలు ప్రమాదం చేత అచ్చటచ్చట అప్పుడప్పుడు సంభవించేవి కావు. మనకి నిత్యానుభవములే. మన ప్రాణాలు

కారు చౌక! మన మంటే అంత నిరసన భావం! మనం మనుష్యులం కాము! పశువులము! ఇదే సనాతన హిందూమతం! సవర్ణుల ప్రేమతత్వం! వారి అహింసా ధర్మం!

1. కవితాగ్రామ హరిజనుల పడే బాధలు చూడలేక ఆ గ్రామం విడిచిపోమన్నాడు (గాంధి).

2. ఆత్మ గౌరవం కాపాడుకోవాలనుకుంటే, హరిజనులు హిందూమతాన్ని విడనాడుటే లాభమన్నాడు (అంబేద్కర్).

అంబేద్కర్ పొరబడ్డాడని గాంధి తలంపు. తన వుద్దేశం సరికాదని రుజువు చేసే ప్రతీ మనిషి పొరబడ్డాడని అనుకోవడం సహజ లక్షణమే కదా! ఊరు విడవడానికి వీల్లేదంటే, ప్రాణాలే విడచుకొండని చెప్పునేమో గాంధీగారు.

1. అన్యాయమే మా యిలవేల్పు. 2. అమాయకుల్ని పీడించుకు తినడమే మా కులవృత్తి. 3. దేవుడని-కర్మని-దబాయించే బందిపోటే-మా మతం.

ఇసుక తక్కెడ

కాంగ్రెస్ నిర్మాణ కార్యక్రమంలో అస్పృశ్యతా నివారణమనేది ఒక అంగం. కేవలం తీర్మానాలే అస్పృశ్యత తీసివేయగలిగితే, స్వరాజ్యాన్ని మాత్రం యెందుకు తీసుకురాలేవు?

స్వరాజ్య సైనికులు జైళ్ళకి-లాఠీలకి గురికావలసిన అవసరమెందుకో కాంగ్రెస్ వారు గవర్నమెంటుతో చేయడానికి జంకనటువంటి సత్యాగ్రహం, అస్పృశ్యతా నివారణపట్ల తలపెట్టరెందుకో? అది బెల్లపు ముక్క ఇది అల్లపు ముక్క కాబోలు? ఎవరికీ యే విధమైన బాధ కలుగకుండా, ఐకమత్యం చెక్కుచెదరకుండా, మరొక శతాబ్దం వరకూ అస్పృశ్యత పోకుండా, స్వరాజ్యం వచ్చాక దీని కోసం నెమ్మదిగా మరొక పోరాటం సాగించవచ్చునని కాంగ్రెస్ వారి వుద్దేశం కాబోలు?

ధనికుల చేతిలో కీలు బొమ్మయిన కాంగ్రెస్, పేదల రక్తసిక్తమయిన ఇసుక సౌధం నిర్మించుకుంది. దాని అడుగున కుములుతుండేది ఒక అగ్ని పర్వతమని తెలిసికోదు. మలయమారుతం, శరత్కాల చంద్రికలు, ఎల్లప్పుడూ తానే అనుభవించగలవని కలలో సహా కేరింతలు కొడుతుంది. ఎంత త్వరలో తాను

మేల్కొని అడుగునున్న హరిజనుల్ని కూడా తనతో పాటు సమానంగా చూస్తే, తనకీ హరిజనులకీ అంతమేలని తలంచదు. ఇందుకు సేవా సంఘాల్ని ముందు బెట్టింది. హరిజన సంఘములో రగిలి రగిలి, ప్రజ్వరిల్లబోయే కాలాగ్నిని చల్లార్చుడానికి యేర్పడ్డ వాటికే హరిజన సేవా సంఘాలని పేరు.

పేడ తక్కెడ

హరిజనులకు సిరిజనులు రుణస్తులని గాంధిగారి వ్యాఖ్యానం. ఉడికెత్తి ఉద్రేకింపబడే హరిజన యువకులు వేడి వేడి రక్తాన్నుంచి వెలువడబోయే దావాగ్నిని చల్లార్చుడానికి పుస్తకాలు, పలకలు, విద్యార్థి వేతనాలు ఎరేసి, అంటగట్టి–బానిసత్వంలో బంధించాలని కుట్రపన్నారు. తియ్యని మాటలతో మోసగించి వశపరచుకుంటున్నారు. తమ్ము పీడించువారినే, పోషించువారని భ్రమింపజేస్తున్నారు.

చిరకాలాన్నుంచి మనల్ని ఒక ఇరుకు బోనులో ఇరికించారు. అది యెలాగో తప్పించుకున్నాం. ఇప్పుడు ముక్కా ముడుసూ, రొట్టె ముక్కలూ అడ్డమేసి సేవా సంఘమనే క్రొత్త బోనులోకి లాగుతున్నారు. ఈ బందీఖానా 144గో సెక్షన్ బాపతేరా బాబూ. తెలిసుకోండి! మేల్కోండి! అని నాబోటి వాళ్ళెవరైనా నోరెత్తితే చూచారా! పెంచిన కుక్క కాలు కరవొస్తుందని గొంతు బీక్కొని, తెగ్గింజుకొని గుడ్లెర్రజేసి, గుటకలు మ్రింగుతారు. వీరి గెడ్డాల క్రింద కారేనీళ్ళు త్రాగాలని హరిజన విద్యాధికుల్లో కొందరు, మాయతెర మీద నాటకాలాడి కులాన్ని మరిపించబోతారు. "ఎక్కువ చదువుకుంటే, ఎక్కువ మోసాలు నేర్చుకోవచ్చు"నట.

లోకోత్తర పురుషుడైన గాంధీ మహాత్ముడు ప్రాయోపవేశం (ఉపవాసం) యెందుకు చేశాడో తెలుసునా? హరిజనులని పిలువబడే మన సంఘానికి (Separate Electorate) ప్రత్యేక ఎన్నికలు పనికిరావని, వాటి వల్ల హరిజనులు హిందూ సంఘాన్నుంచి మరింత దూరమైపోతారని గాంధీ వారి విశ్వాసం. అయితే ప్రాయోపవేశ ఫలితంగా బయలుదేరిన సేవా సంఘాలు చేస్తున్న పనులేమిటి? ఏ ప్రత్యేకతైతే హరిజనులకు పనికిరాదని మహాత్ముడు ప్రాయోపవేశం పూనితే బ్రహ్మరథం పట్టారో అటువంటి ప్రత్యేకతతో కూడుకున్న ప్రత్యేక బావులు, ప్రత్యేక పాఠశాలలు, ప్రత్యేక దేవాలయాలు, ప్రత్యేక దేవుళ్ళు, ప్రత్యేక పేర్లు, ప్రత్యేక పల్లెలు కల్పించి, హిందూ సంఘాన్నుంచి మరింత ప్రత్యేకించి – విడదీసి

– పెడమొగం పెట్టిస్తున్నారు. ఇదేనా గాంధీగారి వుద్దేశం? అయితే అస్పృశ్యత పోయేదెలాగ? ఆర్థిక మార్గాలు కలిగేదెట్టు? హక్కులు కాపాడేదెప్పుడు?

సేవా సంఘ నిధి నుండి వేతనాలు పొందే సేవకులు హరిజన యువకులను ఎలా ప్రేమిస్తున్నారో గ్రహించారా? గాంధీగారు మేకపాలు పిండుకుని త్రాగుతూ, మేకపిల్లని ఒడిలో వుంచుకొని దాని తలా–తోక– చెవులు సవరించి, బుజ్జగించి, "O! My dear Kid" ఓ నా ప్రియమైన మేకపిల్లా! అని ముద్దాడి ప్రేమించడం ఎంతో హరిజన సేవకుల ప్రేమ కూడా అంతే! దీన్ని సవతి తల్లి ప్రేమంటారు ధీరులు.

మన పౌరుషం చంపారు. చంపుతున్నారు. మనం చండాలురమని–సంకరజాతి వాళ్ళమని– రండ కొడుకులమని– ముండ బిడ్డలమని సనాతనుల వాదం. బ్రాహ్మణ– శూద్రునితో రంకుపోతే పుట్టామట.

"జాతు లెంచనేల జన్మముల్ తెలియరా,"

*సామ్యవాదాన్ని సహించని హిందూయిజం (విజయనగర ప్రసంగం) ప్రజాశక్తి బుక్‌హౌస్, విజయవాడ, **2016**, పుట.**18–21**.*

కొడవటిగంటి కుటుంబరావు (1909–1980)

*

కొత్త పద్ధతులు

జోగారావంటేనే మొదటినుంచీ మంట. వాడేది చేసినా నాకు తప్పుగానే తోస్తుంది. ఇంకోడి నోటివెంట వస్తే ఆమోదించే ముక్కలే వాడనటం మొదలుపెడితే నాకు చిరాకెత్తుతుంది.

తనొక పెద్ద సంస్కారపరాయణుడనీ, అధునాతనత్వం తనుగా మూర్తీభవించిందనీ జోగారావు అనుకోవటమే కాదు, అంటాడు కూడానూ. వితంతు వివాహాలకు నడుముకట్టుకోడనీ, శాఖాంతర వివాహాలు చేయించడనీ, తన బంధువర్గంలో ఉన్న ఆడపిల్లలకంటే ఊళ్ళో ఉండే వెధవ పిల్లలను అధికంగా చూడడనీ నేననను. కాని ఒక్కటి ఘట్టిగా చెప్పగలను; ఆడవాళ్ళకు సంబంధించని సంఘ సంస్కారం జోలికి జోగారావు వాడి జన్మలో వెళ్ళి ఎరగడు. మీ ఖద్దరూ, మీ హరిజన సమస్యా–ఇటువంటి దిక్కుమాలిన సమస్యల జోలికి వాడు ఛస్తే పోడు. రజస్వలా వివాహాలంటే, వితంతు వివాహాలంటే, ఆడవాళ్ళ విద్యా సంస్కార స్వాతంత్ర్యాధికాలంటే వాడికి నల్లేరుమీది బండినడక. ఎవడి హక్కుభుక్తాలలోనూ లేని స్త్రీత్వం వాణ్ణి చెడ్డ ఆకర్షించేది. పెళ్ళికాక రజస్వలయిన పిల్లలూ, వితంతువులూ వాడికి ఆరాధ్య వస్తువులు.

దానికి కారణం కూడా నేనెరుగుదును. వాడి భార్య కట్టెనూ, కంపనూ కాలని కొరివి. మగరాయుడు, ఎండుకట్టె. ఎన్నడూ ఏ అవినీతికరమైన పనికీ పాల్పడని జోగారావు దిక్కులేక, ప్రకృతి ప్రేరేపణను జయించే సంస్కారం లేక, ఆ భార్యనే అమిత ప్రేమతో ఆరాధించుతూ వచ్చాడు. ఆ క్షుద్ర ఉపాసననెత్తి ఆడించింది. జోగారావు సంస్కార ప్రియత్వమంతా దాని ఫలితం.

వాడి మూలంగా నాకు చాలాకాలం హైమవతిమీద కూడా అర్థంలేని దురభిప్రాయం ఉండేది. ఆ పిల్ల, వాణ్ణి 'బాబాయి' అని పిలుస్తుంటే నాకు తిక్కెత్తుకొచ్చేది. వాడా పిల్లకేమీ కాడు. హైమవతి చిన్నతనంలో నాలుగైదు సంవత్సరాలపాటు, ఆ పిల్ల తల్లిదండ్రులు జోగారావుగారింట్లో అద్దెకున్నారు. ఆ రోజుల్లో వీడా పిల్లను ఒక్కసారయినా దగ్గరికి తీశాడనికాని, ఒక బిస్కట్టుముక్క ఆ పిల్లకు కొనిపెట్టిన పాపాన పోయినాడని కాని అనుకోను. ఆ పిల్ల పెళ్ళికి వాడు పోలేదని నాకు స్పష్టంగా తెలుసును. కాని హైమవతి భర్త పోయిన పది రోజుకల్లా వీడు హాజరు! వాళ్ళెవరూ ఆమె జుట్టుతీసే ప్రయత్నంలో లేకపోయినప్పటికీ, వాడు మాత్రం ఆ దురాచారం గురించి చాలాసేపు గంభీరోపన్యాసం ఇచ్చి ఆమె భావి యావత్తూ ఆ రోజు సూర్యాస్తమానం అయేలోపల వివరంగా నిర్ణయించేశాడు.

అయితే హైమవతి చదువుకు మాత్రం జోగారావు చాలా విధాల సహాయపడిన మాట మాత్రం నిజం. ఆమె ఒక్కొక్క తరగతే పాసవుతున్నకొద్దీ జోగారావు తన జన్మ సార్థకమవుతున్నట్టు భావించాడు. ఆఖరుకు హైమవతి వాడి కొక ఆశయం అయిపోయింది. దానిముందు విశాలమయిన సంఘ సంస్కారాలాభిలాష కూడా తుడిచిపెట్టుకుపోయింది.

ఎట్లాగయితేనేం హైమవతి బి.ఏ. డిగ్రీ తెచ్చుకున్నది. అంతటితో జోగారావు నిర్ణయించిన క్రమం కాస్తా అడ్డం తిరిగింది. హైమవతి పెళ్ళి తన చేతిమీదిగా చేసి నిభాయించలేనని ఆమె తండ్రి ఖండితంగా చెప్పేశాడు. జోగారావు అంత సులభంగా ఓడిపోదలచలేదు. "ఆ కార్యభారం యావత్తూ నా మీద వెయ్యండి, అన్నగారూ!" అన్నాడు జోగారావు. "మీరేమైనా చేసుకోండి. నాపూచీ మాత్రం ఏమీ లేకుండా ఉంటే సరి" అన్నాడు హైమ తండ్రి. ఆ రోజు లగాయతు హైమ జోగారావు కుటుంబంలో చేరిపోయింది.

ఆమెకు జోగారావు తెచ్చిన సంబంధం కూడా నాకాశ్చర్యం కలిగించింది. సూర్యనారాయణ మేధావీ, స్ఫురద్రూపీ, చిన్న జమీందారూనూ! అతను బి.ఎ. ఆనర్సు పాసయి హైమకోసం కనిపెట్టుకున్న వాడల్లే పెళ్ళీ పెటాకులూ లేకుండా ఊరికే కూర్చున్నాడు. జోగారావు ఈ సూర్యనారాయణను ఎప్పుడు ఎక్కడ ఏ గాలం వేసి పట్టాడో నాకైతే తెలియదుగాని, ఆ కుర్రవాడితో ఒకటి రెండుసార్లు

మాట్లాడిన తరవాత హైమవంటి విద్యాధికురాలికి అంతకంటె మంచి భర్త దొరకడనుకున్నాను. నిజంగా ఆ పెళ్ళే జరిగితే జోగారావును గురించి నా అభిప్రాయం యావత్తూ ఒక్క క్షణంలో మార్చేసుకోవటానికి కూడా సంసిద్ధుణ్ణయినానంటే నమ్మండి.

అయితే జోగారావు దిగ్విజయానికి తలవని తలంపుగా మరొక అంతరాయం వచ్చింది. హైమ తనకు పునర్వివాహం అవసరం లేదన్నది.

"మా అమ్మమ్మ అంటూండేది–వెధవముండ పెళ్ళి వెధవ పెళ్ళేనని. అది నిజం కూడాను!" అన్నది హైమ కరుకుగా.

"ఏం? ఏం? ఏం?" అన్నాడు జోగారావు నోట మాటరాక.

"ఈ వెధవ పెళ్ళిళ్ళు సామాన్యంగా సరిగా పరిణమించవు. ఏదో వంక రానే వస్తుంది!" అని హైమ సమాధానం చెప్పింది.

"నాన్సెన్స్! మామూలు పెళ్ళిళ్ళు కూడా అంతే. ఆ మాటకు వస్తే!" అన్నాడు జోగారావు, బహుశా తన పెళ్ళి స్మరిస్తూ.

"ఆ పెళ్ళిళ్ళు ఎట్లా తగలబడినా ఫరవాలేదు. అవి సంఘదేవతకు బలులు! పితృదేవతలు తరించటానికి చేసేవి. ఆ పెళ్ళిళ్ళు చెయ్యకపోతే ఆడపిల్లలు అంటరాని వాళ్ళవుతారు! చేజేతులా అటువంటి పెళ్ళే మళ్ళీ, ఎరిగి, ఎరిగి. ఎవరి ప్రోద్బలమూ లేకుండా, పైగా నలుగురి ఇష్టాన్నీ తిరస్కరిస్తూ చేసుకోవటం బుద్ధి తక్కువ కాదూ?" అన్నది హైమవతి ఒకే గుక్కలో.

"అదేం మాట! ఇతర విధవా వివాహాలు ఎట్లా అయితే నీకెందుకు? నీకు అన్ని విధాలా నచ్చిన మొగుడు దొరికితేనే చేసుకో. లేకపోతే మానెయ్యి!" అన్నాడు జోగారావు.

"అదే నేనూ అంటున్నా!" అన్నది హైమ.

ఆ మర్నాడు సాయంకాలానికల్లా గారడివాడు మంత్రించి బుట్టలోనించి తీసినట్టు, జోగారావు ఎక్కణ్ణుంచో సూర్యనారాయణను ప్రొడ్యూస్ చేశాడు!

ఆ మొదటిరోజు సంభాషణలో జోగారావు, విశేషం కల్పించుకోలేదు. వెయ్యి కళ్ళతో సూర్యనారాయణనూ, హైమవతినీ కనిపెడుతూ వచ్చాడు. కాని వాళ్ళ సంభాషణ అమూలాగ్రం వినేసరికి జోగారావు గుండె నీరయిపోయింది.

"నాకు స్వతస్సిద్ధంగా మగవాళ్ళంటే పరమ అసహ్యం!" అన్నది హైమ ఏ సందర్భంలోనో.

సూర్యనారాయణ ఎంతో మృదువుగా మందహాసం చేస్తూ "నాకు ఆడవాళ్ళంటే కూడా అంతే" అన్నాడు.

ఈ విషయం మీదే ఆ ఇద్దరూ జోగారావు సహాయం దాదాపు ఏమీ అవసరం లేకుండా, పునరుక్తిదోషం రానివ్వకుండా, రెండు గంటలు మాట్లాడుకున్న తరవాత సూర్యనారాయణ లేచి "పొద్దు పోతున్నది. వస్తాను" అంటే, "నేను పోతున్నాను. పొద్దు మళ్ళీ రేపు వస్తే వస్తుంది, నేను మాత్రం రాను!" అన్నట్లు ధ్వనించింది జోగారావుకు.

కాని అంతవరకు జోగారావు పొరపాటు పడ్డాడు. ఏమంటే, సూర్యనారాయణ మర్నాడు మళ్ళీ వచ్చాడు. అయితే ఏం? నిన్నటి చర్చ ఎక్కడ ఆగిందో అక్కడ మళ్ళీ ప్రారంభమయింది. అది చర్చ మాదిరిగా కూడా లేదు జోగారావు చెవులకు! కాట్లకుక్కల అంతకలహంలాగు కనిపించింది. ఆడవాళ్ళకు విరుద్ధంగా సూర్యనారాయణా, మగవాళ్ళకు విరుద్ధంగా హైమవతీ వకాలతు పుచ్చుకుని మొత్తం మీద ఇద్దరూ కలిసి మానవ మనస్తత్వాన్ని కడిగి తూర్పారబట్టారు. "అవతల మనిషి ఆడదే! కాస్త సౌజన్యం చూపింతా" మని సూర్యం కాని, అతన్ని ఆకర్షించుతామనీ, మెప్పింతామనీ, స్త్రీ సహజమైన మార్దవం ప్రకటింతామని హైమ కాని ప్రయత్నలేశం కూడా చెయ్యటంలేదు.

"ఒకవేళ వీళ్ళిద్దరూ పెళ్ళాడితే మాత్రం ఆ కాపరం ఎట్లా ఏడుస్తుంది!" అని ఆశ్చర్యపడ్డాడు జోగారావు.

వాళ్ళిద్దరూ మాట్లాడుకునే విధానమేకాక విషయాలు కూడా జోగారావుకు నచ్చలేదు. మానవ మనస్తత్వం గురించి మాట్లాడటం అయిపోయిన తరవాత వాళ్ళు మాట్లాడిన విషయం ప్రేమ! అది కూడా ఎంత విలక్షణంగా!

జోగారావు అభిప్రాయంలో పెళ్ళాడబొయ్యేవాళ్ళు మూడో ప్రాణి ఎదుట ప్రేమ ప్రస్తావన తేగూడదు. తెచ్చినవాళ్ళు దాన్ని గురించి ముచ్చటగా ముచ్చటించవలసిందేగాని ముక్కముక్కలు చెయ్యటం ఏమి రసికత్వమో జోగారావు కర్థం కాలేదు.

"ప్రేమ" అనే మాట సూర్యనారాయణ నోట వచ్చీ రాక పూర్వమే హేమ "నాకు ప్రేమలో నమ్మకంలేదు. తలమీద వొక్క వెంట్రుక కూడా లేకుండా జీవించటం ఎంత సులభమో ప్రేమ లేకుండా జీవించటం అంత సులభం!" అన్నది.

హైమవతి ఆ వాక్యం పూర్తిచేసే లోపుగా జోగారావు మూడు చావులు చచ్చినట్టయినాడు!

"నాకు ప్రేమలో చాలా విశ్వాసం వుంది!" అన్నాడు సూర్యనారాయణ గంభీరంగా–"నీ అజ్ఞానానికి నేను చాలా విచారిస్తున్నాను!" అని స్ఫురించే గొంతుతో "ప్రపంచంలో డబ్బు తరవాత ప్రేమకంటె ఉత్కృష్ట లేదని నా నమ్మకం!"

హైమ ఆశ్చర్యం నటిస్తూ "ఒకే మనిషి ఒకే క్షణంలో డబ్బులోనూ, ప్రేమలోనూ అంత విశ్వాసం కనబరచటం మన సంప్రదాయం కాదేమో! అమెరికా వాళ్ళు–" అని ప్రారంభించింది.

"ధర్మార్థ కామమోక్షాలు! అర్థమూ కామమూ! క్రమం కూడా నేను చెప్పినట్టే వుంది. అందుచేత నాది బొత్తిగా అమెరికా సంప్రదాయం కాదు. అసలే సంప్రదాయమూ అవసరం లేదు. కాస్త ఆలోచిస్తే మనకే తెలుస్తుంది. డబ్బు లేకుండా జీవించటం అసంభవం. ప్రేమ లేకుండా జీవించటం అసమగ్రం" అన్నాడు సూర్యం.

"ఎందువల్లా?" అన్నది హైమ.

"ప్రేమించేవరకూ మనలో ఏ శక్తులున్నదీ మనకే తెలియదు. మనలో వున్న మంచితనం కూడా అప్పుడుకాని పైకిరాదు. కనీసం నా అనుభవం అదీ. మా అమ్మ చచ్చిపోయిన తరవాత నేను చాలా చెడ్డవాణ్ణి అయిపోయినాను. త్యాగం చేసే శక్తీ, నిజం చెప్పే ధైర్యం, ధర్మనిర్ణయం చేసే తెలివీ నాలో ఉన్నై. కాని, వాటిని ఎవరి మీద ప్రయోగించను? అసలు వాటిని పైకి తెచ్చేవారెవరు? అందరితోనూ సత్యహరిశ్చంద్రుడల్లే ఉండటం నాచేతకాదు!"

"ప్రేమ మీకు అంత ఆవశ్యకమని తోస్తే ఎవరినో ఒకరిని ప్రేమించలేక పోయినారా? తీరిపోనుగా?" అన్నది హైమ దాదాపు ఎగతాళిగా.

ఒక చెంప జోగారావు ఇదంతా వింటూ ఉడికిపోతున్నాడు. ఇంత అన్యాయం వాడి యెదుట యెన్నడూ జరగలేదు. తనతో ఎవతె అయినా అట్లా

అంటే ఆ మనిషిని జోగారావు కులట క్రింది గణించి ఉండును. హైమను గురించి సూర్యం ఏమనుకుంటున్నాడో? పైకి మాత్రం అడిగిన దానికల్లా ఎంతో ఓర్పుగా ఏదో సమాధానం చెబుతూనే వున్నాడు. వీళ్ళ సంభాషణ వింటున్న జోగారావుకు కాస్సేపు ఒకరిమీదా, మరి కాస్సేపు మరొకరిమీదా కోపం వచ్చేది. సూర్యం వట్టి మూఢుడు. లేకపోతే ఈడు వచ్చిన ఆడపిల్లతో మాట్లాడవలసింది అట్లాగా? ఆఖరుకు వంకాయలను గురించి కూడా బట్టబయలుగా చర్చించినచోట శృంగారం పుట్టదే! అటువంటప్పుడు ప్రేమను గురించీ, మనస్తత్వం గురించీ బట్టబయలుగా మాట్లాడుతున్న తర్వాత ఇంక శృంగారమేమిటి?....మరొక ధోరణిలో సంభాషించటం మొదలే పెట్టాలిగాని ఆ ఇద్దరూ ఒకరినొకరు ఎంతగానైనా ప్రేమించుకోవచ్చు! ఒకరికోసం ఒకరు హృదయాలు దగ్ధం చేసుకుని ద్రవించుకోవచ్చునే! జోగారావు అసలు దిగులు అట్లా జరగటం లేదని!

హైమవతి అడిగినదానికి సూర్యం సమాధానం చెప్పాడు. "మనం ప్రేమించట మంటూ ఎప్పుడూ ఉండదు. ఆ భ్రమవల్లనే ఇన్ని అర్థంలేని ప్రణయకథలు పుట్టినై. ఒకడు ఒకతెను ప్రేమించటమూ, ఆమె అతణ్ని తిరిగి ప్రేమించలేకపోవటమూ, అతగాడు గుండెలవిసి చావటమూనూ! ఒక ప్రణయ కథ! నిజం ఏమిటంటే, ఒక మనిషి కామించగలడు కాని ప్రేమించలేడు. ప్రేమించటానికి ఇద్దరి ప్రయత్నమూ అవసరం. అందుచేత జీవితంలో జరిగేదేమంటే, మనం ఎవరినీ ప్రేమించం; ఎవరో మన ప్రేమ సంపాదిస్తారు. అది నాకింకా జరగలేదు. నా ప్రేమ ఎవతె కూడా సంపాదించలేదు. అందుకనే నేను పెళ్ళాడలేదు. పెళ్ళాడి ప్రేమించటమనేదాన్లో నాకు ఏ మాత్రమూ విశ్వాసం లేదు. పెళ్ళాడి కొంతకాలం కాపరం చేసిన తరవాత ఏ ఇద్దరికైనా కొంత పరస్పరాభిమానం కలిగి తీరుతుంది. కాని ఆ అభిమానం ప్రేమకు ప్రత్యామ్నాయం కింద నేను భావించలేను. భావించేవాళ్ళుండవచ్చు గాక!"

జోగారావు చెవులకు ఇదంతా కపటంగానూ, కృత్రిమంగానూ కనిపించింది; ప్రేమకోసం త్యాగం చెయ్యలేనివాడి కబుర్లు ఇట్లాగే ఉంటవనిపించింది.

"లేదు. నా ప్రేమ సంపాదించటానికి సంసిద్ధురాలు కానిదాని ప్రేమ నేనెందుకు సంపాదించాలీ?" అన్నాడు సూర్యం.

"మీకు నీతిలో విశ్వాసం ఉందా?" అన్నది హైమవతి.

జోగారావు చేతులు రెండూ కణతలకు చేర్చుకుని కూర్చున్నాడు. వాళ్ళ సంభాషణ ధోరణి మార్చటానికి వాడు చేసిన ప్రయత్నాలన్నీ వ్యర్థమయినై.

"నాకు నీతిలో చాలా విశ్వాసం ఉంది. పదికోట్ల మందియొక్క విశ్వాసాలను కాదనటం నాకేమిటో ద్రోహంగా తోస్తుంది. అయితే జీవితంలో నీతికి మనవాళ్ళు అనవసరమైన ప్రాముఖ్యం ఇస్తున్నారని నేను చెప్పగలను! ('నీ తలకాయ!' అనుకున్నాడు జోగారావు) ఏమంటే, నీతి అంత ముఖ్యమైనదే అయితే రోజూ దాదాపు ప్రతి మనిషీ ఈ నీతిని అతిక్రమించుతూ వెళ్ళగలగటం ఎట్లా సాధ్యమవుతుందీ? అందుకని నేనేం చేస్తానంటే, బలమైన కారణం లేనిదే నీతిని విసర్జించను. నాకది యోగ్యమైన పనిగా తోచింది" అన్నాడు సూర్యనారాయణ.

ఈ విధంగా ఒక వారం గడిచింది. జోగారావు తన మనస్సు తనే తెలుసుకోలేక పోయినాడు. వాళ్ళను చూస్తే కోపమూ, తన ప్రయత్నం విఫలమైపోతున్నదే అనే దిగులూ, ఇప్పటికైనా వాళ్ళను సక్రమ మార్గంలో పెట్టే అవకాశం ఉందేమో అనే ఆశా, వాణ్ణి ఒక్కసారిగా బాధించసాగినై. ఆఖరుకు ఆశ గెలిచింది. సూర్యనారాయణ ఇంటికి పొయ్యేటప్పుడు జోగారావు అతన్ని కొంతదూరం సాగనంపి దారిలో "చూడు, సూర్యనారాయణా! నీతో ఒక్కటి చెప్పుదామనుకుంటున్నాను. నీకు హైమను చూస్తే ఏ అభిప్రాయం కలిగిందో నాకైతే తెలియదు. అది నిజంగా చాలా తెలివిగలదీ, బుద్ధిమంతురాలూనూ! ఎందుకో అది నీతో సరిగా మాట్లాడటం లేదు. దాని అసలు ప్రవృత్తి దాస్తున్నది-" అని ప్రారంభించాడు.

సూర్యం కొంచెం ఆశ్చర్యం కనబరుస్తూ "ఆవిడ తెలివిగలది కాదనిగాని, బుద్ధిమంతురాలు కాదనిగాని నాకెన్నడూ అనిపించలేదు. నేనా సంగతి మొదటినుంచీ స్పష్టంగా గ్రహించాను. మీరనటం వల్ల నాకేదో అనుమానం కలుగుతున్నది!" అన్నాడు. జోగారావు ఒక క్షణంపాటు నిర్ఘాంతపోయినాడు. కానీ తెప్పరిల్లుకుని "మీకద్దరికీ వివాహం జరిగితే నామట్టుకు నేను చాలా సంతోషిస్తాను అన్నాడు.

"నేనావిణ్ణి పెళ్ళిచేసుకునే పక్షంలో నా సంతోషం కోసం గాని, ఆవిడ సంతోషం కోసం గాని చేసుకుంటాను తప్ప మూడోవాళ్ళకోసం చేసుకోను" అన్నాడు సూర్యం కటువుగా.

◆ ◆ ◆

"నీవే అతన్ని పాడుచేశావు!" అన్నాడు జోగారావు హైమతో, ఇంటికి వస్తూనే. "ఏం జరిగింది?" అన్నది హైమవతి.

"నీవతన్ని ఏ మాత్రమూ ఆకర్షించలేక పోయినావు. అతన్ని కదిలించి చూశాను!" అన్నాడు జోగారావు నిస్పృహతో.

హైమ నవ్వి "అతను ప్రతిరోజూ ఇక్కడికిరావటం నీకోసమనుకున్నావా, బాబాయి?" అన్నది.

జోగారావు నిర్ఘాంతపోయినాడు.

మర్నాడు సూర్యనారాయణ వచ్చినప్పుడు యథాప్రకారమే చర్చ నిన్న విడిచినచోట అందుకున్నారు. అయితే ఇవాళ మాట్లాడటం ఛార్జీ హైమ పుచ్చుకున్నది.

"నాకు నీతిలో విశ్వాసం లేదు" అన్నది హైమవతి. "కాని నీతిగా ఉండక ఆడదానికి సాగదు. అయినప్పటికీ నేను ప్రేమకోసం అవినీతిగా ప్రవర్తించ గలుగుతాననే ధైర్యం వుంది. నేను ఏ మనిషి కోసమైతే నీతిని విసర్జించగలనో ఆ మనిషిని ప్రేమించాననుకుంటాను. లేదా ఏ మనిషి నన్ను నీతిగా వుంచగలిగితే ఆ మనిషిని ప్రేమించాననుకుంటాను!"

'నీ మొహం' అనుకున్నాడు జోగారావు. 'ఒక్క మాట కూడా సందర్భమూ అర్థమూ లేదు.... 'ప్రేమ' అని నోటివెంట అనేస్తే ఇక అందులో శృంగారమేముంది? అదీ మామూలు మాటే! పైకి మాత్రం జోగారావు ఒక ముక్కు ముక్కి ఊరుకున్నాడు.

సూర్యనారాయణ సిగరెట్టు నోట్లో పెట్టుకుని నిప్పుపెట్టె కోసం జేబులో తడువుకోసాగాడు. హైమవతి లేచి వెళ్ళి నిప్పుపెట్టె తెచ్చి తనే పుల్ల వెలిగించి సిగరెట్టుకు అందించింది.

సూర్యనారాయణ వెళ్ళిపోయిన తరవాత జోగారావు హైమతో గట్టిగా మాట్లాడాడు. "నీ వతన్ని పెళ్ళి చేసుకోవటానికి ఒప్పుకోకపోయినప్పటికీ అతనితో 'నాకు నీతిలో నమ్మకం లేదూ, నేను ప్రేమకోసం నీతిని వదిలిపెట్టేస్తానూ' అనటం ఏమీ బాగాలేదు, హైమా! అది-అది ఆడ అందం కాదు. తరవాత అతనికి సిగరెట్లు వెలిగించి పెట్టటం కూడా మర్యాదకాదు. మీ పెళ్ళి స్థిరమయితే అటువంటివి ఏం చేసినా తప్పులేదు!"

హైమ ఆశ్చర్యంతో "నే నాయన్ని పెళ్ళి చేసుకోవటానికి ఈ క్షణాన సిద్ధంగా ఉన్నాను. ఏమిటి నీవనేది?" అన్నది.

"అయితే నిన్ను పెళ్ళి చేసుకోవటానికి ఆయన సిద్ధంగా లేడు. సరేనా?.... అయినా నీ వతన్ని ఎప్పటినుంచి ఆమోదించావో తెలుసుకోవచ్చునా?"

"మొదటినుంటీ మేమిద్దరమూ ఒకరినొకరు ఆకర్షించుకోవటానికి ప్రయత్నం చేస్తున్న సంగతి నీవు గమనించటం లేదా?"

"ఆకర్షించటమా? పోట్లాటా?"

"పోట్లాటేమిటి? మేమిద్దరం ఒకళ్ళతత్వం ఒకరు అర్థం చేసుకుంటున్నాం. అదే సరయిన పద్ధతి. అట్లా కాకుండా ఆయన నాతో 'నిన్ను ప్రేమించాను. నన్ను పెళ్ళాడతావా?' అంటే ఆయన గురించి నాకేం తెలుస్తుందీ!"

జోగారావు మొహం చిట్లించి ఊరుకున్నాడు. మర్నాడు సూర్యం వచ్చే సమయానికి హైమ ఏదో పనిమీద ఉన్న అవకాశం చూసుకుని జోగారావు అతనితో "మా హైమ నిన్నే విధంగానైనా ఆకర్షించిందా అని అడుగుదామనుకుంటున్నాను" అన్నాడు.

"ఆకర్షించిందనే చెప్పాలి!" అన్నాడు సూర్యం. "మొదటి సంగతి, ఆవిడ నాతో అబద్ధమాడదని తేల్చుకున్నాను. ఆ తరవాత ఆవిడ ప్రేమ నేను సంపాదించగలిగితే ఆ తరవాత నన్ను మోసం చెయ్యదని నాకు రూఢి అయిపోయింది. పెళ్ళి చేసుకోబొయ్యే ఆడదాన్ని గురించి మొగవాడి కామాత్రం భరవాసా ఉండదగినదే. భార్య విషయంలో అసూయపడవలసి రావటం కంటె పాపిష్ఠి సంగతి మరొకటి ఉండబోదు."

"నిన్ను చూచి హైమ వరించినట్టు కనిపిస్తుంది. దానికి కారణం ఏమిటై ఉండవచ్చును?" అన్నాడు జోగారావు.

సూర్యం కొంచెం ఆలోచించి "నా డబ్బయి ఉండవచ్చును. నాలో ఇతర లక్షణాలు కొన్ని లేకపోలేదు. కాని, అవేవీ డబ్బుతో సమానం కావు. ఒక విధంగా నేను ప్రేమ సంపాదించటానికి అర్హత పొందానని చెప్పవచ్చును. డబ్బు లేనివాడికి మరొకరి ప్రేమ సంపాదించే అర్హత లేదు. వెనక మా బంధుకోటిలో ఒక పెద్ద మనిషి వృత్తిలో ప్రవేశించబోతున్న ఒక భోగం మనిషితో పరిచయం

చేసుకుని ఆమె ప్రేమ సంపాదించాడు. కాని దరిద్రుడు కావటం వల్ల ఆ మనిషికి తిండి అయినా పెట్టలేకపోయినాడు. అటువంటి పనిచెయ్యటం ద్రోహమంటాను."

జోగారావు నిర్విణ్ణుడై, "నీ డబ్బు కోసం నిన్నెవతె అయినా అపేక్షగా చూస్తే నీకంగీకారమేనా?" అని అడిగాడు.

"నా మొహం చూసి ప్రేమిస్తే అంగీకారం కాదా? నా తెలివితేటలు చూసి ప్రేమిస్తే ఆమోదించనా? అట్లాగే నా డబ్బూను! నా మొహానికీ తెలివితేటలకూ నా వ్యక్తిత్వంతో ఎంత సంబంధం ఉందో నా డబ్బుకూ అంత సంబంధం ఉంది. అది లేకపోతే నేనింకో విధంగా మాట్లాడతాను. చూపులకే యింకో విధంగా కనిపిస్తాను" అని సూర్యం సమాధానం చెప్పాడు.

"నిన్ను కదిలించటం నాదే బుద్ధి తక్కువ!" అనుకున్నాడు జోగారావు. అసలు వాడి మనస్సు విరిగిపోయింది. హైమవతీ, సూర్యనారాయణా ఇద్దరూ చేరి తనను మూఢుణ్ణి చెయ్యటానికి ప్రయత్నిస్తున్నారనే అనుమానం వాడికి కలుగసాగింది. ఆ ఇద్దరికీ ఉన్న సంబంధం ఏమిటో ఆ రహస్యం మాత్రం జోగారావుకు అర్థం కాలేదు. అది ప్రణయం కాదని మటుకు రూఢి చేసుకున్నాడు. అదే ప్రణయమైతే తనకో వాళ్ళకో మతిలేదనుకోవాలి.

సూర్యనారాయణకు అప్పులేమాత్రమో ఉండి ఉండాలి. ఆస్తి ఉన్నవాడికే అప్పులు. ఈ ఒత్తిడి జాస్తికావటం వల్ల ఆ వ్యవహారాలు పరిష్కరించుకొని రావటానికి సూర్యనారాయణ వాళ్ళ ఊరు వెళ్ళాడు.

అతను వెళ్ళిన క్షణం నుంచీ హైమవతి పూర్తిగా మారిపోయింది. గుబులుగా, పరధ్యానంగా ఉండసాగింది. పలకరిస్తే సరిగా సమాధానం చెప్పకపోయ్యేది. జోగారావు కిదంతా అర్థం కాలేదు. మొదట హైమవతి తనను ఈ విధంగా మోసపుచ్చుతున్నదనుకున్నాడు. కాని రోజులు గడిచినకొద్దీ హైమ యథార్థంగానే బాధపడుతున్నట్లు రూఢి అయింది. ఒకసారి ఆమె కళ్ళల్లో తడికూడా చూశాడు జోగారావు.

కారణం అడిగితే హైమ చెప్పేసింది. "తనకెంత అప్పున్నదీ సూర్యం తెలుసుకోలేదు. అతనికేమీ మిగలదు. అతనికి వాళ్ళవాళ్ళు రాసిన ఉత్తరం చూశాను. నాగతి ఏం కావాల్సిఉంది?"

విభా ప్రభాతములు ❖ 101

"నీ గతికేం?"

"సూర్యం నన్ను పెళ్ళి చేసుకోకపోతే....ఆయనను మనింటికెందుకు రానిచ్చావు బాబాయి? ఇంకో మనిషి నన్ను అట్లా ఆకర్షించే అవకాశం నాజన్మలో ఏముంది?"

'నీకంత మమకారం ఉంటే, డబ్బు లేకపోతే పోయింది. అతన్ని పెళ్ళాడరాదూ? అతనన్నట్టు నీవతని డబ్బు చూసే మోహించావా ఏమిటి?" అన్నాడు జోగారావు.

"నీవర్థం చేసుకోవు. ఆ డబ్బు వెనక లేకపోతే సూర్యం అందరివంటి మొగుడే అవుతాడు. నన్నాకర్షించింది అందరివంటి మొగవాడు కాదు!"

"నా తలకాయల్లే ఉంది!" అన్నాడు జోగారావు.

కొద్ది రోజులకు సూర్యం దగ్గిర నుంచి ఉత్తరం వచ్చింది. "కాని నా అదృష్టం ఇంకా నన్ను వీడలేదు" అని రాశాడు సూర్యం. "నాకొక సంబంధం వచ్చింది. ఆ పిల్ల వెంట ఇరవై ఐదువేల రూపాయల ఆస్తి వస్తున్నది. నిన్ను ప్రేమించే అధికారం నేను సొంతంగా పోగొట్టుకోలేదు."

"నాకా చివరముక్క అర్థంకాలేదు" అన్నాడు జోగారావు,. అనుమానంతో. ఇంత కాలానికి వికసించిన మొహంతో హైమ "నాకర్థమయింది" అన్నది.

మొదటి ముద్రణ: భారతి,
సెప్టెంబర్ 1940

కొడవటిగంటి కుటుంబరావు రచనా ప్రపంచం, కథలు (1938-47)
కూర్పు: కృష్ణాబాయి, చలసాని ప్రసాద్
విప్లవ రచయితల సంఘం, 2009, పుట.155-163.

శ్రీరంగం శ్రీనివాసరావు (1910–1983)

*

వ్యత్యాసం

అదృష్టవంతులు మీరు,
వెలుగును ప్రేమిస్తారు,
ఇరులను ద్వేషిస్తారు,
మంచికీ చెడ్డకీ నడుమ
కంచుగోడలున్నాయి మీకు.

మంచి గదిలోనే
సంచరిస్తాయి మీ ఊహలు.
ఇదివరకే ఏర్పడిందా గది.
అందుకే వడ్డించిన విస్తరి మీ జీవితం.
నిశ్చల నిశ్చితాలు మీవి.
మంచిని గురించి,
మర్యాద, మప్పితం గురించి,
నడతా, నాణ్యం, విలువల విషయం
నిశ్చల నిశ్చితాలు మీవి.

మీ కన్నుల చూపులు సరళ రేఖలో!
రేఖ చెదిరితే గొల్లుమని పోతారు.
రేఖ కవతలి వారంతా నేరగాళ్ళు.

రేఖను రక్షించడానికే
న్యాయస్థానాలు, రక్షకభట వర్గాలు,
చెరసాలలు, ఉరికొయ్యలు,
రేఖను కాపాడక తీరదు.

అభాగ్యులం మేము,
సరిహద్దులు దొరకని
సంధ్యలలో మా సంచారం.
అన్నీ సమస్యలే సందేహాలే మాకు.
వెలుగులోని చీకట్లే,
ఇరులలోని మిణుగురులే చూస్తాం.
నూరు దోషాలలోని ఒక సుగుణం,
నూరు పుణ్యాలలోని ఒక ఘోరం!
వ్యత్యాసాలూ, వ్యాఘాతాలే
అడుగడుగునా మాకు.
మా వంట మేమే వండుకోవాలి.
ఒక్కొక్కమారు విస్తరే దొరకదు,
జీవితపు సన్నని సందులకే
ఆకర్షణ మాకు.

మా దృష్టిది వర్తుల మార్గం.
ఆద్యంత రహితం.
సంధ్యా జీవులం, సందేహ భావులం.
ప్రశ్నలే, ప్రశ్నలే.
జవాబులు సంతృప్తిపరచవు.
మాకు గోడలు లేవు.
గోడలను పగులగొట్టడమే మా పని.

అలజడి మా జీవితం.
ఆందోళన మా ఊపిరి.
తిరుగుబాటు మా వేదాంతం.

ముళ్లూ, రాళ్ళూ, అవాంతరాలెన్ని ఉన్నా
ముందు దారి మాది

ఉన్నచోటు చాలును మీకు.
ఇంకా వెనక్కి పోతామంటారు కూడా
మీలో కొందరు.

ముందుకు పోతాం మేము.
ప్రపంచం మా వెంట వస్తుంది.

తృప్తిగా చచ్చిపోతారు మీరు.
ప్రపంచం మిమ్మల్ని మరిచి పోతుంది.

అభిప్రాయాల కోసం
బాధలు లక్ష్యపెట్టనివాళ్ళు
మాలోకి వస్తారు.

అభిప్రాయాలు మార్చుకొని
సుఖాలు కామించే వాళ్ళు
మీలోకి పోతారు.

25 ఏప్రిల్ 1937

మహాప్రస్థానం
విశాలాంధ్ర, హైదరాబాద్, 2010, పుట. 55,56,57.

త్రిపురనేని గోపిచంద్ (1910-1962)

*

హిందూ పాతివ్రత్యం

తర్కాలవల్లా, వాదాలవల్లా, చర్చలవల్లా, మనదేశంలో చింతకాయలు కూడా రాలవని డాక్టరూ, శాస్త్రీ, ప్లీడరూ చర్చించుకుంటూ వుంటే, వింటూ కూర్చున్నాడు గోపీ.

శాస్త్రికీ, డాక్టర్‌కీ యెప్పుడూ పడదు. వేరువేరు వాతావరణాల్లో పెరగటంవల్ల ఒకరి అభిప్రాయాలు ఒకరికి నచ్చవు. డాక్టర్‌కి పాశ్చాత్యనాగరికత అంటే యిష్టం, అది శాస్త్రికి మంట. ఇలా అన్నాడు.

"పాశ్చాత్య నాగరికతను పొగట్టం బానిసత్వం. ఎవరికుండే గొప్ప వారికుంది. ప్రేమ్‌చంద్ ఏమన్నాడో యెప్పుడన్నా చదివావూ?"

ఇంగ్లండు వ్యాపారానికి ప్రసిద్ధి
ఫ్రాన్సు విలాసవతులకు ప్రసిద్ధి
జర్మనీ సైన్యాలకు ప్రసిద్ధి
హిందూదేశం పాతివ్రత్యానికి ప్రసిద్ధి-
ఇదంతా తెలుసుకోకుండా వాగితే యేం ప్రయోజనం?"

ఈ మాటలు డాక్టర్‌కి కొంచెం కష్టం కలిగించినై. కాని బైటపడకుండా యిలా అన్నాడు:

"నీ మాట నొప్పుకుంటాను. కాని పాతివ్రత్యం స్త్రీ సంబంధం. అందులో వివాహమైన స్త్రీ. మనదేశంలో అంతా వివాహమైన స్త్రీలే కాదుగా! వివాహమయిన

స్త్రీ గొప్పతనాన్ని దేశానికి అంటగట్టుకొని మురుసుకోవటం దద్దమ్మ పని. అదే మన బానిసబుద్ధిని నిరూపిస్తుంది. మిగిలినవారంతా ఎందులో గొప్పో చెప్పు."

శాస్త్రి కేమీ తోచలేదు. అంత త్వరగా అతడాలోచించలేడు "మనం మాత్రం ఊరుకుంటున్నామా ఏమిటి? పాతివ్రత్యాన్ని కాపాడుతున్నాం" అన్నాడు.

"ఏయ్ అదేంమాట! పురుషులకు బలేపని పెట్టావ్!" అన్నాడు ప్లీడరు.

డాక్టర్ ఊరుకోలేదు. సిగరెట్ కిటికీలోంచి పారవేసి శాస్త్రివైపు తిరిగి "ఏ విధంగానో చెప్పు. బఠానీలు తింటూ కూర్చోనా?" అని అడిగాడు.

శాస్త్రికి కోపం వచ్చింది. నిజంగా అతనికి బఠానీలంటే ఇష్టం. అందుకని వళ్ళు మండిపోయింది. కాని డాక్టరు అతనికి అవకాశం యివ్వకుండా మాట్లాడేస్తున్నాడు.

"పాతివ్రత్యం మన దేశంలో పుష్కలంగా పండుతుందని వొప్పుకుందాం. కాని, అది ఒకపని చెయ్యకపోవటాన్ని తెలియజేస్తుంది. మనం యే పని చెయ్యటంలో గొప్పో చెప్పాలి. ఎందుకంటే కొన్ని పనులు చెయ్యటంవల్లే మానవునికి శ్రేయస్సూ, అభివృద్ధీ కలుగుతాయి. ఈ పద్ధతిని మన మెందులో గొప్పో చెప్పు?"

"పాతివ్రత్యం కాపాట్టంలో అని చెప్పేవ్ బాబూ" అంటూ ప్లీడరు శాస్త్రికి వార్నింగిచ్చాడు. "ఎందుకంటే మనం మళ్ళీ బఠానీలు తినాలిసొస్తుంది."

గోపీ, డాక్టరూ ఫక్కున నవ్వారు.

శాస్త్రికి కోపం ఎక్కువయింది. "మీబోటివా రుండబట్టే దేశం ఈ స్థితికి వచ్చింది...." అని మొదలు పెట్టాడు. కాని డాక్టర్ అతన్ని మాట్లాడనివ్వకుండా ఆపి, "మరి మనదేశం గొప్పదంటున్నావే!" అని ఎత్తిపొడిచాడు.

"స్త్రీల విషయంలో! స్త్రీల విషయంలో!" అని దిద్దాడు ప్లీడరు.

ఇంతలో బైటనుంచి గోలా, కేకలూ వినిపించినై. వాదాన్ని వొదిలి నలుగురూ బయటికి పరుగెత్తాడు.

రోడ్డుమీద పెద్ద గుంపు పోగయింది. పక్క ఇళ్ళల్లోనుంచి స్త్రీలు వినోదాన్ని చూస్తున్నారు. ఒకరితో ఒకరు చెప్పుకుంటూ ఆనందిస్తున్నారు.

ఆ గుంపు మధ్య ఒక ముసల్దీ, దాని కూతురూ వున్నారు. ముసల్ది ఏడుస్తూనే వుంది. కూతురు ఆ జనంలోనుంచి తప్పించుకుపోవటానికి బిత్తరి చూపులు

చూస్తూవుంది. ఇంతలో ఎక్కడి నుంచో ఒక జట్కాబండొచ్చింది. ఒకడు అందులో నుంచి దూకాడు. ఆ పిల్లని బలవంతంగా ఎత్తుకొని బండిలో వేశాడు. ఆమె తన్నుకుంటూ వుంటే కాళ్ళు పైకితోసి తానూ బండెక్కాడు. బండి కదిలింది. గుర్రం పరుగెత్తింది. క్షణంలో అదృశ్యమైంది.

తల్లి యేడుస్తూ వుంది. "ఇక నా కూతుర్ని బ్రతకనివ్వడు – బ్రతక నివ్వడు" అని నెత్తీనోరు కొట్టుకుంటూనే వుంది. అంతా చూస్త వుండగానే యీ పని జరిగిపోయింది. ఒక్కరూ అడ్డగించలేదు. ప్రశ్నించలేదు.

గోపీకి ఆశ్చర్యం వేసింది. అమానుషంగా కనిపించింది. ఆ గుంపులో నుంచి ఒక ముసలివాణ్ని పిలిచి అడిగాడు.

"ఏమిటిది?"

"ఆ పిల్లవాడి భార్యబాబూ, తీసుకపోయాడు."

"దానికి బలాత్కారమెందుకూ!" అని ప్రశ్నించాడు శాస్త్రి.

"ఆ అమ్మాయి రానంటుంది. అంతా ఆ తల్లిముండ చేస్తోంది బాబూ! మొగుడి దగ్గరకు పంపదు."

డాక్టర్ ఈ సంభాషణ చాలా శ్రద్ధగా వింటున్నాడు. మధ్య మధ్య శాస్త్రిని కొంటె చూపులు చూస్తున్నాడు. శాస్త్రి అడిగాడు.

"తల్లికి పిల్ల సుఖంకంటే ఏం కావాలి? ఎందుకు పంపనంటుంది!"

"అది దరిద్రపు ముండబాబూ. ఆ పిల్లని అడ్డం పెట్టుకొని పొట్ట పోసుకుంటూ వుంది."

"ఆ!" అన్నాడు శాస్త్రి. ఒక తేపు తేపాడు డాక్టర్. చిటికలు వేస్తూ ఆవలించాడు ప్లీడరు.

"అవును బాబూ. ఈ వూళ్లో యాపారం పెట్టింది" అని చెప్పి వెళ్ళిపోయాడు ముసలివాడు.

"పాపం! తీసుకువెళ్ళి చంపడుగదా?" అని జాలిపడ్డాడు గోపీ.

"చంపడు. పాతివ్రత్యం కాపాడుతాడు" అన్నాడు డాక్టరు. శాస్త్రికి ఉక్రోషం వచ్చింది. "ఏం చేసుకుంటే మీకేం? అది వాడి భార్య. ముద్దుపెట్టుకున్నప్పుడు

ముద్దు పెట్టుకోలా? చంపుకున్నప్పుడు చంపుకుంటాడు. తనతో కాపరం చేయించుకోకుండా చూస్తూ ఊరుకుంటాడా ఏమిటి?" అన్నాడు.

"ఇష్టంలేని భార్యతో సుఖపడేదేమిటోయ్, వాడి పిండాకూడు?" అన్నాడు గోపీ.

"ఇష్టమేమిటి ఇష్టం? భార్యన్న తరువాత తప్పుతుందా యేమిటి? ఇష్టమున్నా భార్యే ఇష్టం లేకపోయినా భార్యే. కోర్టుకూడా ఈ మాట చెబుతుంది."

శాస్త్రి ఈ మాటలు అంటూ చూపులో ప్లీడరు సహాయం కోరాడు.

ప్లీడరందుకున్నాడు. "ఔను, కోర్టు అంతే చెబుతుంది. ప్రాణభయమున్నట్లు నిరూపిస్తే తప్ప భార్య వేరుగా జీవించటానికి వీల్లేదు. అలా నిరూపించటం చాలా కష్టం. ఎందుకంటే మనదేశంలో ప్రాణభయం ఒకప్పుడూ, ప్రాణం పోవటం మరొకప్పుడూ జరగదు."

"అయితే వాళ్ళిద్దరూ కలిసి కాపరం చెయ్యవలసిందేనా?" ఆశ్చర్యంగా ప్రశ్నించాడు గోపీ.

"భార్య చెయ్యవలసిందే. భర్తచేత మాత్రం యే శాస్త్రమూ చేయించలేదు" అని జవాబు.

"భార్య యింట్లో పాతివ్రత్యం వండుతూ వుంటే భర్త మరో యింటిలో వెచ్చాలు కొంటూ వుంటాడు" అన్నాడు డాక్టర్.

"కాదు బఠానీలు?" అని దిద్దాడు ప్లీడరు.

"ఏం పాతివ్రత్యం! ఎంత జాగ్రత్తగా కాపాడబడుతూ వుంది – మన దేశంలో? హిందూసంఘం!" అని చీదరించుకున్నాడు డాక్టర్.

హిందూ సంఘ స్థితి యిలా ఉంది. కుళ్ళిపోతూ వుంది. దీన్ని కప్పిపుచ్చుకొని ఆత్మవంచనతో జీవించటానికి మనం ప్రయత్నిస్తున్నాం. హిందూ సంఘంలో తండ్రికీ కొడుక్కీ పట్టంలేదు. కూతురికీ తండ్రికీ పట్టంలేదు. కొడుక్కీ తల్లికీ అత్తకీ కోడలికీ పట్టంలేదు. తల్లికీ కూతురికీ పట్టం లేదు. భార్యకీ భర్తకీ పట్టం లేదు. ఎవరూ ఎవరికీ పట్టంలేదు. కాని వీరంతా ఒకే ఇంటిలో ఒక కప్పుకింది కాపురం చెయ్యాలి. దుర్గంధం బయటకు రాకుండా కిటికీలు మూసుకొని కూర్చోవాలి.

......డాక్టరు శాస్త్రిని కొంటెగా చూచి నెమ్మదిగా కూనిరాగంతో ఈ విధంగా పాడాడు.

"ఇంగ్లండు వ్యాపారానికి ప్రసిద్ధి

ఫ్రాన్సు విలాసవతులకు ప్రసిద్ధి

జర్మనీ సైన్యాలకు ప్రసిద్ధి

ప్రసిద్ధి!

ప్రసిద్ధి!

ప్రసిద్ధి"!

గోపీచంద్ రచనా సర్వస్వం, మొదటి సంపుటం
సంకలనం: కృష్ణాబాయి, చలసాని ప్రసాద్
అలకనంద ప్రచురణలు, విజయవాడ 2009, పుట. 56-59.

బోయి భీమన్న (1911-2005)

*

గుడిసెలు కాలిపోతున్నై

గుడిసెలు కాలిపోతున్నై!
ఓహెూ, కాలిపోతున్నై!
        ఎవరి గుడిసెలో, పాపం!
        మాల మాదిగలవే అయివుంటై!
        గుడిసెలు మరెవరి కుంటై?
చాలా మందికే వుంటైలే
అసలు ఈ దేశ ధర్మమే అంత!
అయితే-ఈ గుడిసెలు
ఏడాది కొకసారైనా కాలిపోతుంటై!
        ఒకసారి కాలిపోయిన గుడిసెలు
        మరి మళ్ళీ కాలిపోవడానికి,
        ఎక్కడి నుంచి వస్తుంటై?
అవును-నిజమే!
ఎక్కడి నుంచి వస్తుంటై?
        అదే మన ధర్మంలోని రహస్యం
        ధర్మ సంస్థాపనార్థం
        ఈ గుడిసెలు మళ్ళీ మళ్ళీ అవతరిస్తుంటై!

పోతుంటై పుట్టుకొస్తుంటై!
ఈ విషవలయం సాగడం
ఎంత వరకు?
రహస్యం గుడిసెల వాళ్ళకు తెలిసే వరకు!

గుడిసెలు కాలిపోతున్నై
భీమన్న సాహితీ నిధి ట్రస్టు, హైదరాబాదు,   1973, పుట. 1, 2.

కాళోజి నారాయణరావు (1914-2002)

*
పునరావృతి

ఉదయం
కానే కాదనుకోడం
నిరాశ.
ఉదయించి
అట్లానే వుంటుందనుకోడం
దురాశ.
ఈ చీకటి ఉండదు.
సూర్యుడు
తప్పక ఉదయిస్తాడు.
ఆ వెలుతురు నిలవదు.
సూర్యుడు
మళ్ళీ అస్తమిస్తాడు.
చీకటిలో
కనువిప్పిన వారికి
వెలుతురంటె బూచి.
వెలుతురులో
కనుతెరచిన వారికి
చీకటంటే పిశాచి.

ఇదే జరుగుతూ వచ్చింది
ఇంతకు ముందు.
ఇదే జరుగుతుంది
తప్పక ఇక ముందు.

రచనా కాలం : 1951

నా గొడవ
కాళోజీ ఫౌండేషన్, వరంగల్, 2012, పుట.35

చాగంటి సోమయాజులు (1915–1994)

*

కుంకుడాకు

అప్పలనాయుడు కూతురు పారమ్మ, చినదేమడు కూతురు గవిరి ఊళ్ళోంచి పొలాల్లోకి పోతున్నారు. అప్పలనాయుడు మోతుబరి రైతు. చినదేముడు గోచిపాతరాయుడు. అంచేత పారమ్మ చింకి పరికిణీ కట్టుకుంది. గావంచాపైటేసుకుంది. గవిరి గోచీ పెట్టుకుంది. కంపకట్టా, తట్టా పట్టుకుంది. పారమ్మ మెళ్ళో పగడాలున్నాయి. చేతులకీ కాళ్ళకీ సిల్వరు కడియాలున్నాయి. పారమ్మ ముక్కుకీ చెవులకీ బంగారపు కాడలున్నాయి.

"సెడ్డ రుసిగా వుంది" అన్నది పారమ్మ.

"ఏటి?" అనడిగింది గవిరి.

"ఊరగాయ."

"ఎక్కడిది?"

"మాయయ్యకి బుగతగోరిచ్చారు."

వాళ్ళయ్య అప్పలనాయుడు. అంచేత బుగతలు ఊరగాయ అడిగినా ఇస్తారు. కూర అడిగినా ఇస్తారు.

"నాను రెయ్యిలు నంచుకొన్నాను" అన్నాది గవిరి. అబద్ధమాడింది. గొప్పకి అబద్ధమాడింది. పారమ్మ చింకి పరికిణీని మచ్చరంతో చూసి తన గోచీని తడువుకొంది.

"ముండా గొప్ప! ఎవిడికీ తెల్దనుకున్నావు గావాఁల, గింజలు నేవు రేత్రి మీరగ్గేసుకోనేదు. మామయ్య సెప్పినాడు. తాగడానికి దప్పికనేదు. రెయ్యిలు

నంచుకొంది రెయ్యిలు," అని పారమ్మ కిందికీ, మీదికి చేతులు ఎగరేస్తూ ఎత్తి పొడిచింది.

"నిన్న రేతిరి మాకు కూడు నేదూ? ఓసి లమిడీ! ఎవిడు సెప్పినాడు? మాయమ్మ నడుగు. రేత్రి మునేళం సేపలపులుసు, వొరన్నం తిన్నాం" అన్నాది పారమ్మ. "వాళ్ళయ్య ఊళ్ళోకి పెద్దనాయుడు. సంతకెళ్లి పులుసులోకి మునేళం, ఇగురికి చందువాలు తెచ్చాడు" అంది సారమ్మ.

చిన్నబోయి గవిరి కళ్ళాలవేపు తిరిగింది. పారమ్మ కూడా చేతులూపుకుంటూ వెంబడించింది. ఊళ్ళో బడి పిల్లలు ప్రార్థన మొదలెట్టేరు.

"తల్లీ నిన్నుదలంచి" అని మేష్టారందిస్తున్నారు.

"తల్లీ నిన్నుదలంచి" అని పిల్లలంతా ఒక్క మాటు వూరెగరగొడుతున్నారు.

పారమ్మా, గవిరి గోర్జలోకెళ్లారు. తోవచూచుకుంటూ జాగ్రత్తగా అడుగులు వేస్తున్నారు. గోర్జవార వేళ్ళూ, వూడలూదించి మొగలి పెండి ఉన్నాది.

"నాను మంగళారం బడికెళతాను. అయేల మంచి రోజు మేష్టేరు గోరు పంపమంటే మాయయ్య పంపుతాననన్నాడు" అన్నాది పారమ్మ.

"ఎందుకు ముష్టి సదువూ?" అన్నాది గవిరి.

"సదువెందుకా? ఇను ఇను ఎనాగ పాడుతున్నారో!"

"మాయయ్యనీ మేష్టేరు గోరడిగినారు. కూలిసేనుకొనే వోళ్ళకి సదువెందుకన్నాడు మాయయ్య."

"అవును మీయయ్య కూలోడు మాయయ్య నాయుడు."

గవిరికి గొంతులోకి ఏడుపూను కళ్ళలోకి నీళ్ళు తోసుకొచ్చాయి.

బలుసు తుప్పలో ఊసరవిల్లి పెద చప్పుడు చేసింది. కోరడిలో పచ్చ గన్నేరు నిండా పువ్వులు పూసి గోర్జనిండా సగం రాల్చింది. పార నాలుగు పువ్వులు ఏరి తల్లో దోపుకుంది. గవిరి కూడా ఏరుకుని తురుముకుంది. దాని చేతికి ముంతంత ముచ్చటి ముడి తగిలింది.

"బలే పారా సూడు, నాకు ముంతంత కొప్పున్నాది. నీ బుర్రమీద వెంట్రుకలే నేవు" అన్నాది పారమ్మ చూచింది.

"కొబ్బరిపీచు నాగెందుకు? నా తల సూడు, ఎంత నూన రాసుకున్నానో, నీ తలకి నూనే నేదు" అన్నాది పార.

బడి పిల్లలింకా గొంతుక చించుకుంటూ ప్రార్థిస్తున్నారు. పార కూనురాగం తీసింది.

"సరస్వతీ" అన్నారు బడిపిల్లలు

"సరస్వతీ" అన్నాది పార.

"నమస్తుభ్యం" అన్నారు బడిపిల్లలు

"నమత్తుబ్బెం" అన్నాది పార.

"నువ్వు పాడుకుంటూ కూకో, నాకు కంపలేరుకోవాలి" అని గవిరి కళ్ళాలకి తోవతీసింది. పార వెంటపడ్డాది. గవిరి ప్రాయం ఎనిమిదేళ్ళు. కాని దాని నెత్తిమీద కొండంత సంసార భారం వున్నాది. చిన్న దాక నెత్తిమీద పెట్టుకొని కోనేటికి పోయి ఇంటికి పడే నీళ్ళలో సగం అదే మొయ్యాలి. తట్ట పట్టుకొని పెండలంట, తోటలంటా పోయి ఆకు అలమా, కర్రా, కంపా ఏరి ఇంటికి ఒక పూటకి సరిపడే వంట చెరుకు తేవాలి. ఆ బాధ్యతలని గవిరి మోసి వున్నాది.

పక్క పొలాల్లో పెసరకాయలు గుత్తులు గుత్తులున్నాయి. పారమ్మ నాలుగు మొక్కలు పీకి కాయలేరుకు తింటున్నాది. గవిరి కడుపులో కాల్తున్నాది. దానికి ఆవేళ దప్పిక లేదు. అంతుకుముందు రాత్రి కూడా తిండిలేదు.

"ఓలమ్మ ఆకలేవ్!" అంటూ రాత్రెంతో ఏడ్చింది.

"ఓ లేడవకే, ఇంట్లో ఏటీనేదు" అని ఓదార్చింది వాళ్ళమ్మ. ఏడ్చి ఏడ్చి ఆఖరికి ఆకలికి నిద్ర పట్టిపోయింది.

గవిరి కూలి వాడి కూతురు. పొలాల్లో పడి దొంగతనంగా తినడాన్కి ధైర్యం చాలదు. నాదారులు ఆ రకం చిన్న దొంగతనాలు చేస్తే పెద్ద నేరాలు అవుతాయి. ఉన్న వాళ్ళు చేస్తే కమ్ముకుపోతుంది. పారమ్మ చెట్లు పీకి తోవకడాకూ తింటున్నాది. దానికి నిర్భయం.

"ఆళ్ళు సూస్తే టెంకి మాడుతుందిలే" అన్నాది గవిరి.

"సూసినోడెవడు? సూసినా నానప్పలనాయుడు బొట్టిని. ఆళ్ళ మొకం ఏటంటారు?" అన్నాది పార. గవిరి కడుపులో కర కరలాడుతోంది. దాని కళ్ళకి

సత్తుగిన్నెతో నిండా గిన్నెడు గంజి, నంచుకోడాన్కి ఎండుమిరపకాయ కనపడ్డాయి. ఎక్కణ్ణుంచి వస్తాయి? వాళ్ళయ్య చినదేముడు కూలి. ఏమైనా తెస్తే రాత్రికి తిండి, లేకపోతే ఆ రోజు పస్తు పడుకోవలసినదే. గవిరి కళ్ళు నీళ్ళతో నిండిపోయాయి.

కుంకుడు చెట్టు తోవనిండా ఆకులు రాల్చింది. కుంకుడాకుల్ని చూచి గవిరి ఆకలి మర్చిపోయింది. అన్ని ఆకుల్లోకి కుంకుడాకులు చాలా దళసరివి. నాలుగాకులు ఏరితే తట్ట నిండుకుంది. ఆకులన్నీ తుడిచి తట్టలోకెత్తి నొక్కి కుక్కింది. దాని బాధ్యత ఆ పూటకి అయిపోయింది. తట్ట బరువుగా నిండింది. దాని గుండె తేలికైంది. ఇద్దరూ ఇంటికి తోవతీశారు. పారమ్మ పొలికేకలేస్తూ బయలుదేరింది. కాంభుక్తగారి కళ్ళాం చేరుకున్నారు. కళ్ళాం వారనుంచి చింతకింద పడిపోతున్నారు. వాళ్ళ ముందుటప్పుని ఏదో పడ్డాది.

“ఓలమ్మో తేలు!” అని తుళ్ళిపడి కేకేసింది పార.

“తేలుకాదు పీత” అన్నాది గవిరి.

ఏ కొంగనోట్లోంచి పడ్డాదో! గవిరి చింతలలోకి చూచింది చింతల శిఖరాలు కొంగలతో నిండి వున్నాయి. చింతలు తెల్లతామరలని పూసినట్టున్నాయి.

“ఎన్ని సింతకాయలో!” అంది గవిరి. పారమ్మ తలెత్తి చూచింది. దాని నోరూరింది. రాళ్ళు తీసి కొట్టింది. మూడు కాయలు రాలాయి. ఒక కాయ కొరుక్కుని రెండు కాయలు చింకి పరికిణీలో దోపుకొంది.

“ఒలే పారా నాకో కాయెట్టవు?” అనడిగింది గవిరి.

“నువ్వూ కావలిస్తే కొట్టుకో” అన్నది పార.

“ఒలే ఒలే” అని గవిరి ప్రాధేయపడ్డది.

“ఆయేటిరాళ్ళు” అని పారమ్మ తోవతీసింది. తలెత్తి చూచింది గవిరి. కొడవళ్ళ లాగ ఊగుతూ కాయలు వేళ్ళాడుతున్నాయి. గవిరి భయపడుతూ ఒక రాయి విసిరింది. ఆ రాయి డబ్బున కింద పడ్డాది. ఆ చప్పుడికి మరింత భయపడిపోయి నాలుగు పక్కలా చూసింది. పారమ్మ మళ్ళా పెసర కాయలకి పొలాల్లో పడ్డాది. గవిరి మరో రాయి విసిరింది. కాయలు రాలకపోయినా పెద్ద ఎండుకొమ్మ చెట్టుమీంచి గలగల మని జారి కింద పడ్డాది.

గవిరి చంకలు కొట్టుకుంది. “అయిదెబ్బ” అని ఆ కంపమీదికి ఒక్క పిల్లిగంతు వేసింది. కొమ్మని చితుకులుగా విరిచి తట్టమీద పెట్టుకొంది.

"ఎవరక్కడ?" అని కళ్ళంలోంచి కేక వచ్చింది. గవిరికా కేక పిడుగులాగ వినపడ్డాది. కళ్ళంలోకి సూసింది. ఎదురుగుండా కాంభుక్తగారు నిలబడి ఉన్నారు. ఓ చేత్తో నెత్తి గోక్కుంటూ రెండో చేతినేమి చేయడమో తెలియక గవిరి వింటిల్లిబద్దలాగ వొంగిపోయింది. భుక్తగారు చింతనిప్పులు రాలుస్తూ చూస్తున్నారు.

"పొయినోకి" అని వొణుకుతూ గవిరి చెప్పింది.

భుక్తగారు మీదకెళ్ళాడు. తట్టలో కుంకుడాకు, మీదని చింతకంపా కనపడ్డాయి. అతను పాంకోడిమీద కాలు ఎత్తాడు. తట్టని సత్తువపూరా "కిక్కు" తన్నేడు. తట్టా ఆకు ఎగిరిపోయాయి. గవిరి గడగడ లాడుతూ తట్ట తీసుకుంది. మళ్ళా ఆకు నొర్లుకోపోయింది.

"లమ్డీకానా ఇంకా ఎత్తుతున్నా?" అని ఉరిమాడు. గవిరి ఏరిన ఆ చెత్తకి ఎంత విలువ ఉన్నదో అతనికి తెలియదు. చిన దేముడి సంసారానికి కూతురు గవిరి తెచ్చిపెట్టే ఆ చెత్తకి ఆర్థికంగా ఎంతయినా విలువ ఉన్నది. ఆ చెత్త ఒక పూట పొయ్యిలోనికి చాలు. ఆ సంగతి గవిరికి తెలుసు. ఎనిమిదేళ్ళదే అయినా ఆ బాధ్యతను గవిరి ఎరిగి ఉన్నది. ఆ చెత్త కోసం దాని ప్రాణం తహతహ లాడిపోయింది.

"బాబుగోరూ! మరెప్పుడూ రాను" అని ప్రాధేయపడ్డాది. భుక్తగారు చుట్టూ చూశారు. ఆయనకి ఆచోకీ దొరికింది.

"ఏమిటే ఆ తుప్పవార దాచేవ్?" అనడిగాడు.

"నానేటీ దాచనేదు" అతను చేతికర్రతో తుప్పననెత్తేడు. దానివార తట్టెడు పేడ బైట పడ్డాది. దొంగతనం బైటపడిపోయింది. చేతికర్రతోటొక్కటి వెన్నుమీద వేసి "ఏమిటీ అది?" అనడిగాడు.

"అమ్మోయ్ సచ్చిపోనాను. నానుకాదు బాబోయి" అంటూ ఏడుపు మొదలెట్టింది.

"ఇంకెవరే లంజకానా?" అని మరొక్కటేశాడు. గవిరికి బోధపడ లేదు. తనుకాదని చెప్పినా బుక్త తంతున్నాడు. అతనికి చెప్తే తెలియదేమో అని నివ్వెరపడ్డది.

ఏడుపులోంచి పౌరుష మొచ్చింది. అది దొంగ కాదు. అంచేత ధైర్యమొచ్చింది. ఏడుపు మాని కళ్ళెర్రజేసి.

"నాను కాదు నా తట్టా సేతులూ సూడు" అన్నాది. దాని తట్టనీ చేతులనీ పేడ మరకలు లేవు. కళ్ళంలో పాలేర్లే ఆ పని చేశారు. కాని భుక్తగారి బుద్ధి వికసించలేదు. కర్రతో మరొక్కటేశాడు. అది వక్కాణించి చెప్పినా కొట్టేడు.

"ఓ ర్నంజకొడకో! నాను కాదు. ఓ లమ్మో నాను కాదు. ఓ ర్నంజ కొడుకో!" అంటూ గవిరి తిట్లు ప్రారంభించి బూతుల్లో పడ్డాది. మహా మహావాళ్ళని పాతేసిన భుక్త గారిని గవిరి గుంట బూతులు తిట్టడం మొదలెట్టింది.

భుక్తగారు పాంకోడు తీసిపెట్టి విసిరేడు. దాని పిక్కమీద ఎమికెకి ఖట్టని తగిలింది. అది బోర్లా పడి మన్ను కరచుకొంది. పీక తెగ్గోసిన కోడి లాగ గిలగిల కొట్టు కొని చుట్టుకుపోయింది. దాంతోటిక భుక్తగారు సంతృప్తి పడి వెళ్ళిపోయారు.

ఏడ్చి ఏడ్చి గవిరి కళ్ళు తెరచింది. పొద్దు లేచిపోతోంది. బడిలో పిల్లలు ఎక్కాలు వల్లె వేస్తున్నారు.

"మూడేళ్ళిరవై య్యొకటీ" అంటూ అరుస్తున్నారు. ఎక్కాలు పాడుతూ వల్లె వేస్తున్నారు.

గవిరి కళ్ళాంలోకి చూసింది. ఎవరూ లేరు. కిందని విరజిమ్మి వున్న కుంకుడాకుని కూడ తీసింది. ఆకు వొదిలితే పొయ్యిలోకి సాధనం లేదు. తల్లీ తండ్రీ పొయ్యి మీదికి తేగలిగినా, తేలేకపోయినా గవిరి పొయ్యిలోకి తెచ్చి తీరాలి.

"లమిడి కొడకా! నీ సింతకంప లెవిడికీ అక్కరనేదు!" అని చింత కంపలు వొదిలేసింది. తట్ట నెత్తి పెట్టుకొంది. కాలు మండిపోతోంది. అప్పుడు వొంగి దెబ్బని చూసుకొంది. ఎమిక మీద పాంకోడు దెబ్బ పెద్ద బొప్పికట్టింది. బొప్పిమీద చిట్లి ఎర్రగా వుంది.

"ఓలమ్మో!" అంటూ మర్లా ఉక్కిరిబిక్కిరిగా ఏడ్చుకుంటూ గోర్జలోకెళ్లింది. బడిపిల్లలింకా ఎక్కాలు పాడుతున్నారు.

"పదహారార్లు తొంభైయారు" అని ఒకరు అరుస్తున్నారు.

"పదహారారుల తొంభైయారు" అని అంతా కలిసిపాడుతున్నారు.

-"అరసం" ప్రత్యేక సంచిక, ఫిబ్రవరి-1943

నూరేండ్ల తెలుగు కథలు
సం॥ డాక్టర్ ముదిగంటి సుజాతారెడ్డి
సహ సం॥ సంగిశెట్టి శ్రీనివాస్
పి.యస్.తెలుగు విశ్వ విద్యాలయం, హైదరాబాద్, 2011, పుట.190-194.

వట్టికోట అళ్వారుస్వామి (1915-1964)

*

ప్రజల మనిషి

నిజామాబాదులో బెదిరిపోయి దిమ్మెగూడెం చేరుకొన్న వెంకటాద్రి రామభూపాల్‌రావుతో పరిస్థితులన్నీ వివరించి చెప్పాడు. కంఠీరవం కొమరయ్యలపై మోపిన నేరాల తీవ్రతను విని ఇద్దరూ భీతిల్లారు. ఆర్యసమాజీయులతో సంప్రదించడానికి రామభూపాల్‌రావు హైద్రాబాదు వెళ్ళాడు.

వెంకటాద్రి చంద్రయ్యతో ప్రతిరోజు మాట్లాడటం సాగించాడు. ఆ మాట, ఈ మాట చెప్పుతూ, క్రమంగా రామభూపాల్ రావును విశ్వసనీయుడుగా తలచేటట్లు చేశాడు. చంద్రయ్యపై నమ్మకంతో ఇతర రైతులు కూడా కొంత మొగ్గుచూపారు. ముఖ్యంగా కొమరయ్య భూమి తగాదాతో ఏర్పడిన వాతావరణం మారిపోయి మహమ్మదీయులైన వాండ్లను శత్రువులుగా తలచసాగారు. హరిజనులు మొదట జీతగాండ్లుగా ఉన్నపుడు తీసుకున్న అప్పులకై, అధికంగా పొందిన జీతం గింజలకై ఒత్తిడి చేయసాగారు. ఆడవాండ్లను కూడా కూలీలుగా గాని, మరేవిధంగా గాని వ్యవసాయపనుల్లోకి పిలువడం మానుకున్నారు. వచ్చినవాండ్లను చీవాట్లు పెట్టసాగారు. సరిగ్గ పంటలకాలంలోనే హరిజనులు పరివర్తన పొందడంతో వారి ఆర్థిక జీవితం దెబ్బతిన్నది. అంజుమన్ వారి సహాయం మందగించింది. అంజుమన్ ప్రచారకుడు అప్పుడప్పుడు వెళ్ళి చాలరోజుల వరకు నిజామాబాదులోనే ఉంటూ లాంఛనంగా దిమ్మెగూడెం రావడం మొదలైంది. ప్రచారకునికై కట్టించిన పాక క్రమంగా శిథిలమైపోయింది. ఒకసారి తాటిఆకులు, ఒకసారి కటెట్లస్త్ర, ఒకసారి దూలాలు ఈ విధంగా ఆ ప్రచారకుని ఇల్లు పేరుకు ఉండిపోయింది. దాంతో

హైదరలీ ఇంట్లో భజన చేయసాగాడు. హైదరలీకి అతన్ని భరించడం కష్టమైపోయింది. పరివర్తన పొందినవారి ఒత్తిడికూడా ఎక్కువ కాసాగింది. హైదరలీ కూడా నిజామాబాదుకు వెళ్ళి అంజుమన్ నాయకులతో సంప్రతించాడు. కాని అంజుమన్ నాయకుల ప్రణాళికలు, పథకాలు సత్వర ఫలితాన్నిచ్చేవిగా తోచలేదు. గ్రామీయులు ఆ విధంగా ప్రవర్తించడం సంఘ బహిష్కారం కిందవస్తుంది. కాబట్టి గ్రామీయులపై అభియోగాలు తేవచ్చునని అంజుమన్ నాయకులు హైదరలీకి ఆలోచన చెప్పారు. ఆ సంగతి దిమ్మెగూడెంలో హరిజనులకు చెప్పితే, యింకా గ్రామీయులలో ద్వేషం పెరుగుతుందని భయపడ్డారు.

రాజద్రోహ నేరములో విముక్తి పొంది కొమరయ్య దిమ్మెగూడెంలో చేరుకున్నాడు. కంఠీరవం ఆదేశము ప్రకారం దిమ్మెగూడెంలో రాత్రి పాఠశాల, గ్రంథాలయము, భజన మొదలగు కార్యక్రమాలు నడవటానికై పరంధామయ్యను వెంటతీసుకొనివచ్చాడు. పరంధామయ్య నిజామాబాదులో కంఠీరవానికి ఆత్మీయుడుగా ఉండి అన్ని విషయాల్లో సహచరుడుగా ఉండేవాడు.

హైద్రాబాదు వెళ్ళిన రామభూపాల్‌రావు విజయదేవు పేరుగల ఆర్యసమాజం ప్రచారకుని వెంటబెట్టుకుని దిమ్మెగూడెం చేరుకున్నాడు. రామభూపాల్‌రావుకు హైద్రాబాదు ఆర్యసమాజీయుల హితవుతో ఆత్మ విశ్వాసం కలిగింది. గ్రామానికి పెద్దయైన తాను తన శక్తినంతా ఉపయోగించి, హైదరలీ ఆటలను కట్టివేయాలనుకున్నాడు. దాంతో గ్రామంలో పూర్వపు పలుకుబడి తిరిగి పొందటమేగాక, ఇప్పుడు ప్రజాసేవకుడుగా కూడా ప్రతిభ వెలిగిపోవచ్చునని మనస్థిమితం పొందాడు.

ఒకరోజు హైదరలీ ఊళ్ళోలేని సమయాన, మొత్తం హరిజనులను, రామభూపాల్‌రావు తన గడీలోకి పిలిపించుకొన్నాడు. "మీరంతా తొందరపడి తురకలైనారు. అందుకు ఫలితం అనుభవిస్తున్నారు. హైదరలీ మోసం ఇప్పుడైన మీరు గ్రహించి ఉంటారు. మీరెన్ని కష్టాలు పడుతున్నారో నేను ప్రతిరోజు తెలిసికొంటూనే ఉన్నాను. ఉన్న ఊళ్ళో పుట్టి పెరిగిన మీరు తిండిలేక అవస్థపడుతుంటే గ్రామానికి ప్రభువునైన నేను ఎట్లా ఊరుకుంటాను? నేను రైతులకందరికి చెప్పి తిరిగి, మీ పనులు, కొలువులు యథాప్రకారం ఇప్పిస్తాను. మీకేమీ భయం లేదు" రామభూపాల్‌రావు హితోక్తులు పలికాడు. శేరిదారుడ్ని పిలిచి ఒక్కొక్కరికి అయిదుసేర్ల ప్రకారం వడ్లు కొలిపించాడు. వెంటనే విజయదేవు

శుద్ధిసంస్కారం జరిపి అందరిని హిందువులుగా మార్చాడు. ఆ సందర్భాన్ని పురస్కరించుకొని విజయదేవు హరిజనుల నుద్దేశించి ఉపన్యసించాడు.

"లక్షల సంవత్సరాల సభ్యత, సంప్రదాయము కలిగిఉండి మొత్తం ప్రపంచానికి జ్ఞానభిక్ష పెట్టిన ఆర్యసంతతికి చెందిన మీరు ఈ విధంగా వేరే మతాలను ఆశ్రయించటం దురదృష్టం. తాత్కాలికంగా పొట్టపోసుకోవడానికై ధర్మాన్ని, విశిష్టతను మరచిపోవడం దుఃఖకరం. ఇప్పటికైనా మీకు భగవంతుడు సమృద్ధిని కలిగించినందులకు ఆ పరమేశ్వరునికి మనము కృతజ్ఞులమై యుండవలెను" అని జయదేవు ఉపన్యసించాడు.

హరిజనులు ఒకరి ముఖాలు ఒకరు చూచుకొని, ముఖాన కుంకుమబొట్లతో, భుజాన వడ్లమూటలతో ఇండ్లకు చేరుకున్నారు. యథా ప్రకారం కూళ్ళు, కొలువులు లభించాయి. బేగారి ప్రారంభమైంది. తిరిగి యథాస్థితికి చేరారు.

హైదరలీ నిజామాబాదునుండి వచ్చేవరకు మారిన పరిస్థితులకు హడలి పోయాడు. హరిజనవాడకు వెళ్ళటానికే భయంవేసింది. తల పట్టుకొని కదలకుండా ఇంట్లో కూర్చున్నాడు. హైదరలీ కొన్నాళ్ళవరకు కుటుంబంతో నిజామాబాద్‌లో ఉండిపోయాడు.

ఈ అలజడి, అట్టహాసం, దౌర్జన్యాలు, అభియోగము, న్యాయస్థానాలు, న్యాయవాదనలు, హిందూ మహమ్మదీయ మత ప్రచారముతో ఆ గ్రామ ప్రజల జీవితములో ఒక వింత మనస్థత్వము, ఆలోచనాస్థితీ, చైతన్యము ఏర్పడ్డం, పరంధామయ్య సాయంతో, కొమరయ్య పట్టుదలతో ఒక గ్రంథాలయమును ఏర్పాటుచేసి, రాత్రిపాఠశాల, భజనలుసాగించారు. విజయదేవు రామభూపాల్‌రావు గడీలోనే బసచేశాడు. అప్పుడప్పుడు గ్రంథాలయంలో ఉపన్యసించేవాడు. ప్రభుత్వ యంత్ర మందలి కుళ్ళు, మత పాక్షికతత్వం, అంతా తురకమయమైపోవడంవల్ల హిందువులు ఏ విధంగా దినదినం సభ్యతా, సంస్కృతులకు దూరమైపోతున్నదీ, ఉదాహరణలతో పేర్కొనడం అతని ఉపన్యాసంలో ముఖ్యమైన విషయంగా ఉండేది. విజయదేవు అప్పుడప్పుడు హైద్రాబాదుకు వెళ్ళివస్తుండేవాడు.

కొన్నాళ్ళకు పరిస్థితులు యథాస్థితికి వచ్చాయి. గ్రామీయుల చైతన్యస్థాయి పెరిగింది. పరంధామయ్య ప్రజల మన్ననలుపొంది ఆత్మీయుడుగా అందరితో

కలిసిపోయాడు. రామభూపాల్‌రావు పరిపాలనా వ్యవహారాల విషయంలో పరంధామయ్యతో రైతులు గుసగుసలు మొదలు పెట్టారు.

రామభూపాల్‌రావుకు విశ్వసనీయుడైన విజయదేవు ద్వారా ప్రయత్నించి చూడాలని పరంధామయ్య ఆలోచించాడు. రామభూపాల్‌రావు ప్రజలనుండి లంచాలు మామూళ్ళు గుంజడం, బెదిరించి, ప్రతిఫలం లేకుండా పనులు వెళ్ళతీసు కోవడం మొదలగు వాటితోపాటు, అందరికని కలచివేసిన కొమరయ్య భూమి సమస్య చాలా ప్రధానమైంది.

మామూలుగా విజయదేవు దిమ్మెగూడెం వచ్చి ఒకసారి గ్రంథాలయంలో ఆషామాషీ జరుపుతుండగా కొమరయ్య వచ్చి, పరంధామయ్యతో ప్రశంస తీశాడు. కొమరయ్య మెల్లగా వెళ్ళి విజయదేవు దగ్గర కూర్చున్నాడు.

"ఏమండి! మీతో కొన్ని విషయాలు మాట్లాడాలని రైతులు అనుకుంటున్నారు. మీరు మనసు మీదికి తీసుకుంటే ప్రజలకు మేలుకలుగుతుందని వాండ్లు ఆశ పెట్టుకున్నారు. మీరు గ్రహించారో లేదో కాని, గ్రామ పెత్తందారుగా రామభూపాల్‌రావు ఎన్నో అన్యాయాలు చేస్తున్నాడు. రామభూపాల్‌రావు అంటే మీరు చాలా నచ్చినవాడు. మీ మీద వారికి కూడా గురివుంది. ప్రజలు తాతముత్తాతల కాలంనుండి లంచాలు, మామూళ్ళు ఇస్తున్నారు. దానికి ప్రజల అమాయకత్వమే కారణమనుకోండి. కాని పరిస్థితులు మారాయి. మీరు ఈ విషయాన్ని రామభూపాల్ రావుతో మాట్లాడితే బాగుండదు?" పరంధామయ్య విజయదేవు నుద్దేశించి అన్నాడు.

"అన్యాయంగా నా భూమిని మింగిండు గదయ్యా" కొమరయ్య అన్నాడు.

విజయదేవు తీవ్రంగా ఆలోచించాడు. "మంచిది. తప్పకుండా మాట్లాడుతాను నా శక్తివంచన లేకుండా ప్రయత్నం చేస్తాను" అన్నాడు.

"చూడండి! ఒక విషయం. మీరు నన్ను ఇక్కడికి పిలిపించి ప్రజాసేవ చేయడానికి అవకాశం కల్గించారు. అటువంటి మీరు, ప్రజల విషయంలో కొంచెం ఆదరంగాను, న్యాయంగా ప్రవర్తిస్తే ప్రజలెంతైనా సంతోషిస్తారు. మీకు ఆస్తి పాస్తులున్నాయి. హాయిగా కాలం గడుపుతున్నారు. మీరు పరిస్థితులను, ప్రజల మనస్తత్వాన్ని దృష్టిలో పెట్టుకొని, లంచాలు, మామూళ్ళు మానుకొంటే ఎంతో బాగుంటుంది. కొమరయ్య భూమి విషయం కూడా మీరు కొంచెం శాంతంగా

ఆలోచిస్తే మన వాండ్లను మనం ఆదుకున్నట్టవుతుంది. ఏమంటారు?" విజయదేవు రామభూపాల్‌రావుతో అన్నాడు.

విజయదేవు సంభాషణ మొదలు పెట్టడంతోనే రామభూపాల్ రావుకు జెర్రులు పాకినట్లయింది. విజయదేవు ప్రజలకు చెప్పతగ్గవాడేగాని, తన విషయంలో జోక్యం కలిగించుకోవడం, విజయదేవు శక్తికి మించిన ప్రవర్తనగా రామభూపాల్‌రావు బాధపడ్డాడు.

"అంతా చెప్పడం అయినట్టేనా? ఇంకా ఏమైనా ఉందా" అధికార ధ్వనిలో రామభూపాల్‌రావు అన్నాడు. విజయదేవుకు రామభూపాల్‌రావు ఆ మాటల్లో కొత్తదనం కనిపించింది. చులకనగా మాట్లాడుతున్నట్లనిపించింది.

విజయదేవు ఆశ్చర్యంతో రామభూపాల్‌రావును చూస్తూ "నేను మీ ముందట పెట్టిన విషయాల్లో ఇంచుమించు అన్ని వచ్చిన వనుకుంటున్నాను" అన్నాడు.

"ఇవన్నీ గ్రామ వ్యవహారాలు, వీటిల్లోకి మీరుపోతే అంతుండదు. మేము పెట్టే ఖర్చుల క్రింద ప్రజలిచ్చే మామూళ్ళు మొదలైనవి చేతి చెమట కిందికిరావు. ఏదెట్లున్నా మీ రిటువంటి వాటిలో జోక్యం కలిగించుకోకపోవడం చాలా మంచిది. మీరు గ్రంథాలయానికి వెళ్ళడముకూడా నాకేమీ ఇష్టం లేదు. ఆ విషయం చెప్పాలని ఎప్పటినుంచో అనుకుంటున్నాను." రామభూపాల్‌రావు కటువుగా అన్నాడు.

విజయదేవు చెంపదెబ్బకొట్టినంత బాధపడ్డాడు. వ్యక్తిత్వం ఉప్పొంగి వచ్చింది. ఏదో మాట్లాడబోయాడు.

"ఇంకా ఏమేమి చాడీలు చెప్పాడు" రామభూపాల్‌రావు ప్రశ్నించాడు.

"ఇవన్ని చాడీలని మీరు భావిస్తే మీతో ఈ విషయం ఇక ఎత్తను. నాకు తోచిన మార్గం నేను అనుసరిస్తాను" అని విజయదేవు ఆవేదనతో లేచాడు.

"మొత్తానికి తిన్న ఇంటి వాసాలు లెక్కపెట్టేవాని తంతుగా వుంది" రామభూపాల్‌రావు అన్నాడు.

అక్కడ నిలుచొని ఉండటం విజయదేవుకు మనస్కరించలేదు. తన బట్టలు మొదలగు వస్తువులు తీసికొని, "ఇక నేను వెళ్తున్నాను. సెలవు. నాకు మీ ఇంట్లో స్థానంలేదు. నమస్తే" అంటూ గడీని వదిలి గ్రంథాలయం చేరుకున్నాడు. గ్రంథాలయములో ఎవరూలేరు. గ్రంథాలయములోని పుస్తకాలన్ని తిరగవేసి,

"ఋగ్వేదాది భాష్యభూమిక" అను గ్రంథాన్ని తీసి అథరాజ ప్రజాధర్మ విషయః, సంక్షేపతః అను అధ్యాయాన్ని తీవ్రంగా చదువసాగాడు. పుస్తకమందలి విషయం విజయదేవునుత్తేజితం చేసింది. ఆర్య సమాజ సంస్థ అట్టి ఉత్తమ వ్యవస్థకై ఎందుకు పూనుకోలేదో ఆలోచించ మొదలు పెట్టాడు.

ఇంతలో పరంధామయ్య వచ్చి ప్రశ్నించాడు.

"నేను రామభూపాల్‌రావుతో సంబంధం తెంచుకొని వచ్చాను. ఇక అక్కడ అడుగుపెట్ట తలచుకోలేదు."

"అంత బెడిసిపోయిందా? మనమనుకున్న విషయమేనా?" పరంధామయ్య ఆవేదనతో అడిగాడు.

"ఇదంతా మన తప్పు. ఇతరులనంటే ఏం లాభం? మనం కండ్లు మూసికొని కూర్చుంటే వచ్చే ఫలితాలివి?" గంభీరంగా విజయదేవు అన్నాడు. "ఋగ్వేదాది భాష్యభూమిక"ను పరంధామయ్యకు అందించి, అతని నాకర్షించిన భాగాన్ని చదువనున్నాడు.

పరంధామయ్య శ్రద్ధతో చదివాడు. అతని ముఖం వికసించింది "మనం ఈ పుస్తకాన్ని ఎన్నడూ చదవలేదు. బలే పుస్తకం తెచ్చారు" అన్నాడు.

"అట్టి ఉత్తమ వ్యవస్థను నిర్మించంది మనం ఏమిచేసినా లాభం లేదు. రామభూపాల్‌రావు ఇంత అహంకారంతో, విచ్చలవిడిగా ప్రవర్తిస్తున్నాడంటే, గ్రామప్రజలు ఐక్యంగా ఉండి బాధ్యతలను తెలిసికోకపోవడమే.

ప్రజల మనిషి, తెలంగాణ నవల
*విశాలాంధ్ర, విజయవాడ, **1978**, పుట.**124-129**.*

బుచ్చిబాబు (1916-1967)

*

గడ్డిపోచవిలువెంత?

పడమటి ఆకాశంలో సూర్యుడు ఎర్రగా ఆవులించి మరోప్రపంచంలో మూర్ఛిల్లిపోతే మిగిలినవి పగటిని వదలలేక రాత్రిని వెతుక్కునే మత్తుమేఘాలు. నక్షత్రాలు భయంతో మెరుస్తున్నాయి. కాలవ తోకని త్రిప్పుకుంటున్న నల్లత్రాచులా వంకర తిరిగి దూరంగా అంతర్ధానమైంది. ఆకాశంకేసి చూస్తూ వడ్డున గడ్డిపోచలమధ్య దయానిధి నవ్వుకున్నాడు. శరీరాన్ని ఆవరించుకున్న గాలి అందమైన అల్పానుభవం. శరీరం దాహంతో వికసిస్తుంది. రక్తాన్ని లేపి కొత్తదోవలు తీయిస్తుంది గాలి. ఇంద్రియాలు మైకం చెందుతాయి. కళ్ళు చూడడం మానుకుని దర్శిస్తాయి, పడమటి ఆకాశంలో పూడుకుంటున్న పుండు. రాత్రి వెదకడం విరమించుకున్న మేఘాలు, భయంలేకుండా మెరుస్తున్న నక్షత్రాలు, తోకని త్రిప్పడం మానుకున్న నల్లత్రాచులా నిశ్చలత్వం పొందిన కాలవ, పవిత్రంగా కదుల్తున్న గడ్డిపోచలు మూగభక్తితో ప్రశాంతం చెందిన ప్రకృతి, తనూ-అన్నీ ఏకమైపోయి, వొక్కసారి చైతన్యం పోగొట్టుకుని, ప్రపంచంలో నిమిత్తంలేకుండా వుండిపోయాయి.

"పొద్దోయింది. యింటికిరాండి బాబుగోరు"

లేచికూర్చున్నాడు దయానిధి.

"ఇల్లా ఎక్కడ నుంచి నారయ్యా"

"ఆవుని యింటికి తోలుకెడుతుండానండి. లెగండి పోదాం అమ్మగారూ మీకోసం చూత్తూంటారండి".

దయానిధి లేచి చొక్కా దులుపుకున్నాడు. గడ్డిపోచని త్రెంచి కాలువలో పారేశాడు.

“మధ్యాహ్నం మీ రొచ్చేసింతర్వాత. ఇంటికాడ పెద్దగొడవ జరిగిందండి అయ్యగారు. అన్నయ్యగారు తగువులాడుకున్నారండి. అమ్మగారుంటే నే వుండను. అమ్మగారన్నా వుండాలి. నేనన్నా వుండాలి యీ కొంపలో అన్నారండి అన్నయ్యగారు. అమ్మగార్ని అయ్యగారు కూకలేశారండి అన్నయ్యగారు. భూలక్ష్మమ్మగారు 5 గంటల బండి కెళ్ళి పొయ్యారండి. భూలక్ష్మమ్మగారొచ్చింతర్వాత అన్నయ్యగారు మరీ తొందరపడుతున్నారండి.”

దయానిధి మాట్లాడలేదు...నారయ్య నమ్మకస్తుడే. తన చిన్నప్పటినుండి అతను వాళ్ళింట్లో పనిచేస్తూండడంవల్ల ఇంటి గొడవలు అతనికి తెలిసినా పరవాలేదుకాని. అతనితో ఇవన్నీ ముచ్చటించడం ఎన్నతనంగా తోస్తుంది.

“నారయ్యా, నువ్వింటికెళ్ళు. నే కాసేపుండి వొస్తాగా”

“అమ్మగారు మీరు మధ్యాహ్నం కాఫీకూడా తాగలేదని. కంటతడిబెట్టుకుని, ఎక్కడున్నా కొంచం చూసి తొందరగా ఇంటికి తీసుకురమ్మని చెప్పారండి. మీరు మద్దినాళె ఎందుకొచ్చారండి కామాక్షి కూతురు వూర్నించి ఇంకా రాలేదుగదాండి?

అతనికీ విషయం కూడా ఎట్లా తెలిసిందో దయానిధికీ అర్థంకాలేదు, ఆలోచించడం మొదలెట్టాడు. కామాక్షి చెప్పి వుండొచ్చు. లేకపోతే అమ్మేచెప్పిందో...

“నారయ్యా ఐతే ఊర్నుంచి ఎప్పుడొస్తుందిట....సరేలే. నువ్వెళ్ళు. నే నల్లా షికారెళ్ళి వో గంటలో వొస్తానని చెప్పు.”

నారయ్య దూడపలావు నడుంకిచుట్టి, పాగాలోంచి చుట్ట తీసి ముట్టించాడు.

“అయితే అబ్బాయిగారూ మీకు కోపంరాదుగదాండి వో సంగతి చెబుతాను. మీరు దబ్బుని పెండ్లిచేసుకోరాదంటండీ?”

నారయ్య నవ్వేశక్తి పోగొట్టుకోలేదు. అతని జీవితంలో కష్ట సుఖాలంటూ విడివిడిగా కేటాయించిన అనుభవాలేవీలేవు. పెండ్లాం చంద్రన్నతో లేచివెళ్ళినరాత్రి పదిమందిని పోగుచేసి చెరువుగట్టున చెడుగుడి ఆడి తెల్లారగట్ల వేడినీళ్ళు పొయ్యమని చంద్రన్న ఇంటికెళ్ళాడు. మాధవయ్య గుర్రానికి వాతం కమ్మితే బెంగెట్టుకుని రెండుపూట్ల సరిగా తిండి కూడా తినలేదు.

దయానిది లోపల నవ్వుకున్నాడు. ఈ నారయ్యకన్నీ తెలుసు. పెద్దవాడై పొయ్యాడు తెలీనట్లు వూరుకోరాదూ.

"రండి బాబుగోరూ, సీకట్లో పురుగు పుట్రావుంటుంది. బేగిరం రండి."

నారయ్య ఆవుని తోలుతూ ప్రయాణమయ్యాడు. కొంగలగుంపు సిగ్గుపడే వెన్నెట్లో మెరుస్తూ పోతున్నాయి. ఏదోపిట్ట కాలవనీళ్ళను కదిపింది. వేసంగి పగటినిద్రమత్తుతో బరువెక్కిన మొహంలోని కాంతితో చంద్రుని చుట్టూ వొళ్లు విరుచుకుంది వెన్నెల. అప్రయత్నంగా వూళ్ళోకి నడిచి, కామాక్షిగారి దొడ్లోకి చేరుకున్నాడు దయానిధి, ఆ సందులో జనం ఎవ్వరూ లేరు. మూడు గుడిసెలూ, రెండు పెంకుటిళ్ళూ వున్నాయి. మెట్ల దగ్గర నీడలో నుంచుని తలుపుకేసి చూశాడు.

లోపల్నించి "ఎవరది? మంగమ్మా, చింతపండు తెచ్చావా ఉండు, తలంటుపోసుకుంటున్నా." అన్నకంఠం వినపడింది. ఒకడుగు వెనక్కి వేశాడు. ఊర్నించి సాయంత్రం వొచ్చారన్నమాట. తలుపు బీటలోనుంచి తొంగిచూశాడు. ఏదోనేరంచేసినవాడిలా చిన్న బుచ్చుకున్నాడు. అతని వెనకాల మరోసందు తలుపులోనుంచి అతను చూడడం ఇలా మరోరు చూస్తే ఎల్లా వుంటుంది. మనల్ని ఎవరూ చూడడం లేదన్న ధైర్యం వున్నప్పుడు ఎన్నోపనులు చేస్తాం. ఎవరన్నా చూస్తే ఎల్లా వుంటుందో వూహించుకుని అవకాశంవున్నా ఆ పన్లు చెయ్యటానికి జంకుతాం. తలుపుసందు నీతి మనది, అనుకున్నాడు.

చివరకు మిగిలేది, నవల

విశాలాంధ్ర, హైదరాబాద్, 2007, పుట. 1,2,3.

పొట్లపల్లి రామారావు (1917-2001)

*

ఊరు - అడవి

బ్రహ్మాండంగా మండుతోంది ఎండ. గడ్డిపోచ లేకుండా మాడి రుద్ర భూమివోలె కనిపిస్తున్నది నేల. నిప్పులా మండుతున్న ఎండలో నుంచి నడిచిపోతున్నాను. నా శరీరంలో సర్వశక్తులను ఎండ ఓడ్చివేసింది. దాహ బాధకు శరీరమంతా నీరసంగా ఉంది. ఎక్కడా నీరు జాడ కనిపించలేదు. దప్పి తప్ప నాకు.

"ఎంత కోపముంది."

వేరే సంగతి స్మృతిలో లేదు. దూరాన పచ్చ చెట్ల కింద ఓ ఊరు కనిపించింది. పచ్చని చెట్లను, మనుష్యుల ఇళ్ళను చూడటంతోనె నీరు త్రాగినట్టె కొత్త ప్రాణం వచ్చింది నాకు. ఊళ్ళోకి పోయి ఒక ఇంటి ముందు ఆగి 'దాహం' అని అరిచాను.

"ఏ ఊరు మీది?"

మొదలు అడిగాడు ఆయన! దాహముకన్నా అది ముఖ్యావసరమైనట్టు - దాహ బాధతో ఊరు, పేరు చెప్ప బుద్ధి పుట్టలేదు నాకు. నేను మాట్లాడలేదు.

ఆయన అట్లాగే నిలబడ్డాడు, పేరు చెప్పంది నీళ్ళు పోయనన్నట్లు. ఆయన అట్లా నిలబడడం నాకు బాగుండలేదు. కొంచెం సేపు నిలబడి ఇంకొక ఇంటికి పోయాను.

"ఎవరు మీరు?"

మళ్ళీ అదే ప్రశ్న.

మళ్ళీ అదే ప్రశ్న వినడం నాకు బాగుండలేదు. కొంచెం కోపం వచ్చింది.

"నాకు దాహం వేస్తోంది" అన్నాను.

"ఎవరంటే మాట్లాడవెందుకు?"

"ఎవరైతే ఏమిటయ్యా... నీళ్ళు ఇయ్యటానికి?"

"ఎవరైంది చెప్పకూడదా?"

"దాహానికి ఎవరైతే ఏమిటి?"

"ఎవరని అడిగితే ఇంత బాధ ఏమిటయ్యా?"

అక్కణ్ణించి ఇంకో ఇంటికి పోయాను.

"నీ పేరేమిటి?"

మళ్ళీ అదే ప్రశ్న. నాకు మరీ కోపం వచ్చింది.

"ఎవరైతే ఏముంది?"

"కాదు, ఏం పేరు?"

"ఏదో ఒక పేరు."

"ఏమిటయ్యా... చెబుతూ?"

"అబ్బా! పేరు! పేరు! ఏ పేరైతే ఏముంది?"

"అంత విసుగు ఎందుకయ్యా?"

"నీరు నీరు అని ప్రాణాలు వదులుతున్నవాణ్ణి పేరు - పేరు! అని ఏడ్పిస్తారేమిటి?"

కోపంతో ఊరు దాటిపోయాను. ఊరు దాటిన వెనుక నా తెలివి తక్కువ తనము, తొందరపాటు మీద నాకు కోపము వచ్చింది. ఎందుకంటే ఊరు పోయి అడవి వచ్చింది. అడవిలో నీళ్ళు ఎక్కడ దొరుకుతాయి? ఊరు పేరు అక్కర లేకున్న పొదలు తీగెలు నీళ్ళు యిచ్చేవి కావు. ఏమి చేయాలో నాకేమీ తోచలేదు. పిచ్చివాడి మోస్తరు అట్టాగే పోతున్నాను. నా శరీరం నా వశం తప్పదొడిగింది. నా కాళ్ళు తడబడదొడగాయి. మృత్యువు ముంచుకొస్తున్నట్లు కళ్ళు చీకట్లు క్రమ్మదొడ సాగాయి. దాహముతో అడవి మధ్య చచ్చిపోతానేమోనని భయం వేయదొడగింది. ఇంతలో హఠాత్తుగా ఓ చిన్న వాగు ఎదురైంది. నా విగతజీవాలు వాగు రూపంలో ప్రత్యక్షమైనట్టు పొంగిపోయాను.

వాగులో బాటసారులు ఓ చెలమ తోడి ఉంచారు. చెలమలోకి తలవంచి అమృతము త్రాగినట్టు ఆ నీరంతా త్రాగేశాను. దాహానికి నీరు దొరికినందుకు నాకు ఎంతో ఆనందమైంది. నీరు తాగుతూ తాగుతూ నాకు ప్రాణదానం చేసిన ఆ మూగతల్లికి కోటి నమస్కారాలు చేశాను. కాని అన్నిటికన్నా నాకు మహా ఆనందం కలిగించిన విషయమేమిటంటే, ఆ చెలమ నా ఊరు, పేరు గూర్చి ప్రశ్నలు వేయలేదని. ఇది ఏదో అసాధారణ విషయమని నాలో నేను అలౌకికానందంతో పొంగిపోయాను.

రచనా కాలం : 1953

తెలంగాణా కథలు
సం॥ కాలువ మల్లయ్య, సదానంద శారద, చంద్ర
విశాలాంధ్ర, హైదరాబాద్, 2005, పుట. 103, 104.

కాంచనపల్లి చినవెంకటరామారావు (1921-1992)

*

దావతు

కొత్తగావచ్చిన గిర్దావరు (రెవిన్యూ ఇన్‌స్పెక్టరు) మోటారు దిగాడన్న సంగతి తెల్వటమే ఆలస్యం. పటేలు, పట్వారీ, సేక్‌సింధీలు ఎదురుకోళ్లకు వచ్చి చావట్లో విడిది చేయించినారు. ఆయన మోటారు దిగిన అర్ధగంటకే పెద్ద గుఝంసైసు, ఆయన వెంట వుండే బావర్చీ వెంట వంట సామాను వగైరాలన్నీ పన్నెండు మంది వంతు చాకళ్లు, మాదుగుల మీది నుంచి దించినారు. గిర్దావర్ సాబుకు చేదోడు వాదోడేమిటి కుడిభుజంగా వున్న చందాసాబు కూడా చేరుకున్నడు. చందాసాబు వచ్చే గిర్దావర్లందరి దగ్గర జీతం బత్తెంలేని నౌకరు. అతనికేం గిట్టుబాటంటే గిర్దావర్లతోపాటు పుణ్యానికి వచ్చే వెట్టికోళ్ల కూరలతో భోజనం. ప్రతి ఊళ్లో గిర్దావర్ సాబు దగ్గర ప్రధానమంత్రి లాంటివాడు. యథోచిత సంభావన సత్కారం. ఈ విధంగా తిండి పోగా నెలకు 100 రూపాయలకు చావులేదు. గిర్దావర్ మీద భారం లేదు. ప్రతి గిర్దావరుకు కూడా చందాసాబు వంటి వారుంటే దర్బాషాన్, గౌరవ ప్రపత్తులకు లోటు ఉండదు. ఆదాయానికి కూడా కారకుడన్న దృష్టితో ప్రతి గిర్దావరు బదిలీ అయిపోతూ వచ్చే గిర్దావరు కితణ్ని దత్తతచేసి పోతుంటరు.

గిర్దావరు తన పని చేసుకుంటున్నడు. పటేలు పట్వారీలంతా ఆయనతో పాటే వున్నరు. పన్నెండు గంటలైంది. కడుపులో ఎలుకలు పరుగెత్తటం మొదలు పెట్టినయి. 'ఖానా లావ్' అన్నడు బావర్చీని.

'ఇంతవరకు సామాను రాలేదు సర్కార్'

'కుమ్మరోండ్లు, చాకలోండ్లు ఎక్కడికి పోయినారు. వాళ్లను కోమటిండ్లకు బంపితే సామానొచ్చేది. ఇంతమాత్రం తెల్వదు బే. బేహయా యెక్కడో'.

'నేను చందాసాబు తిరిగి వచ్చినం, మొదలు పైసలిస్తె సామానిస్తం లేకుంటే లేదంటున్నరు కోమట్లు.'

'నీవు దిర్గటమేమిటి కుమ్మరి కుక్కలకొడుకు లేడా? పోవటానికి. ఈవూరు గమ్మతు వూరే వున్నట్లున్నది.'

'వాళ్లుకూడా పైసలిస్తేనే పని చేస్తమన్నరు.'

'కోమట్లు, పనిబాటలోండ్లు విలాయత్ (లండను) నుంచి దిగివచ్చినట్లున్నది. నేను పుట్టినప్పట్నుంచి ఇటువంటి ఊరు చూడలేదు.'

చందాసాబు ముందుకొచ్చి విన్నవించినాడు. 'సర్కార్ ఇది మాదర్చోత్ వూరు. ఈ వూళ్లోళ్లంతా బద్మాషులయ్యింద్రు. ఎవరి మాట లక్ష్యం లేదు. అదుపాజ్ఞల్లేవు. ఆర్య సమాజమా యేమిటి. మా గుల్బర్గా హల్కాలో ఒక ఆర్యసమాజీ వుండే. వాణ్ని హరో హరా అనిపించినా. వీళ్ల ఆటలు నా దగ్గర సాగవు.'

పటేలందుకున్నడు–'ఇన్నాళ్లటూరు గాదిది. చానా చెడిపోయింది. దొరవారికి, మాకు వెట్టి అరకలు దున్నేది పోయింది. పెంట గొట్టేది పోయింది. మావంటివాళ్లొస్తే ఎడ్లకు గడ్డి దొరికేది. మీవంటి పెద్దల గుఱ్ఱాలొస్తె కోమట్లు దాణకు శనగ లిచ్చేవాళ్లు. అంతా పోయింది. ధర్మరాజు లాంటి దొరవారు కూడా నౌకర్ల పెట్టి పని చేయించుకుంటున్నరు. దొరవారి పనే ఇట్లైతే ఇంక మావంటి వాండ్లు లెక్కేమిటి. చాలా కంగాళైపోయింది' అని గోడు వెళ్లబోసుకున్నడు.

సేత్రందీ మొదలు పెట్టినాడు. "పోయిన గిర్దావరు కూడా మీవంటి మంచి దొరే నండీ. చందాసాబు నడగండి ఆయనతో కూడా కొట్లాడుకునేది యీ వూరు వాళ్లు. లేవీ తఖ్తాలు తప్పు రాసిండని, లంచాలు తీసుకున్న వాండ్లకు మాఫీలిచ్చి అసలు పైళ్లు చెడ్డవాండ్లకు మాఫీ లివ్వలేదని గిర్దావరుసాబు మీద ధర్ఖాస్తిచ్చినారు. అందుకే ఆయన తబాదిలా అయిండని, యీ గెల్పు తమదేనని చెప్పుకుంటున్నరు".

పట్వారి అందుకున్నడు "తహశీల్దారు ధర్మ ప్రభువండీ. సేగేదారీ (క్లర్కు) నుండి తహశీల్దారైనాడు. ఆయనకీ సంగతులన్నీ తెలుసు. మన కష్ట సుఖాలు

తెలిసినోడుండబట్టిగాని లేకుంటే చాలా కష్టమైవుండేది". అని మాటలు బెంచుతున్నడు.

మధ్యన పటేలందుకొని అన్నడు. 'మా పట్వారి చిన్నాయిన కొడుకే సర్కార్ ఈ వూళ్లో చిచ్చుబెట్టింది.'

'మీవాడే అయితే వాణ్ని అదుపులోపెట్టలేవు. నాకు ఆకలయితున్నది భై' అన్నడు గిర్దావారు.

'వాండ్లకు మాకు పడదండీ. నన్నీ యింత మొత్తల్(సస్పెన్షన్) వకాకూన్ (డిస్మిస్డ్) చేయించి పట్వారిగిరి ఊడగుంజుకుందామని ఈ యెత్తులండీ.' ఆ మధ్యలో యుక్తిగా అంటించినాడు పట్వారీ.

'సరే, ఆ మాట అటు తర్వాత చూసుకోవచ్చుగాని నా తిండి మాటేమిటి. పైసలిచ్చి కొనుక్కునే అలవాటు నా జిందగీ భర్‌లో (జీవితం యావత్తులోను) కానివ్వను. ఇది మాషాన్ మస్లా (పరువు సమస్య).'

'అయితే మా యింటి నుంచి అన్నం పంపిస్తా లేకుంటే తమరే రాండి తినిపోదురుగాని' పట్వారీ అన్నడు. అంతలోకే లాగు, షేర్వాని, రూమీటోపీతో ఒక బాన కడుపు వ్యక్తి ప్రత్యక్షమై నాడు ఆదాబ్ ఆదా అంటూ.

పట్వారి చెప్పినాడు. 'ఈయనే మా వూరి దొర. చాలా మంచివాడు. ఇంతకు పూర్వం వీరిపేరు జెపితే పిట్టలు నీళ్లు దాగేవి కావు. మంచి అదుపాజ్ఞల్లో వుంచేవాడు' అని. దొర అందుకున్నడు. 'అదంతా పాతకాలం ముచ్చట. ఈ కలియుగంలో దుర్బుద్ధులెక్కువైనై. రాగాకు కొసకొచ్చింది. వినాశకాలం దాపురించింది. పెరుగులో వెన్న ముద్ద సగం మునుగుతున్నది. కొందర్లో మునుగుతుందీ ప్రపంచం. యెక్కడ జూచినా కలిపుత్రులే' అంటూ అలవాటు ప్రకారంగా వేదాంతం చెప్తున్న దొర ఒక్కసారిగా మాటలు మార్చి, 'మీరెక్కడ నుండి రావడం?' అని కుశల ప్రశ్నలకు తగులుకున్నడు.

'మీ వంటి వాండ్లుండి కూడా వూరు యిట్లా చెడి పోతుంటే చూస్తున్నరు. ప్రతి వూరు కూడా యింత బద్మాష వూరైతే మన రాజ్యం ఆగదు. ఇక ఈ వూరు నుంచి నా సామానెట్ల బోవాలో తోచదు.' కడుపులో ఆకలి మంట గిర్దావర్ ఆందోళన వెలిబుచ్చినాడు.

'అరె అట్లనా, నా కెందుకు చెప్పలేదయ్యా పంతులూ, మా బంగ్లా మీద దిగనుంటిరి. పదండి మా యింటికి నాష్తాచేతురుగాని. సంగతులన్నీ అక్కడ మాట్లడొచ్చు నడవ్వయ్యా చందాసాబు' అందరినీ ఆహ్వానించినారు దొరవారు.

పీడ విరగడైందని చెవులు ఝాడించి ఇల్లుచేరుకున్నడు. పట్వారి పటేలు గిర్దావారు వెంట దొరవారి యింటికి చేరుకున్నరు. గిర్దావరుకిచ్చే దావత్‌లో తమకూ భాగం దొరక్కపోతుందా అని....

*రచనా కాలం : **1947***

కాంచనపల్లి చినవెంకట రామారావు కథలు
సం॥ ఎలికట్టె శంకరరావు,
*కాంచనపల్లి సాహిత్య ప్రోత్సాహక సమితి, **2012**, పుట. **43-46.***

దేవరకొండ బాలగంగాధర తిలక్ (1921-1966)

*

సైనికుడి ఉత్తరం

ఇక్కడ నేను క్షేమం-అక్కడ నువ్వు కూడా
ముసలి అమ్మా, పాత మంచంకోడూ
మన చిన్నబ్బాయి, చెరువులో కొంగా.......

ఇపుడు రాత్రి, అర్ధరాత్రి
నాకేం తోచదు నాలో ఒక భయం
తెల్లని దళసరి మంచు రాత్రి చీకటికి అంచు
దూరంగా పక్కడేరాలో కార్పొరల్ బూట్స్ చప్పుడు
ఎవరో గడ్డిమేటి మీదనుంచి పడ్డట్టు-
నిశ్శబ్దంలో నిద్రించిన సైనికుల గురక
చచ్చిన జీవుల మొరలా వుంది.

అబ్బ చలి! నెత్తురు చల్లబడే చలి!
పొడుగాటి చుట్టకాల్చినా
లిండెల్(రూపాయి దాని పాపం ఖరీదు)
లిండెల్ గుండెల్ హత్తుకున్నా
దాని సారానోరు నీరుతాగినా ఈ చలిపోదు.

పోదు నాలోభయం మళ్ళీ రేపు ఉదయం
ఎడార్లూ నదులూ అరణ్యాలూ దాటాలి.
ట్రెంచెస్‌లో దాగాలి

విభా ప్రభాతములు ❖ 137

పైన ఏరో ప్లేను, చేతిలో స్టెన్‌గన్
కీ యిస్తే తిరిగే అట్టముక్క సైనికులం
మార్చ్!
వన్ టూ త్రీ షూట్ డెడ్ ఎవడ్
నువ్వా నేనా
కేబుల్ గ్రాం యిప్పించండి కేరాఫ్ సో అండ్ సో
(మీ వాడు డెడ్.)
స్పృహ తప్పిన ఎనేస్తిషియాలో
వెన్నెముక కఱ్ఱలా బిగిసింది
యుద్ధం యుద్ధం
లిబియాలో బెర్లిన్‌లో స్టాలిన్ గ్రాడ్‌లో
స్వార్థం పిచ్చికుక్కలా పరుగెత్తింది.

అబ్బ! వణికించే చలి
అందరూ నిద్రపోతున్నారు
అందరూ చచ్చిపోతున్నారు
అర్ధరాత్రి దాటిందని మోగిన ఒంటిగంట
మంటలా మొహాన్ని కొట్టింది
నే నిదివరకటి నేను కాను
నాకు విలువల్లేవు
నాకు అనుభూతుల్లేవు
చంపడం, చావడం
మీసం దువ్వటం లాంటి అలవాటయ్యింది.

కనిపించే ఈ యూనిఫారం క్రింద
ఒక పెద్ద నిరాశ, ఒక అనాగరికత
బ్రిడ్జి కింద నదిలాగ రహస్యంగా వుంది
వదలలేని మోసపు ఊబిలాగ వుంది
నేనంటే నాకే అసహ్యం
అందుకే మరీ మరీ చంపుతాను, మరీ మరీ తాగుతాను
ఇంకేం చేసినా ఎవరూ ఒప్పుకోరు.

ఇంక తెల్లవారుతోంది
దూరంగా ఆల్ప్సుమీద మంచు దుఖంలా కరుగుతోంది
ప్రభాతం సముద్రం మీద వెండి నౌకలా ఊగుతోంది
తిరిగి ఎప్పుడు మన ఊరు వస్తానో!
నిన్ను చూస్తానో?

అందమైన తెల్లని నవ్వు నీ మెడలో
గొలుసు గొలుసులుగా కదిలినప్పుడు,
అదో విధమైన చెమ్మగిలిన చూపు
నెమలి రెక్కలా విప్పుకున్నప్పుడు

ఎన్నాళ్ళకి! ఎన్నాళ్ళకి!
కొన్ని వేల మైళ్ళ దూరం మనమధ్య
ఒక యుగంలా అడ్డుపడింది.
ఇంక సెలవ్ మైడియర్!
నిద్ర వస్తోంది మత్తుగ నల్లగా
అడుగో సెంట్రీ
డేరాముందు గోరీలా నిలబడ్డాడు

అదిగో యింకా
కార్పొరల్ బూట్స్ చప్పుడు
కడుపులో నీళ్ళు కదులుతూన్నట్లు
జాగ్రత్త సుమీ జాగ్రత్త
నువ్వూ, పిల్లలూ, బల్లులూ అందరూ.

మళ్ళీ జవాబు వ్రాయ్ సుమీ!
ఎన్నాళ్ళకో మరీ
సెలవ్! అబ్బా! చలి!
చలి గుండెల మీద కత్తిలా తెగింది.
నీ రూపం నా దేహానికి వెచ్చగా తగిలింది.

అమృతం కురిసిన రాత్రి
విశాలాంధ్ర, హైదరాబాద్, 2006, పుట. 21,22,23.

రాచకొండ విశ్వనాథశాస్త్రి (1922-1993)

*

న్యాయం

గుప్పున సారా కంపు!

కోర్టు.

గొల్లున సంతగోల!

కోర్టు.

అబద్ధాలకి పాముల పుట్ట!

కోర్టు.

బందిలదొడ్డికి రాచబాట!

కోర్టు.

(అక్కడ అనాథుల ఆక్రందన. అక్కడ అసహాయుల ఆర్తనాదం. అక్కడ పేదల కన్నీటిజాలు. అదే సుమా కోర్టు! అని కూడా నాకు రాయాలనుంది. అయితే, సెంటిమెంటల్ సాబ్‌స్టఫ్, ఏడుపురాత రాసేనని తప్పక చాలామంది వెక్కిరిస్తారు.)

పదకొండున్నర. పచ్చని పగలు, మేజిస్ట్రేటుకోర్టులో పల్చపల్చని నీడలు. బెంచిమీద కూర్చున్న మేజిస్ట్రేటుగారి తలలో చిక్కువీడని ఆలోచనలు.

వరండాలో జనుల కిటకిట. వారి కేకల గోల. వారి శరీరాల వాసన. వారి బట్టల దుర్వాసన.

మేజిస్ట్రేటుగారు యువకులు. ముఖంలో లేతతనువు ఛాయలు ఇంకా పోలేదు. పెదవుల కటూ ఇటూ రెండు గీతలు అస్పష్టంగా ఉన్నప్పటికీ,

ముడుతలింకా నుదుట మీదకి ఎక్కలేదు. అతనేదో ఆలోచిస్తూ కూర్చున్నాడు. ఎక్కడికి వెళ్ళాలని బయల్దేరాడో ఆ సంగతి మధ్య దార్లో మర్చిపోయిన వాళ్ళా ఉన్నాడతను. వెళ్తున్న దారి సరైన దారేనా అని అనుమానం తగిలినవాళ్ళా ఉన్నాడతను. ఏదో ఆలోచిస్తూ కొంతసేపు కాయితం ఏదో రాసుకున్నాడు. తరువాత ఆగి, చూరువైపు చూస్తూ కూర్చున్నాడు.

బెంచీకి ఎదురుగా నాలుగైదు నల్లకోట్లు కూర్చున్నాయి. అయిదారు ఎర్రటోపీలు నిల్చున్నాయి. బెంచి వెనక్కి గోడని ఎత్తుగా ప్రభుత్వ చిహ్నం మినుకు మినుకు మంటూ హాల్లో చీకటిని చీల్చుకొంటోంది. ఒక గోడనున్న పటంలోంచి ప్రెసిడెంటుగారు పట్టుదలగానూ, మరో గోడ నుంచి సర్దార్ పటేల్ గారు భీకరంగానూ చూస్తున్నారు. మీదనున్న పంకాని చిరకాలపు సాలెగూళ్ళు గట్టిపట్టు పట్టుకోనున్నాయి. అవి పంకా కదలిక్కి సాగుతున్నాయే గాని సడలి తెగిపోవడంలేదు.

మేజిస్ట్రేటుగారి చూపు ఇంకా చూరు మీదుండగానే రెండు బూట్ల టకటక ఆయన చెవిన పడింది. టకటక లాడుతూ వచ్చిన బూట్లు టక్కున ఆగేయి. చూరుమీదున్న మేజిస్ట్రేటుగారి చూపు నెమ్మదిగా కిందికి దిగి, ఒక సబిన్స్పెక్టరుగారి సాల్యూట్నీ, అతని చిరునవ్వునీ, సాల్యూటనంతరం కుర్చీలో అతను కూర్చోడాన్నీ గమనించింది.

“ఈ కేసుమీదే కదా?” అని అడిగేరు మేజిస్ట్రేటుగారు!

“ఏది సార్?” అన్నాడు సబిన్స్పెక్టరు.

“ఆ కేసు” అని ఓ ఆడపిల్లని చూపించేరు మేజిస్ట్రేటుగారు.

ఇన్స్పెక్టర్ గారికి వెనగ్గా గోడకి బల్లిలా చేర్లబడి నిల్చుందొకామె. దూరంనుంచి చూస్తే, చీకట్లో చూస్తే ఆమె పిల్లలా ఉంటుంది. దగ్గిర్నించి చూస్తే పాతికేళ్ళు కనిపిస్తాయి. అందరూ తనవైపు చూడ్డంచూసి ఆమె కొంచెం సిగ్గుచూపింది. అంతలోనే ఆ సిగ్గుని కట్టేసింది. పగటివేళ మెరుపులా వికృతంగానూ, అర్ధరాత్రి మెరుపులా భయంకరంగానూ ఉందా సిగ్గు. కోర్టులో అంతా ఆ సిగ్గుచూసి ముచ్చటపడ్డారు. ఆమె పైటని తలమీదికి ముసుగువేసుకుంది. సగానికి ఉందా ముసుగు. ఆమె గుండెలు పుష్టిగా, మాయగా ఉన్నాయి. ముఖంలోనూ, మిగతా శరీరంలోనూ మాత్రం నిజం కనిపిస్తోంది. ఆమె వంట్లో

విభా ప్రభాతములు ❖ 141

ఊపిరిలేదు. ఆమె ముఖంలో కళాకాంతుల్లేవు. మూడో తరగతి రైలుపెట్టెలో ఓమూల నలిగిపడి వాడిపోయిన పువ్వులదండలా వుందామె.

'తూస్తే పావుశేరు మాంసం ఉండదు' అని ఆమెని చూడగానే తోచింది మేజిస్ట్రేటుగారికి.

"కేసు మనదేకదోయ్?" అని ఇనస్పెక్టరు హెడ్డుని అడిగేడు.

"మనదే బాబూ! 'గేలం' పెట్టేం. పట్టుకున్నప్పుడు తమరుకూడా ఉన్నారు" అని దగ్గరకొచ్చి గొణిగేడు హెడ్డు.

"ఈ కేసు మా కేసేసార్" అన్నాడు ఇనస్పెక్టరు కోర్టువారితో. తరువాత హెడ్డునీ మెల్లిగా "నేరం వప్పేసుకుంటుందా?" అని అడిగేడు.

"చిత్తం! అలాగే అంది అనడం మన్తో" అన్నాడతను.

"ఛార్జిషీటు చూస్తే నిన్న సాయంకాలం 'గేలం' సారాతో మీరే స్వయంగా పట్టుకున్నట్టుగావుంది" అన్నారు మేజిస్ట్రేటుగారు.

"అవునంతేసార్. అది రైటేసార్!" అని కోర్టువారితో చెప్పి, "ఏమే! కేసుని వప్పేసుకుంటావుకదూ?" అని ఆమెని అడిగేడు సబ్ ఇనస్పెక్టరు.

ఆమె మరోసారి వికృతంగా సిగ్గుపడింది. ఎడమచేతి ఎర్రని గోళ్ళని కుడిచేతి ఎర్రని గోళ్ళతో సాపుచేసుకుంటూ నిలబడింది. ఆమె కట్టుకున్న నీలిపువ్వుల పరికిణీమీద ఎర్రని కండువా పంకా గాలికి తలమీదా, గుండెలమీదా అతి నెమ్మదిగా కదుల్తోంది. రోడ్డువార నల్లకుక్క జూలులా ఆమె జుట్టంతా రేగిపోయింది.

"సిగ్గెందుకే, జవాబుచెప్పక?" అన్నాడు ఇనస్పెక్టరు.

కళ్ళెత్తి ఓసారి అతనివైపు చూసిందామె. ఆమె కళ్ళనే చూసేడు కాని కంటిలో తడిని గమనించలేదాయన.

"వీళ్ళకి రాత్రిళ్ళు సిగ్గుండదుసార్, పగలే ఈ సిగ్గంతాను" అన్నాడు ఇనస్పెక్టరు కోర్టువారివైపు తిరిగి.

"ఏం అమ్మాయ్! నీకేం పని?" అని మేజిస్ట్రేటుగా రామెను ప్రశ్నించారు.

ఆ ప్రశ్నకి అంతా నవ్వేరు.

మేజిస్ట్రేటుగారు నెల్లాళ్ళయి ఉద్యోగంలో ప్రవేశించేరు. ప్లీడర్లంతా ఆయనను గురించి 'చాదస్తం ముండాకొడుకు' అని తీర్పు చెప్పేరు. ఆయన గురించి "పట్టువిడుపూ లేదు. సర్దిపుచ్చుకోవడం తేలీదు. 'సత్యం సత్యం' అని తినేస్తున్నాడు. కల్పన కొంచెం అయినాలేని కేసు పృథ్విలోనే లేదు. అసలు ఈ ప్రపంచమే భగవంతుడి పెద్ద కల్పన. అంతామాయే అయినప్పుడు మాయలోంచి మాయగాక యింకేమిటొస్తుంది? న్యాయంట, ధర్మంట, సత్యంట! ఇలాటివాడే వెనకటికోసారి 'నిజంచెప్పు! నిజం చెప్పు!' అంటూ పెళ్ళాంపీక పిసికేసి నూతిలోకి దూకేసేడు. నిజమూ, న్యాయమూ కావాల, కావాలంటే, నేను కాపరంచేసి పుట్టించాలిగాని, ఎక్కణ్ణించి వొస్తుంది నిజం, న్యాయం? కేసుల్లోనే న్యాయంవుంటే ఈ పోలీసులం మేమెందుకు? ఇంతమంది ఈప్లీడర్లు అంతా ఎందుకు? ఈ కోర్టులన్నీ ఎందుకు" అని హెడ్డు-అతను పర్మనెంటుగా రివర్టయేడు-నాలుగైదు సార్లు వరండాలో చమత్కరించాడు.

"ఏం అమ్మాయ్? ఏంపని చేస్తావ్" అని ఆమెని మేజిస్ట్రేటుగారు మళ్ళీ అడిగేరు.

అంతా మళ్ళీ నవ్వారు.

మేజిస్ట్రేటుగారికేమీ బోధపడ్డంలేదు. అతను పెద్దింటివాడు. ప్రాక్టీసు చేసిన రోజుల్లో అతను, డబ్బున్నవాడే అయినా, నలుగురిలో తిరిగేవాడు కాదు. ప్రాక్టీసు వుండకపోవడంచేత అతను కథలే చదివేవాడు. ఎవరికీ చూపించకుండా పద్యాలు రాసుకొని దాచుకొనేవాడు. అతనికి కాకినాడలో పెద్దమేడా, హైద్రాబాదులో ఒక కొత్త యిల్లూ ఉన్నాయి. అతనికి పల్లపు భూములున్నాయి. మెట్టున తోటలున్నాయి. బ్యాంకులో మంచి అకౌంటుంది. పురుష లక్షణానికి ఉద్యోగం వుంది. తల్లిదండ్రులకతను మంచి కొడుకు. తోబుట్టువులతనికి లేరు కాని, వుంటే వాళ్ళకతను మంచి అన్నదమ్ముడు. భార్యకతను ప్రేమించేభర్త. డెయిసీ ఇరానీ, షర్లీ టెంపిల్, వాసంతి లాంటి కూతురుకతను మంచి తండ్రి. అతను చాలా మంచివాడు కాదని ఎవరూ ఇప్పటిదాకా అనలేక పోయేరు.

అందుచేత ఆయనకేమీ బోధపడ్డంలేదు.

"దాని కేం పనా? అదేపనండి" అని అప్పుడు హెడ్డు వస్తూన్న నవ్వుని నిలిపి పారేసుకుని, కోర్టువారికి తెలియజేసేడు.

"ఏమే? నూకరాజు కంపెనీలో కదూ వున్నావు?"

అని ఇనస్పెక్టరు అడగ్గా ఆమె అవునన్నట్టు తలూపింది.

"ఏం కంపెనీ అది?" అని మేజిస్ట్రేటుగారు తిరిగి ప్రశ్నించేరు.

"కంపెనీ అంటే మామూలు కంపెనీ కాదుసార్! ముండల కంపెనీని ఇక్కడ టూకీగా 'కంపెనీ' అంటారు" అని ఇనస్పెక్టరు బెంచి దగ్గరగా వెళ్ళి నెమ్మదిగా చెప్పేడు.

మేజిస్ట్రేటుగారు పెదవి కరుచుకున్నారు.

ఎదురుగా నిల్చున్న ముద్దాయిగురించి ఆ సంగతి తెలియగానే అతనికెందుకో గాని అసహ్యం వేసింది. అసహ్యం కలగడం ఆయనకే ఆశ్చర్యం కలిగించింది. కథలో పతితలా లేదామె. వాస్తవదృశ్యం చూసేసరికాయనకి కడుపులో వికారం పుట్టింది.

"నిన్న సాయంకాలం నూతకాడు అనే ఆసామీ ఇంటిప్రక్కన సందులో, నీ స్వాధీనంలో ఒకగేలం వంటసారా వుండగా, నిన్ను పట్టుకొన్నామని, మదరాసు ప్రొహిబిషన్ ఆక్టుసెక్షన్ 4(1)ఎ ప్రకారం నువ్వు నేరం చేసేవని పోలీసువారు నీమీద కేసు పెట్టేరు. నేరం చేసేవా?" అని ముద్దాయిగా నిలబడ్డ ఆమెని పద్ధతి ప్రకారం ప్రశ్నించేరు.

సమాధానంగా పిల్ల తలవూపింది.

"తలూపడము కాదు, నోటితో సమాధానం చెప్పాలి."

"కేసు వొప్పేసుకుంటానండి" అందామె.

"అంటే, నేరం చేసేనంటావా?"

"కేసు కొప్పేసుకుంటానండి."

"నేరం చేసేవా?"

"కేసు కొప్పేసుకుంటాను బాబుగారూ."

"అంటే నేరం చేసేనంటావా?"

"నే నేం నేరం చెయ్యలేదండి."

"అయితే కేసు వొప్పుకుంటానని యెందుకంటున్నావు?"

"కేసు కొప్పేసుకుంటానండి."

"కేసు వప్పుకోవడం అంటే ఏమిటి నీకు తెలుసా?"

ఈ విధంగా కోర్టువారికీ, ఆమెకీ సంభాషణ సాగుతోంది. ఈ కేసుతో తెల్లారిపోతుంది, కాబోలు, చాదస్తం మొగుడు చెబితే వినడు, చెప్పిందాక ఒగ్గడు. అలా సూస్తావుండు,' ఇలా హాల్లో అంతా అస్పష్టంగా గొణుక్కుంటున్నారు. బెంచి గుమాస్తా కుర్చీలో ఈడిగిలబడి, కాళ్ళు పూరాగా జాచుకొని కూర్చున్నాడు. గోడ గడియారపు ముళ్ళు నెమ్మదిగా నడుస్తున్నాయ్.

"నీ దగ్గర గేలం సారా దొరికిందా లేదా?" అని చివరికి గట్టిగా అరవ్వలసి వచ్చింది మేజిస్ట్రేటుగారు. ఆయనకి నుదుటిమీద చెమట చిమ్మింది. నుదుట నరాలు ఆకు పచ్చని గీతలుగా మారేయి.

"నా దగ్గర సారా దొరక లేదండీ! తాగేననీ పట్టుకున్నారు" అని గబుక్కున సమాధానం చెప్పింది ముద్దాయి.

"సరిరా" అన్నాడొక ముసలాయన, కిటికీల దగ్గరున్న జనం హాయిగా నవ్వేరు. ఒక పడుచులాయరు ఉద్రిక్తుడయి కూర్చున్నాడు.

మేజిస్ట్రేటుగారు నిర్ఘాంతపోయేరు.

"ఏం తాగేవు?" అని నీరసంగా అడిగేరు.

"బీరు, జీన్ను, బ్రాంది, విస్కి, వాళ్ళేదిస్తే అది. వేరే ఎక్కణ్ణుంచొస్తుంది?"

ఆమె కళ్ళు ఎరుపుతో తడిచాయి.

"సారా దొరకలేదా?"

"త్రాగేను".

కోర్టువారు 'ఇనస్పెక్టరువైపు' అసహాయంగా చూసేరు. అతను హెడ్డుని కళ్ళతో అడిగేడు. హెడ్డు బెంచి దగ్గరగావెళ్ళి గొంతు సవరించుకున్నాడు. పురాణం చెప్పేవారి మాటలా గంభీరంగా, మృదువుగా, శ్రావ్యంగా వుంటుందతని మాట.

"మొన్న అమెరికన్ షిప్పొచ్చింది బాబుగారూ! తమరితో చెప్పకేం! నిన్న రాత్రి ఊళ్ళోకి బేచి బేచంతా దిగిపోయింది. పాపం, షిప్పులో అవస్థలు పడిపడి ఊళ్ళోకి దిగేసరికి వాళ్ళకెలా వుంటుంది బాబూ! ఏదో కాస్త జల్సా చేద్దామనుంటుంది.

ఆ జల్సాలో వాళ్ళు తాగేసి దీన్ని తాగించేసి పోయేరు. పోయినవాళ్ళు మామూలుగా పోకుండా ఆ సర్దాలో దీన్ని ఎలా వున్న దాన్నలా గుమ్మందాకా తీసుకొచ్చి ఒదిలేసి పోయేరు. మరింక రోడ్డు మీద దీని అల్లరి చూసుకోండి. పట్టుకొని స్టేషన్‌కి తీసుకొచ్చే సరికి మా తాతలు దిగొచ్చేరు. నక్కలా వుందేకాని తాగేసినమీద దాన్నోట్లోనుంచి యెన్ని బూతులు గలగలా రాలాయో చెప్పలేం. ప్రొప్రయిటరుగాడికి కబురు పంపిస్తే వాడు బట్టలు పంపించి, తనుమాత్రం కనుపించడం మానేసేడు. వాడికి గలాటా అంటే భయం. ప్రొద్దున్న లేపి బట్ట కట్టించి బయల్దేర దీసేసరికి బ్రహ్మాండమయింది. మమ్మల్నేం చెయ్యమంటారు? తాగిన మాట నిజమే! కాని సారాకూడా దొరికింది బాబుగారూ!"

డిపార్టుమెంటులోని అన్ని బాధలూ, సకల కష్టాలూ మూర్తీభవించేయా అన్నట్టుగా వుంది ఆ సమయంలో హెడ్డుగారి మూర్తి.

మేజిస్ట్రేటుగారి ముఖంలో రకరకాల ప్రశ్నలు కనిపించేయి. ఆయనకేం చెయ్యడానికి పాలుపోకుండా వుందని స్పష్టంగా తెలుస్తోంది.

నేరం చెయ్యలేదట. కేసుకి వొప్పేసుకొంటుందట. ఇదో సమస్య. అన్నీ సమస్యలే! ఏదీ యెవరూ సాఫీగా సవ్యంగా నడవనివ్వరు.

అంతలోనే అకస్మాత్తుగా ముద్దాయి కళ్ళంట నీళ్ళు బొటబొట కారేయి. కొబ్బరాకులమీద ఎండ మెరుగూ, ఇంటిముందు కళ్ళాపుమీద ముగ్గులూ, చెరువు గట్టున దేవుడి గుడిప్రక్కన కన్నూ కన్నూ కలిపిన యువకుడూ, తొలిసారిగా కాలుజారిన చీకటి సమయం, ఏమేమి జ్ఞప్తికి వచ్చేయోకాని ఆవిడ అక్కడ కోర్టు చీకట్లో గోడవార నిల్చొని రెండు బెక్కులు బెక్కింది.

"కోర్టులో ఏడవకూడదు" అన్నా రెవరో.

"తాగి తందనాలాడ్డం, కోర్టుకొచ్చి ఏడవడం!" అని ఇనస్పెక్టరు ఆమె మీద కేకలు వేసేడు.

"ఆవిణ్నేం భయపెట్టకండి" అని మేజిస్ట్రేటుగారు విసుక్కొంటూ అన్నాడు. విసుక్కోవలసిన మూడ్‌లో ఆమె తనని పెట్టినందుకు ఆమె యెడల ఆయనకి విసుగు ఎక్కువయింది.

"మరోడూ మరోడూకాదు, అమెరికన్ ప్రెసిడెంటొస్తే అందుకోసమే వచ్చాడనుకొని, ఎంతిస్తావని అడుగుతుంది. అటువంటి రకంసార్ ఇదీ! ఉరితీస్తాం అంటే ఖాతర్ చెయ్యని మనిషికి ఏడుపా?" అన్నాడు ఇనస్పెక్టరు.

"తాగడం ఏమిటి? అందులోనూ ఆడది! ఛ!" అన్నాడు మేజిస్ట్రేటుగారు.

"కలికాలం బాబుగారూ!" అన్నాడు హెడ్డు, అలా అనగలిగిన వయసు అతనిది. సర్వీసులోనే నెరసిపోయిందతని తల.

"సార్! తమరు నన్ను తిడితే తిట్టండి. ఏమనాలనివుంటే అనండి. కాని నిజం చెపుతున్నాను నమ్మండి. ఇలాంటి లంజలకి–తప్పుమాట అన్నానుకోకండి–అది అది! అందుకన్నాను–అలాటివాళ్ళకి ఓట్లిచ్చి గవర్నమెంటుని ఎన్నుకుంటే అదింకేం గవర్నమెంటు సార్. ఇంగ్లీషువాడి టైములో" అని ఇన్‌స్పెక్టరు మాట పూర్తి కాకుండానే హెడ్డు అడ్డొచ్చి–

"ఆ టైములో ఒక చిన్న జవానుకాదు, యింకా ట్రైనింగు పూర్తవని రిక్రూట్ వైపైనాసరే ఎవడైనా కన్నెత్తి చూస్తే చాలు బాబుగారు! వెంట్నే తెచ్చి కొట్టులో వేసేడమే! శిశుపాలుడి పరిపాలన! తన్ని పరిపాలించాడు తెల్లబాబు. అందుకే అంత 'హాపి'గా వెళ్ళిపోయింది" అని పూర్తి చేసేడు హెడ్డు. ఆ హాయైన పూర్వపు రోజులకి ఒక చిన్న నిట్టూర్పుకూడా పారేశాడు సమయానుకూలంగా.

"తంతేకాని వీళ్ళు లొంగరు సార్."

"కాని యిప్పుడు తన్నడానికి మాకు గుండెలున్నాయా బాబుగారూ! మేం కుక్కని కాల్తోతంతే గుద్దేస్తున్నారు? టెలిగ్రాంలు–నెహ్రూగారికే, స్టేషన్లో కుక్కలు జొరబడిపోతున్నా యంటే దండం పెట్టి ఊరుకుంటున్నామనుకోండి బాబూ! అదీ పరిస్థితి, ముద్దాయిమీద చెయ్యి వెయ్యడానికే పోలీసువాడు జంకితే యింకేం ప్రభుత్వం బాబుగారూ"

"మనకి నిజంగా డిక్టేటరుండాలి సార్!"

"ఉండి మనల్ని–తప్పు బాబుగారూ! మనల్నంటే యిదిగో యిలాటి వాళ్ళని–కమ్చీతో కొట్టాలి బాబుగారూ! నిన్న రాత్రి రోడ్డుమీద యిది చేసిన అల్లరి తమరు చూసేరు కారు. చూస్తే అప్పుడే పంపించేసుందురు. ఆర్నెల్లకి తక్కువ కాకుండాను."

తన నెవరో ఆకాశం పై నుంచి క్రిందికి గబగబా లాగుతున్నట్టుగా అనిపించింది మేజిస్ట్రేటుగారికి. కిందటి రాత్రి ఆ ముద్దాయి ఏ విధంగా ఉండుంటుందో ప్రయత్నంచేసి ఊహించే రాయన మనసులో. అందులోనూ ఆడవారిలో అంత అసహ్యంగా ప్రవర్తించే వారుంటారా అనిపించిందాయనికి. ఈ ఆడమనిషికూడా మనిషే కదా!" అని ఆశ్చర్య పోయారాయన.

"అయినా, అదీ మనలాటి మనిషేగా!" అని కొంచెం హీనస్వరంలో అన్నారాయన.

అప్పుడు ఇనస్పెక్టర్ "సార్, నా సంగతి తీసి పెట్టి నన్ను వేరే ఉంచండి. కాని తమకీ, దానికీ కూడా తేడా లేదని తమరు సెలవియ్యడం ధర్మమా సార్!" అన్నాడు.

"బాబుగారిది అతి మెత్తని మనసు" అని హెడ్డుకూడా అతి శ్రావ్యంగా పలికేడు.

మేజిస్ట్రేటుగారికి కాళ్ళు తేలిపోతున్నట్లుగానూ, బరువుతో దిగలాగి పోతున్నట్టుగానూ, రెండు విధాలాకూడా ఉంది. ఆ సమయంలోనే తన డిపార్టుమెంటు లోని ఒక పెద్ద మనిషి సలహా గుర్తుకొచ్చిందాయనికి.

"నీ కోర్టులో నెలకి ఎన్ని కేసులు? కనీసం అయిదు వందలు. కొండ కొండా చొప్పున అయిదువందల కొండలు తవ్వాలంటే తవ్వు, దానికి నీకు శక్తుంటే ఉండవచ్చు కాని టైముంటుందా? ఆలోచించు" అన్నాడాపెద్ద మనిషి.

మేజిస్ట్రేటుగారు ఆ సలహాని చూరువైపు చూస్తూ మననం చేసుకొని, తరువాత ఫైనల్‌గా ఇనస్పెక్టర్ని ఒక మాట అడిగేరు.

"మరైతే, ఆ కంపెనీలు-మీరు చెప్పినవి-అవన్నీ ఎందుకు ఎత్తించరూ?" అని అడిగేరు.

"ఎత్తించేస్తూనే వున్నాంసార్! ఎత్తించేస్తే వీళ్ళు రోడ్లు కాసేస్తున్నారు సార్! ఏం చెయ్యమంటారు? వీళ్ళతో మా కెంత టెరిబుల్ న్యూసెన్స్‌గా వుందో తమరితో చెప్పాలంటే వారంరోజులు పడుతుంది. అంత న్యూసెన్సుగా వుంది. కంపెనీలోంచి తన్ని తగిలేస్తే చేరదీసే వాడెవడూ కనిపించడు" అన్నాడు ఇనస్పెక్టరు.

"దిక్కు మాలిన ముండల్ని యెవరు చేరతీస్తాడు బాబూ? మరింక పొట్ట పోషించుకుందికి ఈ పన్లుమానమంటే చస్తే మానరు వీళ్ళు. అది వాళ్ళ బతుకు! వాళ్ళని పట్టుకోవడం మా బతుకు-ఏ బతుకు బతికే వాళ్ళు ఆ బతుకు బతకాలి కదా బాబుగారూ!" అన్నాడు హెడ్డు ఫిలాసాఫికల్‌గా.

ఇదంతా జరుగుతున్నంతసేపూ ముద్దాయి కొంచెం కొంచెం బెక్కుతోందంతే కాని 'బతుకు బతుక' నే మాట ఆరేడుసార్లు వినేసరికి ఆమె మెదడ్లో ఏ నరాలకి నిప్పంటుకుందోగాని, ఆమె ఒక్క పెట్టున ముందుకొచ్చి పెద్దగా ఏడుస్తూ కేకలు వేయడం మొదలు పెట్టింది.

"నా కొద్దుబాబూ నా కొద్దు" అంటూ ప్రారంభించింది. "నా కొద్దీ బతుకు. నన్ను చంపేయండి. కాని బాబూ నా కొద్దీబతుకు. నేనింక బతకలేనసలు. ఇంత నీచం బతుకు, హీనంబతుకు నేబతకలేను. ఇంత కష్టపడి తెచ్చుకున్న కూడయినా తిందావంటే సయిస్తుందా? అన్నం తింటే వాంతులు కడుపు నొప్పి, తలబాధ, లేకపోతే మూర్ఛలు. రాత్రల్లా నిద్దర్లేదు, పగలు నిమిషం హాయిలేదు. వంట్లో నీరసం, వళ్ళంతా విషం. పగలంతా బాధ. రాత్రంతా బాధ. నిన్న రాత్రి మీరు చూళ్ళేదు. హెడ్డుబాబు చూసేరు. అదుగో ఆ బాబు బాభూ! నీకు తెలుసు. ఎంతమందున్నారు? ఎలా వున్నారు? మరి తాక్క చచ్చి పోమంటారా? చెప్పండి బాబూ చెప్పండి. చచ్చిపోమంటారా? చెప్పండి. చచ్చిపోతాను. చచ్చిపోతే, యెవడేడవాలి? మీ రేడుస్తారా? యెవరేడవాలి? తల్లా తండ్రా తోబుట్టువా? ఎవరున్నారు? అందరూ వుంటే ఈ బతుకెందుకు బతకాలి? అందరూ వుంటే మీ కడుపున పుట్టిన ఆడకూతుర్లందర్లాగానే నేనూ బతుకుదును. ఈ కుక్క బతుకెందుకు బతకాలి? చూడండి బాబూ చూడండి! నాకు సిగ్గు లేదు. చూడండి మరేం సిగ్గుపడక చూడండి. ఒకరు కాదు. ఇద్దరు కాదు. ఒక్క రాత్రికి అంతమంది ఇలా కరిసేసి, రక్కేసి, రక్తం తాగేసి ప్రాణాలు తీసేస్తే నిన్నరాత్రి-ఇందరు ప్లీడరుబాబులు, యిందరు జవాను బాబులు, ఇందరు ధర్మప్రభువులు ఇంతమందీ ఉన్నారు-నిన్న రాత్రి యేబాబొచ్చి అడ్డుకున్నాడు? చెప్పండి! యెవరొచ్చేరు? యెవరూ రాలేదే? మరింక ఈ బతుకు నన్నింక బతకనివ్వక నన్ను చంపేయండి. మెడకి తాడేసి ఆ గుమ్మానికి వేలాడ దీసేయండి. మీ మడాలకింద పడేసి మన్ను కుమ్మేసినట్టు కుమ్మేసి మట్టిలో కలిపేయండి. రెండు కట్టెలుంటే చాలు. గుప్పెడు

బుగ్గయిపోతాను. గుప్పెడు బుగ్గిచేయిస్సీ గాలి కెగరేసేయండి. కత్తితో పొడిచేయండి. సముద్రంలోకి తోసేయండి. నన్ను చంపేయండి, చంపేయండి."

-అంటూ మేజిస్ట్రేటుగారి వైపు పరిగెట్టిందామె.

కోర్టులో అంత మందికీకూడా ఆమెని పట్టుకు ఆపడం చాలా కష్టమయుంటుంది. ఆఖరికామె ఎలాగో అలాగా చల్లారుతూ చల్లారుతూ గోడవార కూలబడింది.

"చూసేరుబాబూ! ఎలా తిరగ బడుతూందో" అన్నాడు హెడ్డు.

ఆమె చింపేసుకున్న జాకెట్టు వైపు చూడలేకపోయేరు మేజిస్ట్రేటుగారు. ఆయనకి వమనం వచ్చేట్టయింది.

"ఒక్కసారిగా తుఫాన్లా లేచిపోయిందండి?" అన్నాడు ముసలి వకీలొకాయన.

"ఇంకా యిలా చూస్తూ కూర్చోండి-వీళ్ళంతా కలిసి, అది చెప్పినట్టు-రేపొద్దున్న మనల్నింత మందినీ గాలి కెగ రేసేస్తారు. అలా చూస్తూ వుండండి, నా మాట నిజం కాకపోతే చూసుకోండి" అన్నాడు ఇనస్పెక్టరు.

"పోనీ! ప్రథమ తప్పు క్రింద వదిలేస్తాను" అన్నాడు మేజిస్ట్రేటు గారు.

"పాత కేసు లింకా మరో మూడున్నాయి బాబుగారూ దీనిమీద! అవికూడా వప్పేసుకుంటుంది." అన్నాడు హెడ్డు.

"అయితే పోనీ జరిమానా కట్టుకుంటుందా?"

"దాని ప్రొప్రయిటర్‌గాడు రాలేదు, మరింక రాడు బాబూ!"

చివరికి నాలుగు కేసుల్లోనూ కలిసి "ఒక నెల" అన్నారు కోర్టువారు.

"న్యాయం" అన్నాడు హెడ్డు.

ఆ తరువాత, మేజిస్ట్రేటుగారు, మిగతా కేసుల్ని చక చకా పిలవ నారంభించేరు.

విశాలాంధ్ర దినపత్రిక. ***23-4-1961***

రాచకొండ విశ్వనాథ శాస్త్రి, రచనా సాగరం
సం॥ వివిన మూర్తి, యం.వి.రాయుడు
*మనసు ఫౌండేషన్, బెంగళూరు, **2007.** పుట.**442-44.***

కాళీపట్నం రామారావు (1924-2021)

*

వీరుడు మహావీరడు

"శ్రీరామనవమి సంబరాల్లో గంజిపేట రౌడీకీ అల్లిపురం వస్తాదుకీ 'టగ్గాఫార్' పడింది. ఇద్దరూ హెూరాహెూరీ కొట్టేసికుంటున్నారు.

గంజిపేట రౌడి యింతుంటాడు. అంగుళం దళసరి కళ్ళద్దాలెట్టుకు చూస్తేగాని అగుపించడు మనిషి. అయితే నల్లిక నరంలా సాగుతున్నాడు.

అల్లిపురం వస్తాదు సెట్టంత మనిషి. తలుసుకుంటే యీడిలాటి రౌడీలు యిద్దరు ముగ్గురు కాదు-అరడజను మందొస్తే కరకర యిరిసేసి సున్నంలోకి ఎఁవికి లేకుండా నలిపేస్తాడు. అయితే ఎందుకు పస్తాయిస్తున్నాడూ-సుట్టుతా జనం వున్నారు.

మళ్ళా ఆ జనఁవైనా ఎవళేనా వయసులో వున్న గుంటల్నేడిపిస్తుంటే యీళ్ళూ ఆ మందలో జేరిపోయి, మర్నాడుదయం అదంతా తమ ప్రతాపఁవే అని చెప్పుకునే యువకబృందమూ; రోజల్లా పులేసాలెనక తోకలు మోసి మోసి అలిసి పోయినాక, పుల్లమందుకొట్ల కేసిపోతే టీ సుక్కలకి టికాణా లేక యీదురోమని యిళ్ళకు పోతున్న మాజీ పుల్లూ, ఇంటికాడ ఆడంగులు ఈదిల తొంగోమంటే నిద్దరట్టక సంబరాల సర్దాలేనా సూద్దాఁవని బజారునపడ్డ బోసిపూల్లూ; కంబైండ్ స్టడీస్‌కని బయల్దేరి నేస్తాలిళ్ళల్లో పుస్తకాలిసిరేసి ఈదినపడ్డ కుర్ర విద్యార్థులూ, బేరాల్లేక బెల్లులు మోగిస్తూ కూకునే రిక్షా వోళ్ళూ; డొక్కు దుకాణాల్లో కప్పులు కడుక్కునే కుర్ర గుంటలూ-యీళ్ళే అక్కడున్న జనం.

ఆళ్ళ మద్దె నేనే కసింత నదరైన మనిషిని.

నేనేటి-సంబరం సూదాంవని బయల్దేర్లేదు. మినర్వాలో జేమ్సుబాండు గాడిపిక్చ రొచ్చిందంటే రెండుమైళ్ళూ కాళ్ళీడ్చుకుని రెండో ఆట సినిమా కేళ్ళేను. ఎళ్తే బుకింగ్ బంద్. ఉంహ్-రానే వచ్చేనని అలా మెయిన్ రోడ్డున పడి రెండు మూడు పందిళ్ళు చూసుకుని, నిద్దర దండుగయ్యిందని తిట్టుకుంటూ యింటి కెళ్ళిపోతున్నాను. ఇంతలో ఈ స్టంటు సీను తగిలింది.

ఏటట్రా! ఏటి సంగతంటే ఎవడూ సెప్పడు. పది మంది నడిగితే ఒక్కడు గావాల అన్నాడు "ఏదో ఆడపిల్ల తగువు నాగుందండ" అని. 'ఒహ్హో' అనుకొని, సుట్టూసూస్తే ఏ ఆడపిల్లా కనపడదు. ఇంకోడన్నాడు- 'ఈడూ ఇంకోడూ తన్నుకుంటుంటే ఆడొొచ్చినాడండీ. ఇడిపిచ్చినట్టే ఇడిపిచ్చి ఈణ్ణాడు పట్టేసి ఆ ఇంకోడిసేత తన్నించేసినాడు. అందుకని ఆ కసికొద్దీ సాల్లేనని తెలిసీ, ఈడు అతడితో దెబ్బలాడుతున్నాడు.' అంటూ కుసింత క్లూ ఇచ్చేడు.

ఈడు-అంటే గంజిపేట వీరుడు ఆడంటే-వస్తాదు. మొదట తగువు తెచ్చినోడు ఎప్పుడో జారుకున్నాట్ట. సెప్పొద్దు, నాకు మా చెడ్డ కోపం వొొచ్చింది-తంతున్న వాడి మీదా కాదు-తాపులు తింటున్న వాడి మీదా కాదు. చూస్తున్న జనం మీద.

అవునండీ! మీరూ నేనూ తన్నుకుంటుంటే మన తగువేదో మనం సెటిల్ చేసుకోవాల. ఇంకోడొొచ్చి యింట్రఫియరవడం, అలాటప్పుడు సుట్టూవున్న జనం చూస్తూ వూరుకోడంవా? వస్తాదు కాదు ఆణ్ణి పుట్టించిన జేజమ్మయినా భూంవిలోకి దిగడిపోతాడు. అదేం కాదుట, కోడిపుంజులో గొర్రెపొట్టేళ్ళో కుమ్ముకుంటుంటే సూస్తారు, అలా సూస్తన్నారు. జనం. పోనీ యీక్వల్ ఫైటా? అదీ కాదు-సముజ్జీ దెబ్బలాడుతున్నారంటే-ఏదో పేద-ప్రజ! టికెట్ లేని ఎంటర్టైన్మెంటు-ఎఫ్ఫెస్‌గా సూస్తే సూసేరని సరిపెట్టుకుందును.

ఆడుచూస్తే జమాజట్టి-అల్లిపురం వస్దాదు ఆరడుగులు పైనేగాని కింద కుండడు! ఆడు ఒక్కొక్క గిల్లంతా యిస్తే మూడు మూడు పిల్లిమొగ్గలేస్తున్నాడు ఈ గంజిపేట గుంటడు-పడి వూరుకోడే 'లంజ కొడకా! కొడతావురా! చిన్నోణ్ణి చేసి కొడతావా! ఇడిపించడానికి కొొచ్చి కొడతావా! నీ నెత్తురు కళ్ళ జూస్తాను.' అంటూ మళ్ళా మళ్ళా పైకొస్తాడు. మళ్ళీ ఆడొొక్కతాపు తంతే ఎగిరి అల్లంత దూరంలో పడతాడు.

చెప్పకేంవీ ఆడి పౌరుషం తల్చుకుంటే నా కిప్పటికీ ఒళ్ళు జల్దరిస్తది. గొప్పపౌరుషంలే. మనిషిని సూస్తే వస్తాదులో నాలుగోవంతు కాదు, పదో వంతేనా వుంటాడా అనిపిస్తాడు. వస్తాదు ఆరడుగుల మనిషి. తయ్యారీలు గియ్యారీలు, కడుపెక్కతిని, కసరత్ గిసరత్ చేసిన మనిషేవో-అంతకో జబ్బా యింతకోతొడా ఏనుగులాగున్నాడు. ఈడూ వయసులో వున్న కుర్రోడే! అయితే ఈ పూటకుంటే ఆ పూటకి టికాణా లేని గంజిపేట సరుకు. ఈడు ఆడితో దెబ్బలాడ్డవంటే మాటలేటి! అందులోనూ అంతకు ముందొకడితో కలబడి కొంత చితిగున్నాడు.

అయితే మనిషికా ఫైటింగ్ స్పిరిటు వొకొక్కప్పుడలా వొచ్చేస్తాది. ఎలాటప్పుడు? న్యాయం నీ పక్కనుండాల. అవతలోడు ఫౌలు గేమాడల. అదేవంటే, దౌర్జన్యానికి దిగాల; సూస్తున్నోళ్ళు సీంవ కుట్టనట్టు మాటాడ కూరుకోవాల! జనం అవతలోడి బలానికి జడిపి అన్యాయానికి నోరెత్తకుండా వున్నారని నువ్వు గ్రహించాల. ఆ జనం పిరికితనం చూసి ఆడి జులుం మరీ మరీ పెరిగి పోతుండాల. అదిగో అలాటప్పుడు వొచ్చేస్తాది ఎక్కళ్ళేని ఫైటింగ్ స్పిరిటూ. అప్పుడు పిల్లి లాటోడైనా పిల్లపులై పోతాడు. పులి పిల్లలా ఎగిరి ఏనుగు కుంభస్థళంవైనా అందుకోడానికి పంజజాసాస్తాడు.

నీలోనే లొసుగుందనుకో, అప్పుడూ నువ్వు దెబ్బలాడొచ్చు. కాని సందుదొరికితే సాలు, సంధికి రడీ అయిపోతావు.

ఇద్దరు దెబ్బలాడుతుంటే ఎవడిది తప్పని ఎవ్వళ్ళీ అడగక్కర్లేదు. అడిగితే ఆడిది తప్పని ఈడూ, ఈడిదే తప్పని ఆడూ, ఎలాగూ సెస్తారు. అడక్కుండా ఆ పక్కన్నిలపడి ఆళ్ళ మొహాల్లోకి చూడు, తప్పెవళదో ఎవడూ సెప్పక్కర్లేకుండానే కరక్టుగా నువ్వే చెప్పేస్తావు.

అందుకే నా సింపతీ అల్లిపురం వస్తాదుమీదు కాక గంజిపేట రౌడీ మీదే వుండీది.

ఆ డొక్కొక్క కిక్కిస్తుంటే అది రౌడీగాడి పక్కలో కాకుండా నా డొక్కలో తగిల్నట్టుండీది. రౌడీగాడు కిందపడి లేస్తుంటే 'అమ్మయా!' అనుకునే వాణ్ణి. ఈడి దెబ్బలు ఆడికేం తగిలీవి కావు. తగిలిందో పడపడ సప్పట్లు కొట్టీయాలనిపించీది. ఒక్కొకసారి ఏంవనిపించీది తెలుసా, ఏంవైతదైంది ఎళ్ళినేను వస్తాదు గాడిమీద

కలియబడిపోదునా అనుకునేవాణ్ణి. కాని కుదరదు. ఎంచేత? ఏసుకున్న టెర్లిన్ బట్టలు సిరిగిపోతాయ్. ఎన్నడూ దెబ్బలాడినోళం కాం. ఆడు సూడబోతే వస్తాదు దెబ్బలాడ్డమే ఆడి బిజినెస్సు. సుఖానున్న ప్రాణం దుఃఖాన పెట్టుకోవడం తప్ప లాభఁవేటి? మళ్ళా అనుకునీవాణ్ణి...ఆడిని మించి పోనక్కరలేదు-ఆడితో సమఁవైపోయినా, ఆడొక్కడూ మేమిద్దరం కాబట్టి ఆణ్ణి కొట్టీసుందుం. నాకెప్పుడూ అనిపించలేదు. గాని అప్పుడు మాత్రం కసరత్ చెయ్యనందుకూ, స్ట్రీటు పైటంటే సిగ్గనిపించినందుకూ మహా చెడ్డ విసవిస లనిపించింది. సరిగ్గా అలాటైంలో వొచ్చేడు కొత్తపేట శాండో. కొత్తపేట శాండో అంటే, మీరెప్పుడైనా ఆణ్ణి సూసేరా? ఒకపాలి సూస్తే మరి మరిచిపోరు. అలాటి విగ్రహం ఆ మనిషిది. ఆరున్నర అడుగుల పొడవు, అరవై అంగుళాల ఛాతి. అలాటి మనిషి యిండియాలో ఎక్కడ దొరుకుతాడు? సైంటిఫిక్ లైన్లో పెంచిన బాడీయేమో మోచెయ్యెత్తి గుద్దితే ముప్పైటన్నుల రాయైనాముగ్గు ముగ్గయి పోతాది.

అయితే ఆడు కొత్తపేట శాండో అన్న సంగతి అక్కడ శానా మందికి తేలీదు. నాకూ, నాలాటి వాళ్ళే లోక పితలు ఇంకెవరైనా వుంటే ఆళ్ళో కొందరికీ, జనం ఎనక నక్కినిల్చున్న ఆడి శిష్యులిద్దరికీ తెలుసు. అల్లిపురం వస్తాదు ఎరిగే వుంటాడని ఏరే చెప్పక్కర్లేదు.

నర నారాయణులు పోరాడే రణ రంగభూఁవిలో నారదుల వారిచే పిలువబడి భూఁవికి అవతరించి పరమశివుడిలా పోజు పెడుతూ వొచ్చేడు శాండో. వచ్చి 'ఏటిది' అన్నాడు. దెబ్బలాడుతున్నోళ్ళు ఎవళెవళో ఇలాగిలాగ సూస్తూ.

ఆణ్ణి సూస్తున్న జనం యీడెవడన్నట్టూ, యీణ్ణి తెచ్చిన నారదు డెక్కడన్నట్టూ దిక్కులు పరికిస్తున్నారు. కథ ముదురుద్ది గాఁవాలను కున్నాన్నేనున్నూ.

అప్పటి కప్పుడే నూరు సార్లు మన్ను తిని నూటొకటోసారి లెగడఁవే ఓ ఫీటుగా లెగుస్తున్న గంజిపేట వీరుడు-"లెంజకొడకా? నే నియ్యాళ నీ సేతులో సచ్చైనా పోతాను గాని, నీ రకతం కళ్ళ జూడక మానన్రా?" అంటూ తూలి తూలి నిలబడుతూ కొత్తగా దిగిన శాండో కళ్ళ పడ్డఁవైతే యీడెవడన్నట్టు మసక్కళ్ళు అప్పళించి చూసేడు.

"రారా భాడకావ్. నీకు ఏ లంజకొడుకడ్డుపడతాడో నేనూ సూస్తా" అన్నాడు. వస్తాదు.

తమాషా తెలుసా? అంతవరకూ చెయ్యీ కాలూ యిసరడం తప్పించి నోరు తెరవలేదు వస్తాదుగాడు. శాండోని చూశాక అలాగన్నాడు.

ఇది గమనించడం వల్లో, ఆ మాట మీద కొత్తపేట శాండో తల తిప్పిన పద్ధతి చూసో, జనం కందరికీ గుండెల్లో రాయి పడిపోయింది. అందరి సంగతెందుకు-నామటుకు నాకే యింకక్కణ్నించి జారుకోవడం మంచిదనిపించింది.

అయితే-గంజీపేట రౌడీ తగ్గడే! ఆడు అలిసలిసి ఉన్నాడేఁవో మాట మాటకీ జావోసి పోతున్నాడు. ఏక్షన్ సేస్తూ మాటాడదాఁవంటే చేతులూ తలా లేవవు. మునిసిపల్ దీపాల ఎల్తురవ్వబట్టి గాని పగలైతే ఆడి మొహం చూడలేవనుకుంటాను. అయినా ఆడి గొంతులో మాత్రం పవరు తగ్గలేదు.

"ఈ లంజకొడుకు యిడిపించడాని కొచ్చి తంతన్నాడు. ఈడు, నన్ను-ఒంటిగాణ్ణి సేసి-తంతన్నాడు. ఈడి వస్తాదు వాడుపులన్నీ సిన్నోణ్నని నా మీద యిసురు తున్నాడు."....అని "ఈడు నన్ను సంపీనానికి నెట్టు కున్నాడ్రో"-...అని ఒక్క బొబ్బందు కుంటూ పరూగునెళ్ళి ధన్‌మని లెగిసి పోయేడు ఆకాశంలోకి!

అలాంటప్పుడు-కొత్తపేట శాండో...ఎవడు? అంతవరకూ దెబ్బలాడిన అల్లిపురం వస్తాదు కాదు-అప్పుడే వచ్చిన కొత్తపేట శాండో-అమాంతం ఎళ్ళి ఆడికుడి చెయ్యిటక్ని అందుకున్నాడు. జనం కకావికలై చినుకుల్దెబ్బకి చీమల పుట్టలు చెదిరి పోయినట్టు చెదిరి పోతున్నారు. పట్టుకున్న ఆ చెయ్యి వెనక్కి తిప్పుతూ అన్నాడు....ఎవడితో? గంజిపేట రౌడితో-అంటే దెబ్బలు తింటున్న వాడితో. ఏవనీ?

"ఇంక శాంతించు"

"ఆ మాట ఆడితో చెప్పు"

"ఆయన్తో కాదు. నీతోనే చెప్పున్నాను."

"ఆ మాట ఆడితో చెప్పరా శాండో, ఆడితో చెప్పు. కొత్తపేట శాండోవని నాకు తెల్సు. నీ వెనక బోల్డు బలగం వుందనీ నాకు తెల్సు. తాపులుతింటున్నది నేను. తంతున్నది ఆడు, ఆడు నన్నేకాదు, నిన్ను కూడా సవాల్ చేస్తున్నాడ్రా! నీ

క్కలేజా వుంటే దెబ్బలాడు. నాతో కాదురా ఆడితో, లేదా-తప్పుకో!" అన్నాడు ఒక్క బొబ్బెట్టి. క్షణకాలం పిన్‌డ్రాప్ సైలెన్సు. ఆ తర్వాత-"సరే నీ మాటే కానీ" అంటూ-మెలి తిప్పిన చెయ్యి పట్టుకుని, చెయ్యినీ, చెయ్యితో పాటు శవంలాంటి ఆ మనిషినీ-ఒక్కదుట్న యెనక్కి లాగి ఒకిసురుదు ఇసిరేసేదు శాండో. ఆ దెబ్బకు ముడంతర్లు కొట్టి తెరిచి పెట్టిన అల్లిపురం వస్తాదు కబంధ హస్తాల్లో పడ్డాడు రౌడి. ఆడెక్కడెల్లి పడతాడో తెలిసిన వాళ్ళాగా, అతడి కి తగిన పనిచేసేనన్నట్టుగా వెనక్కి తిరిగైనా చూడకుండా ఎళ్ళిపోయాడు శాండో..."

"తరవాతే వయ్యింది!"

"ఏఁవౌద్ది! రణగొణ ధ్వనీ, సంకుల సమరమూ జరిగినవి. గంజిపేట రౌడీ ప్రజల తటస్థ వైఖరిని నిరసిస్తూ ఆడి భాషలో జనం గాళ్ళకి అప్పీల్ చెయ్యడం మొదలెట్టాడు. దాంతో జనం రెచ్చిపోయి తలకో చయ్యీ ఏసీ సేరు."

"ఎవరిమీద"

"మరెవరిమీద, గంజిపేట రౌడి మీద!"

"............"

"అవునండీ తనకి తోచనైనా తోచాల. ఒకడు చెప్పినప్పుడు యినుకోనైనా యినుకోవాల, శాండో ఎందుకీణ్ణి సైడు చెయ్యలేదు? ఈళ్ళిద్దరూ అల్లిపురం వస్తాదుని కొట్టలేరనా, ఈడి సాయం కూడా దేనికి? ఆడు ఊ అంటే ఆడెనకున్న శిష్యులే భక్షించేస్తారు--ఒక వస్తాదును కాదు. వొరసపెట్టి నలుగుర్ని.

అయితే? అంతతో అయిపోయిందేటి? అల్లిపురంలో యింక వస్తాదుల్లేరా? ఆళ్ళుగాని గాజులు తొడిగించుకుంటారా! గొప్పకి పోయి ఆర్తజన త్రాణమూ, అండర్ డాగ్ పక్షమూ అన్నాడంటే, అప్పుడు కొత్తపేట శాండోల్నందర్నీ దింపాల ముగ్గులోకి.

దింపేడో పుచ్చెలెగిరి పోతాయ్. పోలీసులొస్తారు. ఒకటా గొడవ? రెండో వొరల్దు వారే!-టౌన్ హేమాహేమీలంతా ఇన్వాలవ్వలసొస్తాది.

ఆ ఒక్కక్షణ పిన్‌డ్రాప్ సైలెన్సులోనే యిన్ని పోయింట్లూ ఆలోచించీసేదు కొత్తపేట శాండో. అందుకే "నేగ్గా" ఆ గొడవ అలాగ పీస్‌ఫుల్‌గా సెటిల్ చేసిసేదు. లేప్పోతే అబ్బో ఆ మట్టున శానా గొడవై పోద్ది. అయితే ఇక్కడో సిన్న పోయింటుంది.

అదే-ఆడి ఒంటికే మొప్పం వొస్తే ఆడు అలాగ ఒగ్గేసునా?

ఒగ్గడు. నిజవే. అప్పుడాడి పేటోళ్ళందర్నీ పిలుస్తాడు. అసలాడు పిలవక్కర్లేదు. ఆడి బక్తులు ఆడి పిలుపక్కల్లేకండానే అగ్గిలో దూకేస్తారు. బిగ్‌పవర్‌లో ఉన్న ఆకర్షణే అది. మనఁవనుకుంటాంగాని యే కాలంలోనైనా, ఏ లెవెల్లోనైనా బిగ్గూ, స్మాలూ తేడాలు వుండనే వుంటాయి ఇప్పిడీ ఎలట్రీ పవరే వుంది. మొదట జనరేటరుంటే కదా-ఈ హీటర్లు, ఇంజనాలు దీపాలెలగడం. మెయిన్ దెబ్బ తినీసిందంటే తక్కినోటికి బతుకేదీ?

కొత్తపేట శాండో లాజిక్కు మనకందదు గాని, అందితే అదే సరైనదనిపిస్తాది. నన్నడిగితే గంజిపేట వీరుడుకి ఆ మర్యాద అలా జరగవలసిందే. లేప్పోతేనే ప్రమాదం.

అవును గురూ! అలాటోళ్ళు, ఏటనుకుంటారంటే, జనంజూస్తూ అన్నేయాలు జరగనిస్తారా? అనుకుంటారు. అనుకుని-న్యాయం ధర్మం-అని పెద్ద పెద్ద కబుర్లతో చిక్కుల్లో పడతారు. పడి ఒకళ్ళకి తెద్దునా, అందరికీ తెద్దునా అని క్రైసీసులు సృష్టిస్తారు.

ఒక్కసారి జనం సంగతేటో తెలిస్తే మరింకెప్పుడూ అలాటి ఎర్రి కుట్టి ఏషాలెయ్యడు. అందికే ఆడి మంచికోరే నేనూ ఆడిమీద ఓ చెయ్యేసీసేను".

ఆంధ్రజ్యోతి సచిత్ర వారపత్రిక ***5-4-1968***

కాళీపట్నం రామారావు రచనలు
సం॥ వివినమూర్తి, రచన శాయి,
ప్రోగ్రెసివ్ పబ్లికేషన్స్, హైదరాబాద్, ***1999,*** *పుట.* ***449-461.***

ఆరుద్ర (1925-1998)

*

మూలపడి విరిగిన చరఖా
గాంధీజీ పేరు అనే బురఖా
ధరించివచ్చిన ఈ తారీఖు
మా చెడ్డ నిషా చేసే అరఖు

నట్టనడిసముద్రం హంగరు
ఎత్తరేం జీవితం లంగరు
ఎలా వుందో పీపుల్సు పల్సు
ఏ నాయకుడికయ్యా తెల్సు?

గూనినడ్డితో ఎగిరే జెండా
నింపింది నిరాశ దేశం నిండా
ఏదయ్యా స్వరాజ్యం అంటే
అదే పదివేలు కదా వింటే!

ఆగదే ఆకలితో పోరాటం
ఆరదే దహించే ఆరాటం
అశాంతి కోటిన్నర వోల్టులు
ఎక్కడ చూసిన రివోల్టులు

స్వేచ్ఛగా వీస్తుందా గాలి
నేడు మన కర్మం కాలి?

మచ్చుకైనా లేవు పచ్చిక బైళ్లు
రెచ్చిపోయాయి గాని జైళ్లు

గరుత్మంతుళ్లు తెచ్చిన అమృతం
దక్కింది అనుకోడం అనృతం
దర్భలు నాకేరు మన ఏలికలు
అందుకే ఆ నాలుకల చీలికలు

కరి మింగింది వెలగపండు
కాదు కాదంటే పోనిండు
మన స్వతంత్రం మేడిపండు
మన దరిద్రం రాచపుండు.

ఆగష్టు 15, 1948

ఆరుద్ర రచనలు, కవితలు
విపుల సంకలనం:
క్వాలిటీ పబ్లిషర్స్, విజయవాడ, 1985, పుట.52.

ఆలూరి బైరాగి (1925–1979)

*

ఆడుకొంటున్న బాలిక

శారద ప్రాతఃకాంతి.
గిరి తరు గృహశిఖరాలంట ఎల్లెడలా కాంచనశాంతి.
ఒక నిర్జన వీధిలోన, మందాక్రాంత పవనాశాంత, చూర్ణకుంతల
బాలిక యొకతె, అతిశయచపల, పోతున్నది ఆడుకొంటూ
తనలోతాను ఏవేవో పిచ్చిపాటలు పాడుకొంటూ.
నల్లనికురుల వాలిన రోచిస్స్వచ్ఛాగ్రాల ఇంద్రధనువులు
శతసహస్ర రవిబింబాల లఘురూపాలు విద్యుదణువులు.
కుసుమ శయ్యలపై ఎగసే సీతాకోకచిలుకలాగు
మరువరాని పలుకులాగు, మధురాలాప మూర్ఛనలా,
అదృశ్య నుపమాదేవికి కాంచన కుసుమార్చనలా
మేధాశాంచల సీమల మెరపులా తళుక్కన్న భావనలా
ప్రకృతిమాత వాత్సల్యపు దీవెనలా, ఆ బాలిక పోతున్నది.
జీవితసాగరంలో చిన్నికాగితపు పడవ ఏ ఒడ్డున తేలుతుంది?
ఏ ఉప్పెన, ఏ తుపాను కాచుకొంది? యవనిక వెనుక ఏముంది?
బంగారుతావుల బొమ్మా! ఒక పది ఏండ్లు గడచినాక
నీవు నాకు గురుతుండవు! కాలమాగదు అప్పటిదాక
కాని శారద ప్రాతఃకాంతి, తుహినసించిత పరిమళాలు

అశ్రుతకలరవాలు, దివ్యవీణా మూర్ఛనల ప్రకంపనాలు
రచియించిన అస్ఫుటచిత్ర మొకటి మిగులుతుంది మదిలో
అనంత సైకతంలో అడుగుజాడ. ఒక వీటిక మహానదిలో!

కాని బాటసారి ఎచట?
నీటిలోన దారి ఎచట?

ఆగమ గీతం
*ఎ.బి.సి.ప్రచురణ, హైదరాబాద్, **1998**, పుట.**62**.*

దాశరథి కృష్ణమాచార్యులు (1925–1987)

*

రైతుదే!

ప్రాణములొడ్డి ఘోర గహ
నాటవులన్ బడగొట్టి, మంచి మా
గాణములన్ సృజించి, ఎము
కల్ నుసిజేసి పొలాలుదున్ని, భో
షాణములన్ నవాబునకు
స్వర్ణము నింపిన రైతుదే, తెలం
గాణము రైతుదే, ముసలి
నక్కకు రాచరికంబు దక్కునే?

ఓ నిజము పిశాచమా! కానరాడు
నిన్నుబోలిన రాజు మాకెన్నడేని,
తీగెలను తెంపి, అగ్నిలో దింపినావు
నా తెలంగాణ, కోటి రత్నాల వీణ.

దాశరథి కవితలు
మహోంధ్రోదయ ప్రచురణలు, 1997, పుట. 50.

దాశరథి రంగాచార్యులు (1928-2016)

*

జనపదం

ఇరుకు దారి, బండ్లబాట, మిట్టపల్లాలు, బాటకు ఇరువైపులూ పచ్చని పంటపొలాలు ఏపుగా పెరిగి వున్నాయి. బండ్లు సాగిపోతున్నాయి. మొదటి బండిలో సాయుధ పోలీసులు, రెండవ బండిలో బలరామయ్య, వారి వెనుక మళ్ళీ కొన్ని బండ్లున్నాయి. వాటినిండా సాయుధ పోలీసులున్నారు. బండ్లు మెల్లగా సాగుతున్నాయి. ఎడ్లు మందమందంగా నడుస్తున్నాయి. అప్పుడే సూర్యుడు నెత్తిమీదికి వచ్చాడు. త్వరగా ఊరికి చేరాలని ఆతురతపడుతున్నాడు బలరామయ్య. రెండు సంవత్సరాల తరువాత వస్తున్నారు తమ ఊరికి–తమ రాజ్యానికి.

బండి ఒక రాతిని ఎక్కింది. పడింది. కుదిపింది. బలరామయ్య చాల బాధపడ్డాడు. తాను రెండు జతల ఎడ్లను ఎప్పుడూ మేపుతుండేవాడు. తన కచ్చుడానికి. బండికి కడ్తే వాటిని ఆపడం ఎవరితరమూ అయ్యేది కాదు. తాను బయలుదేరాడంటే ఊరంతా హడలిపోయి తప్పుకునేది. బండి ముందు ఒక చాకలి పరుగెత్తాలి. వెనుక సామాను నెత్తిన పెట్టుకొని మరొకరు పరుగెత్తాలి. పరిగెత్తలేకుంటే చచ్చాడన్నమాటే. ఒక సారి అమీనూ, తానూ కచ్చుడంలో పోతున్నారు. ముందు నడిచే చాకలికి ఏమైందో తెలియదు. ఎందుకు మెల్లగా నడిచాడో తెలియదు. ఎడ్లు పరుగెత్తాయి. వాణ్ణి తొక్కేశాయి. బండి చక్రం వాడిమీదనుంచి పోయింది. వాడు చచ్చాడని చెప్పాడు బండివాడు. బండి ఆపొద్దన్నాడు తాను. వాడి శవం అక్కడే పడిపోయింది. అలా ప్రభుత్వం చేశాడు తాను. అయినా ఒక్కసారి ఇగిరిపోయింది ప్రభుత్వం. ఎగిరిపోయింది. తాను ఊరేడే వదలిపోవాల్సి వచ్చింది. ఇప్పుడైనా పోలీసు చర్య జరిగింది కాబట్టి

పోలీసులు తనవెంట ఉన్నారు కాబట్టి రాగలుగుతున్నాడు. నైజాం నవాబు వట్టి బలహీనుడు. తనకు రక్షణ కల్పించలేకపోయాడు. భారత ప్రభుత్వం మంచిది. అందుకే తనకు పోలీసులనిచ్చి పంపుతూంది. తాను ఖద్దరు కట్టలేదూ మరి!

బలరామయ్య బండిలోంచి తొంగి చూశాడు. ఏపుగా పెరిగి ఉన్నాయి పొలాలు. పొట్టకు వచ్చాయి. ఈ పొలాలన్నీ తనవే. అయినా రెండు సంవత్సరాలనుంచి తనకు గింజ రాలేదు. తుపాకులవాళ్ళు వచ్చారు. భూములన్నీ పంచిపెట్టారు. ఇక తనకు దక్కవనుకున్నాడు. వాళ్ళు పొలాలు వేసి సిద్ధంగా పెట్టారు. ఖర్చులేకుండా శ్రమ లేకుండా ఈ సంవత్సరం పంట వస్తుంది. పంటంతా తనది. భూములన్నీ తనవి. పంచినవారిమీద పగ తీర్చుకోవాలి. దున్నినవాని దుంప తెంచాలి. మళ్ళీ తన ప్రభుత్వం సాగించాలి.

"సాగుతుందా?"

మనసులోనిమాట బయటకే వచ్చేసింది. బండ్లో ఎవరూ లేరు-వినలేదు. ఎందుకా అనుమానం వచ్చింది తనకు! పోలీసులను బాగా మేపాలి! బండ్లో రెండు సారాయి జాడీలు కనిపించాయి. చాల్తాయా? మరో బండిలో మేకలు "మే మే" అన్నాయి. తాను కావాలంటే వంద మేకలు గడీముందు తెగేవి. ఇప్పుడెవడిస్తాడు? అవసరం అవుతే తెప్పించాలనుకున్నాడు.

బండ్లు సాగుతున్నాయి, ఊరిముందుకు వచ్చేసాయి. పోలీసులు తుపాకులు సర్దుకున్నారు. లక్ష్యం తెలియని గురిపెట్టారు. విడిచారు. ఊళ్ళోకి ప్రవేశించారు. బిక్కు బిక్కు మంటూంది. పిట్టలులేని గూళ్ళలా ఉన్నాయి ఇళ్ళు. చడీ చప్పుడు లేదు. ఒక్క మనిషి కనిపించటంలేదు. ఆవురుమంటూంది. అంతా నిశ్శబ్దం. ఊళ్ళోంచి సాగుతున్నాయి బండ్లు. ఒక కుక్క ఏడ్చింది. ఒకటి మొరిగింది. గుండెలు దడల్లుమన్నాయి.

జనపదం, మొదటిభాగం
నవయుగ పబ్లికేషన్స్, హైదరాబాద్, 1976, పుట.1,2.

మధురాంతకం రాజారాం (1930-1999)

*

అజ్ఞాత వాసం

"అయ్యా, పెద్దాయనా! నువ్వెక్కడుండావా సామీ! బస్టాండులో బిక్కరిస్తి, బజార్లలో దేబరిస్తి, ఓటళ్ళకాడ గుక్కిళ్ళు మింగితి. అందరూ దీన్నేది 'టవును, టవును' అని. నా పాలిటికిది అడివైపోయ. 'అయ్యా!' అంటి 'సామీ!' అంటి. 'దేవరా!' అంటి నా గోడు యినిపించుకునే నాథుడే లేకపోయ.

కూచున్న చోట కూచోని, నిలుచున్నచోట నిలుచుకోని మూడు దినాలాయె. 'ఇంత జేసినావా బగుమంతుడా' అని కాళ్ళీడ్చుకుంటూ యిట్లా నడిచొస్తావుంటే, యిక్కడ ఈ నాలుగీధులూ కలిసేచోట నువ్వు కనబడితివి.

నాకు ప్రానాలు లేచొచ్చ. నాకథంతా నీ సెవిలో ఎయ్యాలని నీ కాళ్ళకాడికొచ్చి పడిపోయినా. నాకు తెల్సు, నీ మనసు పాలకుండ, నీ గుండె ఎండికొండ, నువు సెవులిప్పి నాకత యింటావు. కండ్లిప్పి నాగతి చూస్తావు. 'ఒరే గంగడూ! ఇదా నీకత?' అని వొక కన్నీటిసుక్క రాలస్తావు. ఆ నమ్మకం నాకుంది. అందుకే సెప్తావుండా.

ఏం సామీ, నీ కెన్నేండ్లొచ్చినాయో నాకు తెల్దు. నాకు మాత్తరం నిరుడు గంగ పండగలో నలభై ఒకటో, నలభై రెండో అయి వుండాల. ఇంతకాలంగా నేనెప్పుడూ యిక్కడికొచ్చి నిన్ను జూచినోణ్ణి గాదు. పొస్తకాల్లో బొమ్మలు జూచి, గోడలపైన పటాలు చూసి నువ్విట్లా ఉంటావని అనుకున్నా, చూడగానే గుర్తుపట్టేసినా. నాకీవూరు కొత్త ఈ మనుషులు కొత్త. ఈళ్ళు మాట్లాడే మాటలు కొత్త. ఈళ్ళ చేష్టలూ కొత్తే. కొండగొర్రెను పట్టుకొచ్చి సంతలో తోలినట్టుంది నా

పని. అడివి అడివంటారేగానీ ఈ టవునుకంటే అడివెంతోమేలు. అక్కడైతే ఆకులో, అలుములో మెయ్యొచ్చు. కాయలో, దుంపలో తినొచ్చు. వాగులో నీళ్ళు తాగొచ్చు. ఏ చెట్టుకిందనైనా చల్లంగా పడుకోవచ్చు. ఇక్కడట్లా కాదే! దీనాలి సిగదరగా, ఏపని సేయాలన్నా సెయనీరే! రికషా తొక్కతానంటే బండి దొరకనీరు. మూటలు మోస్తానంటే, ఇంతకు ముందట్నించీ ఆ పని జేసేవాడు తన్నకుండా యిడవడు. బాయిలో పూడెత్తతానంటే యిక్కడ యింటింటికీ కొళాయిలైపోయి బాయిలనేటివే లేకపోయ. ఇంక నేనేంజెయ్యాల. పగలంతా నా బతుకిట్లా బండబారి పోయిందా, ఇంక రేత్రుల్లో, చీకటి పడెటప్పటికి చూచుకోవలసిందే నా పాట్లు! అరుగుల పైన పడుకోనీరు. సత్తరల్లో అడుగు పెట్టనీరు. గుళ్ళన్నీ మూసి బీగాలేసుకుంటారు. ఎక్కడా తావు దొరక్క రోడ్లపైన అట్లా ఇట్లా తారట్లాడతావుంటే దొంగనా కొడుకు దొరికినాడని పోలీసోళ్ళు తరుముకుంటారు. ఆ పుణ్ణాత్ముల కండ్లలో పడకుండా ఉందామని సందుల్లోకి మళ్ళితే “లొవ్, లొవె” మంటూ కుక్కలు పైకొస్తాయి. వర్సగా మూడురేత్తుర్లూ యిట్లనే తెల్లారిపోయ. ఇది నాలుగో దినం. మళ్ళా సీకటి పడబోతావుండాగా నువ్వు కనిపిస్తివి.

నువ్వంటావేమో అంతగా ఏ పనీ సేతకానోడివి నువ్వింత దూరం ఎందకొచ్చి నావురా పిచ్చోడా! అని. నా సామీ! ఆ మాట మాత్తరం అనొద్దు. నక్కముదిరితే నరుడవు తుందంట! తొండ బలిస్తే వూసర విల్లవుతుందంట! ఎంద్రకాయ కొవ్వితే బొక్కలో వుండక బయటకొస్తుందట. నేనేమి అట్లా పొగరుబట్టి దేశాలపైన బడినోణ్ణి గాదు. ఇంకా కావలిస్తే నా సంగతి మా వూళ్ళో వసల పోలిరెడ్డి నడుగు. పినపెద్ద రాయప్పనాయుణ్ణి అడుగు. గుడిలో పూజారి నడుగు. అంతపెద్దోళ్ళ నడిగేది యిష్టంలేకపోతే వూరి ముందర గొడ్లు మేపుకునే పిల్లకాయల్ని అడుగు. ఒకరి సొత్తుకు పోయినోణ్ణిగాదు. ఒళ్ళు దాచుకొని పనికి ఎగనామం పెట్టినోణ్ణిగాదు. మాటదప్పినోణ్ణిగాదు. ఏం జెయ్యమంటావు చెప్పు? చిన్న మెత్తు తప్పుజెయ్యక పోయినా వుండూరొదిలి, కట్టుకున్న కొంపనొదిలి, పెళ్ళాం బిడ్డల్నొదిలి, అయినోళ్ళ నందర్నీ వొదిలి, తలపైన గుడ్డేసుకోని యిట్లా రావలసొచ్చింది. ఎందుకొచ్చిందంటే అదేనయ్యా కత! అదే సామీ, ఈ గంగడి కత!

రాయవరం నుంచి రచ్చల దొడ్డికిపోయే రోడ్డు మీద దళవాయి పేటకు తూరుపుగా సిగమాకులగుట్ట దాటుకుంటే కనిపిస్తుంది. అదే సామీ మా వూరు.

అందుకన్జెప్పి ఆ పేరొచ్చిందట. ఏమాత్తరం వానలు కురిసినా మూణ్ణెల్లు నీళ్ళు పారే కొండనారవకింద వరిమళ్ళు. పంచపాండవులు నీళ్ళు తాగినారంటని సెప్పుకునే అయిదు కుంటలకింద చెరుకు పైర్లు. ఇంకా యెగువకు పోతే శనిక్కాయలు దివ్వెంగా వూరే యెఱ్ఱజేన్లు, మళ్ళకు సేన్లకు సుట్టు కైవారంగా మామిడి తోపులు, మా వూరని సెప్పుకోవడం గాదు గానీ, ఊరంటే యిదిరా ఊరు అనిపించేటట్టుగా వుంటాది మా పొరకల బయిలు. సేతిలో నాలుగు రాళ్ళు పట్టుకోని ఒక్కసారిగా యిసిరిపారేస్తే ఒకదాని కొకటి బారెడు దూరంలో మూరెడు దూరంలో పడవా? అట్లా వుంటాయి నాలుగూళ్ళూ. కాపోళ్ళుండేది కావూరు. కమ్మనాయుళ్ళుండేది కమ్మపాలెం. మాలోళ్ళది మాలపల్లె. మాదిగోళ్ళది మాదిగిండ్లు. గ్రామమనే దొకటుంటే దానికి దేవుళ్ళుండ బన్నేదా? ఉండారు. ఉత్తరాన మాంకాళమ్మ. అడివిదోవలో మధ్యానాల్లో గొడ్డు, గొఱ్ఱెలు పండుకునే మద్ది సెట్లకింద కాటమరాయడు, కావూరికీ కమ్మపాలేనికి నడీమధ్య బజనగుడిలో రాములవారు. కదలకుండా, మెదలకుండా గుండ్రాయిల మాదిరిగావుండే ఆ దేవుళ్ళు మాటకేంగానీ, కూచుంటా, నడస్తా, మాటాడతా, నాయాలు విచారిస్తా, దరమాలు కూడబలుకుతా గ్రామాన్ని కాపాడుకొచ్చే దేవుళ్ళున్నూ మాకు ముగ్గురే! అత్తిపెట్లో పూత నూపించొచ్చు, కరణం మల్లయ్య గీత గీసినాడంటే దాటేవాణ్ణి సూపించలేవు. కుందేలికి కొమ్ము సూపించొచ్చు. మణేగారు రాయప్పనాయుడు ఉత్తరువిస్తే మీరేవాణ్ణి సూపించలేవు. తెల్లటి కాకిని సూపించొచ్చు. పెసిడెంటు పోలిరెడ్డి గుడ్లురిమిసూస్తే భయంతో గడగడ లాడకుండా వుండేవాణ్ణి సూపించలేవు. అంత మట్టసంగా, పెద్దంతరం సిన్నంతరం సెడకుండా, ఎగవ గనిమకు దిగువ గనిమకు ఎడం తగ్గకుండా పొరకల బయిల్లో దరమరాజ్జెం జరిగిపోతావుంటే, ఏ దేవుడికి కన్ను గుట్టిందో గానీ సామీ, ఒక ముసల మొచ్చి పడిపోయింది.

ముసలమంటే మరేందీగాదు, పంచాయితీ వోట్లు!

నీకు తెలియందేముందిగానీ సామీ, రామాయనం తీసుకుంటే రాముడొకడే. ఇద్దరు రాముళ్ళుండరు. భారతం తీసుకుంటే భీముడొకడే. ఇద్దరు భీముళ్ళుండరు. మావూరి సంగతీ అంతే! పంచాయితీ పుట్టినప్పటినుంచీ పసల పోలిరెడ్డే పెసిడెంటు. ఆయన కట్టె కడతేరిపోతే ఆ తరవాతేం జేస్తారంటావేమో!

ఏం, ఆయన కొడుకు సిన నాగిరెడ్డి లేడా? ఆ బయం మాకేమీ లేదు. ఎన్న సేతిలో పెట్టుకొని నెయ్యి కోసరం ఎదుకులాడేవాళ్ళంగాము.

అయితే దొరతనం వాళ్ళు వుండి వుండీ ఒక తిక్కరూలు తెచ్చి పెడ్తారని మాకేం తెల్సు? ఒక దినం మునిమాపటేళ మా పెసిడెంటు పోలిరెడ్డి పిలవనంపితే ఎల్లి సేతులు కట్టుకోని దూరంగా నిలబడినాను. "ఏంరా గంగా! ఎందుగ్గాను పిలిపించిననో తెల్సునా?" అనినాడు పోలిరెడ్డి. "ఎద్దులుగొట్టి ముద్దలు తినేవాణ్ణి, సామీ! నాకేం తెల్సు? తమరే సెప్పాల" అనినాను.

"ఏం లేదురా గంగా! కాలాలు మారిపోతావుండాయి. ఈ పొద్దుండిన రూలు రేపు లేదు. ఇప్పుడొకటి కొత్తగా వచ్చిపడింది. మన పంచాయితీకి మేమెవురూ పెసిడెంటుగా వుండకూడదంట. మీలో ఒకరిని పెట్టుకోవాలంట. కాదుగీదంటే కుదర్దు. ఒప్పుకోరు. నేను కరణంతో, మణేగారితో మాటాడినా. నిన్ను పెట్టడం వాళ్ళకున్నూ యిష్టమే. అంచేత, నేన్జెప్పే దేమంటే, మన పంచాయితీకి నువ్వు 'సర్పంచి'గా వుండాలి...."

నా కయితే ఆచ్చెర్యమైపోయింది. "సరపంచా! అదేంది సామీ? నేనెప్పుడూ యిన్లేదే!" అనినాను. "అదే లేరా! పాత సారాయిని కొత్త సీసాయిలో పోస్తావుండారు. పెసిడెంటనే మాటెందుకో పనికిరాంద్దై పోయింది. ఇక మీదట 'సరపంచి' అనాలంట! రెండూ ఒకటే. మన పంచాయితీ కింక నువ్వే పెసిడెంటువి. అదీ సంగతి! తెల్సిందా?"

నా ఒళ్ళు మానైపోయింది. నోటిలో నుంచీ మాట బయటికి రాలా! ఇదేం చోద్దెంరా నాయనా అని నోరు తెరిచేసినాను. పుట్టి బుద్ధి తెలిసినాక యీ మాదిరి యిద్దూరం ఏనాడూ యినింది లేదు. కాకపోతే నేను...ఆసాది గంగడు అనే నేను... వూళ్ళో మారాజులు కాలితో సెప్పినపని చేత్తో చేసుకుపోయే నేను–ఎవుడో గవర్నమెంటోడు జెప్పినంత మాత్తరంలో ఏక్ దమ్ము సరపంచినై పోతానా. ఒకవేళ పోలిరెడ్డి వుండమంటే మట్టుకు నాకు బుద్ధి లేకపోతాదా. అదికాదు పెద్దాయనా! నువు జెప్పు. గుడిలో అమ్మ వారుంది. ఆ యమ్మకు కడ్తే కంచిపట్టుచీర గట్టాల. లేకపోతే దరమావరం సిలుకుచీర గట్టాల. అంతేగానీ బొంత తీసుకొచ్చి కట్టబడ్తారా ఎవురైనా? ఈ యిపరీతం ఎక్కడైన వుంటాదా. ఏ కాలంలోనైనా వుంటాదా?

ఇంతేగాదు, ఇంకా ఎంతో దూరం సెప్పి సూసినాను. అయితే ఆయన యినిపించుకోలా. "సర్లేరా గంగా! అయిపోయిన పెండ్లికి మేళాలెందుకు? నువ్వు సరపంచివి. అంతే! ఇంతకూ నీకు చెవ్రాలు పెట్టడమైనా వస్తుందో, లేదో? ముందా సంగతి జూడు" అని లేచి, చక్కా లోపలికెళ్ళి పోయినాడు.

నాకు తలపైన రాయి పడినట్టపోయింది. గ్రామంలో ఎందరో పెద్దోళ్ళుండగా, యిదేందిరా ఈ పీడొచ్చి మన గొంతుకు సుట్టుకొనింది అని దిగులు పడిపోయినా. రేపొద్దున్న ఎవురైనా ఆఫీసరొచ్చి ఈ కాగితంపైన చేవ్రాలు పెట్టు అంటే ఏం జెయ్యాల? ఇరవై ఏండ్లప్పుడు రేత్రి పలుకూటంలో రుద్ది నేర్చిన అచ్చురాలు. మా పక్కింటి అబ్బోడి దగ్గర పేనా అడిగి తీసుకొని కుదురుగా రాసి చూచినా. పొట్ట పగిలేటట్టుగా నవ్వుతాడే గానీ, కుర్రెదవ అందులో తప్పేముందో సెప్పడే! కడకు తెల్సింది. మూడు రాయాల్సిందానికి బదులు రెండే రాసినానంట! "గండు, గండు" అని వాడెగతాళి పట్టిస్తావుంటే, తల పైకెత్తుకోలేక పోయినా.

ఏం జెప్పుదు సామీ, ఆ చెడ్డదినం కూడా వచ్చేసింది. సూట్లూ, కోట్లూ యేసుకోని ఉద్యోగస్తులొచ్చి వూళ్ళో దిగేసినారు. "ఇస్కూల్లో మీటింగంట! నిన్ను రమ్మంటా" వుండారు అని యెవురో పరుగెత్తుకుంటావచ్చి సెప్పిరి. గుండె బిక్కుమంటూ వుంటె బయపడతానే ఎల్లి నిలబడితి. మణేగారితో కాసేపు మాటాడినాక ఆఫీసరు దొర లేచి ముందుకొచ్చి "రండి, రండి సరపంచి గారూ! వచ్చి కూచోండి" అని నాకు కురిచీ సూపించానాడు. పెసిడెంటు పోలిరెడ్డి, కరణం మల్లయ్య, మణేగారు, రాయప్ప నాయుడు, ఇంకా వూరి పెద్దలంతా అక్కడ కొలువు దీరుంటే, ఆళ్ళ మధ్యెన నాకు కురిచీ కావలసిసొచ్చిందా. వద్దొద్దు. నే నిక్కడ్నే నిలబడి వుంటానని గింజుకుంటి. ఊఁహూ, ఆయన యినెకోపులో లేడే! నేను కురిచీలో కూచునే దాకా ఆయన నా పీకల మీద కుచునె. కాళ్ళు వణికిపోతావుండాయి. ఒళ్ళంతా సెమట బట్టిపోయింది. నోట్లో తేమలేదు. ఆ తరువాతొక అరగంట సేపటి దాకా అక్కడేమేం జరిగిందో నేనయితే సరిగా జెప్పలేను. పసల చిననాగిరెడ్డి, పచ్చిపులుసు చెంగయ్య, కదరి నరసప్ప, ముతి రేవుల నాంచారు, యింకా ఒక నలుగురైదుగురు దాకా 'నంబర్లు'గా కురిచీల్లో కొచ్చిరి. ఆపీసరు సూపించినచోట కాగితాలపైన చెవ్రాలు పెడితిమి. ప్రమానకం జెయ్యండని నేర్చిన మాటలన్నీ సదివితే ఆయన పాటకు వంతపాట పాడితిమి. 'అయిపోయిందయి పోయింది. నువు పంచాయితీ సరపంచి వైపోయినా'వని

అందరూ గొంతెత్తి సెప్పిరి. ఏమైనానో, ఎందుకైనానో నాకేం తెల్దు. ఆ బగుమంతుడికే తెలియాల.

నాకు తెలిసిందేమంటే నేను తిరిగెల్లేటప్పటికి నా గుడిసెలో మట్టిగోడలు మారలేదు. పైన సొప్పదంటు కప్పు మారలేదు. ఎదురు తడికతో బెట్టుకున్న తలుపు మారలేదు. ఇంట్లో నా సత్తుగిన్నె మారలేదు. అందులో సంగటి మారలేదు. నా పెళ్ళాం కట్టుకునే చింకి పాతలూ మారలేదు. నా బిడ్డలు తొడుక్కునే మాసికల గుడ్డలూ మారలేదు. మరైతే నేను మాత్తరం మారిపోయినానని అంటావుండారు....

ఆ రోజు రాత్రి తిండి దిని పడుకున్నాక రంగి అడిగింది. "ఏందే మామా! నువు సరపంచివైనావు గదా! దీనికేమైనా జీతమిత్తారా?" అని

""యిచ్చేటట్టయితే ఎవురైనా జెప్పరా? ఇచ్చేమాట అనుమానమే"! అనినాను.

"పోనీలే, జీతమిచ్చిరి, ఇయ్యక పోయిరి. సరపంచి వైనాక నువు కూలికెక్కడపోతా వులే మామా! ఇంటిద్గర్నే ఉండు. నేను కూలికిబోతే రెండు ముద్దలు తెస్తాను గదా! నీకొకటి, నాకొకటి."

నాకు ఏడుపొచ్చింది. ఆడది సంపాదించుకొస్తే, అందులో భాగం పెట్టుకోని నేనింట్లో ఈగలు దోలుకుంటానా? ఛీ ఛీ అదిగూడా బతుకేనా?

తెల్లారింది. పల్లెలో జనమంతా పన్లకు బోయినారు. సెట్టుకింద నులకమంచంలో నేనొక్కణ్ణి మాత్తరం మిగులున్నాను! అదేమంటే, నేను సరపంచిని, పన్జేయగూడదు.

కోరుకోని వరమిచ్చి, కాళ్ళూ సేతులూ కట్టి పారేసినందుకు ఆ దేవుణ్ణి తిట్టుకోవాల. మనుషుల్నని ఏం లాబం?

ఒకటి గాదు, రెండు గాదు ఈ మానాన నెలరోజులు దొర్లిపోయ. ఇట్లాగాదని ఒక దినం తెంపు దెచ్చుకోని గ్రామ సావిడి దగ్గరికి పోతి. ముగ్గురు మారాజులు అక్కడ్నే కనిపించిరి. "ఏంరా గంగా! బాగుండవా?" అని కరణం మల్లయ్య పలకరించె.

"ఏం బాగు సామీ! గ్రామంలో నన్నెవరూ పనికి పిలవడం లేదు. ఆడదాని రెక్కల కష్టంతో సంసారం జరగడం లేదు. సదుకూటానికెళ్ళే పిల్లోడికి నోటు పొస్తకాలు కొనిద్దామంటే పదిరూపాయలు సేతిలో లేవు. నాకయితే పిచ్చి బట్టిపోయినట్టుండాది. ఇట్లా కాలం గడపడం నా వల్లగాదు. ఒక మాట సెప్పి

పోదామని వచ్చినాను. తమరు సెలవిప్పిస్తే ఏ రాయవరమో, రచ్చలదొడ్డో సేరి, ఏదో ఒక పన్జేసుకొని నాలుగు రూకలు సంపాదించుకుంటాను...."

"ఒరేయ్, ఒరేయ్! అంత పనెక్కడైనా చేసేవ్!" పినపెద్ద రాయప్ప నాయుడు కచ్చితంగా సెప్పేసినాడు. "పొరకల బయలు సర్పంచి మా వూళ్ళో కూలిపని చేసుకుంటావుండాడని పొరుగూరివాళ్ళు చెప్పుకుంటే మేం తలెక్కడ పెట్టుకోవాల? అంతగా నీకు జరుగుబాటు లేకపోతే చిత్తూరి కెళ్ళిపో, అదయితే టవును, అక్కడ నీ అతీ గతీ ఎవరూ పట్టించుకోరు. ఏమయ్యా కరణం! నువ్వే మంటావు?'

"అవునవున్నిజమేరా గంగా!" కరణం మల్లయ్య బలపరిచినాడు. "లేదంటే ఏ రెణ్ణెల్లకో, మూణ్ణెల్లకో ఒకసారి నువు సమితి మీటింగులు హాజరుగావల్సి వుంటుందేమో! పరవాలేదులే. ఒక పని చెయ్. టౌనులో ఒక పెద్దమనిషితో మాటాడి ఆయన పేరు మాకు రాయించు. జవిళంగడి సుబ్బరామయ్యతో చెప్పి పెట్టినావనుకో? 'ఆసాది గండడు, కేరాపు జవిళంగడి సుబ్బరామయ్య' అని మీకు జాబు రాయిస్తాము. ఆ జాబు చూచుకొని నువు మీటింగుకు రావచ్చు. మీటింగయిపోగానే తిరిగెళ్ళి పోవచ్చు ఏంరా, గంగా! అర్థమైందా?"

అర్థమైనట్లుగా తల వూపినాను.

అంతేసామీ!, ఆ మర్నాడు బయల్దేరి రావడమే రావడం! ఇక్కడ టవున్లో పెద్దమనుషులకేం కొదవ? కాదంటే నా మాట సెవిలో ఏసుకునేవాళ్ళు మాత్తరం కనిపించలా. ఇప్పుడు నువు కనిపిస్తివి. ఆ మాటకొస్తే నీకంటే మాకు పెద్దదిక్కెవరు? బతికి నంతకాలం మా బాగుకోసరమే పాటుపడినావంట! మాకు అరిజనులని పేరు బెట్టిందిగూడా నువ్వేనంట! మూడుదినాల పొడుగునా కాళ్ళరగి పోయేటట్టుగా తిరిగినందుకు నా అదురుష్టం బాగుండి నువ్వు దొరికినావు. "ఆసాది గంగడు, కేరాపు గాంధీ మహాత్ముడు, నాలుగురోడ్లు కలిసే సోటు, చిత్తూరు" అని మా వూరోళ్ళు జాబు రాయిస్తే నాకు చేరిపోతుంది గదూ?

ఏం సామీ. జవాబు సెప్పవు?

ఆంధ్రజ్యోతి వారపత్రిక - 1981

మధురాంతకం రాజారాం కథలు, మొదటి సంపుటం
విశాలాంధ్ర పబ్లిషింగ్‌హౌస్, హైదరాబాద్, 2007, పుట.282-288.

సి. నారాయణరెడ్డి (1931-2017)

*

గాయపడ్డ సూర్యుడు

ఇటీవల సూర్యుడు ఆలస్యంగా వస్తున్నాడు.
ఒంటికంటుకున్న నెత్తుటి మరకలు
బయటపడతాయనే భయంతో.
కర్మసాక్షి కదా సూర్యుడు!
ఎక్కడ మసీదును కుట్రలు కూలగొట్టినా
తనకే కదా పక్కయెముకలు విరిగేది.
ఎక్కడ మందిరాన్ని ఉన్మత్త శక్తులు కాలబెట్టినా
తన ముఖమే కదా కమిరిపోయేది.
విశ్వసాక్షి సూర్యుడు కుమిలిపోతుంటాడు
తానిచ్చిన వెలుగును తిత్తులనిండా పీల్చుకుని
విద్వేషవిషం చిమ్ముతున్నా రెందుకని.
సర్వాంతర్యామిని నాలుగుగోడల మధ్య పాతేసి
కంకాళతాండవం చేస్తున్నారెందుకని.
దైవం ఒక సమున్నత భావం.
దిక్కులకూ మొక్కులకూ అతీతమైన
అశరీర కాంతిసంపుటం.
ఎల్లలు లేని ఆ శక్తిని
ఇరుకు బుద్ధుల అరల్లో నిలబెడతారా.
ప్రభాతవాయువుల్లో పరమదుర్గంధం నింపుతారా.
పారే యేటినీటిలో పెంటకుప్పలు పారబోస్తారా.

కుటిల మతుల కుఠారదృష్టికి గురికానిదేది?
నిటారుగా నిలబడ్డ విశ్వాసం వెన్ను విరుస్తారు.
శాఖాకంఠాలతో సమైక్యగీతి పాడే
సౌహార్ద్రతరువును మొదలంటా నరికేస్తారు.
సర్వసాక్షి సూర్యుడు
జ్వరపీడితునిలా ఊగిపోతున్నాడు.
తన కిరణాల ముంగిళ్లలో
తప్పటడుగుల అక్షరాలు దిద్దుకున్న పసివాళ్లేనా వీళ్లు?
గునగున ఉరికే వీళ్ల కాళ్లు గునపాలయ్యాయా?
వెన్న తిన్న వీళ్లచేతులు విచ్చుకత్తులయ్యాయా?
మతం పేరుతో మతి తప్పిన ఓ మానవాసురులూ
ఆ చేతుల్తోనే పూర్తి చేయండి
సృష్టిరూపకంలోని చివరి ఘట్టం-
సూర్యహత్య.

23 డిసెంబర్ 1992

-దృక్పథం-కవితాసంపుటి
లయ చరణ్ ప్రచురణలు, హైదరాబాద్, 1994, పుట.50-51.

దూదికంటే

దూదికంటే తేలికైపోయింది జీవితం
కాటేసేదాకా తెలియలేదు
తెల్లని పత్తి మాటున నల్లని మృత్యువుందని

రచనాకాలం:1998

రైతు కవిత, సం॥ పాపినేని శివశంకర్, బండ్ల మాధవరావు, ఎమ్వీ రామిరెడ్డి,
ముప్పా చిన బాపిరెడ్డి మెమోరియల్ ట్రస్ట్, గుంటూరు, 2004. పుట.117.

శివసాగర్ (1931-2012)

*

అమరత్వం

విత్తనం చనిపోతూ
పంటను వాగ్దానం చేసింది

చిన్నారి పువ్వు రాలిపోతూ
చిరునవ్వుతో కాపును వాగ్దానం చేసింది

అడవి దహించుక పోతూ
దావానలాన్ని వాగ్దానం చేసింది.

సూర్యాస్తమయం చేతిలో చేయివేసి
సూర్యోదయాన్ని వాగ్దానం చేసింది.

అమరత్వం రమణీయమయింది.

ఇది కాలాన్ని కౌగిలించుకొని
మరో ప్రపంచాన్ని వాగ్దానం చేసింది.

రచనాకాలం: మే, 1985

శివసాగర్ కవిత్వం (1968-2004)
బహుజన బుక్ సిండికేట్, హైదరాబాద్, 2004, పుట. 181.

వాసిరెడ్డి సీతాదేవి (1932-2007)

*

రాబందులూ-రామచిలుకలూ

"అది సరేగాని ధర్మయ్యా! నేనూ ఒప్పుకుంటా, శేఖరం నువ్వన్నట్టు కొన్ని మంచిపన్లే చేస్తున్నాడు. రోడ్డు వేయించాడు. బాగుంది. కరెంటు తెచ్చాడు. చాలా బాగుంది. బడి కట్టించబోతున్నాడు; ఇంకా బాగుంది. కాని, హరిజనులకు ఇళ్ళు కట్టించబోతున్నాడట...." అంటూ చలమయ్య ఆగాడు.

"ఏం, అది మాత్రం బాగాలేదా?" వ్యంగ్యంగా అన్నాడు పరమయ్య.

"ఆహా-బాగాలేకేం? భేషుగ్గా వుంది. ఊరి నడిబొడ్డుమీద, రావు సాహెబ్‌గారి స్థలంలో ఇళ్ళు కట్టించబోతున్నాడు!" ఎట్లావుంది ఇప్పుడుచెప్పు అన్నట్టు చలమయ్య పరమయ్య ముఖంలోకి చూశాడు.

"నిజంగా? అవ్వ! ఇదెక్కడన్నా వుందా? వాళ్ళనుతెచ్చి వూరిమధ్యలో పెడ్తాడా?" ఆశ్చర్యంగా ప్రశ్నించాడు పరమయ్య ధర్మయ్యను చూస్తూ.

ఇంతకాలానికి తనతో పరమయ్య ఏకీభవించి మాట్లాడటం చలమయ్యకు పరమానందాన్ని కలిగించింది.

జానకిరామయ్య విస్తుబోయి ధర్మయ్య ముఖంలోకి చూస్తూ నిలబడిపోయాడు.

"నిజంగా! హరిజనులకు ఇళ్ళు కూడా కట్టిస్తున్నాడా శేఖరం?" ధర్మయ్య ముఖం సంతోషంతో వెలిగిపోయింది.

"నిజమే! రంగన్నను సర్పంచ్ చేసి వాళ్ళకు కొమ్ములు తెచ్చింది నువ్వేగా? వాడే చెప్పాడు. వాళ్ళను తెచ్చి ఊరిమధ్యలో పెడ్తే ఇంకేమన్నా వుందా? ఊరు

ఊరంతా ఎంగిలి మంగలమై కూర్చోదూ? ఇప్పటికే వాళ్ళకు కళ్లు నెత్తికొచ్చినయ్! ఇక మనమాట వింటారా? మనకు గౌరవం యిస్తారా?" అన్నాడు చలమయ్య.

"అవును, మునుపటి గౌరవం యిప్పుడెక్కడుంది? చెట్టుక్రింద కూర్చుని వుంటారా? మనం రోడ్డున పోతుంటే లేవడం కూడా మానేశారు. నడిరోడ్డు మీద మనకెదురుగా నడుస్తున్నారు" అన్నాడు పరమయ్య, కాలని చుట్టతో కుస్తీ పడుతూ.

"ఇప్పుడు ఈ శేఖరంగాడి అండచూసుకొని వాళ్ళు మరీ రెచ్చిపోయారు. ఆ శేఖరానికి ఆ మాల గుడిసెల్లో ఏంపని? ఎప్పుడూ అక్కడే వుంటాడు వాళ్ళను రాసుకుంటూ, పూసుకుంటూ తిరుగుతాడు" అన్నాడు చలమయ్య.

"అవును ధర్మయ్యా! ఇది మాత్రం బాగాలేదు. కాస్త కుడీ ఎడమా అంటూ వుండాలిగా? వాళ్ళకు ఇళ్ళు కట్టించమను. కాని, ఆ కట్టే ఇళ్ళేవో వాళ్ళ గూడెం లోనే కడ్తే పోలా? నువ్వు చెబితే వింటాడు శేఖరం" అన్నాడు జానకిరామయ్య ధర్మయ్య ముఖంలోకి చూస్తూ.

ధర్మయ్య నిట్టూర్చాడు. ఓ క్షణం జానకిరామయ్య ముఖంలోకి చూశాడు.

"జానకిరామయ్యా! నువ్వు కూడా ఇట్లా మాట్లాడతావనుకోలేదయ్యా! నాతో ఇంతకాలం స్నేహం చేసిన నువ్వు నాకిచ్చే సలహా ఇదా? వాళ్లూ మనలాంటి మనుషులే గదయ్యా? మనిషిని మనిషి దూరంగా పెట్టడం ఏమిటయ్యా? అంతకంటే అన్యాయం మరొకటి వుందా? మహానాయకులెందరో వేదికలమీద హరిజనులకు జరిగే అన్యాయాల గురించి ఉపన్యాసాలు ఇస్తున్నారు. గాంధీమహాత్ముని కాలంనుంచీ వింటున్నాం ఈ ఉపన్యాసాలు. కాని, నిజంగా వాళ్ళకోసం చేసిందేమిటి? ఎవరో కొద్దిమందిని.... చదువుకొని పెద్ద పదవుల్ని సంపాదించుకున్నవాళ్ళను వదిలేస్తే స్వాతంత్ర్యం వచ్చిన తర్వాత, ఈ ఇరవై ఐదు సంవత్సరాల సుదీర్ఘకాలంలో...వారి జీవితాలలో ఎంత మార్పు వచ్చింది? సంఘంలో వారికి ఇచ్చిన స్థానం ఏమిటి? కులాలు పోవాలని ప్రతివాళ్ళు వేదికలెక్కి అరుస్తున్నారు.

కాని, జరుగుతున్నదేమిటి? విద్య, రాజకీయ విజ్ఞత, డబ్బు, నాగరికత పెరిగినకొద్దీ కులాభిమానం కూడా పెరుగుతూనే వుంది. హరిజన కాలనీ ప్రతి

గ్రామంలో కట్టించటానికి ప్రయత్నాలు జరుగుతున్నాయి. చాలా గ్రామాలలో కట్టించారు కూడా. కాని, ఎక్కడ? వూరికి దూరంగా! 'హరిజనులు' అనే ముద్ర వేసి మరీ కట్టిస్తున్నారు. అంటే, గట్టి ఇల్లు కట్టించి ఇప్పుడిప్పుడే నిద్రలేస్తున్న వాళ్ళను 'జో' కొట్టి, పది కాలాలపాటు గాఢనిద్రలో పడేసే ప్రయత్నాలు చేస్తున్నారన్నమాట! ఆ కట్టే ఇళ్ళు ఊళ్ళో ఎందుకు కట్టించరు? దానికి హరిజన కాలనీ అనే పేరు ఎందుకు పెట్టాలి? మనం, మన పిల్లలూ కాకపోయినా, మన పిల్లల పిల్లలయినా కలిసి మెలిసి బతికే ఏర్పాట్లు ఎందుకు చెయ్యకూడదు?" ధర్మయ్య ఆవేశంతో ఊగిపోతూ అన్నాడు.

"ఇదిగో ధర్మయ్యా! నువ్వెన్నన్నా చెప్పు. ఈ విషయంలో మాత్రం మేము ఒప్పుకోం! షావుకారు రామయ్య యిది విని కారాలు మిరియాలు నూర్తున్నాడు. శేఖరం సర్‌పంచ్‌గా ఎట్లా చూస్తానంటున్నాడు. బోర్డు మెంబర్లు ఎవరూ ఒప్పుకోరు. శేఖరాన్ని ఆ పదవి నుండి తొలగించమని పిటిషను పెడతాం!" తను కూడా పంచాయితీ బోర్డుమెంబర్నేననే విషయాన్ని ధర్మయ్యకు గుర్తుచేస్తూ అన్నాడు చలమయ్య.

ధర్మయ్య తెల్లబోయి చూశాడు.

"అవును ధర్మయ్యా! శేఖరానికి చెప్పు. అన్ని ఊళ్ళలో కట్టినట్టే మన ఊళ్ళోనూ వాళ్ళకు ఊరిబయట ఇళ్ళు కట్టమని చెప్పు. మన ఒక్క ఊళ్ళో వాళ్ళను మధ్యలో తెచ్చిపెట్టి ఉద్ధరించేదేముంది? అయినా, ఇది జరిగేదా పెట్టేదా? అనవసరంగా కక్షలు పెంచడమే అవుతుంది" అన్నాడు పరమయ్య.

"అవును ధర్మయ్యా! గుర్తుచేసుకో. ఆరేళ్ళకిందట ఏం జరిగింది? హరిజనగూడెంలో నీళ్ళులేవని నీ ప్రోత్సాహంతోనే రంగన్న బావిలో చేదవేశాడు. దాంతో ఊరు ఒక రణరంగం అయింది. ఎంతమంది తలలు పగిలాయి? చివరకు నష్టపడింది ఎవరు?" అన్నాడు జానకిరామయ్య.

ధర్మయ్య ఆలోచనలో పడ్డాడు.

"సరే, చూద్దాంలే! శేఖరం వచ్చాక మాట్లాడతాను." ధర్మయ్య ఇష్టం లేకుండానే ఒప్పుకున్నాడు.

చలమయ్య కళ్లలో గర్వం తొణికిసలాడింది. పరమయ్య ముఖం విజయగర్వంతో గంభీరంగా మారింది.

విభా ప్రభాతములు ❖ 177

"నే వస్తా!" అంటూ ధర్మయ్య నీరసంగా ముందుకు కదిలాడు.

నాలుగడుగులు ముందుకువేసి ఆగి వెనక్కు చూశాడు.

ముగ్గురూ చెట్టుకింద నిలబడివున్నారు.

26

సునంద పొలం గట్టుమీద, కాలువగట్టుమీద నడుస్తూ పల్లె నుంచి పల్లెకు వెళ్తూ ఎంతో ఉత్సాహంగా పనిచేస్తోంది. హరిజన వాడలకు వెళ్లి, ఆ పిల్లలకు స్నానాలు చేయిస్తూ, పరిశుభ్రత గురించి చెబుతూ, ఆడవాళ్ళతో అనేక విషయాల గురించి చెబుతూ, "చెయ్యాలంటే పల్లెలో ఎంతో పనివుంది" అనుకుంటూ వుంటుంది. గ్రామసేవికల సహకారంతో రాత్రి పాఠశాలలు పెట్టి, వయోజనులకు చదువు నేర్పిస్తోంది. హుందాగా ముక్తసరిగా మాట్లాడుతూ తన పని తాను చేసుకుపోయే సునంద అంటే ఆ వూళ్ళలోని పెద్దలకు కొందరికి గౌరవం, చాలా మందికి కోపంగా వుంది.

కొద్దిరోజుల్లోనే పల్లెలో పని చెయ్యడం, పల్లె ప్రజల దృక్పథం మార్చడం అంత తేలికైన పనికాదని తెలుసుకుంది సునంద.

కుటుంబ నియంత్రణ గురించి చెబుతూ వుంటే స్త్రీలు సునందను అదోలా చూసేవారు. తిరస్కారంగా మాట్లాడేవారు. అయినా, వారి మాటలు పట్టించుకోకుండా వాళ్ళను ఒప్పించడానికి శాయశక్తులా పని చెయ్యసాగింది.

పౌష్టిక ఆహారం గురించి చెబుతూ, వంట ప్రదర్శనలు చేయిస్తూ స్త్రీలను ఎక్కువ మందిని మహిళా మండలుల వైపుకు ఆకర్షితులను చేసింది.

కొన్ని ఊళ్ళలో జరుగుతున్న దారుణాలను గ్రహించడానికి సునందకు ఎంతో కాలం పట్టలేదు. మహిళా సమాజాల ద్వారా నిర్వహించబడుతున్న కోళ్ళ గూళ్ళల్లోని గ్రుడ్లు అందవలసిన వారికి అందడం లేదని గ్రహించింది. అలాంటి మహిళా సమాజాలకు వెళ్ళి గ్రుడ్లు పంచవలసిన రోజు తను దగ్గిర వుండి, పిల్లలకూ, బాలింతలకూ, చూలింతలకూ పెట్టించేది. బాల్వాడిలో మధ్యాహ్నం భోజనం పిల్లలకు సరిగా అందుతుందో లేదో సర్‌ప్రైజ్ విజిట్స్ చేసి తెలుసుకునేది. అలా జరగనిచోట టీచర్లమీద కంప్లైంటు రాసేది.

కొద్దిరోజుల్లోనే సునంద కొందరికి కంటకప్రాయంగా తయారైంది.

ఆ పల్లెలోని కొందరు మగవాళ్ళు ఆమెను ఆకలి కళ్ళతో చూసేవారు. కొందరు వెకిలి మాటల్తో బాధపెట్టేవారు. కొందరు కసిగా "ఇది చెయ్యలేదు, అది చెయ్యలేదు" అంటూ తప్పులు పట్టడానికి ప్రయత్నించేవారు. సునంద లోలోపల బాధపడినా పైకి తొణక్కుండా తన పని చేసుకుపోసాగింది.

ముఖ్యంగా చింతలపాలెం సర్పంచ్‌కు, ఆ మహిళా మండలి ప్రెసిడెంటుకు సునంద అంటే చాలా కోపంగా వుంది.

సర్పంచ్‌కు కావాల్సిందేదో సునంద గ్రహించింది. కాని, గ్రహించనట్టే వుంటూ వచ్చింది. ఆ ఊరి మహిళా మండలి ప్రెసిడెంటు సర్పంచ్‌గారి సతీమణి. మండలికి ఇచ్చిన రెండు కుట్టుమిషన్లలో ఒకటి సర్పంచ్‌గారి ఇంట్లో వుందని గ్రహించిన సునంద, ఆ మిషన్ తెప్పించి మండలిలో పెట్టించింది. ఆ రోజు నుంచి భార్యాభర్తలు సునంద మీద కారాలు మిరియాలు నూరసాగారు. అనేక రకాల పుకార్లు లేవదీశారు, ఆమె చరిత్ర మంచిది కాదని కట్టుకథలు అల్లారు. అయినా, సునంద అవేవీ లక్ష్య పెట్టలేదు.

గోగులపల్లి సర్పంచ్ చదువూ సంస్కారం కలవాడు. ఆ ఊళ్ళో మహిళా మండలికూడా ఎంతో బాగా నడుస్తోంది. ఆ సర్పంచ్‌కూ, ఆ ఊరి మహిళలకూ సునంద అంటే ఎంతో గౌరవం. అక్కడకు వెళ్తే ఆ సర్పంచ్ భార్య, సునందను మరోచోట భోజనం చెయ్యనివ్వదు. సాధారణంగా సునంద ఎవరింట్లోనూ భోజనం చెయ్యదు.

పొద్దు వాటారింది. చినుకులు పడుతున్నాయి. అయినా చింతలపాలెం నుంచి సునంద హెడ్ క్వార్టర్స్‌కు బయలుదేరింది. ఆ ఊరినుంచి దేగలమర్రి మూడు మైళ్ళుంది. ఆ వూరికి రోడ్డు లేదు. వర్షాకాలం బండి కూడా పోదు. రాత్రిపూట ఆ ఊళ్ళో వుండటం ఇష్టంలేని సునంద కాలి నడకన పొలం గట్టుమీద నడుస్తోంది. ఆ రోజు ప్యూన్ కూడా తోడు రాలేదు. శెలవు పెట్టాడు.

"ఏమంమ్మోయ్ సేవికా, ఎక్కడకు? గోగులపల్లెకేనా?"

సునంద చివ్వున తలెత్తింది. గట్టుమీద ఎదురుగా చింతలపాలెం సర్పంచ్ నిల్చుని వున్నాడు. సునందకు వళ్ళు మండిపోయింది.

"ఏమిటా పిలుపు?"

"ఏం, నువ్వు సేవికవు కాదా?"

"కాదు. నా డెజిగ్నేషన్ ఎక్స్‌టెన్ష్ ఆఫీసరు. పలికితే ఆ పేరుతో పిలవండి. లేదా పేరుపెట్టి మర్యాదగా పిలవండి" అన్నది సునంద.

"ఎట్టెట్టా, నువ్వు ఆఫీసరువా? ఏం ఆఫీసరు, కాలినడకన వెళ్ళే ఆఫీసరు! అంత రోషమెందుకు? తెలుగులో ముఖ్య సేవిక అంటారుగా!"

"ఒకప్పుడు. మీలాంటివాళ్ళు సేవికా, సేవికా అంటూ అవమానిస్తున్నారనే ప్రభుత్వం మా డెజిగ్నేషన్ మార్చింది."

"అబ్బో కత చానా వుందే? అది సరేగానీ చీకటిపడుతూంది. పైగా, వర్షం కురుస్తోంది. పొలం గట్లమీద వంటరిగా పడిపోతున్నావ్! ఎక్కడికి, గోగులపల్లికేనా?

"అది మీ కనవసరం, తప్పుకోండి!" అన్నది సునంద రోషంగా.

"అంత రోషం దేనికి, ఉన్న మాటంటే? రాత్రికి అక్కడే పడుకుంటావా?"

అతని మాటల్లోని అంతరార్థం బోధపడింది. "అవును" అన్నది కసిగా.

"పోనియ్ ఒక్కరాత్రి మా దగ్గిర పడుకోకూడదూ?" పళ్ళికిలించాడు.

"షటప్!" గట్టిగా అరిచింది సునంద.

"ఏమిటి మహా ఎగిరిపడుతున్నావ్? తప్పుమాటేమన్నాను? ఒక రోజు మా ఊళ్ళో పడుకోకూడదా అన్నాను" అంటూ వెకిలిగా నవ్వాడు సర్‌పంచ్.

సునందకు ఆ గట్టుమీదనుంచి కిందకు తొయ్యాలనిపించింది.

"తప్పుకోండి!"

"తప్పుకోకపోతే?"

"అధిక ప్రసంగం చెయ్యొద్దు!"

"ఏం, మహా పతివ్రతలా టెక్కు చేస్తున్నావ్? నాకంటే ఆ గోగులపల్లి ప్రెసిడెంటు బాగుంటాడా?" అంటూ సునంద రెక్కపట్టుకున్నాడు.

సునంద ఒక్కసారిగా అతన్ని తోసేసింది. జారుతున్న గట్టుమీద కాలు నిలదొక్కుకోలేక పంటచేలో పడిపోయాడు.

సునంద జారుతున్న గట్టుమీద బలంగా పాదాలు మోపుతూ ముందుకు సాగిపోయింది, వెనక్కు తిరిగి చూడకుండా.

రోజంతా విధి విరామం లేకుండా తన విధ్యుక్త ధర్మాన్ని నిర్వహించిన సునంద బాగా అలసిపోయివుంది. ఈ సంఘటనతో మనస్సు కలతబారింది. ముఖం వడలిపోయింది. ఎలాగో ఇంటికి చేరుకుంది.

భోజనం చెయ్యకుండా మంచానికి అడ్డంపడి కళ్ళు మూసుకుంది. జానకిరామయ్య మాటలు గుర్తువచ్చాయి. నిజంగా తాను ఈ ఉద్యోగం చెయ్యగలదా? ఆడపిల్లలు పల్లె పల్లె తిరిగి ఉద్యోగం చెయ్యడం ఎంత కష్టమో తనకు ఇప్పుడు అర్థమౌతోంది. అయినా తప్పదు. ఎన్ని సమస్యల్నయినా ధైర్యంతో, ఆత్మవిశ్వాసంతో ఎదుర్కోకతప్పదు.

ఆలోచనలనుంచి, నిద్రలోకి జారిపోయింది సునంద.

27

"చూడు రామ్మూర్తీ! ఆ మిగిలిన ఫండ్స్ అన్నీ వర్క్సుకు మళ్ళించు." సమితి ఎస్టిమేట్సు గురించి మాట్లాడుతూ అన్నాడు నరహరి బి.డి.ఓ.తో.

"మొత్తం అటే డైవర్ట్ చెయ్యమంటారా?" బి.డి.ఓ అంటుండగానే సునంద లోపలకు వచ్చింది.

నరహరి ముఖం విప్పారింది. "ఏమిటి సునందా, ఏం కావాలి?" అతి మృదువుగా అడిగాడు నరహరి.

సునంద నరహరి ప్రశ్నకు సమాధానం ఇవ్వకుండా "నేను రాబందులపాడు మహిళామండలి విజిట్‌కు వెళ్తున్నాను" అన్నది బి.డి.ఓ.తో.

"మంచిది, వెళ్ళు" అన్నాడు బి.డి.ఓ. "చిలకలపాడు వెళుతున్నాను. నాతో రా జీపులో!" అన్నాడు నరహరి.

"రాబందులపాడు మహిళా మండలి ప్రోగ్రాం ఇచ్చాను. ఇవ్వాళ బాల్వాడి ప్రారంభోత్సవం కూడా వుంది. వాళ్ళంతా నా కోసం ఎదురు చూస్తూ వుంటారు" అన్నది సునంద.

"బాల్వాడి ప్రారంభోత్సవమా? ఏమయ్యా, నాకు చెప్పలేదేం? వాళ్ళకు ఫండ్స్ ఎక్కడినుంచి వచ్చాయి?" తీవ్ర కంఠంతో అడిగాడు నరహరి, బి.డి.ఓ.ని

"అదేనండీ! స్త్రీలకూ, శిశువులకూ ప్రత్యేకంగా కేటాయించిన ఐదుశాతం జనరల్ ఫండ్స్ మూడు సంవత్సరాలుగా ఖర్చు పెట్టలేదు. చాలా ఎమౌంట్ ఎక్యూమిలేట్ అయివుంది. సునందే ఈ ప్రపోజల్ పెట్టింది. మీరు ఢిల్లీ వెళ్ళినప్పుడు శాంక్షన్ చేశాం!" అన్నాడు బి.డి.ఓ.............

డాక్టర్ వాసిరెడ్డి సీతాదేవి సాహిత్యం - 5
విశాలాంధ్ర, హైదరాబాద్, 2003, పుట. 40,41,102,103,104.

కొలకలూరి ఇనాక్ (1939)

*

సూర్యుడు తలెత్తాడు

నేటి తెలుగు దేశంలో అదొక మారుమూల పల్లె. కుగ్రామం. రావడంటే మనిషి కాదు. మర.

సూర్యుళ్లా పొలంలో పొడిచి, ఇంట్లో కుంకుతుంటాడు. చేనుకి చెమటతో స్నానం చేయించి, నెత్తురుతో బొట్టు పెడుతుంటాడు. పంట చేను పసిపాపల ముత్తయిదులా పైరును అస్తారుబస్తంగా చూసుకొంటాడు.

రావడి ముఖం ఊరు చూళ్ళేదు. పిల్లలు చూళ్లేదు. పెళ్ళాం చూళ్ళేదు. సూర్యుడు చూళ్ళేదు, పొలం చూసింది.

వంగి పని చేయడం, తల వంచుకు నడవటం, ముఖం దాచుకుని నిద్రపోవడం అతడి రివాజు.

రావడి మాట పొలం కూడా విన్లేదు. నిశ్శబ్దం అతడి దినచర్య. జీవిత చర్య.

గుండె గుహలో రాక్షసుడు దాచి పెట్టిన పసివాడి కేక ఒకటి వుంది. బైటికి వినిపించదు. నలుగురంటే రావడి గుండె కూడా చప్పుడు చేయదు.

రావడి కళ్లలో నీళ్లు లేవు. ఎరుపు లేదు. ఏడుపు రాదు. కోపం రాదు. రాయి ఎండకూ, చలికీ వేడిగా చల్లగా కాదు. రాయి కూడా కాదు, దూది.

రావడి శరీరాన్ని పంచ భూతాలు బతికుండగా పంచుకున్నాయి. ఏం పొరపాటు జరిగిందో ఎముకలు మిగిలాయి. మరేమయిందో అవి కదులుతున్నాయి.

ఇంటికి వచ్చేసరికి పల్లెంతా గుబగుబలాడుతూ వుంది. సీత చచ్చిపోయింది ఉరి పోసుకుని. ఎవడో చేయి పట్టుకున్నాడనీ, చెప్పినా వినలేదని-జనం చెవులు కొరుక్కుంటున్నారు.

రావడు ఆ రాత్రి మామూలుగా నిద్రపోయాడు. ఉదయం పొలంలో సూర్యుడు.

రావడు భూమి బిడ్డ. ఆ ఎకరం పొలం అతడి యావదాస్తి.

కాళ్లు కడుక్కుని కూటికి్కూచుంటే వచ్చి వడ్డించే కూతురి కాళ్ళూ చేతులూ కనబల్లేదు. కూడు రాలేదు. "లేదు" అన్న మాటన్నా వినబళ్ళేదు. రావడదేం పట్టించుకోలేదు. నిద్రపోయాడు.

పొయిలో పిల్లి లేవడం లేదు. గింజలున్నట్టే వుంది. పిల్లే ఉన్నట్టు లేదు. లేచిపోయిందని, లేపుకు పోయాడనీ రెండు మాటలు. పిల్ల దొంగ సొత్తు కాలేదన్న నమ్మకం రావడికేముంది?

ఆ మాటకే వస్తే రావడికి ఏం నమ్మకాలున్నాయసలు?

కొండల్లో ఇళ్లు కట్టారని, పొలాలు ఇస్తున్నారని చాలామంది పల్లెవాళ్ళు పోలేదు.

పొలం పోవడానికి బయలుదేరి ఇంటిముందు నెత్తురుమడుగులో పడివున్న కొడుకును చూశాడు. దెబ్బలు! గుండె ఆడుతూ వుంది. చావడు మొండిఘటం. గట్టి ప్రాణం.

జనం పోగయ్యారు, "ఊళ్లోవాళ్లతో పెట్టుకోవద్దురా" అంటే వింటాడా? ప్రాణం ఓపిక ఉన్న వాళ్లు ఏడుస్తున్నారు. చేతనయిన వాళ్ళు ఏమన్నా చేస్తున్నారు.

రావడు మాత్రం అక్కళ్ళేడు. సూర్యుడితో పాటు పొలంలో తిరుగుతున్నాడు.

ఇంట్లో దీపం కొండెక్కింది, కంట్లో దీపం ముసుగులో దాచి, కుక్కిమంచం కబుర్లు వింటున్నప్పుడు గాజుల చప్పుడు, మట్టెల మోత!

ఈ చప్పుడు తనకు తెలుసు. తనదే, తన నెత్తురుదే! తన గుండెదే!

రావడు నిద్ర లేచాడు. సూర్యుడు అర్ధరాత్రి బయటికి వచ్చాడు.

ఎదురుగా కూతురు! నిండు చూలాలు! కాళ్ళు పట్టుకొంది. తల నిమిరాడు.

ఆ రోజు ఉదయం సూర్యుడు ఇంట్లో ఉదయించాడు. రాత్రి పొలంలో అస్తమించాడు.

పల్లెకు పోయే సరికి ఇల్లు రవందాడిగా ఉంది. పసిగొంతు ఏడుపు. ఆడ గోల. మగపిల్లాడు. తల్లి పోయింది.

రావడు మనవణ్ణి చూశాడు. కూతుర్నీ చూశాడు. మవనణ్ణీ కూతుర్నీ చూశాడు. ఉదయం అస్తమయం చూశాడు.

మనవణ్ణి పెంచటమన్న మహాయజ్ఞంలో పసివాణ్ణి బలిపశువును చేస్తున్నాడు రావడు.

'ఈడు జచ్చిందాకా నువ్ జచ్చేట్టు లే' వంటూ పక్కింటి గొడ్రాలు మనవణ్ణి మారెమ్మ ఎత్తుకుపోయినట్లు ఎత్తుకువోయింది.

ఆపు, కొట్టు, పొడువు, చంపు అనే అరుపులు దూరం నుంచి వినిపించాయి. కర్రలు, కట్టెలు, బొంగులు పచ్చుకున్న మనుషులు పొలాలకడ్డంపడి వస్తున్నారు.

పందిని చంపుతున్నారు కాబోలనుకొన్నాడు రావడు. రొప్పుతూ రోస్తూ నురుగులు కక్కుతూ కొడుకు పరుగెత్తుకొస్తున్నాడు. ఏటు కందలేదు. పొలం వచ్చాడు. తండ్రిని చూశాడు. కాళ్ళమీద పడ్డాడు.

పడ్డవాడు లేవలేదు. కర్రలు లేవనివ్వలేదు.

ఏటుమీద ఏటు. రావడికి నాలుగు తగిలాయి. అది మనిషి ఆకారం కాదని మట్టి ముద్దనీ రుజువు అయిందాకా కర్రలు ఆగలేదు.

ఆ పైన మనుషులు ఆగలేదు. కాళ్లు కదిలాయి. కొడుకు వళ్ళంతా నెత్తురు. రావడి బట్టల మీద నెత్తురు. సూర్యుడి చేతుల్నిండా నెత్తురు.

రావడి కళ్ళలో ప్రాచీన గంగ, పాతాళ గంగ, బుడబుడ లాడినట్లు అయింది. చెమ్మ! తడి! సొన! వాన! కుండపోత! కన్నీరు! నెత్తురు! నెత్తుటి కన్నీరు! కన్నీటి నెత్తురు! చిత్రం! రావడి కళ్ళలో నీళ్ళు!

తీరుబడిగా గోయి తవ్వాడు. తీరికగా కొడుకును పడుకోబెట్టాడు. ముఖం తుడిచాడు. మట్టివేశాడు. పూడ్చాడు.

ఈ శవం మంచి ఎరువు. పొలం బాగా పండుతుంది. ఊరు తింటుంది పీనిగకూడు.

చాలా రోజులు సూర్యుడు పొలంలోనే పుట్టాడు. అక్కడే చచ్చాడు. పల్లె వల్లకాడుగా, ఇల్లు శవం పెట్టెగా వుంది.

రావడు పొలంలో పాక వేసుకొన్నాడు. మూడు బొంగులు, మోపుగడ్డి.

ముంతా, మూకుడు, చట్టి, పిడత, కుండ, సామాన్లు, నరాల్లో చలి, వణుకు, ఎముకల్లో నిప్పు, మంట. రావడి జబ్బులు.

కర్మసాక్షి నడినెత్తి మీద కబుర్లు చెబుతుంటే చింతయ్య వచ్చి చావు కబురు చల్లగా చెప్పాడు. "ఈ పొలం నాది.'

"ఎట్టా?" అనాల్సింది రావడు, అన్లేదు.

"ఏందీ?" అంటూ చూడాల్సింది, చూళ్ళేదు.

మౌనం.

ఎప్పుడో తీసుకొన్న అప్పు. వంద రూపాయలు. వేలు దాటింది. వేలు ముద్రలు దాటింది. కోర్టుకు పోయింది. స్టాంపుకు ప్రాణం వచ్చింది. నడిచి పొలంలోకి వచ్చింది.

రావడు నిలబళ్ళేక పోయాడు. కూలబడ్డాడు. కూర్చోలేకపోయాడు. వాలిపోయాడు. నేలను వాటేసుకున్నాడు. బిడ్డల్ని, బంధువుల్ని, తల్లిని, తండ్రిని వాటేసుకున్నట్టు పొలాన్ని కౌగిలించుకున్నాడు.

నోట్లో దుమ్ము.

చింతయ్య రావణ్ణి పొలంలోంచి అవతలకి ఈడ్చాడు.

తన వొంట్లో వున్న నెత్తురూ చెమటా పీల్చుకొన్న పొలం. కాలు కదపకుండా కూర్చుంది.

కొడుకును పొట్టన పెట్టుకుని నోరెత్తకుండా వుంది.

కర్మసాక్షి మాత్రం వీపు చరుస్తున్నాడు.

రావడు పుట్టడమే తలక్రిందులుగా పుట్టాడు. పెరగడం తలవంచుకుని పెరిగాడు. వయస్సు పైబడ్డ కొద్దీ తల నేలకు దగ్గరయింది. ఇప్పుడు నేల పాలయింది.

నమ్ముకొన్నందుకు వళ్ళంతా నోరంతా బురద రాసి నేల కనికరించింది.

మెల్లగా కూర్చుని, మోకాళ్ల మీద చేతులు పెట్టుకుని, నడుం పట్టుకొని, వెన్నెముక రాసుకుని రావడు నిలబడ్డాడు.

వంగి చేసే పనిలేక రావడు నిలబడ్డాడు.

నిలబడుతుంటే వెన్నెముక కరకరలాడింది. పెటపెటలాడింది. మూలిగింది. అరిసింది

వంగిపోయిన తల లేవటానికి మొండికేసింది. బిగిసింది. పట్టింది. మెల్లగా సడలింది. తిరిగింది. తలను నిలబడనిచ్చింది.

కళ్ళు పూర్తిగా విప్పాడు. ఎదురుగా చూశాడు. కళ్ళు బైర్లు కమ్మాయి. చుట్టూ చూశాడు. గబగబా చూశాడు అన్ని దిక్కులు చూశాడు.

ఎంత సంతోషం. నేల, నింగి, దిగంతాలు. భూమి ఎంత అందమయిందీ, ఎంత విశాలమయిందీ–ఈ భూమ్మీద తాను పుట్టాడు. పెరిగాడు. ఎంత అదృష్టం. పీల్చిన గాలి–గుండె బంధువు–ఎంత హాయిగా వుంది!

నడిచాడు. అడుగు వేస్తే కాలికెంత బలం! ఎంత ఆనందం! ఇంత కాలం తాను కోల్పోయిందేమిటో రావడికి తెలియడం మొదలయింది.

తన పొలం వైపు చూశాడు. వళ్లు స్వాధీనం తప్పుతూ వుంది. పల్లెలో పేరుకు ఇల్లుంది.

వారం పాటు సూర్యుడు రాత్రీ, పగలూ ఆ యిల్లు వదల్లేదు. ఈ వారం రావడి కంటిమీద కునుకులేదు.

ఆ రోజు ఉదయం రావడు ఊరు చెరువు గట్టు మీద పుట్టాడు. పుట్టీపుట్టక ముందే సూర్యుడు ఊరు చెరువులో పడి తనుకులాడుతున్నాడు ఎవడీ సూర్యుణ్ణి కాపాడేది!

ఉదయం కాంతిలో చెరువు గట్టుమీంచి రావడు ఊరంతా పరికించాడు.

వింత–కొత్తగా కనిపించింది.

చిత్రం–అసహ్యం పుట్టింది.

విచిత్రం–కసి.

చీకటి పడింది. జేబులో అగ్గిపెట్టె చేతికి తగిలింది. గలగల లాడింది. తీసి గీచాడు. ఆ వెలుతురులో రావడి ముఖం కనబడింది. ఇది మునుపటిది కాదు.

కుంకిన సూర్యుడు రావడి ముఖంలో అర్ధరాత్రి పుట్టాడు. ఎర్రగా మంటగా జ్వాలగా ముఖం. సూర్యుడు మండిపోతున్నాడు.

అగ్గిపెట్టె గట్టిగా పట్టుకొని రావడు గావుకేక పెట్టాడు. చెరువు ప్రతిధ్వనించింది. మాట వినబళ్ళేదు. చిత్రం. రావడు మాట్లాడుతున్నాడు.

చెరువు గట్టు దిగి ఊళ్ళోకి పోతూ అరిచాడు.

"ఈ బతుకు లిట్టా తగలబడ్డానికి ఈల్లేదు. ఈ బతుకులిట్టా తగలబడ్డానికి ఈల్లేదు. ఈ బతుకులిట్టా తగలబడ్డానికి ఈల్లేదు."

దళిత కథలు-2 1998

నూరేళ్ళ తెలుగు కథలు
సం॥ డాక్టర్ ముదిగంటి సుజాతారెడ్డి,
సహ సం॥ సంగిశెట్టి శ్రీనివాస్,
పి.ఎస్.తెలుగు విశ్వవిద్యాలయం, హైదరాబాద్, 2011, పుట. 431-435.

కేతు విశ్వనాథ రెడ్డి (1939)

*

నమ్ముకున్న నేల

ఎ(రగుంట్లలో 'రాయలసీమ' దిగగానే యెదురుగ్గా సి.సి.ఐ సిమెంటు ఫ్యాక్టరీ. చిలమకూరులో బస్సు దిగగానే రోడ్డుమీద, రోడ్డు కటూ యిటూ కోరమాండల్ వాళ్ళు కడుతున్న మరొక కొత్త సిమెంట్ ఫ్యాక్టరీ హడావిడి.

జీపుల మొగం, కార్ల మొగం పెద్దగా చూడని చిలమకూరు రోడ్డుమీద యిప్పుడు జీపులూ, కార్లూ అదేపనిగా అటూ యిటూ తిరుగుతున్నాయి. ఫ్యాక్టరీ కట్టె చోటుకు రాళ్ళు తీసుకుపోతూ గతుకుల రోడ్డు మీద లారీలు. లారీల్లో ఆ రాళ్ళలాగే ఆడా మగా.

రోడ్డు పక్కల కొత్త అంగళ్ళు. చార్మినారు, సిజరు తప్ప మొన్న మొన్నటి దాకా మరే రకం సిగరెట్లు దొరకని అంగళ్ళలో రెడ్‌విల్స్ దాకా రకాలు కనపడుతున్నాయి. బ్రాందీషాపులే యింకా వచ్చినట్లు లేదు. కూరగాయలు, సరుకులు, తినుబండారాలు, టీలు, కాఫీలు, గుడ్డలు, సబ్బులూ, పేస్టూ కలగాపులగంగా ఒకే అంగట్లో, వేరు వేరు అంగళ్ళలో.

బస్సుల కోసం వచ్చిన వాళ్లతో. రికామీ మనుషులతో, ఫ్యాక్టరీ కూలీ జనంతో సంబంధమున్న వాళ్ళతో రోడ్డు సందడిగా వుంది. ఇన్నేళ్ళ వ్యవసాయమూ, వానమీద ఆధారపడిన వాణిజ్య పంటలూ, రాళ్ళ గనుల వ్యాపారమూ తేలేని కొత్త మార్పులు యిప్పుడు కనపడుతున్నాయి. గ్రామీణ బ్యాంకి యీ మార్పుల మధ్య. రెండు మూడు భాషల జనం యీ మార్పుల మధ్య.

రోడ్డు మీద మా వూరి వాళ్ళెవరూ కనపడలేదు. రోడ్డు దిగి మా వూరి కాలి దారి- చేలగుండా వెళ్ళే కాలిదారి-పట్టినా.

చుట్టూ చేలు, నూర్ల యెకరాల చేలు. యెవరెవరి చేతుల్లోనో మారుతూ వస్తున్న 'పుడమితల్లి'. అమ్మకాల్లో, కుటుంబ పంపకాల్లో చీలికలూ ముక్కలూ అవుతూ 'నేలతల్లి'. గట్లమధ్య 'భూదేవత.'

సేద్యాలు అయికూడా చాలా మటుకు విత్తనం పడకుండా...దాదాపు చేలన్నీ బీళ్ళే. బీళ్ళన్నీ ఆకాశాన్ని కరువున పడి చూస్తూ....'బీళ్ళు దున్నేరు'. వానలేదు. పంటలేదు.

పొలంలో జొన్నేగిలి లేదు. కొర్రేగిలి లేదు. కుసుమేగిలి లేదు. సెనక్కాయేగిలి లేదు యే యేగిలీ యేం లాభం? అక్కడో, యిక్కడో బెత్తెడెత్తు కూడా పెరక్కుండానే పసివాళ్ళ చావులాగా మాడి బుగ్గి అయిన సెనక్కాయ. యీ పాటికి యే రెండు మూడు వానలో అదును తప్పకుండా పడివుంటే, గట్లు కూడా కనపడకుండా పైరు పచ్చలతో కళ కళ లాడాల్సిన పొలాలు, గట్లు మాత్రం కనపడుతున్నాయి-వాళ్ళ బతుకుల్లోని భవిష్యత్తులా!

మళ్ళా కరువే. కరువు బతుకుల్లో భాగమైన కరువు. యెన్నో కరువో గుర్తు లేదు. గుర్తులు సమస్యల్ని తీరుస్తాయా?

కాళ్ళకింద కొంపా, గోడూ కాలిన ఒక వీధిలా భూమి. పైన ఆకాశం బూడిద కుప్పలాగా. ఆకాశంలో ఒకటీ అరా మబ్బులేవో కనపడుతున్నాయి. తగిన వానల్లేక గాలికీ, యెండలకీ పగిలిన పత్తికాయల్లో కనపడే గొగ్గిపత్తి లాగా ఆ మబ్బులు. ఆకాశంలో ఒక్క కాకి లేదు. కాలి దారిలో ఒక్క మనిషి యెదురు పడలేదు. పైరగాలి రావలసిన కాలంలో, గాలి కాలంలో లాగా గాలి.

ఈ యేడాది కరువు యింత దారుణంగా వుంటుందనుకోలేదు. న్యూసు పేపర్లలో చదివిన వార్తలూ, యెవరెవరో చేసిన ప్రకటనలూ, వాగ్దానాలూ జ్ఞాపకానికి వచ్చినాయి. తెలివి తెలిసినప్పటినుంచీ ప్రకటనల్లో, వాగ్దానాల్లో మార్పు మాత్రం చూల్లేదు.

ఇంత ఘోరకలిలో హైదరాబాద్ నుంచి నేనేం పాముకోను యింతదూరం యిక్కడికి వచ్చినట్లు? అంగడి సుబ్బరాయుడు వుత్తరం రాస్తానే, యింత దూరం పరుగెత్తుకొని రావాలా? ఆశ....అవసరం....

పిత్రార్జితంగా మిగిలిన రెండెకరాల తోటనూ, నాలుగేండ్ల కిందట మా దాయాది వీరన్నకు అమ్మడంతో, నా కింకా వదలని మా వూరి బంధం, భూమితో

ఆఖరి బంధం. ఈ రెండు మూడు రోజుల్లో పని కుదిరితే ఈ నేలతో నాకు తెగతెంపులు.

నాలుగేండ్ల కిందట వీరన్న తన తోటపక్క వుండే నా రెండెకరాల భూమినీ తానే తీసుకుంటానన్నాడు. ఆ వంతు బావికింద వున్న నా తోటను మరొకరికి అమ్మి, వీరన్న గుండెలమీద కుంపటి పెట్టే దానికంటే, వీరన్నకే అమ్మడం మంచిదనిపించింది. వీరన్న తన వెలిపొలం నాలుగు ఎకరాలు అమ్మేవేళకు అప్పులవాళ్ళు చుట్టుకున్నారు. మిగిలింది రెండు వేలు. ఆ రెండు వేలూ సంచకారంగా నా చేతిలోపెట్టి క్రయపత్రం రాయించుకున్నాడు. తన రెండేండ్ల నిమ్మచెట్టు కాపుకొస్తానే మిగతా యెనిమిదివేలూ తీరుస్తానన్నాడు. అంతదాకా గుత్త యిచ్చేటట్లు ఖరారయింది. అప్పటి నుంచీ గుత్తా లేదు. భూమీ రిజిష్టరూ చేయించుకోలేదు. నాకేమో డబ్బు అవసరం. మా మూడో అమ్మాయి ప్రసూన పెళ్ళి నిశ్చయమైంది. వీరన్నకు రాస్తే జవాబు లేదు. మామూలు సమయంలో పోదాంలే అనుకుంటున్నాను. యింతలో అంగడి సుబ్బారాయుడు నుంచీ వుత్తరం. వీరన్న వ్యవసాయం యెత్తిపెట్టినాడంట! తోట అమ్మినాడంట! చెడిపోయి నాడంట! నా రెండెకరాలు సుబ్బారాయుడు కొంటాడంట!

వుత్తరంలో వివరాలు లేవు. అంతా బీరకాయ పీచులాగా వుంది. వీరన్న నిమ్మ చెట్లేమైంది తెలియదు. అమ్మింది యెందుకయింది తెలియదు. దెబ్బతిన్న సంసారమే అయినా యింత యిదిగా వుంటుందనుకోలేదు.

వుత్తరం చూసి నా భార్య తొందర పెట్టింది, అసలే ఆడకూతురు. యిది చిక్కు వ్యవహారమని ఒకవైపు యిబ్బందిగా వుంది. గుత్తబాకీ చెల్లేసుకున్నా, వీరన్న సంచకారం నా దగ్గర వెయ్యి పైగా వుంటుంది. అసలు వీరన్న భూమి వదులుకుంటాడా? సంచకారం వెనక్కు తీసుకుంటాడా? వెనక్కు తీసుకోమని నా నోటితో నే నెట్లా అడగడం? మరి నా అవసరం? అయితే ఈ కరువు రోజుల్లో నా అవసరం తీరేదెట్లా? అంగడి సుబ్బారాయుడి యెత్తులేమో?

మనసంతా చీకాగ్గావుంది, వూరు దగ్గిరపడింది. చిన్నప్పుడు వానాకాలంలో, పైర్ల కాలంలో తిరిగిన పొలాలూ, కుంటా, కొండా జ్ఞాపకం వస్తున్నాయి. మమకారాలు ఒకంతట వదలవు. కరువుల ప్రాంతంలో భూముల ధరలు పెద్దగా

పెరిగి చావవని తెలిసీ, యెన్నేళ్ళు భూమి అమ్మకుండా వాయిదా వేసినాను? యేదో జీతం డబ్బులతో బతకడం బట్టి యిది నాకు సాధ్యమయిందేమో! చదువే లేకపోతే, వుద్యోగమే లేకపోతే యిల్లాంటి చోట నేనేమైవుండే వాణ్ణి? ఆలోచించడానికి భయం వేసింది.

వూరు గవినిలోవున్న వేపచెట్టు కింద, చెట్టుచుట్టూ కట్టిన అరుగుమీద యెప్పుడూ కనిపించే పుల్లయ్య కనపడలేదు. ఆ ముసిలోడు జీతాలోళ్ళమీద విసుర్లు విసురుతాడు. వూపిరి పీల్చుకున్నాను. ఆ అరుగు మీద మామూలుగా వుండే మా వూరి సగం సంఘజీవితం కనపడలేదు. నా చిన్న తనంలో అక్కడే మోకులూ, పగ్గాలు పేనేవాళ్ళు. బయట నుంచీ వచ్చిన సరుకుల బండ్లమీద ఆడవాళ్ళూ, పిల్లలూ యెగబడే వాళ్ళు. చేటలు, చేటలు గింజలు వెంటతెచ్చుకుని. పిల్లలు బొంగరాలు ఆడేవాళ్ళు. పుట్టచెండు ఆడేవాళ్ళు. రాత్రిళ్ళు పొద్దుపోయిందాక పిల్లలం కథలు చెప్పించుకునే వాళ్ళం. చెప్పుకునే వాళ్ళం. కథలు చెప్పే యెరికలయ్య అబ్బ చచ్చిపోయినాడంట. మిగతా నా సావాసగాళ్ళు అంతా కొందరైనా ఈ సమయంలో అరుగుమీద కనపడే వాళ్ళు. యిప్పుడు యిద్దరు కుర్రవాళ్ళు మట్కా చార్టు చూస్తున్నారు. వాళ్ళెవరి పిల్లలో నాకు జ్ఞాపకం రాలేదు. వాళ్ళు నన్ను గుర్తించలేదు. రెండేండ్లకో, మూడేండ్లకో చుట్టపు చూపుగా వచ్చే నన్ను యెవరు గుర్తిస్తారు? వూరు విడిచి యిరవై యేండ్లు పైబడింది.

వూరి మధ్య దేవళం దగ్గర మామూలుగా కనపడే మిగతా సగం. మావూరి సంఘ జీవితం కనపడలేదు. అక్కడే ఒకప్పుడు వేమన్నలూ, సాధులూ, సన్యాసులూ, తత్వాల వాళ్ళూ, దొమ్మరాట, తోలుబొమ్మలాటల వాళ్ళూ, దిగే వాళ్ళు. పౌరాణిక నాటకాలు నేర్చుకునే వాళ్ళు. కొన్నేళ్ళు బడి దేవళంలోనే. దేవళం ముందర యాటపోతులు తెగేవి. వానకోసం కప్పల పెళ్ళిళ్ల ప్రారంభం అక్కడే. విరాటపర్వం చదవటం అక్కడే. భజనలు అక్కడే. శ్రీరామనవమి పానకాల పంపకం అక్కడే. మొలకల పున్నమి మొదలుకావడం అక్కడే. గిలకల కొట్లాటలు అక్కడే. వూళ్ళోకి వచ్చే కొత్తవాళ్ళూ వాళ్ళ పలకరింపులూ, అక్కడే. అక్కడే రెడ్డీ, రెవెన్యూవాళ్ళు దిగేవాళ్ళు. అక్కడే నా చిన్నతనంలో కాశీనాధుని ఆంధ్రపత్రిక వొకరు చదువుతావుంటే నలుగురూ చేరి వినడం చూసినాను. వాళ్ళ చర్చలు విన్నాను. యస్సెల్సీ చదువుకొనే రోజుల్లో కాంగ్రెస్ రాజకీయాలూ,

కమ్యూనిస్టు రాజకీయాలూ విన్నాను. సొతంత్రం వచ్చిన రోజు జెండా నాటడానికి కట్టిన రాళ్ళ దిమ్మె మీద పెట్టేందుకు తొలిచిన బండమాత్రం పక్కన పడివుంది–పాడుబడి పోతున్న దేవళంలాగే.

పైరు కాలంలో యెవరెవరి చేలల్లో పంటయెల్లా పండిందీ చర్చలు సాగేది అక్కడే. చేలల్లో పడిన పశువుల పంచాయితీలు అక్కడే. దొంగలకు శిక్షలు అక్కడే. వూరు మంచీ, వూరు చెడ్డా అక్కడే. మా నాయన మంగతై ఆడి ముప్పయి యెకరాలూ, యిల్లూ పోగొట్టింది ఈ దేవళంలోనే.

ఆ దేవళంలో కూర్చొనివున్న కుర్రవాడెవరో “ఈ పొద్దు పేపరు తెచ్చినారా?” అన్నాడు. “యెవరి పేపరు?” అన్నాను.

యిబ్బందిగా “ఈ వూళ్ళో పేపరు తెచ్చుకొనేదెవరు? మీరేమన్నా కొనుక్కొని వచ్చినారేమో” అన్నాడు.

“నిన్నటి తెలుగు పేపరుంది” అన్నాను.

“అదే యీండి” అని తీసుకున్నాడు.

యిది వార్తల దాహమో, చదువుకున్న వాడి చదువాకలో అర్థం కాలేదు. వీధిలో సంచలనం లేదు.

యిప్పుడు వూరు వూరంతా వలస పోయినట్లుంది. పిల్లలు తప్ప యింటి ముందర అరుగులమీద కూడా పెద్దవాళ్ళు కనపడలేదు. వూరు యింతగా మారి పోవాలా! యే వుత్సాహమూ లేక యిళ్ళల్లో ముడుచుకొని కూర్చుని వుంటారేమో! వానల్లేని యిట్లాంటి రోజుల్లో మూఢనమ్మకాల ద్వారా కనపడే సంఘజీవితం కూడా కనపడడం లేదు.

వీరన్న యింట్లో లేడు. వీరన్న భార్య రామలక్షుమ్మ జొన్న బియ్యం విసురుకుంటోంది. నన్ను చూసి బిత్తర పోయింది. గబగబా లోపలికెళ్ళి కాళ్ళకు కడుక్కోను నీళ్ళిచ్చింది. జగతిమీద నులకమంచం వాల్చి, దానిమీద ఒక చిరుగుల పరుపు పరచి కూర్చోమంది. కూర్చున్నాను.

రామలక్షుమ్మ కుశల ప్రశ్నలు వేసింది. యింట్లో పరిస్థితులు చూస్తూ జవాబులు గొణిగినాను.

"ఇప్పుడేవచ్చా (వస్తా) బావా!" అంటూ రామలక్షుమ్మ బయటికి వెళ్ళింది. యిల్లు రైతిల్లులాగా లేదు. యేస్కూలు టీచరుకో అద్దెకిచ్చిన యిల్లులాగా వుంది. గాటిపాట యెద్దులు లేవు. యారముట్లులేవు. యెనుములు లేవు. అటకమీద పొట్టూలేదు. చొప్పా లేదు. ఒకటి రెండు కోళ్ళు మాత్రం తిరుగుతున్నాయి. అంగడి సుబ్బరాయుడు రాసింది నిజమేనని తేలుతూంది. వీరన్న వ్యవసాయం యెత్తిపెట్టినట్లే.

రామలక్షుమ్మ కొంగు చాటున యేదో దాచుకుని వచ్చింది. "కాఫీ తెచ్చా(తెస్తా) నుండు బావా" అని గాట్లో వేసిన పుల్లలు తీసుకొని లోపలికెళ్ళింది. అరగంట తర్వాత కాఫీ తెచ్చి యిచ్చింది. బెల్లం కాఫీ. పొగవాసన. ఆమె పడిన అవస్థ అర్థమైంది.

"వీరన్న వూళ్ళో లేడా?" అని అడిగినాను.

రామలక్షుమ్మ కాసేపు మాట్లాడలేదు. చెప్పక తప్పలేదన్నట్లు మాటలు మింగుతూ చెప్పింది.

"పొద్దుటూర్నుంచీ వచ్చినాక, సిమెంటు ఫ్యాక్టరీకి పోతాండాడు. మనూర్లో చానా మంది పోతండారు, యీ నడుమ, సెపితే తీరదులే బావా!"

ఆమె కంఠంలో జీరపడింది. మరో ప్రశ్న వేయలేదు. కాని ప్రొద్దుటూరి నుంచి రావడమేమిటో నాకర్థం కాలేదు. వీరన్న వచ్చినాక తీరిగ్గా అడగచ్చులే అనుకున్నాను.

"నీళ్ళు కాంచుతా బావా! పొంతలో నీళ్ళు అయిపోయినాయి. తెచ్చా(తెస్తా) వుండు."-రామలక్షుమ్మ బిందె తీసుకొని బయటికి వెళ్ళబోతోంది.

"నేను అట్లా వూర్లోకి పొయ్యొస్తా. నాకన్నం గిన్నం వండద్దులే." ఆమె వుండమని బలవంతం జేస్తుందని, విన్పించుకోకుండా బయటపడినా.

అప్పటికి యింకా పదిగంటలు కాలేదు. సాయంత్రంగానీ వీరన్న రాడు. యీ పరిస్థితుల్లో యెవరింటికి పోవాలన్నా బీతుగా వుంది. రెండు మూడు రోజులు వూర్లో వుండాల్సి వస్తే, యెట్లా వుండాలో దిక్కు తెలీకుండా వుంది. వీరన్న యింటి పరిస్థితి చూస్తావుంటే, వాళ్ళమీద పడి తినడం ఘోరం. దాయాదే కావచ్చు. మిగతా దాయాదులున్నారు. మా నాయన బతికివుండగా వాళ్ళతో మాకు మంచి

సంబంధాలు లేవు. యీ శత్రుభావం ముదెబ్బలు(ముత్తాతల) కాలం నాటినుంచీ వచ్చింది. ఆ తర్వాత బావుల్లో నీళ్ళు తగ్గుతూ వచ్చినప్పుడు నీటి వంతులకోసం వచ్చింది. తలకాయలు బద్దలు కొట్టు కోవడం దాకా రాలేదు. కానీ బావుల దగ్గర కుక్కల్లా కొట్లాడుకున్నారు. పైర్లు యెండబెట్టు కున్నారు. కాపుకు రాబోతున్న నిమ్మచెట్లను యెండబెట్టుకున్నారు. పెళ్ళిళ్ళ దగ్గరో, చావుల దగ్గరో కలిసేవారు. శుభకార్యాల బంధుత్వం, సూతకాల రక్తస్పర్శ- అంతే. మళ్ళా మామూలే. అయితే నాకున్న చదువువల్లా, వుద్యోగం వల్లా, మా నాయన పోయాక నాతో పడే తగవు యేంలేదు కాబట్టి పలకరింపులున్నాయి. వూరొస్తే భోజనాలకు పిలవడాలున్నాయి. ఈ రెండు రోజులు అంగడి సుబ్బారాయుడింట్లోనే డబ్బిచ్చి భోజనం యేర్పాటు చేయించుకుందామని నిశ్చయించుకున్నాను.

అంగట్లో సుబ్బరాయుడు కూర్చొని వున్నాడు. యిల్లూ అదే, అంగడీ అదే- ఆయిలింజన్ల కోసం ఒక వారగా అరుగుమీద పెట్టిన కిరసనాయిలు డ్రమ్ముతో సహా.

అంగట్లో వెయ్యి రూపాయల పెట్టుబడి వుండదు. ఒంటిమీద చొక్కాలేదు. మాసి చిరిగిపోయిన పంచె కట్టుకున్నాడు. గడ్డంమాసి వుంది. మనిషి మాత్రం దరిద్రం ఓడుతున్నాడు. మొలతాడుకు బీగాలు వేలాడుతున్నాయి. డబ్బుసంపాదనలో ఆ దీక్ష మానవ మాత్రులకు సాధ్యమయ్యేది కాదనీ, యోగులకు మాత్రమే సాధ్యమని, ఆ మనిషిని చూస్తూనే, అతను సరుకులమ్మే పద్ధతిని చూస్తూనే తెలిసిపోతుంది.

నన్ను చూస్తూనే జొన్నలు పోసుకొనే జాజిచెక్క పెట్టెమీద అడ్డపలక వేసి కూర్చోమన్నాడు. పిల్లలు అయిదుపైసల పది పైసలు బేరానికి బొంగో, జీడీనో, వూపిరి బుడ్డో, మరొకటో చేతుల్లో పెడుతూ క్షేమసమాచారాలు అడిగి నింపాదిగా అన్నాడు.

"అన్నం సెయ్యిచ్చేదా? వీరన్నింటికి పోవాలా?"

"చెయించు" అన్నాను.

లేచి యింట్లో చెప్పి వచ్చినాడు. సుబ్బారాయుడి భార్య పరామర్శ చేసి పోయింది. సుబ్బరాయుడు నెమ్మదిగా అన్నాడు.

"వీరన్న భూమిని నన్నే తీసుకోమన్నాడు."

"వీరన్న రానీలే మాట్లాడదాం" అన్నాను.

ఈ పొడి మాటలు ఒక కొలిక్కి రాకుండానే, అంగట్లోకి మా మరో పెద్దనాయన కొడుకు మునిరెడ్డి వచ్చాడు. నన్ను చూసి నేరుగా యింటికి రాకపోయినందుకు నిష్ఠూరం చేసినాడు. "యిదుగో యిప్పుడే రాబోతున్నా" అని బొంకినా. "భోజనానికి పద" అన్నాడు. "యిప్పుడీడ తింటాడు. రాత్రికి కోడిగోసి పెట్టుదువులే" అని సుబ్బా రాయుడు హాస్యాని కన్నట్లు అన్నాడు. "యిప్పుడు కాఫీ అన్నా తాగొస్తువు రా" అంటూ బలవంతంగా లేవదీసినాడు.

మా మునిరెడ్డి అన్న కాఫీ యిచ్చి, రెండు గంటలు గ్రామ పరిస్థితులూ, పంచాయితీలూ, రాజకీయాలూ, చదువులూ సంధ్యలూ, దేశరాజకీయాలూ అన్నీ మాట్లాడినాడు. అది పెద్దసోది. అన్నీ తెలుసుననుకొనేవాడి సోది. ఎంతకూ నా విషయం మాత్రం అడగలేదు. భరించలేక నేనొచ్చిన పని చెప్పినా. ముందు భూమినమ్ముకోడ మెందుకన్నాడు. తర్వాత "జీతమంతా యే చేస్తాండవు? యెంత మిగిలించినావు? యిన్సూరెన్సెంత?" వగైరా యక్ష ప్రశ్నలు వేసినాడు. మా ప్రసూన పెళ్ళి నిశ్చయమైన సంగతి చెప్పినా. పిల్లగాడి చదువు, వుద్యోగం, కట్నం అన్నీ అడిగినాడు.

"ఈ పాడు కరువులో ధర యాడపలుకుతుంది? అంగడి సుబ్బరాయుడికి అగ్గువగా యివ్వాల్సి వుంటుందేమో" అన్నాడు.

"వీరన్న వచ్చినాకనే ఆ బేరం" అన్నాడు.

అప్పుడు వీరన్న కథ చెప్పినాడు.

"వాడు మనేళ్ళందరికీ చెడ్డ పేరు దెచ్చినాడు. వూర్లో సాటి కాపోళ్ళకు చెడ్డపేరు. మన వంశం యెట్లాంటిది? దెబ్బ తిన్నోడు దాయాదే గదా అని మనింట్లో సేద్యానికుండ మన్నా. వాడు బడాశ మనిషి, ఒప్పుకోలేదు. ఆ పనికి మాలిన కామనూరోళ్ళ మాటవిని 'బోగం కంపెనీ'లో చేరినాడు. చేరినోడు మర్యాదగా వుండినా పోయ్యేది. ఆ రెండెకరాలూ అమ్మి బాకీలన్నీ పూర్తిగా దీర్చకుండా, రెండువేలు తీసుకొని యింకెక్కడా బాగుండదని చిలకలూరి పేటకు పోయినాడంట. యిద్దరు బోగమోళ్ళను దెచ్చుకుంటే వాళ్ళు దొడ్డికి పొయ్యొస్తామని

అదే పోయినారంట. వీడు అన్నెందాలా చెడిపోయినాడు. యేమయిందో యేమో తెల్దు. బామర్దులతో చెడిందని అంటావుంటారు. పోలీసోళ్ళు వొక రోజు బాగా కొట్టినారంటా వుండారు. యీ మధ్యనే వూరు చేరి సిమెంటు ఫ్యాక్టరీకి పోతండాడు. కరువులే ఒకటి అనుకుంటే యీ సిమెంట్ ఫ్యాక్టరీ వచ్చి రైతుల కొంప గూల్చింది. రోజుకు సిమెంట్ ఫ్యాక్టరిలో పదైదు రూపాయల కూలీ గిట్టుతుంది. రైతును అంత యియ్యమంటే యెక్కణ్నుంచి తెచ్చియివ్వాల? యిప్పుడు అయిదు రూపాయలిచ్చినా వచ్చేవాడు లేడు. ఆడోళ్ళు కూడా అక్కడికే మరిగింటే. పది రూపాయలు దొరుకుతుంది. యింక భూములన్నీ అమ్ముకోవాల్సిందే. ఈ కూలోళ్ళు, మన పక్క పల్లె కూలోళ్ళే మన భూములన్నీ కొనే రోజులు దగ్గరపడినాయి...”

కూలోళ్ళు యెంత భూములు కొనిందీ మునిరెడ్డి అన్నకు తెలియంది కాదు. అంగడి సుబ్బరాయుడిలాంటి వాళ్ళు ముందుకొస్తున్నారంటే వాళ్ళు వొక రకంగా వేదాంతులు. యాభై యెకరాల మునిరెడ్డి అన్న గోడు యెట్లావున్నా, వీరన్న కథవింటానే మనసంతా కెలికినట్లయింది. పదైదేండ్ల కిందట యిరవై యెకరాల రైతు. నాకు తెలిసి ఒక్క చెడ్డ అలవాటు లేదు.

మునిరెడ్డి అన్నకు రాత్రికి మళ్ళా వస్తానని చెప్పి సుబ్బరాయుడింటికి బయలు దేరినా. దారిలో మరొక బంధువు కనపడి “వుద్యోగాలు చేసే మీ పనీ, కూలీనాకొడుకులు పనీ బాగుందిరా” అన్నాడు. యింతాచేసి ఆయనా పెద్ద రైతుకాదు. ఒకప్పుడు పెద్ద రైతు. ఆ ఒకప్పటి దర్పం యింకా చావలేదు.

సుబ్బరాయుడింటికి భోజనానికి వెళ్ళినా–అన్నానికి కూర్చున్నాము.

“అన్నం తిని తిని నోరు చెడిపోయి వుంటుంది. సంగటే బాగుంటుందని అన్నం చేయించలా.” సుబ్బరాయుడు లౌక్యం యెట్లున్నా, సంగటి నా కభ్యంతరం లేదు. అయితే ఆ తెల్లవాయి కారం, అలవాటు తప్పిపోయింది. నెయ్యిలేదు.

పల్చటి మజ్జిగనీళ్ళు. సుబ్బరాయుడు ఈ రకంగా బతికితే తప్ప, భూమి పోగొట్టుకొనే వాళ్ళ భూమి కొనలేడు. సుబ్బరాయుడిమీద జాలిపడాలో, సుబ్బరాయుడిలో ముందు ముందు పెద్దదయ్యే ధన దాహాన్ని చూసి అసహ్యించుకోవాలో తెలియలేదు.

మధ్యాహ్నం నిద్ర అలవాటు లేదు. దేవళం దగ్గిర కాసేపు కూచుందామని పించింది. అక్కడికి వెళ్ళేతలికి, నేను వుదయం యిచ్చిన దినపత్రికనే యింకొక

నలుగురుచేరి అధ్యయనం చేస్తున్నారు. దొరక్క దొరక్క దొరికిన పేపరు లాగుంది.

ఒక కుర్రవాడు వచ్చి నా పక్కన కూచున్నాడు. గుర్తుపట్టినా. పుల్లమనాయుడు కొడుకు. బి.ఏ., చదువుతున్నానని చెప్పినాడు. యెవరితో మాట్లాడుతున్నట్లు అన్నాడు.

"కడప జిల్లాను కరువు ప్రాంతంగా ప్రభుత్వ ప్రకటన...యీ కలెక్టరో, మంత్రులో ప్రకటిస్తేనే తప్ప, యిది కరువు ప్రాంతం కాకుండా పోతుందా? సిగ్గూ శరమూ లేని జాతి. సొతంత్రం వచ్చి యిన్నేండ్లయినా మంచినీళ్ళ కరువు తీర్చలేకుండా వుంది. యింక తెలుగుదేశం పార్టీమీద అభిమానం రమ్మంటే యెందుకు రాదు? యీ సారి రైతులంతా తెలుగుదేశానికి వోట్లేస్తే తప్ప, కాంగ్రెస్‌కు బుద్ధిరాదు."

పొద్దున నా దగ్గిర పేపరు అడిగి తీసుకున్న కుర్రవాడు అందుకు ఒకేమాట బదులిచ్చాడు.

"కాంగ్రెసు హిందూమతం లాంటిది. చరిత్రలో అది అన్ని మతాలను మింగినట్లే తెలుగుదేశాన్నీ, అట్లాంటి సవాలక్ష పార్టీలను మింగి కూచుంటుంది. జనతా అప్పుడు చూసినాం. యిప్పుడూ అంతే. యిప్పుడు కావలసింది మింగే పార్టీలు కాదు. మింగుడు బోయే పార్టీ కాదు."

"నీ కమ్యూనిస్టు మాటలూ..."

"నీ...మాటలు..."

తారాస్థాయి నందుకోబోతున్న వాళ్ళను యెట్లా వారించాలో తెలియలేదు. ఆ ఆవేశాల వెనుక వాళ్ళ అలజడి స్పష్టంగా కనిపిస్తోంది. అలజడే రాజకీయాలు కావని వాళ్ళకు తెలిసినట్లు నా కన్పించలేదు. కాంగ్రెసును హిందూమతంతో పోల్చిన కుర్రాడిలో మేధస్సు వుంది. నిజాయితీ వుంది. పుల్లమనాయుడు కొడుకులో అది లేదు. గాలివాటం రాజకీయాలు. నా అభిప్రాయం చెప్దామనుకున్నా. సుబ్బరాయుడి కొడుకు వచ్చి "నాయన రమ్మంటుండాడు" అని పిల్చాడు.

సుబ్బరాయుడు కాఫీ కషాయం అందించి అన్నాడు.

"దేవళంలో యింతసేపూ వుండావా? ఆడ పొద్దుబోని నాయాండు చేరడం యెక్కువైంది. మరీ యీ మధ్య యీ బియ్యేలు అవీ బూములమ్మించి

సదివి, వుద్యోగాల్లేక తలకాయలు చెడిపోయిన పిల్ల నాయాండ్లే ఆడ. మట్కా ఆడడమో, వాణ్ణీ వీణ్ణీ తిడుతూ కూర్చోడమో."

సుబ్బరాయుడితో యేం వాదించేది? సుబ్బరాయుడే వాళ్ళను కాసేపు తిట్టి "మరి యేం జెయ్యాల?" అన్నాడు.

"వీరన్న రానీ...పోనీ నువ్వు చెప్పు. వీరన్న కిష్టమయితే భూమి తీసుకో" అన్నాను. సుబ్బరాయుడు తను పడుతున్న కష్టాలన్నీ యేకరువు పెట్టినాడు. నాకు డబ్బు అవసరమనే విషయం మీద సానుభూతి చూపినాడు. వూరి పరిస్థితి చెప్పినాడు. మునిరెడ్డి లాంటి వాడికే నలభై వేలు అప్పు వుందని, యెవరెవరికి యెంతివ్వాలో వివరించినాడు. మనూళ్ళో భూమి కొనేవాడెవడూ లేడంటూ, యెవరెవరి సంసారాలు యెట్లా వున్నాయో చెప్పినాడు. కూలోళ్ళు దొరకరనీ అన్నాడు. అన్నీ చెప్పి చెప్పి చివరకు అన్నాడు. "ఆరువేల కంటే ఒక్క నయాపైసా యెక్కువ యివ్వలేను. కావాలంటే మీ మునిరెడ్డి అన్ననే అడుగు."

పదివేలకు నాలుగేండ్ల కిందట అమ్మిన భూమిని సుబ్బరాయుడు ఆరువేలకు అడిగినాడు. యిది సుబ్బరాయుడి దృష్టిలో రూపాయి విలువ యెక్కడమో, తగ్గడమో? అంతకుముందే ఒక్క ముక్క కొబ్బెర యెవరో గోజినందుకు 'ధరలన్నీ పెరిగిపోతాంటే నేనేం మొత్తుకొనేదా?" అన్నవాడు. కరువూ, నా అవసరమూ భూమి విలువ తగ్గించినట్లుంది. దిక్కుతోచలేదు.

"వీరన్న రానీ, రాత్రికి మాట్లాడుకుందాం" అన్నాను. 'రానీలే తొందర యేముంది?" అన్నాడు సుబ్బరాయుడు ధీమాగా.

పొద్దుగూకింది. వీరన్న వచ్చినాడు. కోడీగీడీ అంటూ భోజనం ఏర్పాట్లు హడావిడీ చేసినాడు. "మునిరెడ్డి అన్న రమ్మన్నా"డన్నాను. రాములక్షుమ్మ "పేదోళ్ళింట్లో తింటారా?" అంటూ నిష్ఠూరమాడింది. యేం చేప్పేది?

వీరన్నతో విషయం కదిపాను. అంతా విని నిశ్చింతగా "సుబ్బరాయునికే అమ్ము" అన్నాడు. యెక్కడో లోపల దాచిన క్రయ పత్రాన్ని తెచ్చి నా చేతికిచ్చినాడు. నాకేం మాట్లాడాలో తోచలేదు. ఆఖరుకు మనసు కూడగట్టుకొని ధైర్యం తెచ్చుకొని అన్నాను.

"ప్రసూన పెళ్ళికి నేనేదో తంటాలు పడతా. లేదా జరిగేది జరుగుతుంది. భూమి నువ్వే చేసుకో. నీకు వీలున్నప్పుడే డబ్బు యిస్తువు."

"వీలేంది? యెట్లావుంటుంది వీలు? యింత సదువు సదివినోడివి నీకేమన్నా పిచ్చా? కరువున్నమ్ముకో మంటావా? సుబ్బరాయుని నమ్ముకోమంటావా? బావిలో వంతులేదంటే యేం జెయ్యాల? బాడుగకు యింజనీపొద్దు ఆడించను, పొమ్మంటే యేం జెయ్యాల? యెద్దుల్లేవు. యారముట్లులేవు. దేన్ని చూసుకొని భూమి తీసుకోమంటావు? భూమిని నా కమ్మాల్సి వచ్చినాకే, యిరవైయేండ్లు నమ్ముకున్నా మిగిలిందేముంది? యింకా సుబ్బారాయుడి కివ్వాల్సిన పద్దైదు నూర్లు....యింకా గవర్నమెంటు లోన్లు...."

"యింకానా?"–

"ఆ....యీ బాకీల్తో దిక్కుదోచకే పొద్దుటూరుకు పొయ్యింది. ఏ రైతూ చెయ్యని పని చేసింది. బోగం కంపెనీలో నీళ్ళు మోసినా. బోగమోళ్ళకూ అన్నం పొట్లాలు మోసినా. వాళ్ళ దగ్గరకొచ్చే వాళ్ళకు బ్రాందీలు, సారాయి తెచ్చినా. పోలీసోళ్ళకు బోగమోళ్ళను పంపినా. దొంగ రెయిడింగుల్లో దెబ్బలు తిన్నా...కానీ నేనే సొంత కంపెనీ పెడదామనుకున్నా, మోసపోయినా. నేను అక్కడ పనికిరానని తెల్సిపోయింది. అక్కడ ఉండలేక రోజూ సిగ్గుతో సచ్చినా–తెలిసినవాడు యెవడు కనపడతాడోనని. కడకు వూరు చేరుకున్నా....భూమిలేకపోయినా చేతుల కష్టం వుంది. యిప్పుడు ఫ్యాక్టరీ వుంది– నాలాంటోళ్ళకు చానామందికి".

"రెండేండ్లో మూడేండ్లోనే కదా. ఫ్యాక్టరీ కట్టెపని పూర్తి అయితే ఆ తర్వాత నీ లాంటోడికి పని ఉంటుందా? అందువల్ల...."

"మళ్ళా భూమి చేసుకోమంటావు? భూమీవద్దు గీమీవద్దు. అసలు నీకర్థం కాంది యింకొకటి వుంది. భూమి చేసుకుంటాననుకో. సుబ్బరాయుడికి బాకీ, గవర్నమెంటుకు బాకీ, నీకూ బాకీ. సుబ్బరాయుడు తన బాకీలోకి మళ్ళీ ఆయకం పెట్టుకుంటాడు. సొంతం చేసుకుంటాడు. సుబ్బరాయుడి బాకీ కింద నువ్వియాలనుకునే రెండెకరాలు పోతాది. నీకు నేనివ్వాల్సిన పదివేలు యిరవైవేలవుతాది. అసలు సంగతి సుబ్బరాయుడు ఆరువేలకంటె యెక్కువ పెట్టనంటున్నాడు. నువ్వేం చెయ్యలేవు. యియ్యాల్సిందే. నేను సంచకారమిచ్చిన డబ్బు నాకు దమ్మిడీ రాదు. అది సుబ్బరాయుడే పట్టుకుంటాడు– తనకు నేనివ్వాల్సిన బాకీ లోకి. మునిరెడ్డి అన్న కూడా సుబ్బారాయుడికి లోకువే కాబట్టి అన్నింటికి సై అంటాడు. నువ్వు జేసేదేముంది? నేను చేసేదేముంది? యేమంటావు?"

యేమంటాను? ఆ రాత్రే భూమి వ్యవహారం పూర్తి అయింది. మునిరెడ్డి అన్న ఒక మూడువందలు ఎక్కువకు ఫైసలు చేసినాడు.

"యిప్పుడు నాలుగు వేలిస్తాను. వచ్చే మాసాల్లో రెండు వేలిస్తాను. యిప్పుడే అంతా యిచ్చే వాడిని, మీ మునిరెడ్డి అన్న మరీ యిబ్బందిగా ఉందంటే య్చినా. యింక మూడు నెలల్లో వీరన్నకు నువ్వు యివ్వాల్సిన పదముడు నూర్లు పట్టుకుంటా. రెండువేల యేదునూర్లు నీకిస్తా" అన్నాడు సుబ్బరాయుడు. సరే నన్నాను.

యీ లెఖ్ఖలు తెగేవికావు.

భూమితో, మా వూరితో ఆఖరు లింకు తెగి పోయింది.

అర్ధరాత్రి దాటేవరకు ఊరి విషయాలూ, ఫ్యాక్టరీ కబుర్లూ. వీరన్న ఫ్యాక్టరీ కబుర్లే యెక్కువ చెప్పినాడు. ఫ్యాక్టరీ తీసుకునే భూముల ధర విషయంలో పెద్ద మనుషులు రైతులకు చేస్తున్న మోసాల గురించి చెప్పినాడు. ఆ మధ్య అరవ కూలోళ్ళకూ, తెలుగోళ్ళకూ జరిగిన కొట్లాట గురించీ, సమ్మె గురించీ, యీ మధ్య యేర్పడిన యూనియన్ గురించీ, కూలీ పెంచమని సమ్మె గురించి చెప్పినాడు.

తెల తెలవారుతోంది. ఫ్యాక్టరీ పనికి ప్రయాణమైపోతున్న వారి వెంట నేనూ బయలుదేరినా. నా కింకేం పని యిక్కడ? తిరుపతిలో వుండే పెళ్ళి కొడుకు వాళ్ళకు యిప్పట్లో పెళ్ళి పెట్టుకోలేమని చెప్పి, హైదరాబాదు పోదామనుకున్నా.

వీరన్న ముందునడుస్తున్నాడు. అతని వెంట యిరవైమందికి పైగా కరువు కాటకాలకు అప్పులపాలై భూమిని అమ్ముకున్న రైతు జనం. కరువు భూముల్లో ఫ్యాక్టరీ దిశగా సాగిపోతూ...

పైన సిమెంటూ, ఎముకల పొడీ కలిసిన రంగులో ఆకాశం.

ఆ మూల యెక్కడో యెర్రగావు...

- నవంబరు, 1982-ఆంధ్రజ్యోతి దీపావళి ప్రత్యేక సంచిక

కేతు విశ్వనాథరెడ్డి కథలు

విశాలాంధ్ర, హైదరాబాద్, 2009, పుట.113-121.

బొజ్జా తారకం (1939–2016)

*

నదిపుట్టిన గొంతుక

పాట పాడమని నన్నడిగినప్పుడు
పాడలేకపోయాను
మాటలాడలేకపోయాను
బాధల అగాధాలలోంచి
జలలా పొంగే నా
పాటల గొంతుకపై
పోలీసు లదిమిన
లాఠీల ఆనవాళ్ళను
నువ్వు చూడలేదు
ఒక్కణ్ణే ఎక్కడో
పాడుకొనేవాణ్ణి
నువ్వు కలిసినప్పుడు
నువ్వు అందించిన
గొంతుకలిపి నీతో
పాటలు పాడాను, నా
పాటలను అందరికీ వినిపించాలని నన్ను
జనంలోకి తీసుకెళ్ళావు
జనాన్ని చూసి

జనుల నాదాన్ని చూసి
హర్షామోదాన్ని చూసి, భగ్న
హృదయావేశాలను చూసి
అన్నార్తుల ఆర్తనాదాల
భయార్ణవాన్ని చూసి
అభాగినుల దీనారావాల
కరుణార్ణవాన్ని చూసి
నాలోని
రక్తనాళాలన్నీ పొంగి
ఖంగున మ్రోగి వాయువులా
విజృంభిస్తే, కన్నీళ్ళు పొంగితే
మాటలు పేర్చాను
పాటలు కూర్చాను
అవి అలలై జలలై
సెలయేళ్లై
జనం నదిలో పొంగి
ప్రవహిస్తుంటే
నది పుట్టిన నా
గొంతుక నదిమిపట్టారు
పోలీసులదిమిన
లాఠీల ఆనవాళ్ళను
నువ్వు చూడలేదు
నా పెదవులను స్పృశించినప్పుడు
నీకు వినిపిస్తాయి, నాలో
రగిలే నాదాలు
పగిలిన జనారావాలు
అవి విన్న నీవు
జలదరిల్లి పరవశిల్లి

పొంగి గంగానదివౌతావు
అప్పుడు నిన్ను ధరించిన
పరమశివుణ్ణి నేను
నా పెదవుల కదిలేపాట
నీ నోట పల్లవి అయి
పది పదుల నోట ప్రతిధ్వనించి
పది పదుల పదుల కెరటాల
పయనించి ఆ నోట
ఆ నోట అలలు అలలుగా
గాలి కెరటాలలో
కదలిపోయినప్పుడు
మళ్ళీ నేను పాడతాను
అప్పుడు లాఠీలు నా
గొంతు నదమలేవు
లాకప్పులు నా
నోటిని కప్పలేవు...

జనపద ప్రచురణలు, హైదరాబాద్ బుక్‌ట్రస్ట్, 1983, పుట. 27,28,29.

పి.సత్యవతి (1940)

*

పేరు లేని పిల్ల

మాలచ్మి గుమ్మంలో కూచుని వుంటుంది. ఆమె చేతిలో మువ్వల వెండి పట్టీలూ, చిన్న చిన్న బంగారు లోలాకులూ వుంటాయి. కళ్లనిండా నీళ్లూ వుంటాయి. అట్లా ఆమె అక్కడ కూచోబట్టి ఆరునెలలు అయిపోయింది. ఒకప్పుడు ఆమె పనిచేసిన ఇంటి మేడమ్ కారులో అటుగా వస్తూ అక్కడ ఆగి. "దా మాలచ్మీ మా ఇంటికి పోదాం." అంటుంది.

'నేనింక పని చెయ్యలేనమ్మా ఎవర్నన్నా చూసుకోమన్నాగందా? వినవేంటి?' అని కసురుతుంది మాలచ్మి.

"పనికోసం కాదు ఊరికేనే...కాసేపు మాట్లాడుకుందాం రా,"

"ఏం మాట్లాడతావ్? నీకు వంద పన్లు. కొవ్వొత్తులు పట్టుకు తిరగడాలూ అవీ ఇవీ. నాపిల్ల సంగతి నీకేం పట్టింది. నేను మీ ఇంటికి రాను," అని మొహం మరో వైపు తిప్పుకుంటుంది మాలచ్మి. ఆవిడ ఒక నిట్టూర్పు విడిచి వెళ్లిపోతుంది. ఈ మధ్య ఎవరు కదిలించినా ఇట్లాగే చిరాకుపడుతుందట మాలచ్మి. ఆమెను మళ్లీ పూర్వపు మాలచ్మిని చెయ్యాలనే ఎవరి ప్రయత్నమూ ఫలించడంలేదు.

మాలచ్మి పోలీస్ స్టేషన్ వరండాలో ఒక స్తంభానికి ఆనుకుని, తల చేతిలో పట్టుకుని కూచుంది. వాళ్లాయనా, కొడుకూ లోపల ఎస్సై గారితో మాట్లాడుతున్నారు. ఆమె కళ్లు తుడుచుకుంటూ లోపలికి చూస్తోంది అప్పుడప్పుడూ.

కాసేపటికి వాళ్లు బయటికొచ్చారు. వాళ్లతో పాటు ఆమె కొడుకు తోలే కారు ఓనరు రవీంద్రబాబుగారు కూడా వచ్చారు. ఆయన మాలచ్మి కేసి చూస్తూ

'కంప్లేంటు రాసుకున్నార్లేమ్మా! ఇంక ఇంటికి పోండి. ఎతుక్కొస్తార్లే. నేకనుక్కుంటూ వుంటాగా,' అన్నాడు.

"దా! పోదాం ఈడ కూకుని చేసేదేం లేదు," అని కసురుకున్నాడు మాలచ్మి వాళ్లాయన. కొడుకు యజమానిని కారెక్కించుకుని వెళ్లిపోయాడు.

"పాపం ఈళ్లని కాస్త ఇంటికాడ దిగబెట్టు," అంటాడేమో ఆయన అనుకుంది మాలచ్మి. ఆయనకేమన్నా పిచ్చా ఏంది? అనుకుని కాళ్లీడ్చుకుంటూ వాళ్లాయన వెనకే బయలుదేరింది.

అతను వేగంగా నడుస్తున్నాడు. ఆమె అనుసరిస్తున్నది. కాళ్లు లాగుతున్నాయి రెండురోజులుగా తిండి లేదు. రిక్షా ఎక్కి పోదామంటాడేమోనని చూసింది. అతని పాటికి అతను గబగబా నడుచుకుపోతున్నాడు. అతనికి కోపం వస్తే అంతే అట్లా గబగబా నడుస్తాడు వెనకచూపు లేకుండా. మాలచ్మి రొండిన పదిరూపాయలున్నాయి ఈ మద్దెన సైకిల్ రిక్షాలే కనపడ్డంలేదు. అంతలో ఓ షేర్ ఆటో ఆటుగా వస్తే ఆపి ఎక్కింది. ఆయన్ని కూడా ఎక్కమందామా అంటే చాలా ముందున్నాడు. ఎవరి కర్మ ఆళ్లది అనుకుంటూ కూచుంది.

ఇంటికి రాగానే నలుగురూ ఎగబడ్డారు. పోలీసులు ఏమన్నారేమిటీ అంటూ.

పోలీసులేమంటారో వాళ్లకి తెలీనిదా?

"సరే కానియ్! టీ పెట్టుకు తాగు. అన్నం ఉడకెయ్! అంతా బగమంతుడి దయ! ఎంతకని ఏడుస్తావ్?" అని తలకి కట్టుకున్న తువాలు విదిలించి భుజానేసుకుని ఎక్కడికో పోయాడు వాళ్లాయన. బంగారమంటి పిల్ల! ఏ బ్రహ్మ రాక్షసుడెత్తుకు పోయాడో! ఇంగ్లీషులో మార్కులు తగ్గినయ్యని ఒకాయన కాడ ప్రయివేటు చెప్పించుకుంటోంది. అట్టా ప్రయివేటుకని వెళ్లిన పిల్ల ఇంతవరకూ అయిపులేదు. ఉధృతంగా దుఃఖం వచ్చింది మాలచ్మికి. శోకాలు పెట్టి ఏడ్చుకుంటూ గుమ్మంలోనే కూర్చుండిపోయింది.

నిన్న పొద్దున రవీంద్రబాబుగారు లేకుండా అచ్చంగా తనూ కొడుకూ పోయి కంప్లేంటిస్తే ఆ పోలీసు నాకొడుకు ఏమన్నాడు? "ఎవడితోనో లెగిసిపోయి వుంటదిలే! నాలుగురోజులు షికారు చేసి అదే వస్తది. ఈ లోగా మా ప్రాణాలు

తియ్యకండి", అన్నాడే గాని కంప్లేంట్ వ్రాసుకున్నాడా? తెల్లని ఇస్త్రీ బట్టలూ నాలుగువేళ్లకీ నాలుగు వుంగరాలూ ఒక కారూ వుంటే గానీ రాసుకోడు కామాల!

"ఇంకా గుమ్మంకాడనే కూకుండావా? లెగిసి పొయ్ ఎలిగించుపో! ఎవడు చేసిన కర్మ ఆడు అనుబగించాల్సిందే! చేతులారా సేసుకున్నావ్! ఇప్పుడేడిస్తే ఏం లాబం? పో పో! ఎల్లి కూడొండు. తినక పోతే కళ్లు తిరిగి సస్తావ్," అన్నాడు మాలచ్మి వాళ్లాయన.

మాలచ్మి మాట్లడలేదు. అక్కడ్నించీ లేవనూ లేదు. అతనే పోయి పొయ్యి వెలిగించి టీ కాచుకొచ్చి ఇచ్చాడు. తాగనని మొండికేస్తే తిట్టి తాగించాడు.

"సేసిందంతా నేసి ఇప్పుడు ఈ ఏడుపేందే!" అని అరిచాడు. ఆ తరువాత "పాపం నువు మాత్తరం ఏం సేస్తావులే. అంతా బాగుంటుందనుకున్నావు. ఏడుస్తూ కూకుంటే మనకి బతిమాలి తిండెవరూ పెట్టరు. పద పద," అని ఓదార్చాడు.

"ఎతుక్కొస్తార్లే అమ్మా! ఏడవమాక. మా సార్ కూడా కనుక్కుంటూ వుంటానన్నారు గా! నువ్వు పనిచేసే మేడమ్‌కి కూడా చెప్పు. ఆవిడకేదో సంఘం వుందిగా," అన్నాడు అప్పుడే వచ్చిన కొడుకు. చాలాసేపటికి మాలచ్మి లేచింది. అయినా ఆమె కళ్లల్లో నీళ్లూరుతూనే వున్నాయి.

మాలచ్మి పనిచేసే మేడమ్ వచ్చింది. మూడురోజులుగా ఆమె పని ఎందుకు ఎగ్గొట్టిందో తెలుసుకోవాలని. మాలచ్మి ఆమె చెయ్యిపట్టుకుని మళ్లీ కంటికి కడివెడుగా ఏడ్చింది. మీ సంఘం వాళ్లతో చెప్పి నా బిడ్డ సంగతి చూడు తల్లీ అని వేడుకుంది. ఆవిడ చూస్తాననే అంది కానీ 'అయితే నువ్విప్పట్లో పనికి రావా ఏంటి?' అని కూడా అంది.

"నా వల్ల కాదు తల్లీ," అని కూతురి గురించి చెబుతూ కుల్లి కుల్లి ఏడ్చింది మాలచ్మి. "దిగులుపడమాకు. నీ కూతురికేం కాదులే వచ్చేస్తుంది," అని ఓదార్చి వెళ్లిపోయింది మేడమ్.

వారం రోజులాయె! పది రోజులాయె!

ఒక రోజు పోలీసు స్టేషన్నుంచీ కబురొస్తే దేముడు పటానికి దండం పెట్టుకుని, లెంపలేసుకుని పరిగెత్తినట్లే పోయింది.

"బందరు లాకుల కాడ కొట్టుకొచ్చింది ఒక శవం! లంగా ఓణీ, చెవులకి బుట్టలు. ఒకేళ మీ అమ్మాయేమో చూడు!"

"అమ్మో నాతల్లో! నువ్వు కావద్దు నువ్వు కావద్దు," అంటు పోతే నిజంగానే మాలచ్మి కూతురుగాదు. గుండె అవిసిపోయింది తల్లా! ఎవరి బిడ్డో ఏమో! అయ్యో నాతల్లీ!

రైలుపట్టాల మీద పిల్ల! తలకి తల! మొండానికి మొండెం! లంగా ఓణీ బుట్టలు. అమ్మయ్య మా అమ్మాయి కాదు స్వామీ. "బొంబాయిలో దొరికిన తెలుగు పిల్లల్ని పట్టుకొచ్చాం. ఒక పిల్లది ఈ వూరేనంది. చూడు."

"మా అమ్మాయి కాదు నాయనా!" చస్తున్నాం. పోలీసు స్టేషన్‌కి, కాలవ ఒడ్డుకీ, రైలుపట్టాల కాడికీ తిరగలేక. రెండుమూడు రోజులకి శవాలు! ఇంతమంది పిల్లలు ఎందుకు చస్తున్నారు దేవుడా! ఏమైంది వీళ్లకి. తిని తిరగలేక తీపరమొచ్చిందా?

'శవాలు వస్తూనే వున్నై. మీ అమ్మాయి కనిపించక చాన్నాళ్లయింది కదా? ఇవ్వన్నీ కొత్త శవాలు. ఎవరితోనో దొబ్బేసుంటది. నోరుమూసుకుని వూరుకోండి,' అంటున్నారు బంధువులు, ఇరుగుపొరుగులు.

రవీంద్రబాబు గారికి మాత్తరం పనుల్లేవా? ఎన్నిసార్లని పోలీసులని కనుక్కుంటారు? మేడమ్‌కి మీటింగ్‌లు, ధర్నాలు, కొవ్వొత్తుల ప్రదర్శనలు. ఆవిడకి మాత్రం మన సంగతొక్కటేనా?

'దేవుడి మీద భారం వేసి మన పనులు మనం చేసుకోవాలి,' అంటున్నాడు మాలచ్మి కొడుకు. "దానికి చదువొద్దే అని నెత్తీ నోరూ కొట్టుకుంటే వినిందా? పద్దెనిమిదేళ్లు రావాలని తల్లీ కూతుళ్లిద్దరూ ఒకే మోయిన కాకిగోల. సదూకుంటా నాన్నా సదువుకుంటా నాన్నా! ఇప్పుడేమైంది. సదువూ పోయింది పిల్లా పోయింది," తల బాదుకుంటాడు మాలచ్మి వాళ్లాయన.

ఆ ఆవేశంలో పెళ్లాం మీద గంతులేస్తాడు. ఆవిడ కుళ్లి కుళ్లి ఏడుస్తుంది. మళ్లీ ఓదారుస్తాడు. తిండి తినిపిస్తాడు. కొడుకు నిద్ర లేస్తూనే కారెక్కుతాడు. రాత్రి పదింటికే మళ్లీ ఇంటికి. 'వరుసకి మేనత్త కొడుకయే వీరభద్రానికి చేద్దామే,' అని పదోక్లాసు పాసైన రోజే అన్నాడు మాలచ్మి మొగుడు.

208 ❖ విభా ప్రభాతములు

'అడ్ని నేను సస్తే సేసుకోను నాన్నా! నేనా పల్లెటూళ్లో వుండలేను. నేను సదువుకుంటాను. నాకింకా పదహారే. పదహారేళ్లకి పెళ్లిచేస్తే నిన్ను జైల్లో పెడతారు," అంది కూతురు. పోట్లాట! పోట్లాట. ఒకటే పోట్లాట....వీరభద్రం మంచోడు. వాడి తల్లీ మంచిదే. ఆడికో ఇల్లుంది. ఎవరిదో పొలం కౌలుకి చేస్తాడు. పెళ్లాం దానికి వంత పాడింది. తన కూతురేదో పెద్ద చదువు చదివి కలక్టర్ అయిపోతుందన్నట్లు.

కాలేజీ చదువు కదాని, ఉన్నంతలో కాస్త మంచి బట్టలు, చెప్పులు! దేనికి లోటు చేశామనీ? అదైనా మంచిపిల్లనే. ఒక్క మగ స్నేహితుడూ లేడు. దాని పుస్తకాలు బట్టలూ అన్నీ తెగ వెతికారు పోలీసులు కూడా. ఎక్కడా ఒక్క పొరపాటు లేదు. పాఠాల నోట్సులు తప్ప లవ్ లెటర్స్ లేవు. అందరికీ సెల్ ఫోన్లున్నా దానికి లేదు. ఒకటి రెండుసార్లు అడిగిందే కాని తను కొనివ్వలేదు. కొనిస్తే ఏదైనా ప్రమాదంలో చిక్కుకుంటే అన్నకైనా ఫోన్ చేసివుండేదేమో! అనుకున్నప్పుడు నాన్న గజగజలాడిపోయాడు.

"అమ్మాయికి ఫోన్ కొనిస్తే బావుండేదేమోనే లచ్మీ!" అని పక్కన కూచుని, తుండుగుడ్డతో కళ్లు తుడుచుకున్నాడు.

"ఎట్టాగైనా ఒప్పించి పెళ్లి చేసేస్తే బాగుండేదేమోనయ్యా," అంటుంది మాలచ్మీ.

"ఈ ఎదవ ఇంటర్ చదువు చదివి ఏం సెయ్యాలని కాలచ్చేపానికి కాకపోతే! నేను ఇంటర్ చదివి ఏం ఎలగబెడుతున్నాను? ఈ సదువులు దండగ," అంటాడు కొడుకు. పిల్ల కనపడక పోయిన మూడో నెలలో కామోసు దాని స్నేహితురాలు నాగమణిని కాలేజీ మాన్పించి పెళ్లి చేసేశారు. ఇప్పుడు తొందరగా పెళ్లి సెయ్యడమే రైటు.

పది చేతులతో పని చేసే మాలచ్మి పదిచేతులూ చచ్చుబడిపోయాయి. వొళ్లిరుచుకుని పని చేసి మొగుడికి తెలీకుండా కూతురికోసం కొన్న వెండీ పట్టాలూ, మూడు గ్రాముల లోలక్కులూ రోజూకొకసారి చూసుకుంటూ వుంటుంది...మాలచ్మి పని చెయ్యకపోవడం ఆ ఇంటి ఆదాయానికి లోటే. మొగుడు కొడుకూ తెచ్చేది వాళ్ల ఖర్చులు పోను బొటాబొటీ.

విభా ప్రభాతములు ❖ 209

శవాల గుర్తింపులు ఇంకా సాగుతూనే వున్నాయి. "ఇంక మేము రాలేము స్వామీ! మమ్మల్ని వదిలిపెట్టండి. ఆరునెలలైపోయింది," అని ఒక నమస్కారం పెట్టేశాడు మాలచ్మి మొగుడు.

"అదేంటయ్యా! ప్రేమించుకుని వెళ్లిపోడానికి ఒక నెల! కాపురం మూడు నెలలు! కడుపు ఒక మూడు నెలలు! అప్పుడు పిల్లని వదిలెయ్యడం ఒక వారం! చావడానికి రెండు రోజులు," అని నవ్వాడు అనుభవజ్ఞుడైన ఒక పోలీసాయన. మాలచ్మి ఎదుట ఆ మాటంటే ఎవరన్నదీ చూడకుండా అతన్ని కొట్టి ఆనక జైలుకెళ్లేది. మాలచ్మి మొగుడు తమాయించుకుని అతని కొక నమస్కారం పెట్టి వచ్చేసాడు. "పిల్ల కావాలి శవం వద్దు మాకు. మమ్మల్నిక పిలవకండి," అని చెప్పి.

'అవునూ! అది ఎవరితోనూ వెళ్లపోక, కాలవలో పడి చచ్చిపోక, ఇంటికి రాక ఏమైనట్టూ? ఇట్లా మాయమై పోతున్న పిల్ల గురించీ ఒక నలుగురు ఆడవాళ్లో నలుగురు మొగవాళ్లో కూచుని టీవీలో మాట్లాడుకోరా ఏం? పట్నం పిల్లలు పోతేనే హడావుడా? నా పిల్ల కోసం నేనే కొవ్వొత్తులు వెలిగిస్తా అని ఒకరోజు గుమ్మం ముందు పదిహేడు కొవ్వొత్తులు పెట్టింది మాలచ్మి.

- మాతృక ఏప్రిల్ - 2017

చినుకు వార్షిక సంచిక 2015
సత్యవతి కథలు
విశాలాంధ్ర పబ్లిషింగ్ హౌస్, విజయవాడ, 2016, పుట. 381-385.

వరవరరావు (1940)

*

మేల్కొంటున్న పొలాలతో ఎన్‌కౌంటర్

గాలి వీస్తుంది
గాలానికి
నీటిలో ఈదే చేప వాసనొస్తుంది

గాలి వీస్తుంది
గుంట నక్కలకు
పంట పొలాల్లో పడుకున్న
వరి కఱ్ఱల వాసనొస్తుంది

చీకటి తొలుగుతూ
మసక వెన్నెల
మబ్బుపై తొంగి చూస్తుంది
గుట్టల్లో గుబురు చాటున
నిద్రించే గువ్వలు
పెట్రోలింగ్ ఖాకుల
కంట్లో పడతాయి

నాగరిక ఆటవిక న్యాయానికి భయపడి
అడవి తల్లి ఒడిలో చేరిన భూక్యా
మంచి నీళ్లకు ఇంటికొస్తే
చేద బావి గిలక
జీపు రెయిడ్ చప్పుడుకు జడిసి
బొక్కెన బావిలో పడుతుంది

2

నీటి చుక్క కరువయి
నేల నేలంతా బీటలు వారిన వేళ
ఏ వసంతమో రగిలి
ఏ మేఘమో పగిలి
వాగులూ వంకలూ కోలుబావులూ
వనర్లన్నీ పోగేసి వేసంగి చేస్తే
నాగళ్లు కళ్లు తెరిచినయి
బీళ్లు ఒళ్లు విరిచినయి

చిగురించే విత్తనం కదలికలో
మట్టి సృష్టి వాసనేసింది
మట్టి బర్మార్లు దట్టించిన వాసనేసింది
మట్టి తొలులు పేలిన వాసనేసింది

పొలాల్లో నీళ్లు ప్రవహించాలంటే
నెత్తురును చెమటగా కరిగించిన జనం
వరిక్రరల కమ్మటి వాసన
తామే త్రేన్చాలంటే
నెత్తురే చిందించాలని గ్రహించారు
నీళ్లయిన నెత్తురు
కన్నీళ్లయిన నెత్తురు
తానే చింది
ప్రవహించడం
అనుభవిస్తున్నారు ఇప్పుడు

ఇప్పుడు తమ వసంతపు
వేసంగి పొలాలకు
నీళ్లు పెట్టడానికి
రైతాంగం సాయుధమవుతున్నది.

(కరీంనగర్ జిల్లా వేములవాడ తాలుకా కొండాపూర్ గుట్టల నడుమ వరిపొలాల్లో పడుకున్న ఐదుగురు నక్సలైట్లను పోలీసులు 'ఎన్‌కౌంటర్' పేరుతో కాల్చి చంపారని వార్త చదివి-)

*రచనా కాలం : **1985** ఏప్రిల్ **12***

వరవరరావు కవిత్వం ***(1957-2007)***
స్వేచ్ఛాసాహితి, హైదరాబాద్, 2008, పుట.365,366.

కె. శివారెడ్డి (1943)

*

ఉరితీత

అన్నింటికీ సిద్ధంగా వుండు
విరిగి పడుతున్న కొండల మధ్య నడుస్తున్నాం
అకస్మాత్తుగా తెగిపోతున్న దారుల్లో సంచరిస్తున్నాం
అవతలికి చేరతామో లేదో
తెలియని నదుల్లో ఈదుతున్నాం
చూపు ఎంత మట్టుకు వ్యాపిస్తే అంత
చేయి ఎంత మట్టుకు చాస్తే. అంతే-
హద్దు లేనట్టుండే హద్దు వుంది
న్యాయమనిపించే అన్యాయముంది
రేయి లాంటి పగలు వుంది
పగలు లాంటి రేయీ వుంది
ఇరుదరుల్ని రెండు చేతుల్తో పట్టుకుని
నదిని, కత్తిలా కోసుకెళ్లే మొనగాడెవడు
నికరంగా నిలవని నది కాయితమ్మీద
నాలుగు లైన్లు ఎవడు రాస్తాడు
ఎవడు ఎప్పుడు ఏం చేస్తాడో తెలియని తావులో
అన్నింటికి సిద్ధమయి వుందాం
మనల్ని మనకి పరిచయం చేసే

కార్యక్రమమేదో మొదలయ్యింది
కొరత వేసిన కొయ్యలోంచి
శ్రీనాథుడు మాట్లాడతాడా
శివారెడ్డి మాట్లాడతాడా
కొరతల్లేని చేప్పే కొలువు కూటమిలో
లోలోపల నిన్ను ఉరితీసే
కార్యక్రమం మొదలయిన వేళలో
అన్నింటికీ సిద్ధమయి ఉందాం.

నవ్య వార పత్రిక
18-4-2017.

సింగమనేని నారాయణ (1943-2021)

*

మకరముఖం

బస్సు దిగి చేతిలో ఉన్న చిన్న సూట్‌కేస్‌ను కిందపెట్టి, జేబురుమాలుతో ముఖం తుడుచుకుంటూ అటూ ఇటూ చూశాను. నన్ను దింపిన బస్సు అల్లంత దూరంలో వెళ్తుండటం తప్ప మరెవ్వరూ కనిపించలేదు. రోడ్డుకు ఎడంగా రెండు కర్రగుంజలకు బిగించిన ఇనుపరేకు మీద "వెంకటాపురం 2కి.మీ." అన్న అక్షరాలు చూస్తూ కొద్దిసేపు నిలబడి, చేతి వాచీ చూసుకున్నాను. పది గంటలు కావస్తోంది. దళితుల మీద దాడి చేస్తున్న భూస్వామి అహంకారంలా ఎండ తీవ్రంగా, క్రూరంగా ఉంది.

వెంకటాపురం ఎలిమెంటరీ స్కూల్లో 'సెకండరీ గ్రేడ్ అసిస్టెంట్'గా నన్ను నియమిస్తూ 'పోస్టింగ్ ఆర్డర్' మూడు రోజుల క్రితం వచ్చింది. బి.ఇడి. పూర్తి చేసిన తర్వాత రెండేళ్ళకు వచ్చిన ఉద్యోగం ఇది. జిల్లా పరిషత్తువాళ్ళు నిర్వహించిన రాతమూలక, మౌఖిక పరీక్షల్లో సెలెక్ట్ అయినందువల్ల నాకీ ఉద్యోగం వచ్చింది.

"రిజర్వేషన్ కోటాలో ఉద్యోగం కొట్టేశావోయ్! అదృష్టం అంటే మీ 'ఎస్సీ' గాళ్ళదే" అంటూ మా ఊళ్ళో ఒక అగ్రవర్ణ మిత్రుడు ఎద్దేవా చేస్తే కంపరం పుట్టింది నాకు.

"ప్రతిభ నీది కాదోయ్! నీ కులానిది" అంటూ అసూయ విషంలా కక్కేశాడతను.

"అయితే, అగ్రవర్ణంలో పుట్టిన నీ ప్రతిభకు ఇంతకాలంగా ఎందుకు ఉద్యోగం రాలేదంటావ్?" అని సీరియస్‌గా అడిగాను నేను.

విభా ప్రభాతములు ❖ 215

“ఎందుకేమిటీ? మీ రిజర్వేషన్ కోటాగాళ్ళ వల్లనే...” అని అతనంటూంటే లాగి చెంపకాయ కొట్టాలనిపించింది నాకు.

ఆ రోజంతా నాకు బాధగానే ఉంది. ఆ మిత్రుడన్న మాటలు నేను కొత్తగా వింటున్నదేమీ కావు.

“స్వతంత్రం వచ్చి ఇన్నేళ్ళయింది. ఇంకా రిజర్వేషన్లు కొనసాగిస్తే ప్రతిభ గల వాళ్ళంతా మట్టిగొట్టుకుపోతారు” అన్న మాటల్ని నేను కాలేజీ చదివే రోజుల్నుంచి వింటూనే ఉన్నాను.

“ఎస్.సి., ఎస్.టి లాంటి కులాలకు ప్రభుత్వం ఎన్నో విద్యావకాశాలు కల్పిస్తోంది. ఉచిత చదువు, ఉచిత భోజనం, పుస్తకాలూ, బట్టలూ-ఇదంతా చాలదా వాళ్ళ అభివృద్ధికి? ఈ అవకాశాలను ఉపయోగించుకొని వాళ్లు పోటీపడాలి. అంతేగాని, కులం పేరుతో ఏ ప్రతిభా లేకుండా ఉద్యోగాలు ఇంకా కొట్టేయాలనుకోటం సాంఘిక ద్రోహం” అని మా లెక్చరరే ఒకాయన ఉపన్యాసం దంచేస్తూంటే మండుకొచ్చేది నాకు.

ఇలాంటి మకిలి మనుష్యుల్ని నా విద్యార్థి జీవితంలో నేను ఎందర్నో చూశాను. ఎన్నో సందర్భాల్లో ఇలాంటి వాళ్ళ అవహేళనతో కూడిన వ్యంగ్యపు విసురుల్ని ఎన్నిట్నో ఎదుర్కొన్నాను.

ఊరికి ఎడంగా ముప్పయ్ గుడిసెలున్న హరిజనవాడలో ఒక పాత గుడిసెలో ఇరవైమూడేళ్ల కిందట నేను పుట్టాను. నా బాల్యమంతా కష్టాలతోనూ, అవమానాలతోనూ గడచిపోయింది. ఈ మాట చెప్పుకోటానికి నేనీనాడు దిగులుపడటం లేదు. రైతుల ఇళ్ళలో పేడా, కసపూ ఊడ్చి గంజు ఎత్తిపోసి, బండచాకిరీ చేసే జీతగాళ్ళ కుటుంబాల్లో పుట్టిన ఎవరేనా కష్టాలతోనే జన్మ ఎత్తుతారు. మా నాన్న ఒక పెద్ద రైతు ఇంట్లో ఒక చిన్న జీతగాడు. మా తాత కూడా ఒక జీతగాడేనట. విచారించగా మా పూర్వీకులంతా జీతగాళ్ళుగాక మరేమవుతారు? నాకు ఆరేళ్ళ వయసున్నప్పుడు మా ఊరి ఎలిమెంటరీ స్కూల్లో ఒకటో తరగతి చదవుతున్నప్పుడు మా నాన్న చనిపోయాడు. ఆ చనిపోవటమూ మామూలుగా అందరూ చనిపోయినట్టు కాదు. కపిల తోలుతూ, మోకు చిల్ల ఊడి, మోకుతో పాటు బావిలోకి ఎగిరిపడి, తలపగిలి, శరీరం ముక్కలై చాలా

దారుణంగా చనిపోయాడు. ఇది గుర్తుకొస్తే ఇప్పటికీ నా శరీరం గజగజా వణికిపోతుంది.

మా నాన్న చనిపోయేటప్పటికి మా తాత ఇంకా ఉన్నాడు. మా అమ్మా నేనూ, నా తమ్ముడూ. చెల్లెలూ-ఇదీ మా కుటుంబం! ఈ చిన్న కుటుంబం బతకటమే ఎంతో కష్టమయ్యేది. మా అమ్మ అన్ని పనులూ చేసేది. కూలీనాలీ చేసేది. పాచిపనులు రైతుల ఇళ్ళలో నడుంఎత్తకుండా చేసేది. చెప్పులు కుట్టేది. గొడ్డలి భుజం మీద పెట్టుకొని వెళ్ళి కంపలు చీల్చేది. తానొక్కతే కుటుంబాన్నంతా వెళ్ళదీసేది. నా చిన్న చదువును మానిపించి, ఏ రైతు ఇంట్లోనో గొడ్ల వెంబడి పంపిద్దామని మా తాత అంటే, మా అమ్మ బోరున ఏడ్వటం ఇప్పటికీ నాకు గుర్తు. మా స్కూల్ టీచర్ దయానందంగారని ఒకాయన ఇప్పటికీ నాకు బాగా జ్ఞాపకం. ఆయన క్రైస్తవుడు. పేరుకు తగ్గ మనిషి. "మీ వాణ్ణి చదువు మాన్పించకమ్మా ఏ రోజులెట్లుంటాయో ఏమో! వీడి తెలివికి చదువు అబ్బుతుంది. నేను చూసుకుంటాను" అని ఆయన మా అమ్మతో అన్నప్పుడు ఆమె ఆయన పాదాలను తన చేతుల్తో తాకటం ఇప్పటికీ నా కళ్ళముందున్నట్లే ఉంది. నేను నాలుగో తరగతిలో ఉన్నప్పుడు దయానందం టీచర్ అంబేద్కర్ పాఠం బోధిస్తూ "నాయనా! ఈ దేశంలో మతాలు మాసిపోవచ్చునేమో గాని, కులాలు మాత్రం ఎప్పటికీ నిలిచే ఉంటాయి! అంబేద్కర్ అంతటివాడు ఈ కుల వ్యవస్థను రోసి బౌద్ధమతంలో చేరిపోయాడు" అన్న మాటలు నన్ను ఈనాటికీ వెంటాడుతున్నట్లే ఉన్నాయి.

మా ఊళ్ళో హైస్కూల్ లేదు. నాలుగు మైళ్ళ దూరంలో ఉన్న హైస్కూల్లో ఎస్.సి. హాస్టల్లో చేరి-చదువుకున్నాను నేను. ఈ పుణ్యమంతా దయానందం టీచర్‌దే. మా హాస్టల్ కుర్రాళ్ళంటే మా హైస్కూల్ టీచర్లందరికీ ఎంత అలుసో!

ఆలోచనలతో తల నేలకేసి అడుగులు వేస్తూన్న నా ఎదుట ఎవరో నిల్చున్నట్లయి తలెత్తి చూశాను. ఎదురుగా అరవై ఏళ్ళ మనిషి భుజం మీద పాత దుప్పటి, చేతిలో కర్ర, వంగొని ఉన్నాడు. నిటారుగా నిల్చోలేక.

నాలుగు అడుగులు వేసేసరికి అటూ ఇటూ నడుస్తూన్న జనం-ఇంటి ముంగిళ్ళలో కూచున్న ఆడవాళ్ళు-దారికి అడ్డంగా పడుకున్న రెండు ఎనుములూ-వారి మధ్య నిల్చుని నన్ను ఆసక్తిగా చూస్తున్న కుక్కలూ-ఇళ్ళలోంచి

వినిపిస్తున్న రేడియో సంగీతం-ఒక బీడీ బంకు ముందు నిల్చున్న మనుషుల మాటల రొద, ఊరి సందడిని గుర్తింపజేస్తున్నాయి.

బీడీ బంకు పక్కన ఒక చిన్న పాక. బహుశా హోటల్ లాంటిది కావచ్చు. పాకకానుకొనే ఒక వేపచెట్టు. పాక ముందు చెట్టు నీడలో రెండు పొడవాటి బెంచీలు, బెంచీల మీద కూచుని కాఫీ తాగుతున్న ఒకరిద్దరూ.

ఊరికి కొత్త మనిషిని కాబట్టి అక్కడున్న వాళ్ళు నన్ను జాగ్రత్తగా, మౌనంగా చూస్తున్నట్టుండిపోయారు.

నేను పాకదాకా నడిచి, ఖాళీగా ఉన్న బెంచీ మీద సూట్‌కేస్ పెట్టి కూచున్నాను. అప్పుడు పలకరించాడు ఎదురుగా కూచున్న మనిషి నన్ను "ఏ ఊరండీ" అంటూ, తెల్లటి బట్టలతో, బాగా చదువుకున్నవాడిలా కనిపించాడతను. నాకంటే అయిదారేళ్ళు ఎక్కువ వయసుండొచ్చు.

నన్ను పరిచయం చేసుకున్నాను నాలుగు మాటలతో.

"ఓహో! మీరేనా, మా మండలం ఆఫీసులో మొన్ననే చెప్పినారులెండి. మీ ఊరికి ఒక టీచర్ని వేసినామని. చాలా దూరం నుండి వచ్చినట్లుండారే" అన్నాడతను.

నేను చిన్నగా నవ్వాను.

"మీకిదే ఫస్ట్ అపాయింట్‌మెంట్ అనుకుంటాను. చిన్న వయసులోనే ఉద్యోగం సంపాదించుకున్నారు" అన్నాడు అభినందిస్తున్నట్లు.

ఆ తర్వాత అతనే హోటల్‌లోంచి ఒక చెంబుడు నీళ్ళు తెప్పించాడు. ఆ నీళ్ళతో ముఖం కడుక్కున్నాను.

"టిఫిన్ ఏమైనా తీసుకుంటారా?" అనడిగాడు.

"ఉదయం టౌన్‌లోనే తీసుకునే బయల్దేరాను. కాఫీ చాలు" అన్నాను. కాఫీ తాగుతూ "మీరేం చేస్తుంటారు" అనడిగాను.

"ఏముంది? వ్యవసాయమే. ఇంటర్ ఫేలయి ఊళ్లోనే ఉండిపోయాను" అన్నాడు నవ్వుతూ.

ఇంతలో అక్కడికి ఓ వ్యక్తి గబగబా వచ్చి తలకు చుట్టుకున్న తువ్వాలును తీసి విదిలించి భుజం మీద వేసుకుని, పాకకు ఓ పక్కగా మునికాళ్ళ మీద

కూచున్నాడు. ఆ మనిషికి యాభై ఏళ్ళుండవచ్చు. సన్నగా, నల్లగా, పండుబారిన నేరేడుపండులా ఉన్నాడు. మాసిన బనియనూ, మోకాళ్ళదాకా చాలీచాలని పంచెతో, కట్టెకు ఒక పాత పేపరు చుట్టినట్టున్నాడు. అతడు కూచునే, తన పుల్లలాంటి చేతిని చాచి, పాక గుంజకు బోర్లించిన ఒక సత్తు గ్లాసును తీసి పట్టుకుని పాకలోకి వంగి చూస్తూ "సామీ" అని పిలిచాడు. రెండు నిమిషాల తర్వాత పాక యజమాని వచ్చి ఆ గ్లాసులోకి ఇన్ని నీళ్ళు పోసి వెళ్లాడు. ఆ నీళ్ళు గుటగుటా తాగేసి అలానే పట్టుకుని కూచున్నాడతను. మరో రెండు నిమిషాల్లో ఆ గ్లాసులోకి కాఫీ పోస్తే, దాన్ని నెమ్మదిగా నోటితో ఊదుకుంటూ తాగుతూండి పోయాడతను.కాఫీ తాగిన తర్వాత మళ్ళీ నీళ్ళు పోయించుకుని గ్లాసు శుభ్రం చేసి పాక గుంజకు దానిని బోర్లించి, పంచె కొసను విప్పి కొంత చిల్లర అక్కడ ఉంచి ఏదో పని ఉన్నవానిలా చకచకా వెళ్ళిపోయాడు.

అతనెవరో, ఎందుకలా చేశాడో అర్థమై నా మనసంతా దిగులుతో ఆర్ద్రమయి పోయింది. ఈ బెంచీ మీద కూచుని కాఫీ తాగిన నేనెవరో తెలిస్తే నన్ను కూడా ఆ సత్తుగ్లాసే వరిస్తుందా అనిపించి ఏదో కలవరం క్షణకాలం నన్ను కప్పుకుంది.

నేను తాగిన కాఫీకి డబ్బులు అతనివ్వబోతూంటే, బలవంతంగా వారించి నేనే చెల్లించాను.

"మా ఎలిమెంటరీ స్కూల్ చూపిస్తారా?" అతన్ని అడుగుతూ బెంచీ మీద నుంచి లేచి సూట్‌కేస్ పట్టుకుని నిల్చున్నాను. "ఆ దారిలోనే మా ఇల్లు. రండీ" అంటూ అతను నడువగా నేను అనుసరించాను.

నడుస్తూ వాళ్ళ ఊరి గురించి ఏదో చెబుతున్నాడతను. రెండు వందల గడపలు మించని చాలా చిన్న ఊరట. రెండేళ్ళుగా సరిగా పంటలు లేవట. బావుల్లో అసలు నీళ్ళు లేవు. కూలీనాలీ మీద ఆధారపడే కుటుంబాలే ఎక్కువ. ఆర్నెల్ల క్రితం ఒక పెద్ద వర్షం వచ్చిందట. ఆ వర్షానికి ఎలిమెంటరీ స్కూల్ బిల్డింగ్ కప్పు కూలిపోయిందట. అదెప్పటిదో చాలా పాత బిల్డింగట. అప్పట్నించి స్కూల్‌ను ఆంజనేయస్వామి గుడిలో నడుపుతున్నారట. స్కూల్ పుట్టినప్పట్నుంచి రెండో టీచర్‌ను వేస్తామని సంవత్సరాలుగా అధికారులు చెబుతున్నారట. "ఇప్పటికీ మీరే తొలిసారిగా వస్తున్న రెండో టీచర్" అంటూ విషయాలు దారి పొడవునా చెప్పుకొచ్చాడతను.

ఆంజనేయస్వామి గుడిలో స్కూల్ అన్న మాట వినిపించగానే చిన్న సంచలనం లాంటిది కలిగి ఒక్క నిమిషం నా నడక కుంటుపడింది. మా ఊరి ఆంజనేయస్వామి గుడి గుర్తుకొచ్చింది నాకు. మా ఊరి ఆంజనేయస్వామికి ఆ చుట్టుపట్ల పల్లెల్లో ఎంతో కీర్తి. ఎప్పుడూ ఎవరో ఒకరు వచ్చి ఆకుపూజ చేయించే వారు స్వామికి.

నా చిన్నతనంలో ఆ గుడి ముందు మూగేవాళ్ళం బడి పిల్లలం. నా తోటి పిల్లలు గుడిలోకి వెళ్తే నేను బిక్కు బిక్కుమంటూ బయటే ఉండి పోయేవాణ్ణి. కొబ్బరి చిప్పలు కొట్టి ముక్కలు చేసి, దూరం నుంచే నా చేతిల్లోకి విసిరేవాళ్ళు భక్తులు.

కొంత వయసొచ్చింతర్వాత మా చేతి స్పర్శ పొందని ఆ దేవుడే అస్పృశ్యుడు అనుకొని కసిగా నవ్వుకొనేవాణ్ణి నేను. దారిలో ఒకరిద్దరు ఎదురైతే "కొత్తగా వచ్చిన టీచర్" అంటూ నన్ను మాట మాత్రంగా పరిచయం చేశాడతను.

ఒక సందు మలుపు తిరిగిన తర్వాత అతను ఆగి ఒక పాత బిల్డింగ్‌కేసి చూస్తూ "ఇదే కప్పు కూలిపోయిన మీ ఎలిమెంటరీ స్కూల్. ఎప్పటికి రిపేరు చేయిస్తారో ఏమో" అంటూ ఒక పాత భవనాన్ని నాకు చూపించాడు.

ఊరంతా చాలా ఇరుకు సందులు, దారి నిండా గతుకులు-చిన్న చిన్న రాళ్ళు. అతని పక్కనే నడుస్తున్నాను నేను. ఎండ చాలా తీవ్రంగా కాస్తోంది.

ఒక పెద్ద వీధిలో నడుస్తున్నాం మేము. ఆ వీధి మలుపు తిరగ్గానే విశాలమైన బయలు ప్రదేశంలో కనిపించింది ఆంజనేయ స్వామి గుడి.

"అదే గుడి-అదే స్కూలు" అంటూ చూపించాడతడు.

ఆ గుడిని చూసి విస్తుపోతూ అలాగే నిల్చుండిపోయాను నేను. గుడిలో అరుగుల మీద నీడలో గుంపులు గుంపులుగా పిల్లలు కూర్చునున్నారు. వాళ్ళందరూ స్పష్టంగా కనిపిస్తున్నారు నాకు.

వాళ్ళకు ఎదురుగా గుడి ముందు ఎర్రటి ఎండలో, కసాయి ఎండలో, ఒకతను నిల్చుని చేతులు ఊపుతూ ఏదో గట్టిగా చెబుతున్నాడు. అతని నెత్తిమీద ఒక తువ్వాలు తుండు అటూ ఇటూ వేలాడుతోంది. అతని చెంపల మీద నుంచి ధారాపాతంగా చెమట కారుతూంది. అతని కాళ్ళ వెనుక ఒక చిన్న స్టూల్ నిస్సహాయంగా ముడుచుకుని కూచున్నట్టుగా ఉంది.

పల్చటి బట్టల్లో నిటారుగా నిలబడ్డ అతను పంచాగ్ని మధ్యంలో కఠోర దీక్ష వహించి తపస్సు చేస్తున్నవానిలా ఉన్నాడు. భూమిలోంచి ఏ ప్రమేయమూ లేకుండా మొలుచుకు వచ్చి, ఎన్నాళ్ళుగానో నీళ్ళు లేక ఎండిపోయిన పాత తుమ్మచెట్టులా అతనెంతో దయనీయంగా కనిపించాడు నాకు.

నేను నిలిచిపోవటం చూసి నా పక్క నడుస్తున్న అతను కూడా నిలబడిపోయి నా ముఖం వేపు చూస్తూ "ఈ గుడిలోనే మీరు పాఠాలు చెప్పాలి సార్" అన్నాడు. "అది సరే. గుడి ముందు నిల్చున్న ఆయనెవరండీ" అన్నాను నేను ఆశ్చర్యం వ్యక్తమయ్యేలా. "అతను మీ సహోపాధ్యాయుడండీ ఈ స్కూల్‌కు వచ్చి సంవత్సరమయింది" అన్నాడతను. ఆ మాత్రం స్ఫురించలేదా అన్న స్వరంతో.

"అదేమిటి, ఆయన ఎండలో నిల్చుని పాఠాలు చెబుతున్నారే" అన్నాను. దాదాపు వణుకుతున్న కంఠంతో.

"అతను హరిజనుడండీ హరిజనుడు. తప్పదు మరి."

అతి సాధారణమైన విషయంలా ఎంతో అలవోకగా అతను చెబుతూంటే నా నాభిలో మంట రగిలి, గుండెల్ని ఎగదన్ని శరీరం దహించిపోతున్నట్టుగా అలాగే కాలుతూ కాలుతూ నిల్చుండిపోయాను నేను. కొద్ది క్షణాల తర్వాత సంభాళించుకొని, అతని ముఖంలోకి నిశ్చలంగా చూస్తూ "నేను కూడా హరిజనుణ్ణే" అన్నాను ధృఢంగా.

ఇండియాటుడే, వార్షిక సంచిక, 1995

సింగమనేని నారాయణ కథానికలు
సం॥ వేదగిరి రాంబాబు
శ్రీ వేదగిరి కమ్యూనికేషన్స్, హైదరాబాద్, 2012, పుట.140-147.

చెరబండరాజు (1944-1982)

*

వందేమాతరం

ఓ నా ప్రియమైన మాతృదేశమా
తల్లివి తండ్రివి దైవానివి నీవేనమ్మా
దుండగులతో పక్కమీద కులుకుతున్న శీలం నీది
అంతర్జాతీయ విపణిలో అంగాంగం తాకట్టుపెట్టిన అందం నీది
సంపన్నులచేతుల్లో మైమరచి నిద్రిస్తున్న యవ్వనం నీది
ఊసినా దుమ్మెత్తిపోసినా చలనంలేని మైకం నీది
కోతకొచ్చిన చేనులో కలుగులు తవ్వుతున్న
ఎలకల్నీ పందికొక్కుల్నీ భరిస్తూ నుంచున్న 'భారతి'వమ్మా
నోటికందని సస్యశ్యామల సీమవమ్మా
వందేమాతరం వందేమాతరం.

ఒంటిమీది గుడ్డలతో జండాలు కుట్టించి
వివస్త్రవై ఊరేగుతున్న ధైర్యం నీది
అప్పుతెచ్చి వేసిన మిద్దెల్లో
కాలుగాలిన పిల్లిలా తిరుగుతున్న దీనత్వం నీది
ఎండిన స్తనాలమీదికి ఎగబడ్డ బిడ్డల్ని
ఓదార్చలేని శోకం నీది
ఆకలికి ఎండి మాడి ఎరువు సొమ్ములతో వీధినబడ్డ సింగారం నీది
అమ్మా భారతీ నీ గమ్యం ఏమిటితల్లీ
వందేమాతరం వందేమాతరం.

*రచనా కాలం : జూన్ **1968***

చెరబండ రాజు కవితలు - పాటలు
సం॥ వరవరరావు
*పీపుల్స్ బుక్స్, విజయవాడ **1982,** పుట.5.*

అక్కినేని కుటుంబరావు (1946)

*

సొరాజ్జెం

సొరాజ్జెం కిక్కురుమనకుండా నించుంది.

"మాట్లాడవేఁవేఁ? ఇంత సేపెక్కడ సచ్చా?"

"అక్కడ చేనికి గండిపడితే"

"గండిపడితే... అక్కడ కూరుకుపోయావా ముదనష్టప్ముండా,"

కూలీలందరూ చేలోంచి బైటికొచ్చినప్పుడు పద్దాలు కూతుర్ని రెండు మొట్టికాయలేసింది.

సొరాజ్జెం ఏడుస్తూ గట్టెంట పరిగెత్తింది.

"కాళ్లిరగ్గొడతానుండు" అని పద్దాలు కూతురెంట పడింది గానీ మిగిల్న కూలీలు "పోనీయ్యే దాంతోనేంటి" అని కేకలేసి పద్దాలి కోపం చల్లార్చారు.

...

పెద్దబడికాడికి సర్కసు వచ్చిందంటే పరుగెత్తుకెళ్ళి అక్కడ ఎలుగుబంటిని, కోతుల్ని, ఆశ్చర్యంగా చూస్తోంది సొరాజ్జెం.

బోడి, సంకురాత్తిరిగాడూ పరిగెడుతున్నారు వూళ్ళోకి.

"ఒలే, బోడీ, వొలే సంకురాత్తిరిగా రండిరో ఏనుగుబంటిని సూద్దాం రండిరో" అని కేకేసింది సొరాజ్జెం.

సొరాజ్జెం కేకవిని పరిగెత్తడం ఆపి ఏడుస్తూ సొరాజ్జెం దగ్గరకొచ్చారు వాళ్ళు.

ఉత్సాహం ఉరకలేస్తున్న సొరాజ్జెం వాళ్ళ ఏడుపులు చూసి, "ఎందుకే?" అని బిక్క మొహం పెట్టింది.

"మా అన్నియ్యని సెట్టుక్కట్టేశారంట కొడతారంటే" అంటూ మళ్ళీ పరిగెత్తింది బోడిది. దాని వెంట సంకురాత్తిరిగాడు కూడా ఏడుస్తూ పరిగెత్తాడు.

ఒక్క క్షణం ఆగి సొరాజ్జెంకూడా వాళ్ళిద్దరి వెనకా పరిగెత్తింది.

బోడికన్నా, సంకురాత్తిరిగాడికన్నా పెద్దాడు 'జోజిగాడు'. వీళ్ళ తండ్రి సంకురాత్తిరిగాడు పుట్టిన ఆర్నెల్లకి ఎడ్లబండి బోల్తాబడి పొలంలోనే చచ్చిపోయాడు. చచ్చిపోయే నాటికి 'నల్లచంటబ్బాయిగారి' దగ్గరే పాలేరుగా పనిచేస్తూండేవాడు.

తండ్రి పోయేటప్పటికి, జోజిగాడికి ఎనిమిదేళ్ళు. వాణ్ని వాళ్ళమ్మ నల్లచంటబ్బాయిగారింటి దగ్గరే చిన్న పాలేరుగా పెట్టింది. తను కూలీనాలీ చేసుకుంటూ, అప్పుడప్పుడూ 'కమ్మోరిళ్లల్లో' యిళ్ళలకటానికి, వొడ్లు దంచటానికి, పేడ చెయ్యటానికీ వెళ్తూండేది.

'మొగుడు చచ్చిన ముండ' గదాని కొంచెం జాలి చూపేవారు కొందరు.

బోడిదీ, సంకురాత్తిరిగాడూ, సొరాజ్జమూ, నల్లచంటబ్బాయి ఇంటిముందున్న చింతచెట్టు దగ్గరకొచ్చేసరికి అక్కడ చాలామంది 'దొరలు' నిలబడున్నారు.

ఎడ్లబండి మీద అటుగా వెళుతున్న 'సోఁవిగోరు' "ఏవైందిరా పెద్దాడా?" అని వాకబు చేశాడు.

"ఏవీ లేదులే... మాలాడు... దొంగతనం చేశాడంట, చంటన్నయ్యగారింటికాడ, చెట్టుక్కట్టేశారు" అన్నాడు.

"చెప్పుచ్చుక్కొట్టండి లంజాకొడుకుని, మళ్ళీ మళ్ళీ చెయ్యకుండా" అంటూ వుండగానే సోవిగోరి బండి మలుపు తిరిగింది.

"సేతులిరిసెయ్యాలి దొంగలంజాకొడుకులకి" అన్నాడు అక్కడే వున్న మోహనరావుగారు.

"అరేయ్, పెసాదూ, ఎందుకూరికినే టయిము దండగ్గానీ వొకీసుడు పంచదార తీసుకురండ్రా; ఆణ్ని కాళ్ళూ చేతులూ కట్టి కిందపడేసి, వొంటిమీద పంచదారేసి, రొండు బొట్లు నీళ్ళు చల్లండి. జన్మజన్మలకీ బుద్ధిరావాలి లంజాకొడుక్కి... తీసుకురారా... ఊఁ..." అన్నాడు మల్లేశ్వరరావుగారు.

హడావుడిగా వెళుతున్న సుందరయ్య 'గారు' అటువచ్చి "ఏం జేశాడీడూ?" అన్నాడు అక్కడున్న యావన్మందినీ వుద్దేశించి.

"దొంగతనం చేశాడంట" అన్నారు ముగ్గురు నలుగురు ఒకేసారి అందరూ "అంట" అనేవాళ్ళే;

"ఏలెడంతలేదు గాడిదికొడుకు. రేప్పెద్దయితే యిక మాటింటాడా? గుడివాడ తాలూకా అంతటికి గజదొంగవుతాడు. కళ్ళు సూడండి తొత్తు కొడుకు కళ్ళే దొంగ కళ్ళు, కత్తవలు పెట్టి కువలబొడవండి దొంగలంజాకొడుకుని" అని వెళ్ళబోతూ ఆగి వెనక్కి తిరిగి "లంజాకొడకా" అని తిట్టి గబుక్కున వాడి మీద పడి ఆ చెంపా, ఈ చెంపా వాయించేశాడు. ఈ అనుకోని సంఘటనకి 'జోజిగాడు' అప్పటిదాకా కందగడ్డలాగా మొహంతో కళ్ళనీళ్ళతో వున్నవాడల్లా ఒక్కసారి బావురుమని ఏడవడం మొదలెట్టాడు. వాడేడుపినగానే వాడి తల్లి గావురుమంది. జోజిగాడి చెల్లీ, తమ్ముడు, సొరాజ్జెం కూడా ఏడవడం మొదలెట్టారు.

'దొరలంతా' కస్సుమన్నారు ఒక్కసారిగా.

"దొంగేడుపులాపండెహె; ఎదవేడుపులని" అని కేకలేశారు.

ఏడుపులు అణుచుకున్నారు అందరూ.

సుందరయ్యగారు హడావిడిగా వెళ్ళిపోతూ సందుమలుపు దగ్గర ఆగి బిగ్గరగా, "దొంగ్గాడిద కొడుకుని వదలమాకండి. కాళ్లూ చేతులు నజ్జునజ్జు చేసి వదలండి. గాడిదకొడుకెవడితో చెప్పుకుంటాడో" అంటూ మలుపు తిరిగాడు.

ఆ మాటలు వినగానే బోడదీ సంకురాత్తిరిగాడు సొరాజ్జెం మళ్ళీ ఏడవడం మొదలెట్టారు.

"పెసాదుబాబూ; ఈ వొక్కపాలికి వదిలెయ్యండి బాబూ, చచ్చి మీ కడుపున పుడతా, ఆడు దొంగతనం చేసే మనిసి కాదు బాబూ నాయన్నాయన..." అంటూ అక్కడున్న వాళ్ళ కాళ్ళా వేళ్ళా పడుతోంది జోజిగాడి తల్లి.

"అంటే" అని కళ్ళు పెద్దవిచేసి కోపంగా చూశాడు నల్లచంటబ్బాయిగోరు "నేను చేసి ఆడి మీద పెడతన్నానేంటే?.... దొంగలంజా; ఆణ్ణికాదే, నీయమ్మ అసలు నిన్ను తన్నాలి చెట్టుకు కట్టేసి గుడిసెటి లంజా..." అని ఎగిరి – "అరేయ్ మోహనా, సావిట్లోకెళ్ళి తాడు తీసుకురారా; ఈడిక్కోదండం వేద్దాం. అసలు దొంగతనం చేశాడో లేదో ఆడే సెబుతాడు" అన్నాడు మండిపడిపోతూ.

మోహనరావు త్వరత్వరగా నల్లచంటబ్బాయిగారి చావిట్లోకెళ్ళి పెద్ద తాడొకటి తెచ్చాడు.

జోజిగాణ్ణి చెట్టునుంచి వూడదీసి తాడుకట్టి చెట్టుకొమ్మమీంచి వదిలారు. రెండోకొన ఇద్దరు ముగ్గురు పట్టుకుని లాగారు. పొట్ట దగ్గరు తాడు బిగించి కట్టడం మూలంగా జోజిగాడి పై ప్రాణాలు పైనే పోతున్నాయి. బాధతో అరుస్తున్నాడు. తల్లి కుప్పకూలిపోయింది. ఒంటిమీద తెలివిలేదు. పిల్లలు చుట్టూ చేరి గోలగోలగా ఏడుస్తూన్నారు.

అటూ, ఇటూ చూసి పెసాదుబాబు కాస్త ఎండుగడ్డి తీసుకొచ్చి కొమ్మ కిందేశాడు. ఎవరో కిరసనాయిలు తెచ్చిపోశారు వుత్సాహంగా దానిమీద. మోహన్‌రావు ఆ గడ్డికి నిప్పు పెట్టాడు. భగ్గుమంది.

జోజిగాణ్ణి కొమ్మకి రెండోవైపునించి మంట తగిలీ తగలనట్టూ కాలేట్టూ గుంజుతూ కేకలేస్తున్నారు.

దొరల్లోకొందరు "ఊరుకోండిర, ఇక చాల్లేగాని" అని చెప్పి తొరతొరగా వెళ్ళిపోయారు. ఆ కార్యం కుర్రకారుకి వొదిలి.

అంతలో ఎవరో పరుగు పరుగునొచ్చి నల్లచంటబ్బాయి చెవిలో గుసగుస లాడారు. నల్లచంటబ్బాయి ఇప్పుడు నిప్పుతొక్కిన కోతయ్యాడు.

"ఆ... రమ్మను, ఏ లంజాకొడుకొస్తాడో, అరేయ్ పెసాదూ మన కుర్రాళ్ళందర్నీ పోగెయ్యరా. మాల్లంజాకొడుకులంతా కర్రలేసుకునొస్తున్నారంట. చూద్దాం. ఇదెందాకపోతందో, ఇంటన్నావా; .... ఇదిగో ఇంకాత్త కిరాసనాయిల్దెచ్చి ఈడి మీద పొయ్యి ఆ వొచ్చిన్నా కొడుకులేం చేత్తారో చూద్దాం" అని గంతులేశాడు.

జోజిగాడి తల్లికి తెలివొచ్చి ఇటూ అటూ పిచ్చి పరుగులు తీసింది.

"బాబూ అయ్యా; మీ పాదాలట్టుకుంటా... నాకొడుకుని రచ్చించండి.... అయ్యా అయ్యా; ..." అని అందరి పాదాల మీద పడింది.

బోడిదీ, సంకురాత్తిరిగాడూ, సొరాజ్జెమూ తెగేడుస్తున్నారు. పెసాదు గబగబా ఇంట్లోకెళ్ళి సీసాతో సీసాడు కిరసనాయలు తీసుకొచ్చి జోజిగాడి మీద పోశాడు. అది కొంత కింద మంటమీద పడి మంట పెద్దదయింది. పెద్దదయినమంట జోజిగాడిమీదున్న కిరసనాయిలుకంటుకుంది.

తల్లి పరుగెత్తుకెళ్ళి కొడుకుని కావిలించుకుని స్పృహతప్పిపడిపోయింది.

బోడీ, సంకురాత్తిరిగాడూ, సొరాజ్జెం ఏడవడం మానేసి మొహాలు ప్రేతకళ పడిపోయి మతి చలించిన వాళ్ళలాగా వుండిపోయారు.

జోజిగాడిక్కట్టిన తాడు తెగి, వాడు గబుక్కున నేలమీద పడ్డాడు. అప్పటికే జోజిగాడు చచ్చిపోయాడు. జోజిగాణ్ణి చెట్టుక్కట్టడం దగ్గిర్నించీ, అదంతా పావుగంట సేపట్లో అయిపోయింది. వాడు చచ్చిపోయాడని తెలవగానే అక్కడున్న జనం ఒక్కొక్కరూ జారుకున్నారు.

అంతలో మాలపల్లి నుంచీ పొలాల్లోంచీ మాల మాదిగలు కొందరు పరిగెత్తుకుంటూ వచ్చారు.

జోజిగాడి తల్లీ, బోడీ, సంకురాత్తిరిగాడూ, సొరాజ్జెమూ తప్ప మిగతా ఎవరూ అక్కడలేరు.

వచ్చినవాళ్ళంతా చాలా ఆవేశంగా వున్నారు.

కొంతమంది బడితలేసుకుని శవాన్ని కాపలా కాశారు.

చీకటి పడకముందే పోలీసులొచ్చారు.

ఆ కేసు ఆరునెలలు నడిచింది. నల్లచంటబ్బాయి, ఒక ఎకరం పొలం అమ్ముకున్నాడు. మాలపల్లెలో నలుగురు యువకుల్ని జైల్లో వేశారు. జోజిగాణ్ణి పొలంగట్టున కొట్లాటలో చంపినందుకు.

...

గేదెల వెనక పేడ తట్ట లేసుకుతిరగడం, దుబ్బుల్లో తుప్పల్లో దూరి ముళ్ళకంప ఏరుకు రావడం, ఎండనకా వాననకా పొలాల్లో బడి గెంతడం.. ఇదంతా సొరాజ్జానికిప్పుడు వుత్సాహాన్నివ్వడం లేదు.

పలకలూ, పుస్తకాలూ సంచులూ పుచ్చుకుని చెరువుగట్టు మీద నుంచీ బడికెళ్ళేపిల్లల్ని చూస్తోంటే సొరాజ్జానికి బడికి వెళ్ళాలనిపిస్తోంది.

బళ్ళోకెళ్ళగానే అమ్మా, ఆవూ, ఇల్లూ, ఈగా అని పంతులయ్యలంటోంటే పిల్లలంతా మూకుమ్మడిగా అరవడం, ప్యాసు బెల్లుకీ, అన్నం బెల్లుకీ పిల్లలు ఉత్సాహంగా బయటికి పరుగులెత్తుకు రావడం... ఇదంతా సొరాజ్జానికి సందడిగానూ, సర్దాగానూ వుంది.

తండ్రినడిగింది బళ్ళోకెళ్తానని.

ఎంకడీమధ్య వో చిత్రమైన నవ్వు నేర్చుకున్నాడు. ఎవరేమడిగినా ఆ నవ్వు నవ్వుతున్నాడు.

"నూకల్లేవురా. ఎక్కడికన్నా పోయి ఎట్టాగొట్టా ఓ గిద్దెడన్నా వొట్టుకురారా;" అని భార్య అంటే, నవ్వుతాడు 'నూకలెందు'కన్నట్టు.

"యేంటా, ఎదవనవ్వు, నూకలు లేకపోతే పింగారి గానీ, ఆ ఎదవనవ్వు నవ్వమాక" అని ఖయ్యిమంటుంది పద్దాలు.

తిరపతి ఆ మధ్యనోసారి, "ఒరే అయ్యా; నేనీ పాలేరుపని సెయ్యలేన్రా, దొరలు కాల్చుకు తింటన్నార్రా. ఎక్కడన్నా ఒకెకరమో రెండెకరాలో తీసుకోరా, దున్నుకు బతుకుదాం" అన్నాడు.

దానికి ఎంకడు పిచ్చినవ్వు నవ్వాడు.

"ఎకరాలంటెకరాలు, ఎకరాలెక్కడియ్‌రా; ఏం బెట్టి చేత్తా ఎవసాయం" అని ఎంకడు కుక్కిమంచంలో కూలబడి శానా సేపు నవ్వాడు.

తిరపతి ఇప్పుడిప్పుడే లోకాన్ని తేరిపార చూస్తున్నాడు. తన తాతలు పాలేర్లే, తండ్రులు పాలేర్లే. తానూ పాలేరే. రేపు పెళ్ళి చేసుకుంటే తన కొడుకులూ పాలేర్లే. మనమలూ పాలేర్లే.

మాలపల్లంతటికి అయిదుగురికో ఆరుగురికో పొలాలున్నాయి. అదీ ఎంతా; ఎకరవోఁ, ఎకరంన్నరో. దుర్గడి కొక్కడికే రెండెకరాలుంది. మా గొప్పాస్తిలే. కాత్త సరుకున్నోడు ఆ దొరదో, ఈ దొరదో మగతాకి సెయ్యడవేఁగానీ, దిక్కుమాల్నోళ్ళకి అదీ దొరకదు.

"ఏంబెట్టిసేత్తా ఎవసాయం" అని తండ్రన్న మాటల్తో పుట్టెడు నిరుత్సాహం వొచ్చింది తిరుపతికి.

జోజిగాడి హత్య చూశాక చాలామంది మాల యువకుల ఆలోచనల్లో కొంత మార్పొచ్చింది. తిరుపతి అందరికన్నా ముందు పీఠినుండేవాడే.

సాయంత్రాలు దొరల ఇళ్ళ నుంచి రాగానే కుర్రకారంతా మాల రాములోరి గుడికాడ కూర్చుని తమకు జరుగుతున్న 'అన్నేయాల' గురించి ఆలోచిస్తున్నారు ఇప్పుడిప్పుడు.

అందుకే పాలేరు పని మానేసి 'సొతంత్రంగా' ఏవన్నా చేసుకు బతుకుదామని తండ్రిని కదిలిస్తే ఆ ఎర్రి నవ్వు నవ్వాడు తండ్రి.

"ఈడికి పిచ్చెత్తినట్టుందే అమ్మో" అన్నాడు తిరుపతి పద్దాలుతో.

"ఏమోరా; నాకూ అట్టాగే అనిపిత్తాంది. ఇదో కర్మొచ్చి పడింది గావున్రా దేవుడా" అని పద్దాలు పెద్ద మూలుగు మూలిగింది.

"బళ్ళోకెళ్తా" ..... నీ సిగ దరగ దొరల పిల్లననుకుంటన్నావేంటే; ఏం చేత్తా బళ్ళో కెల్లి; పంతులమ్మ పని చేత్తావా? నర్సమ్మ పనిచేత్తావా ఓసి నీ కడుపుడకా..." అంటూ ఎంకడు తల్చుకు తల్చుకు నవ్వాడు.

సొరాజ్జెం బెదిరిపోయి నాలుగురోజుల పాటు బడి సంగతి ఎత్తడం మానేసింది.

మళ్ళీ ఒకనాడు తల్లి ఇంటికి రాగానే "ఓలమ్మో;నన్ను బళ్ళోయెయ్యవే" అని గునుస్తూ అడిగింది.

కూతురు అట్టా అడగ్గానే పద్దాలికి ఒక్కసారిగా దుఃఖం పొంగుకొచ్చింది. కూతుర్ని దగ్గరికి తీసుకుని కళ్ళ నీళ్ళు పెట్టుకుని, వూరకుండి పోయింది.

మొగుడు చూస్తే మతి చెడి తిరుగుతున్నాడు. కొడుకు చూస్తే దొరల్తో గొడవలు. తనకి చూస్తే వుబ్బసం దగ్గు. పిల్లముండకి సదువెలాగ?

బడికి పంపాలంటే ముందు ముందు మాటల్తో జరిగేపనేనా? గుడ్డలు కొనాలి. పుస్తకాలు కొనాలి. పిల్లకి ఎనిమిదేళ్ళొస్తున్నాయి అప్పుడే. ఏ అనసూయమ్మలాంటి దొరసారి దగ్గరో పనికి పెడితే దాని బతుకది బతుకుతుంది.

"కూలి జేసుకుని బతికే మనబోటాల్ళకి సదువులెందుకే. అదే వన్నా కూడు బెడతందా ఏవన్నానా" అంది పిల్లని సముదాయిస్తూ.

స్వాతి 1981

సొరాజ్జెం, నవల

స్వేఛ్ఛ ప్రచురణలు, 2012, పుట. 63-69.

అమ్మంగి వేణుగోపాల్ (1948)

*

ఎండుటాకు

శిఖరాలమీద కుట్ర జరుగుతున్నప్పుడు
జలపాతం పంటకాలువై తన పొలంవైపు రాదని
రైతుకు తెలియదు
వెన్నెముకను నాగలిచేసి దున్నటం ఒకటే తెలుసు
అరచేతి గీతలు అరిగేదాకా విత్తనాలు చల్లటం ఒకటే తెలుసు
ఇంతచేస్తే
బీడుపడ్డ కళ్లలో కనీసం కలల పంటలైనా పండలేదు
ఏడాది పొడుగునా ఒకటే-ఆకలి రుతువు
ఏరెండిపోయింది
పొలం తాకట్టులో వుంది
తెగనమ్ముదామంటే
పొలంలో తరతరాల ఆత్మ వుంది
ఎక్కడికి వలస పొమ్మంటావు?
నీవు
దారిద్ర్యరేఖకు ఆకుపచ్చరంగు పులిమి
హరితవిప్లవం అని అరుస్తున్నప్పుడు
ఎండుటాకులు ఏమని వ్యాఖ్యానించాయో
నీకు తెలుసా?

దురదృష్టవశాత్తూ
రైతుకు ఎండుటాకుల భాష తెలుసు.

రైతు కవిత, సం॥ పాపినేని శివశంకర్, బండ్ల మాధవరావు, ఎమ్వీ రామిరెడ్డి, మువ్వా చిన బాపిరెడ్డి మెమోరియల్ ట్రస్ట్, గుంటూరు, 2004. పుట. 34.

రాచపాళెం చంద్రశేఖరరెడ్డి (1948)

*

కరువుగడ్డ

జొన్నరొట్టె గొడ్డుకారం రాగిముద్ద ముద్దపప్పు
సద్దంబలి ఎండూరగాయ జాత్యన్నమైన సీమకు
మనిషిని మోడును చేసి
కన్నీటిని పరమాన్నంగా వడ్డిస్తున్నది కరువు
దేశపటంలో ఒక మూల విసిరివేయబడ్డ
బీడుపడ్డ ఈ కరువుసీమ

కరువు

సీమ ముంగిట పెరిగిన వింత తరువు
దాని లీలలు అనంతం
బిడ్డలాంటి పశువును అడ్డంగా అమ్మిస్తుంది
గుట్టంత చెట్టును నిలువుగా నరికిస్తుంది
మనసైన మనిషిని మృగంగా మలుస్తుంది
ఎండముఖం ఎరగని కన్నెనైనా
నీళ్ల కడవ చేతికిచ్చి మైళ్ళ కొలదీ నడిపిస్తుంది
చిరునవ్వులు చిందిస్తూ మీసాలు మెలేసే
రైతన్న గర్భ సముద్రంలో బడబాగ్నిని రగిలిస్తుంది
చెమట నదులు పారిస్తూ భూమిని పులకరింప జేసే
కూలన్న కుంపటిని ఆర్పేస్తుంది
కొత్తపెళ్ళికూతుర్ని మెత్తగా కాటికి పంపిస్తుంది
అప్పుడే పుట్టిన బిడ్డకు కుప్పతొట్టిని సైదుకాల్వను

ఇల్లు వాకిలి చేస్తుంది
ఊళ్ళకు ఊళ్ళు ఖాళీ చేయించి
మనుషులను వలస పక్షులుగా మారుస్తుంది
ఇంద్రధనుస్సు తూర్పుగాలి తోక పైకి లేచిన లేగదూడ పరుగు
రంగస్థలం మీద తెరవాలుతున్నట్లుగా కొండల మీద వానదిగడం
చిన్నపిల్లల కేరింతలు - ఇది
సీమప్రజలకు అరుదైన దృశ్యం ఏడాదిస్వప్నం
ఆకలి చావుకన్నా వరద చావే మేలు
అనునిత్యం నలిగి నలిగి అలమటించి అలమటించి
తెలిసీ తెలియకుండా కన్నుమూసేకన్నా
కళ్ళముందే కొట్టుకుపోతూ కన్ను మూయడం ఎంత హాయి!

కరువు

సీమ ముతాల ముంగిట కల్పతరువు
రాళ్ళమీద సప్తస్వరాల్ని పలికించి
రాతి గుండెల్ని సైతం కరిగించిన సీమలో

కరువు

మనిషికి రాతి గుండెను అతికించి స్నేహానుబంధాల్ని తెంపి
మనుషుల్ని ఉల్కలుగా రాలుస్తున్నది
మనిషిగా పుట్టవలసిన వాడిని వేటకుక్కగా పుట్టిస్తున్నది
మనస్వి కావలసిన వాడిని కసి తపస్విగా చేస్తున్నది
కరువు చెట్టునిండా పథకాల కొమ్మలు సాగి నిధుల కాయలు
కాస్తున్నాయి
పదవుల కంచె కాపలా కాస్తున్నది
అయినా కాయలు మాత్రం మాయం
కరువు మాత్రం పదిలం.

రచనా కాలం : 1998

<u>రైతు కవిత</u>
సం॥ పాపినేని శివశంకర్, బండ్ల మాధవరావు, ఎమ్వీ రామిరెడ్డి.
మువ్వా చినబాపిరెడ్డి మెమోరియల్ ట్రస్ట్, గుంటూరు. 2004, పుట.118,119.

ఎన్. గోపి (1948)

సరిహద్దు గ్రామాలు

ఎప్పుడు ఎవరు చస్తారో తెలియదు
చస్తారు కూడా.
చీకటి
చనిపోయినవారి నీడలా వ్యాపిస్తుంది.
సరిహద్దు గ్రామాల్లో
హద్దులు లేని అభద్రత.
భయం కూడా అలవాటయిపోతుంది
రోగం లాగ.

ఒక్క పూటలో
జీవితాన్ని రవాణా చేయటమంటే
మాటలు కాదు..
దాని కన్న
ప్రాణాలు వదలటమే సులభం.

తట్టా బుట్టా సర్దుకోవచ్చు
అనుబంధాలనూ జ్ఞాపకాలనూ
ఊడ్చి గంపకెత్తుకోడం
ఎంత కష్టం!

అవతలి వైపునుంచి
తుపాకులు పేలుతుంటాయి.

జవాబుగా ఇక్కడి నుంచి కూడా.
గత యుద్ధంలోని క్షతగాత్రులు
నిన్నటిదాకా హీరోలు
ఇవాళటి నుంచి
వారిని ఎవరూ పట్టించుకోరు.

కోతకొచ్చిన పొలాలనేం చేస్తావు
నెలల తరబడి ప్రవహించిన
చెమట నదుల నేం చేస్తావు
జీవితాంతం దాకా
పసిపిల్లల కనుల్లో మెదిలే
పీడకలల నెలా తొలగిస్తావు.

అయ్యో!
క్షణక్షణం చావటం కంటే
ఒక్కసారి మరణం మేలు.
టపాకాయలు కాల్చడం కంటే
తేలిపోయే యుద్ధం మేలు

దేశభక్తి మంచిదే
ఈ బలవంతపు దేశభక్తే విషాదం.

యుద్ధమంటే మనకు వార్త
వారికి అంతులేని అవస్థ
సరిహద్దు అంటే మనకు దేశపటం
వారికి
చావు బతుకుల మధ్య గీసిన గీత.

ఆంధ్రజ్యోతి, వివిధ, 2017

గద్దర్ (1949)

*

లస్కరు బోనాలంట

ఇయ్యాల్ల రేపంట
లస్కరు బోనాలంట
మన బోనా లెన్నడమ్మో–ఓ బాలమని
మన బోనా లెన్నడమ్మో–ఓ బాలమని ॥ఇయ్యా॥

ఉతికిన చీర లేదు
మారు దొడగరైక లేదు
బోనానికి బొట్టులేదు
కాలమ్మకు కోడిలేదు
బోనమెట్ల దీద్దామయ్యో–ఓ బావయ్యో
ఏమానిమొక్కుదమయ్యో–ఓ బావయ్యో ॥ఇయ్యా॥

పసిపిల్ల లున్నారు
పరులమొకం జూస్తారు
మల్లొచ్చే దినంకల్ల
మంట్లెనో ఇంట్లేనో
యాడాది కొక్క దినం
యాడనన్న పుట్టిచ్చి
కోడిపుంజ కొయ్యేపిల్లో–ఓ బాలమని
కొబ్బెర బిర్యానొండే పిల్లో–ఓ బాలమని ॥ఇయ్యా॥

పండుగింట్ల పీనుగెల్ల
పండుగెనుక పండుగొచ్చె
పండుగ పేరుజెప్పి
అల్లుడొచ్చె బిడ్డొచ్చె
బిడ్డని తోల్క పోను
ఇయ్యపురాలూ రానే వొచ్చె
కల్లు సారా దాపకుంటె
మాటా మర్యాద బోయె
ఆ పూటకు లేనోల్లమో–ఓ బావయ్య
అప్పుల పాలైపోతామో–ఓ బావయ్య ॥ఇయ్యా॥

అప్పు అప్పంటావు
ఏమంత అప్పు మనది
తెచ్చెటోన్ని నేనైతి
తీర్చెటోన్ని నేనైతి
ఉడక బెట్టెయ్యనీకి
ఊ....ఆ....అంటుంటావు
చిన్నోడు చేతికందితే–ఓ బాలమని
జీతముంచి తీర్చుదాములే–ఓ బాలమని ॥ఇయ్యా॥

దొరకంట్ల బడకుండ
బిరబిరా నడవాలె
సుక్క బొడువక ముందే
పక్కూరు కెల్లాలె
ఒక వేళ దొరగాడు
బండి కడ్డము దల్గితె
గనిని కాడికి దెచ్చి
గావు బట్టి పోవాలె ॥పోదాం॥

వడ్డీల సేటును
కనిపెట్టి నడవాలె

ఎనుక ముందు జూసి
బండి ముందు నడుపాలె
ఒక వేళ సేటుగాడు
బండికడ్డము వొస్తె
ఏనే గుండ్లాకాడ
ఎముకలిర్సిపోవాలే ॥పోదాం॥

నాకపక్క నుండి
నక్కి నక్కి పోవాలె
పిల్ల లేద్వాకుండా
పాలిచ్చుకొవాలె
ఒక వేళ ఆమీన్‌గాడు
బండికడ్డము దల్గితె
బండి కిరిసి గట్టి
బొక్కలిరిసివేయాలి. ॥పోదాం॥

అముద్రితం

దేవిప్రియ (1951-2020)

*

ఒక రుతుగీతం

రుతువు లొస్తాయి
రుతువులు పోతాయి
చలివేంద్రాలూ, చలిమంటలూ
బతుకు మారుతోందని
గుర్తు చేస్తుంటాయి
పురవీధుల్లో కవాతు చేసే సైనికులు
సచివాలయానికి కాపలాకాసే
పోలీసులు
దేవాలయాలకీ, మసీదులకీ
పహరా ఇచ్చే భద్రతాదళాలు
మనం బందీలమై తిరుగుతున్న
మహాలోక పంజరాన్ని జ్ఞాపకం చేయడానికేనా...
రాజ్యాంగంలో ఏముందో
రాగులు పండే నేలకేమి తెలుసు
ఎర్రజొన్నలు ఎవరి కోసం విత్తుతారో
ఎక్కడో కురిసిపోయే వానకేమెరుక...
రుతుసంహారంలో కాళిదాసు ఏమన్నాడో
ఈ రుతువైరాగ్యసీమలో
చీమకి చిక్కిన పంచదార కణానికెందుకు?

గంధకుటి కవితా సంకలనం
సమతా బుక్స్, సికింద్రాబాద్, 2009, పుట. 8.

చిలుకూరి దేవపుత్ర (1951-2016)

*

విలోమం

ఈ ఆదివారమే కాదు, ఏ ఆదివారమూ నాకు సెలవు దినంగా అనిపించదు. ఆఫీసు పని తప్పినా, వంటపని తప్పదు కదా...

"రాధా! టీ త్వరగా, మా వాళ్ళు వెళ్ళిపోవాలని ఆత్రపడుతున్నారు" అంటూ నన్నుద్దేశించి జీవన్ బయటి గదిలోంచి కేక!

"ఆ వస్తున్నా!" అంటూ బదులు కేక వేశాను.

అయిదు నిమిషాల్లో అందరికీ టీలు అందించాను. జీవన్ అక్కడ కూచుని వున్న నలుగుర్నీ ఓసారి పరకాయించి చూసి-నల్లగా, సన్నగా వున్నాయన్నుద్దేశించి 'చూడు మిస్టర్ జయరాజ్-మా మిసెస్ రాధ' ఇర్రిగేషన్ డిపార్ట్‌మెంట్‌లో టైపిస్టు' అనేసి నవ్వుతూ నా వైపు చూస్తూ 'హి ఈజ్ జయరాజ్- మా కొలీగ్-కొత్తగా మొన్ననే మా ఆఫీసుకు ట్రాన్స్‌ఫరయి వచ్చాడు" పరిచయం చేశాడు. ఇద్దరు పరస్పరం నమస్కారాలు చేసుకున్నాం. జీవన్ పక్కనే వున్న కుర్చీలో కూచున్నాను.

"మిస్టర్ జయరాజ్! మీకు తెలీదనుకుంటా మాది ఇంటర్‌కేస్ట్ మారేజి. వర్ణాంతర వివాహం! నా కులం మీకు తెలుసు కదా...ఇంక ఈమె కులం మాల, మీ కులమే ఎస్సీ...ఈ రకంగా మీకూ, నాకూ పరోక్ష బంధుత్వం వుందన్న మాట!" అంటూ నవ్వుతున్నాడు జీవన్. జయరాజు ఇబ్బందిగాను, తక్కిన ముగ్గురూ అమితానందంగానూ నవ్వుతున్నారు.

అక్కడ ఎందుకు కూచున్నానా అని సిగ్గుపడుతున్నాను నేను. ఇప్పుడు ఇక్కణ్ణుంచి వెళ్ళిపోవడమెట్లా? జీవన్ ఎప్పుడూ ఇంతే-సమయం సందర్భం

వుండదు. సందు దొరికితే చాలు, తను వర్ణాంతర వివాహం చేసుకున్నట్టు చెప్పుకుపోవడమే.

"జయరాజు అంత లక్కీ ఫెలో ఎవరూ వుండరు రాధా! మూడేండ్ల కిందట జూనియర్ అసిస్టెంట్‌గా మా డిపార్ట్‌మెంట్‌లో చేరాడా! అప్పుడే సీనియర్ అసిస్టెంట్ అయ్యాడు. రేపో ఎల్లుండో డిప్యూటీ తహసిల్దారవుతాడు" అంటూ జీవన్ చెబుతోంటే జయరాజు తల వంచుకుని టీ తాగుతూ వున్నాడు. జీవన్ అక్కడితో చెప్పడం ఆపలేదు. "ఇట్లా ఎస్సీలకి గవర్నమెంట్ మంచి చేయూత నిస్తూ వుండటం మనమంతా నిజంగా గర్వించతగ్గ విషయం. ఏమంటారు శేషయ్య!" అంటూ సోడా బుడ్డీ అద్దాల మనిషిని అడిగాడు జీవన్. 'నిజం మీరు చెప్పింది' అన్న అర్థం వచ్చేలా తల ఆడిస్తూ నవ్వాడు శేషయ్య.

"అసలు అంబేద్కర్ మన దేశంలో పుట్టడం ఈ దళితులకి గొప్ప మలుపు తెలుసా! రిజర్వేషన్లు అణగారిన కులాలకి వుండాలని ఆయన రాజ్యాంగంలో పొందుపరచడం దళితుల అదృష్టమే. మనం ఈ విషయంలో ఆనందించాలి" అన్నాడు శ్రీనివాసరావు.

'అవును మరి, తరతరాలుగా అణగారిన వాళ్ళకి ఎక్కడి నించి వస్తాయండీ అద్భుతమైన తెలివితేటలు!వాళ్ళ జీన్స్‌లో తక్కువతనం, తక్కువ భావన గూడుకట్టుకుని వుంటాయి కదా!' అన్నాడు మోహన్.

వీళ్ళల్లో ఒక్క జయరాజు తప్ప తక్కిన ముగ్గురూ ఏదో ఒక సెలవు దినాన ఇక్కడే జీవన్‌తో చదరంగమో, పేకో ఆడుతుంటారు. అందువల్ల వాళ్ళ మాటల్ని నమ్మలేక పోతున్నాను.

వంటింట్లో పాత్రలు దొర్లుతున్న శబ్దాలు...ఉరుకులు పరుగుల మీద వంటింట్లోకి వెళ్లాను. 'రోహిత్' గాడు నీళ్ళ గ్లాసుతో కనిపించాడు. 'ఏరా!' అన్నాను. మొహంలో రెండు మూడేళ్ళ పిల్లల్లో వున్న అమాయకత్వమే కనిపిస్తుంది నాకెప్పుడూ. వాడిని ఇంగ్లీషు కాన్వెంటులో వేసి ఎల్‌కేజీ, యూకేజీలు చదివించాలని జీవన్ చాలా ప్రయత్నించాడు. ప్రాథమిక విద్య మాతృభాషలోనే వుండాలనీ, ఆరేళ్ళ వరకూ స్కూలుకు పంపకూడదనీ తెలుగు బళ్ళోనే చదివించాలని నేను జీవన్‌తో పెద్ద పోరాటమే చెయ్యాల్సి వచ్చింది. ఆ పోరాట

ఫలితమే వాడు నెల క్రిందట తెలుగు బళ్ళో చేరడం. ఈ మధ్యనే జీవనే చేర్పించి వచ్చాడు. రోహిత్‌గాడు నీళ్ళు తాగేసి ఆడుకోడానికి వెళ్ళిపోయాడు.

బయట గదిలో జీవనూ, అతని కొలీగ్సూ దళితుల మీద చర్చలు సాగిస్తూ వున్నారు. వాళ్ళలో జయరాజు లేకుంటే ఆ చర్చాగోష్ఠి ఎంత తలకిందులుగా వుండేదో నాకు తెలుసు.

నాకు ఒక్కోసారి మనుషుల మీద నమ్మకం సడలడానికి ఒకే ఒక్క కారణం జీవన్! జీవన్, నేనూ జీవిత భాగస్వాములు కాకముందు ఇద్దరం ఒకే తరగతి వాళ్ళం–బి.ఎ.లో. అప్పట్లో అభ్యుదయ భావాలున్న విద్యార్థుల్లో జీవన్ మొదటివాడు. విద్యార్థి యూనియన్ లీడరుగా వుండేవాడు. కాలేజీ ఫంక్షన్స్‌లో ఎప్పుడూ నేను పాటలు పాడేదాన్ని. నా పాటలంటే జీవన్‌కి పిచ్చి! మా ఇంటికొచ్చి నా పాటల్ని టేపు చేసుకుని వెళ్ళేవాడు. మా అమ్మానాన్నలకు కూడా జీవన్ అంటే గౌరవమే. "మీ పాటల్లో లత గొంతులోని సౌకుమార్యత, సుశీల గొంతులోని తియ్యదనం ఉంద"ని మెచ్చుకొనేవాడు జీవన్. ఆ మాటలు వింటున్నప్పుడు ఎంత పొంగి పోయేదాన్నో చెప్పలేను.

అట్లా మా ఇద్దరికీ ఒకరిపై ఒకరికి అభిమానం పుట్టుకొచ్చింది. కట్నాలని తీసుకునే యువకుల్ని సంతలోని జంతువులంటూ విమర్శించేవాడు జీవన్. 'అంటరాని తనం' జాతికి మచ్చ, దాన్ని అసహ్యామైన పదంగా చెప్పుకోవాలి అని ఆవేశంగా అనేవాడు ఎప్పుడూ. అప్పటికే నేను దళితురాలినని జీవన్‌కి తెలుసు. బి.ఎ.కొత్తగా చేరిన రోజుల్లో సరదాగా 'క్లరికల్ కేడర్ గ్రూప్ ఫోర్' పరీక్షలు రాసి వుండడంతో 'ఎస్సీ' రిజర్వేషను కోటా కింద నాకు ఇర్రిగేషన్ డిపార్టుమెంటులో టైపిస్టుగా ఉద్యోగం వచ్చింది. దాంతో బి.ఎ. పూర్తి చేయకుండానే ఉద్యోగంలో చేరిపోయాను. తొలిసారిగా నీ జీవితంలో తొలి మలుపు అది. జీవన్ ఒకటే పొంగిపోయాడు ఆ రోజు. ఆ తరువాత ఒక వారానికి అనుకుంటా ఒక సాయంత్రం ఆఫీసు వదిలే సమయానికి బయటే కాచుకుని వున్నాడు జీవన్.

"ఆఫీసు వాళ్ళేమయినా అనుకోరూ నువ్విట్లా..." అన్నాను తగ్గు స్వరంతో..

మారు మాట్లాడకుండా దగ్గర్లోనే వున్న హెూటల్లోకి తీసుకుపోయాడు. ఒక మూలలో వున్న టేబుల్ ముందు కూచున్నాం. సర్వరు తెచ్చిన కాఫీ తాగుతున్నాం.

వున్నట్టుండి అన్నాడు జీవన్ "నేన్నిన్ను పెళ్ళి చేసుకోవాలనుకుంటున్నాను" అని. ఆ మాటతో కొన్ని క్షణాలు అవాక్కయి పోయాను. ప్రేమ ప్రస్తావన లేకనే పెళ్ళి ప్రస్తావన! నేను వింటున్నది కలో, నిజమో తేల్చుకోలేని స్థితి!

"అమ్మా, నాన్న అంగీకరిస్తే....అందులోనూ మీది పెద్ద కులం కదా!" అన్నాను. మనుషుల మధ్య కనిపించని పెద్ద కోటగోడ కులం అనిపించిందా క్షణంలో...మా నాన్న అన్నీ విన్నాక ఒకే ఒక్క మాట అన్నాడు "బాగా ఆలోచించగలదానివి-నీ నిర్ణయం కాదనను...జీవన్ నిన్ను పెళ్ళి చేసుకోవడంలో తన ఆర్థిక స్థితి దృష్టిలో వుంచుకున్నాడేమో... నీకీ ఉద్యోగం రాకుంటే నిన్ను పెళ్ళి చేసుకునేవాడా? ఆలోచించుకో" అన్నాడు. ఎంత హేతువాది అయినా ముసలితనపు చాదస్తంతో అలా మాట్లాడారేమో మరి అనుకున్నాను. నెల తరువాత మాకు పెళ్ళయిపోయింది. పెళ్ళయ్యాక బి.ఎ.పరీక్షలు పూర్తి చేసి, సెకండ్ క్లాస్‌లో పాసయ్యాడు జీవన్. మా నాన్న రికమెండేషన్‌తో ఒక ప్రైవేట్ కాన్వెంటు స్కూల్లో టీచర్‌గా ఉద్యోగం దొరికింది. అలా ఒకటిన్నర సంవత్సరం హాయిగానే గడిచింది. ఈ లోగా 'రోహిత్' పుట్టాడు. అప్పుడప్పుడు తనకు గవర్నమెంటు ఉద్యోగం రానందుకు బాధపడేవాడు. ఎప్పుడయినా 'ఈ రిజర్వేషను వల్లనే తనకు ఉద్యోగం రాకుండా వుందని' వ్యధకు గురయ్యేవాడు. అదృష్టం కొద్దీ ఆర్నెల్లకల్లా జీవన్‌కి రెవిన్యూ డిపార్ట్ మెంట్‌లో జూనియర్ అసిస్టెంట్‌గా ఉద్యోగం వచ్చింది. జీవన్‌లో నూతనోత్సాహం చోటు చేసుకుంది.

జీవన్‌లో 'దళిత ద్వేషం' నిప్పురవ్వ ఎప్పుడు పడిందో తెలీదు కానీ 'చుండూరు' లో హరిజనుల ఊచకోత సంఘటన జరిగినప్పుడు గానీ, అది బాగా రగులుకొని బయటపడలేదు. "వీళ్ళేం తక్కువ నా కొడుకులు కాదులే రాధా! ఆ భూస్వాముల ఆడవాళ్ళని అల్లరిపెట్టి వుంటారు... తక్కువ కులం నాయాండ్లు అట్ల నిక్కీ నీలుగుతుంటే -సంఘాలు పెట్టుకోని మిడిసి పడుతుంటే నరికెయ్యకుండా వుంటారా?" అన్నాడో రోజు ఉదయమే పేపరులోని వార్త చదివి.

ఆ మాటతో "ఇదేమిటి జీవన్! నువ్వేనా ఇట్లా మాట్లాడేది?" అన్నాను ఏమనాలో తెలీక.

"రాధా! నువ్వు ఆ కులం దానివి కాబట్టి కులాభిమానం పోగొట్టుకోలేక అట్లా ఆశ్చర్యపోతున్నావు. మంచిగా వున్నంత కాలం మా వాళ్ళు మనుషులుగా చూస్తారు. మించి పోయినారంటే అంతే."

కలుక్కుమంది నాకు...ఇంత ద్వేషముందా ఈ మనిషిలో అనిపించి ఏడ్చేసాను. ఒక వారం పాటు మా మధ్య మాటలు కరువైనాయి. ఆ తరువాత అప్పుడెప్పుడో మండల కమిషన్ సిఫార్సుకి వ్యతిరేకంగా తలెత్తిన ఉద్యమానికి బలంగా సపోర్టు చేస్తూ రెండో సారి బయటపడ్డాడు. గవర్నమెంట్ 'ఓట్ల వేట' నాటకంలోని అంతర్భాగమే రిజర్వేషన్‌లనీ, అంటరాని వాళ్ళకి నిజంగా అది కన్నీటి తుడుపేనని నేను ఎంత మొత్తుకున్నా జీవన్ చెవుల కెక్కనేలేదు.

☆☆☆

ఆ మరుసటి రోజు సాయంత్రం ఆఫీసు నించీ ఇంటికొస్తూనే మెట్లపైనే కూచుని వున్నాడు రోహిత్. మా ఇద్దర్లో ఎవరో ఒకరు ఆఫీసు నుంచీ వచ్చేవరకూ రోహిత్‌ని పక్క ఇంట్లో వుండేలా ఏర్పాటు చేశాను. అయినా ఒక్కోసారి ఎందుకో మెట్ల మీదనే కూచుండిపోతాడు వాడు. ఏరా! ఎంతసేపయింది వచ్చి! అన్నాను. 'చాలా సేపయ్యింది' అన్నాడు వాడు. తాళం తీస్తుంటే నా కొంగు పట్టుకునే వున్నాడు వాడు.

"అమ్మా! మా బళ్ళో నాకు పుస్తకాలు, కొత్త బట్టలూ ఇచ్చినారు ఇవిగో" అంటూ ఇంట్లోకి వెళ్తూనే బ్యాగ్ తీసి చూపించాడు. ముతకగా వున్న ఆకుపచ్చటి నూలు చొక్కా ఖాకీ నిక్కరూ...పదేళ్ళ పిల్లాడికి సరిపోయే డ్రస్సు అది. తెలుగు బళ్ళో చేర్పిస్తే పుస్తకాలూ, బట్టలూ ఇస్తారన్న మాట! అయినా నా మనసు ఎందుకో ఏదోలా అనిపిస్తోంది. లేని వాళ్ళనుద్దేశించి గవర్నమెంట్ ఇస్తోందేమో. అంతో ఇంతో కొనగలిగిన స్తోమత వున్న వాళ్ళం, మనం తీసుకోవచ్చా? ఇద్దరం ప్రభుత్వోద్యోగులమై వుండీ, ఇట్లా ప్రభుత్వం సొమ్ముని వృధా చేయడం మంచిది కాదనిపించింది.

రాత్రి భోజనాలయినాక రోహిత్‌గాడికి బళ్ళో ఫ్రీగా బట్టలూ, పుస్తకాలూ ఇచ్చిన విషయం చెప్పాను జీవన్‌తో.

"సర్లేవే–ఇస్తే ఇచ్చినారులే... నీ కొడుక్కి ఒక్కడికీ ఇచ్చినందువల్ల గవర్నమెంట్ దివాళా తీయదులే– నీకు ఇష్టం లేకుంటే ఏ అడుక్కునే వాడికో ఇచ్చెయ్యి" అన్నాడు సిగరెట్టు తాగుతూ.

నా మనసు కుదట పడలేదు. అందుకే ఉదయం గంట లేటు పర్మిషన్ లెటర్ జీవన్‌తో పంపించి స్కూలుకు వెళ్ళాను.

నేరుగా హెడ్మిస్ట్రెస్ దగ్గరికిపోయి విషయమంతా వివరించాను. "ఈ బట్టలూ, పుస్తకాలూ లేని పిల్లవాడికి ఇవ్వండి, పొరపాట్న మా వాడికి ఇచ్చారు" అన్నాను.

"మేము పొరపాటు పడలేదమ్మా–మీ పిల్లవాడు 'ఎస్సీ' కాబట్టి వాడి కోటాకు వచ్చిన పుస్తకాలు, బట్టలూ ఇచ్చాము" అంది హెడ్మిస్ట్రెస్.

"వాడు 'ఎస్సీ' అని ఎవరు చెప్పారు?"

"వాళ్ళ నాన్నే రాయించారు అప్లికేషన్‌లో 'ఎస్సీ' అని" అందామె.

నా తల దిమ్మెక్కిపోయింది.

రచనాకాలం: 26మే 1995

బంది కథా సంకలనం
పెన్నేటి పబ్లికేషన్స్, కడప, 2006, పుట. 98–101.

కె.ఎన్.వై. పతంజలి (1952 - 2009)

*

వీరబొబ్బిలి

భర్త కోసం కావడిపెట్టెలోంచి తీసిన పంచె, లాల్చీ పందిరిమంచం దండం మీద విసురుగా పడేసింది చిట్టెమ్మ.

అంతవరకూ పందిరిమంచం కింద పడుకుని వున్న బొబ్బిలి చిట్టెమ్మని గమనించి గతుక్కుమంది.

లేచి నిల్చుని, వంగి బయటికి వచ్చింది.

గదిలోంచి బయటకు వెళ్తూ గుమ్మం దగ్గిర ఆగి చిట్టెమ్మ కేసి చూసింది.

"ఏవండోయ్! తవరింకా తెవల్లేదేం? తొందరగా నలుగుబెట్టుకుని స్నానం చెయ్యండి. పంచె, గించే కట్టి, చెమలా, గిమలా చుట్టి తయార్ అవండి. ఈలోగా మీ రాజుగారు కూడా తయారైపోతారు. ఊరిమీదకి బయలుదేరే టైం అయిపోయింది గదా. బయలుదేరండి. బుక్కడాల వేళకి మాత్రం ఇద్దరూ ఠంచనుగా వచ్చేయండి వేళకి తినకపోతే ఆరోగ్యాలు పాడయిపోతాయి," అన్నది చిట్టెమ్మ.

అందులోని వెటకారం బొబ్బిలికి అర్థం అయింది.

నా వంటి మీద బంగారం లాంటి జూలుంది. నా చెవులే చక్రపగిడీ... తురాయిల్లాగుంటాయి. నాకేం ఖర్మ! పంచె గట్టుకుని చెమలా జుట్టుకునే.... నాకేమిటి అని బయటకే అనేద్దామని అనుకుంది గానీ చిట్టెమ్మ నోట్లో నోరు పెట్ట 'మన తరవా?' అనుకుని గదిలోంచి బయటికి వచ్చేసింది బొబ్బిలి.

అయితే నడిచినప్పుడు దర్పానికి పోతే చిట్టెమ్మ చేతికి ఏది దొరికితే దాంతో కొట్టేస్తుందని తెలిసి తోక బాగా కిందకి దించి మర్యాదగా నడిచింది.

ఈ మధ్దిన మరీ దారుణం అయిపోయింది...మరీ ఏ వూరకుక్కనో కసిరేసినట్టు కసిరేస్తోంది చిట్టెమ్మ... 'పరిస్థితి ఇలాగే వుంటే ఎప్పుడో ఒక రోజు ఫకీర్రాజునే పెదచావిట్లో నిలదీసి అడగవలసిన నాలుగుముక్కలు అడిగేస్తాను. నాకేటి బయ్యం అనుకుంటూ బొబ్బిలి నాలిగిళ్ళ వాకిట్లోకి వచ్చి నిల్చుంది.

"ఫకీరుబావా! ఫకీరుబావా!" అనే పిలుపు తూర్పు వాకిటి నించి వినిపించింది.

బొబ్బిలి తూర్పు నడవలోకి వచ్చి కిటికీలో నుంచి బయటకు చూసింది.

తూర్పు వాకిటిలో వున్న రాతి అరుగు మీద ఒక కొత్త మనిషెవరో కూర్చున్నట్టు కనిపించింది. బొబ్బిలికి పోయిన ప్రాణాలు లేచి వచ్చినట్టయింది తోక దానంతట అదే నిటారుగా లేచిపోయింది.

కొంపలో ఎలాగూ గౌరవం లేదు... కొత్తవాళ్ళయినా జడుసుకొని భయం, భక్తి ప్రదర్శిస్తే అదే చాలు. జాతికుక్క జన్మ ఎత్తినందుకైనా ఆ మాత్రం గౌరవం పొందాలి...అనుకుని అది గంభీరంగా నడుస్తూ నడవ దాటి తూర్పు వాకిటిలోని కొవ్వురాతి గచ్చు మీదకు వచ్చింది.

అరుగు మీద మనిషికేసి అది చూడలేదు. ఆ మానవుడు తననే కన్నార్పకుండా చూస్తున్నాడని దానికి తెలుస్తూనే వుంది. తూర్పు వాకిటికేసి చూస్తున్నట్లు నటించి ఊపిరి బిగబెట్టి ఛాతీ పొంగించింది బొబ్బిలి. చెవులు రిక్కించి, వెన్నెముక విల్లులాగ వంచి, మూపు మీద నల్లని జూలంతా రిక్కించి, గచ్చుమీద పాకుతున్న ఎర్రచీమని చూసి గుర్రుమన్నది. కోరలు బయటపెట్టి ఆ చీమని భయపెట్టాలని చూసింది. తరువాత అప్రయత్నంగా తిరిగినట్టు అరుగుకేసి తిరిగింది.

అంతవరకు అరుగుమీద చేరబడి, కుడికాలుకింద ఆన్చి దానిమీద ఎడమ కాలు షోకుగా చేర్చి కూర్చున్న కొత్త మనిషి బొబ్బిలి ఆర్భాటం చూసి ఎందుకైనా మంచిదని కాలుమీది కాలు తీసేసి సాధ్యమైనంతవరకు స్నేహపూర్వకంగా కనిపించడానికి ప్రయత్నించాడు.

అతని కళ్ళు తన కళ్ళతో కలిసీ కలియగానే బొబ్బిలి గుర్రుమంది. కోరలు చూపించి వంటి మీద జూలంతా నిక్కపొడుచుకొనేట్టు చేసింది.

అరుగుమీద మనిషి దగ్గర్నుంచి దానికి భయం వాసన వేసి వుత్సాహంతో పొంగిపోయింది.

అరుగుమీది పెద్దమనిషి రెండు కాళ్ళూ అరుగు పైకి లాక్కుంటూనే ఎందుకైనా మంచిదని ఓరకంట వెనక్కి చూశాడు.

అరుగుని ఆనుకుని చెక్క సున్నం జారిపోయిన గోడ కంటపడింది. అది తగినంత ఎత్తుంది.

"ఫకీరు బావా... బావా!" అని ఆ కొత్తమనిషి కాస్త కంగారుగానే పిలిచాడు.

శభాష్... ఇన్నాళ్ళకి ఒకడు దొరికేడు- చూపిద్దాం మన తడాఖా అనుకొని బొబ్బిలి అరుగువైపు మరో రెండు అడుగులు వేసింది.

కొత్త మనిషి లేచి అరుగుమీద నిల్చున్నాడు. అతని కాళ్ళ దగ్గిర కాన్వాసు బేగొకటి వుంది.

"ఛీ... ఛీ... ఛో... ముండా... కర్రిముండా," అన్నాడతను. బొబ్బిలి ఆ తిట్టుకు చిన్నబుచ్చుకుంది.

ఛీ... ఆఖరికి రాజుల లోగిళ్ళలో కూడా మర్యాదలు కరువైపోతున్నాయి అనుకుని.

"కాస్త మర్యాదగా మాట్లాడవయ్యా పెద్దమనిషీ! నేను అల్లాటప్పా కుక్కను గాదు. నాపేరు బొబ్బిలి! వీరబొబ్బిలి! వినే వుంటావు - మహాజాతైన, మేలైన కుక్కని. తాండ్ర పాపారాయిడి వారసులింట పుట్టినదాన్ని. అలాంటిలాంటి దాన్ని గాదు. నన్ను చూసి జడుసుకున్న వాళ్ళని ఏమీ చెయ్యనులే. కూర్చో బయ్యంలేదు." అంది బొబ్బిలి.

అరుగుమీది మనిషి మీసం మీద చెయ్యి వేశాడు.

"హు! నాకా? బయ్యమా? నాకు బయ్యమా? ఎవరనుకున్నావు నన్ను జూసి? నేను డెంకాడ పూసపాటి రాచబిడ్డను. ఒంటిపందితో హోరాహోరీ పోరాడి బతికినవాడ్ని. ఈటి సూరి అంటే నేనే. నేను నిన్ను చూసి దడుసుకోవడమేటి? అపర్దిష్ట." అన్నాడు ఈటెసూరి పౌరుషంగా.

విభా ప్రభాతములు ❖ 247

బొబ్బిలికి మండుకొచ్చింది. కర్రి సూరిగాడ్ని తొడబట్టి సీరేద్దునా... బాబుతో చెప్పుకొంటాడు...అనుకుని ఒక్క ఎగురెగిరి ముందుకాళ్ళు రెండు అరుగు అంచు మీద పడేలాగ దూకింది. అయితే డెంకాడ రాజు మరీ చురుకైనవాడు.

ఒంటిపందితో పోరి బతికినవాడు. అందువల్ల అప్పటికే అతను గోడ మీదకి ఎగిరేశాడు.

"పోనీ ఇప్పుడు జడుసుకున్నావా లేదా?" అని వెటకారంగా అడిగింది బొబ్బిలి.

"నీ మొహం. నువ్వు నన్నేం చెయ్యగలవ్?" అన్నాడు డెంకాడ రాజు గోడమీద వున్నాను గదా అనే ధీమాతో.

బొబ్బిలి వెనక కాళ్ళు కూడా అరుగుమీద పెట్టి అరుగుమీద నిల్చుని గోడ మీదకి చూసింది.

"నేను వేటకుక్కను. ఈ గోడ నాకొక లెక్కగాదు. పెద్ద చెట్టే అవలీలగా ఎక్కిపోగల్ను. కావలిస్తే మా గోపాత్రుడ్ని భోగట్టా చెయ్యి. నేను నిన్నేం చెయ్యను. భయపడినట్టు ఒప్పేసుకుని దిగిపో," అంది.

డెంకాడ సూరిబాబు గోడ మీదే చతికిలబడి కాలు మీద కాలు వేశాడు. "నేను దిగను...నాకిక్కడే నచ్చింది."

"నేనూ గోడెక్కితే..."

"నువ్వూ గోడెక్కితే నేను ఇల్లెక్కిపోతాను. నాతో నువ్వెక్కడ పోటీపడగలవు? అయితే నిన్ను చూసి భయపడిపోతున్నానని మాత్రం అనుకోకు. నీ అంతస్తెక్కడ? నువ్వు కుక్కముండవి. నేను జాతైన మనిషిని. అందులోను పూసపాటి ఇంటిబిడ్డను. నీతో సమానస్థాయిలో నిలబడ్డం నాకు నామోషి గాబట్టి నీ కంటె ఎత్తులో నిలబడాలని గోడెక్కాను. బోధపడిందా?"

"నాకీ లోగిట్లోను, ఈ ఫిర్కాలోనూ ఎంత పేరుందో నీకు తెలీనట్టుంది. ఇంట్లో మా ఫకీర్రాజుగారు లేకపోతే పడక్కుర్చీలో ఎవరు పడుకుంటారో

తెలుసునా? నేనే! ఇందాక మా చిట్టెమ్మ నన్ను గ్లాస్కో పంచె కట్టుకుని, లాల్చీ తొడుక్కుని, జరీ కండువా వేసుకుని, కుచ్చుపాగా జుట్టుకొని అలాగ పెదచావిట్లోకి వెళ్ళి రమ్మన్నాది. అంత మర్యాదగా, అభిమానంగా, గౌరవంగా జూసుకుంటారన్నమాట నన్ను. నాకూ నీకూ సాపత్యం ఏమిటి?" అన్నది బొబ్బిలి.

వీర బొబ్బిలి
ప్రమీలా పబ్లికేషన్స్, విశాఖపట్టణం, 2009, పుట.14-17.

బి.యస్.రాములు (1949)

*

బతుకు నేర్పిన పాఠం

"నీపేరు?"

"ఎర్రగొల్ల మల్లయ్య సారు...'

"ఏం పని చేస్తావు?"

"మేం గొల్లోల్లం....గొర్లు కాసుకుంటం..."

"జైలుకెందుకొచ్చినవ్?"

"ఎవ్వన్నో సంపినమట. ఎవడో యావజ్జీవ శిక్ష ఏయించిండు...."

"ఎంతమంది పిల్లలు? అసలేం జరిగింది? వివరంగా చెప్పు..."

"ఏం జెప్పాలె. ఎక్కడికెళ్ళి మొదలెట్టాలె. మా వూరి పాత సారెదారు సాబుకు అయిదునూర్లిచ్చిన. రెన్నెల్లు గాక ముందె ఈ దొరచ్చిండుదొర. ఆ పోయిన దొర ఈ దొరకు చెప్తనన్నడు దొర. ఈ వచ్చిన దొర గదేం తెల్వది ఆరున్నొక్క నూర్లిత్తైనే సరె లేపోతే లేదంటే యిచ్చి మేపుకొంటున్న దొర. అవిచ్చి రెన్నెల్లు గూడ గాలేదు. ఇంక నాల్గు నెల్లదాక ఒక్క పైసదుగద్దు దొర".

"ఏదీ నీ రసీదు తే"

"రసీదెక్కడిది దొర. రసీదిమ్మంటే యాడాద్దాక మేపుకోనిచ్చె జిమ్మెదారి నాది అన్నడు దొర"

"అంతా అబద్ధం సార్"

"అవద్దం అనంగనే నేనిచ్చిన పైసలు ఉత్తగనే కొట్టుక పోతయా? గొల్లరాజడు, కిట్టడు, ఎంకడు అందరం ఒకటే సారిత్తిమి. ఇంకాల్లను పిలిపిచ్చి అడుగు(ని దొర".

"అరేయి. గవన్ని మాకు జెప్పకు. పన్నెండు వందల రూపాయలు దండుగ గట్టాలె లేపోతె గొర్లన్ని ఛలాన్‌జేత్త ఫో పోయి తీస్కరాపో"

"ఇయ్యాల ఏడ దొరకుతయి బాంచెను! రేపు పొద్దుగాల యిత్త. ఏడుంటరు?"

"దొర గడీల ఉంట. పొద్దున్నె తేవాలె. తిని పన్నెండు గంటలకే పోవాలె"

"అయ్య గొర్లన్ని నాయిగావు. సగం దొరయున్నె. మగిలిన సగంల సగం ఊరోల్లయి...సగం నాయి దొర. నా ముప్పయి గొర్ల మందం దండుగ నేనిత్త. దొరయి దొరనడుగు(ని బాంచెను. ఊరోల్లను గూడ మీ దగ్గరికి తోలేత్త. ఎవలయి ఆల్లనడుగు(ని."

"గవన్ని మాకు తెల్వయి."

"ఊరోల్లయంటే నేనే అడిగిత్త. నేనే గడ్త. దొరయన్న మీరడుక్కో(ని"

"మల్ల గట్లనే అంటవు. గదేం తెల్వది మాకు".

"అయితే గొర్లని ఉంచుకో(ని. ఏంజేత్తరో....నేను గూడ జూత్త"

"అరేయి బాగ మాట్లాడుతున్నవేందిర"?

"లేక పోతే ఏంది? దొరయింట్ల పంటరు. దొరయింట్ల దింటరు. దొర దండుగ నన్ను గట్టుమంటరు. మీకే సాగచ్చిన మాటలా"?

"ఈలం...కొడుకును కట్టేసి జీపులెయ్యి(ని..."

"ఏందయ్యో! ఊకున్నాకొద్ది లావు మాట్లాడ్తాన్నవు, నన్ను ఇదువరదాక చెట్టుకు గట్టెయ్యమన్నవు. ఇపుడు కట్టేసి జీపులెయ్యి మంటున్నవు. ల...కొడుకు గింజ కొడుకు అని తిడుతాన్నవు. మంచిగ మాట్లాడరాద?"

చెంప ఛెళ్ ఛెళ్ మన్నది.

"కొట్టుర్రి. ఇంకగొట్టుర్రి ఒంటిగ జూసి నలుగురు గలిసి కొట్టుర్రి. మీకు గింత కన్న ఎక్కొ ఏం సాదనైతది. గొల్లొన్ని దొరికిచ్చుకోని కొడుతార్రు. ఈ మందల సగం గొర్లు దొరయి. గా దొరను గొట్టుర్రి సాదనైతే...నాకు కూలన్న యియ్యడు....ఎట్టి గాయాలె. నేనంటే గరీబోన్ని....ఈ ఊర్లె బతికెటోన్ని. మీకేమైంది అడుగుటానికి? దొరయింట్ల దినుకుంట దొరయింట్ల పండుకుంట ఉండచ్చు గని దొరనడుగ సాతగాద సదువుకున్నొల్లకు మీకు? సర్కారునౌకరీ చేత్తార్రు? గరీబోన్ని బక్కసక్కటోన్ని గొట్టుడు సాతనైతాది?"

ఛెళ్ ఛెళ్....చేయినొప్పి పుట్టి ఊకున్నడు. పండ్లల్ల కెల్లి నెత్తురు గార్తాంది.

"సాలయిందా! కొట్టి సెయినొత్తందా? ఇంక గొట్టుర్రి సంపుర్రి. గాదొర నడుగుటానికి కలేజాలేని ఆడిగుల్లముం.... కొడుకుల్లార కొట్టుర్రి. ఆదు వెట్టింది దిని సంకలు గొట్టుర్రి. దొంగకట్టె తోటి పట్నంల అల్లుని కోటి, కొడుక్కోటి బిల్డింగు కట్టిచ్చిండు. గా దొరనేమనకుర్రి. మమ్ములనే తన్నుర్రి. అడివిల మేసే గొర్లకు దండుగలెయ్యిర్రి. గొర్లు ఆడివిల మెయ్యకపోతె ఏడ మేత్తయి. పొలంల మేపన్నా? థు! త్తెరి! సర్కారు కునా మొ... గిదేం సర్కారు?"

"అరేయి మల్లిగా తాగిందింక దిగలేదా? నిన్న బాగదాగి ఆల్లనేమో అన్నవట?"

"నేనేడ దాగిన బాంచెను"

"ఛత్! మల్ల ఎదురు మాట్లడ్తవేందిర? ఊల్లె ఉండబుద్దైత లేదా?"

"ఏదో మీ దయ బాంచెను. నా కేమ్మాట్లాడత్తది. గొల్లెక్కి యిల్లెక్కిరోన్ని"

"పెయిల భయం బెట్టుకోని మెదులు"

"అయ్యా...!"

"ఆ మీరెటచ్చిర్రు?"

"అయ్య గొల్లోల్లందరు మేమచ్చెదాక ఒకటే పట్టు పట్టిర్రు"

"ఏంటిదట?"

"దండుగ మేమెందుకుగడ్తం? కూలి దీస్కుంటలేదా? ఆన్న అడివిల ఎవడు మేపమన్నడు?"

"ఆడే గడ్డడు మీరు వోన్రి....మొన్న పోచంపాడు కాల్వకింద వోయిన పాలం పైసలచ్చె గదర. ఏంజేసినవు? ఇక్కడిక్కడోల్లకు సిన్నోల్లకైతే నేను మా జెప్తుగని ఈ చెకింగు పార్టీ వరంగల్ నుంచి వచ్చింది. ఈల్లు చెప్తె యినెటోల్లు గాదు. తే...ఫో...."

"వరంగలోల్లు అచ్చినపుడు పన్నెన్నూర్లు దీస్కోని యిచ్చిన రసీదు యిన్నూరుకే ఉన్నదట దొర! అవిచ్చి గూడ నాల్నెల్లు గాలేదు. మల్ల సైసలనవడ్తిరి?"

"గదంత నాకు దెల్వది. నీకు ముందుగాల్నే జెప్తున్న, చౌకీదారుకిచ్చిన, సారెదారుకిచ్చిన అని ఆపీసర్లకు చెప్పద్దు. ఆల్ల మామూల్లు వేరే. మల్ల దండుగలు వేరేగట్టాలె. నా కొప్పుకున్నయి నాకియ. నిన్న ఏమన్నవు. యియ్యాల తెత్తనన్లేదా? మల్ల మొదటి కచ్చినవు?"

"రాజిగాని దగ్గరున్నె పిలుసుకత్తాగు....రాజిగో...రాజిగో...రారో...."

"........."

"ఎఁరా ల.కొడుకును...గొడ్డలి మెత్తగ లేదేమిరా...సంపు...లం...."

"అమ్మో....సత్తి...." సారెదారు.

"అయితే మీ ఇరువై మందికి జైలు సిక్షలు పడ్డాయా"?

"నలుగురికే పడ్డయి. యిండ్లనే ఉన్నరు".

"మరియిపుడు మిమ్ములను విడదల చేస్తే భార్యా పిల్లలతో పని చేసుకొంటూ సుఖంగా ఉంటారా?"

"నా పెండ్లాం సచ్చిపోయింది. పోరగాన్లు పట్నంల వోటల్ల సిప్పలు గడుగుతాన్రట. ఆడిపోర్ని మేనమామలు సాదుతాన్రట"

"మరేంజేస్తావు"?

"మమ్ముల యింటిగ్గాకుంట, కాటిగ్గాకుంట జేసిన దొరను జంపినంక మాట...."

"దొరేమన్నడు"?

"అన్నిటికి అసలు కారణం దొర! దొర పొలంలకెల్లి పోచంపాడు కాల్వ వోతాంటె దాన్ని వంకర దిప్పిచ్చి నా పొలం మునుగొట్టిండు. దొరగొర్ల కోసం

నా తోటి దండుగులు గట్టెచ్చి బాకీలపాలు జేసిండు. అడివిల సంపుతె ఎవడు జూత్తడని.... అనుకుంటే...గిదే సందని దొర అడివిల కట్టెంత అమ్ముకోని అది మేం జారగట్టినమని.... దాన్ని పట్టుకుంటె సారెదార్ను మేం సంపినమని దొంగ గవాలు (సాక్ష్యాలు) పెట్టి మమ్ముల పోలీసులకు వట్టిచ్చి జేల్లేపిచ్చిండు దొర."

"జరిగిందేదో జరిగిపోయింది. మేం నీకు సహాయం చేయడం కోసం వచ్చినం. నీ అభిప్రాయం మార్చుకుంటే నిన్ను ప్రభుత్వం విడుదల చేసేట్టు చేస్తాం. ప్రభుత్వం ఏదన్న ఆర్థిక సాయం చేస్తుంది. నీ బ్రతుకు నువ్వ బతుకొచ్చుగద?"

"గీ సర్కారా! నాబతుకు నన్ను బతుకనియ్యలేదు. మల్లనా బతుక్కు సాయం జేత్తదా! కల్ల..."

"మేం వచ్చింది అందుకే. అఖిల భారత మానవతావాదుల సంఘం, జీవకారుణ్య సంఘం తరపున వచ్చాం. సాయం చేయిస్తాం. పునరావాసం చూపిస్తాం".

"అయితే ముందుగాల సర్కారు జేసిన తప్పు సరిదిద్దుర్రి...నా యెకురం భూమి నాకిప్పియ్యుర్రి. నా పెండ్లాన్ని నాకు బతికిచ్చియ్యుర్రి...నా పోరగాన్లను మీ పొలగాండ్ల తీరుగ సదువియ్యుర్రి. మా పొలగాండ్లను మీ తరీక సదువుకున్నొల్లు జేసే మంచి నౌకర్ల వెట్టియిర్రి...గప్పుడు సర్కారు జేసే సాయం సంగతి మాట్లాడుకొందాం."

"కాలాన్ని వెనక్కి తిప్పడం ఎవరితోని కాని పని. ఏ దేవుడు కూడా కాలాన్ని వెనక్కి తిప్పలేదు. ఇంకేమన్నా అడుగు."

"అంతగనం నేను ఏమడిగిన? నా బతుకు నాకు ఇమ్మన్న! ఇది సాతగానోల్లు మాకెట్ల సాయం చేత్తరు? ఏమనుకొని వచ్చిర్రు? ఇగ ఎందుకచ్చిర్రు మరి?"

"ఏదో పాపం సాయం చేద్దామని వస్తే చాలా మాట్లాడుతున్నావ్!.... నీ ఆశకు అంతులేనట్టుంది..."

"లావు కోపమత్తాంది మీకు? ఏమి అడిగిన్నయ్యా?...ఏదో పాపం అని అంటున్నారు?...మేం ఏం తప్పు చేసినం?....ఏం మాట్లాడుతున్నారయ్యా....గొల్ల

కులం ఇయ్యాల్ల పుట్టలే...గొర్లు ఇయ్యాల్లనే పుట్టలే...శ్రీకృష్ణుడు పుట్టక ముందట్నుంచి గొల్లోల్లున్నరు. గొర్లున్నయి. ఎనుకట్నుంచి గొర్లను ఎవల యిండ్లల్ల ఆల్లు మేపలేదు. అందరు అడివిల్నే మేపిన్రు. అట్ల అడివిల మేపినందుకు శ్రీకృష్ణున్ని దేవుడని మొక్కుతాన్లు. నేనదే పనిజేత్తె నన్ను గీ గతికి దెచ్చిన్రు...ఎనుకట్నుంచి అడివిల మేసె గొర్లు యియ్యాల్ల మేపద్దంటే ఏడ మేపుతరు? మరి గంత గుణమున్న సర్కారు గొర్రె కూర దినద్దని...గొర్లను సాదద్దని అనచ్చుగద. నేనుగొర్ల నిడిసిపెట్టె బర్లను సాదుతుంటి. గొర్రె కూర ముద్దేగని గొల్లోడు ముద్దుగాదా? ఆడుఎట్ల జాత్తడు అని ఏమన్న ఉన్నదా సర్కారుకు?"

"నీ తల తిక్క నీదే. అందుకే ఇక్కడ వున్నావు...అసలు ఇవన్నీ నీకు ఎవరో నేర్పుతున్నారు."

"ఎవరు నేర్పేదేంది? నా బతుకు నాకు కావాలని అడుగుడు తప్పా?"

"నీదేం తప్పులేదు....మాదే పొరపాటు...ఎంతో కష్టపడి నిన్ను వెతుక్కుంటూ ఇక్కడిదాకా రావడం మాదే బుద్ధితక్కువతనం."

కథాకాలం ***1974***...*రచనాకాలం* ***1979***

కాలం తెచ్చిన మార్పు, కథల సంపుటి
విశాల సాహిత్య అకాడమీ, హైదరాబాద్, ***2013,*** *పుట.96-101.*

కత్తి పద్మారావు (1953)

*

పురిటి వాన

ఇంటి మూలల్లో
పగటి చీకట్లో
నా పొత్తిళ్ళలో
పసికందు మూలుగు
నన్ను సుడిపెడుతుందే
అమ్మా!

కాలం కాని కాలంలో
ఏందే ఈ వాన
ఆకాశమంతా
గుండెల్లేని నల్లకొండల్లా
బద్దలవుతోంది

ఆయువు పోతున్న దీపం బుడ్డి,
పసిబిడ్డ అరమూసిన కనుల్లోని
వణుకుబాస కొసరి కొసరి
నా పాణం గుంజుతుందే

ఆకు సందుల్లో
నీటి ధార
గుడిసె రొమ్ముల్లో

పొలుగులేస్తుంటే
మునేళ్ళు కందేటట్టు
నువ్వు అలికిన
ఇసినగఱ్ర అలుకంతా
చిత్తడి చిత్తడి
అయ్యిందే...

అమ్మా! నువ్వు
మూడు రోజులనాడు
కట్టుకున్న పాచార
ఇడవకనే పోతివి
నీలాడిన కాడ నుండి
నీ కరవ చాకిరేకదే

ఏటికొాకళ్ళం
పురుడుకొచ్చి
బానలో కొసరు గింజలతోసహా
గుంజుకెళుతుంటే
ఇల్లు కప్పుకోవడం
నీవల్లకాక పోతున్నే....?
కుడుముల కుండలో
చెత్తలాగా నీవు
రాను రాను ఉడిగిపోతున్నావు

నీ మాడుకు
రుద్దాల్సిన ఆముదపు బొట్టు
నా బిడ్డకు ఉగ్గు పోత్తుంటివి
కోంటింటికాడ
బియ్యం పోసి తెచ్చిన
దనియాల రసంతో

నన్ను వెచ్చచేస్తివి
ప్రాణం పొయ్యటమేగాని
ప్రాణం నిలబెట్టుకోవడం
తెలియదేమే!

కనుమూయని ముసురులో
నాన్న ఓదెలు గడతానికెళ్ళి
తడిసి ముద్దయి వచ్చినోడికి
పొడి పంచలేదాయె

అమ్మా!
ఎన్ని కట్టాలొచ్చిన
తరగని నీ నవ్వు ముఖంలోని
కన్నీటి దీపాల్తో
నన్ను వెలిగించవే!
నేనూ నీలాగే కాలాన్ని జయిస్తా.

నీలికేక కవితా సంకలనం

లోకాయుత ప్రచురణలు, పొన్నూరు, 1998, పుట. 5,6,7.

గంటేడ గౌరునాయుడు (1954)

*

కొండమల్లె

కిటికీ లోంచి ఎండ ఏటవాలుగా పడుతోంది. కొండవెనక సూర్యుడు మెల్లగా పైకి లేస్తున్నాడు. ప్రత్యూష పవనాలు అడవిపూల పరిమళాల్ని మోసుకొస్తూ రకరకాల పిట్టల అరుపుల్తో కలిసి ఉదయ రాగాలు ఆలపిస్తున్నాయి. ఎత్తైన చెట్లు... కొండ శిఖరం.... ఎగురుతున్న పక్షులు ఫ్రేం కట్టినట్టు కిటికీలోంచి అద్భుత వర్ణచిత్రంలా కన్పిస్తోంది ప్రకృతి. రాళ్ళను ఒరుసుకుంటూ ప్రవహిస్తున్న గెడ్డనీళ్ళ సందడి.... అలల సవ్వడి నేపథ్య సంగీతంలా... లీలగా వినిపిస్తోంది.

బయట విప్పచెట్టు కింద రాలిన మొగ్గలు ఏరుతోంది బూది. చెట్టు కొమ్మ మీద తలవూపుతోన్న తొండపిల్ల మీదికి రాళ్ళు విసురుతూ.... దిస మొలతో ఆడుతోంది బూది నాలుగేళ్ళ కూతురు.

పాపం బూది.

అసలు బూది ఎవరితోనూ మాట్లాడేదికాదు. అది అమాయకురాలు. మా 'గూడ' నుండి ప్రతి గురువారం అందరూ కురుపాం సంతకెళ్ళి కావలసిన సరుకులు కొనుక్కొని సినిమా చూసి వస్తారు. మా గూడ జనాలకున్న ఒకే ఒక్క వినోదమది. బూది అలా కూడా వెళ్ళేది కాదు. అటువంటి బూది ఆ సుక్కడి చూపులకి ఎలా చిక్కుబడిపోయిందో. సుక్కడు మా స్కూలు హాస్టల్‌లో 'కుక్'గా చేరేడు. పెళ్ళి కాలేదని ఒక్కడే వుండేవాడు. ఏ మంత్రం వేసేడో బూది ప్రతిరోజూ సాయంత్రం హాస్టలు వెనక జీడితోటలో సుక్కడిని కలుసుకునేదట. ఈ విషయం స్కూలులోనూ...ఊళ్ళోనూ తెలిసింది. అప్పుడు నేను పదో తరగతి చదువుతున్నాను.

మాకు పరీక్షలు ఐపోయేయి.

బూది తల్లి కాబోతుందన్నారు.

స్కూలుకు శలవులు యిచ్చేరు.

శలవులకు వూరెళ్ళిన సుక్కడు మరి తిరిగి రాలేదు.

బూదికీ నాకూ... రెండేళ్ళ తేడా వుంటుంది వయసులో. నేనూ... బూదీ కలిసే తిరిగేవాళ్ళం. మేకలు కాసేవాళ్ళం... విప్ప మొగ్గలు ఏరేవాళ్ళం. మా పెద్దోళ్ళు కఱ్ఱలు కొడితే... మేం చిన్న చిన్న మోపులు కట్టి... ఏ లారీకో... జీపుకో వేసేవాళ్ళం.

కంది కొత్తల పండుగ వస్తే చాలు... ఒకటే సందడి. ఒళ్ళెరగకుండా చిందులేసే వాళ్ళం. తుడుము డప్పుల దరువులు వింటే మాకాళ్ళు నిలబడేవి కావు.

నలభై పాకలున్న మా సవరగూడలో చదివిన వారు ఎవరూ లేరు. గిరిజన తెగల్లో బాగా వెనుకబడి వున్నది మా సవరలే.

అప్పుడు మా ఒంటిమీద చిన్న చినిగిన తువ్వాలు గుడ్డలు తప్ప మరేమీ వుండేవి కావు. ముక్కులకి కమ్ములు, కాళ్ళకి వెండితో చేసిన కడియాలు వుండేవి.

మా తిండి విషయంలో మాకేమీ రుచుల మీద కోరికలుండేవి కాదు. ఆయా రుతువుల్లో లభించే పళ్ళు, ఆకుకూరలు, దుంపలు తినేవాళ్ళం. పోడుచేసి పండించిన కొఱ్ఱలు, సామలు, జొన్నలు... జీలుగు పిండితో చేసిన అంబలి...టెంక పిండి అంబలి.... యిదీ మా ఆహారం. వరి అన్నం సంగతి మాకు తెలీనే తెలీదు. ఇప్పటి పరిస్థితులతో ఆనాటి రోజుల్ని పోల్చి చూసుకుంటే నాకెంతో ఆశ్చర్యం కలుగుతుంది. ఈ మార్పు వెనుక... యీ సుఖాల వెనుక ఎంత వ్యథ. ఆ పోరాటాల్నీ... త్యాగాల్నీ కథలు కథలుగా చెప్పేవాడు మా అయ్య. అలా చెప్తున్నపుడు అయ్య కళ్ళలో నీళ్ళు తిరిగేవి. నా ఒళ్ళు జలదరించేది.

నాకు వూహ తెలిసాక ఓసారి మెనింజైటిస్ అట (ఆ తరువాత తెలిసింది) వ్యాధి సోకింది. గిరిజన గూడాల్నీ... అడివి అడివంతటినీ అతలాకుతలం చేసింది. చావులు చూడని రోజులేదు. మా మామ ఎజ్జోడు కానికిలు పోసి జబ్బు నయం చేస్తానంటే అప్పటి అధికారులు తిట్టి ఆస్పత్రికి పంపించడం నాకిప్పటికి గుర్తే. అప్పుడే బూది చచ్చిపోవాల్సింది. మా 'మామ కానికల్ని' నమ్ముకుంటే బూది మరి

దక్కేది కాదు. అదిగో ఆ సంవత్సరమే వార్డెన్ మా ఇంటికొచ్చి అయ్యతో మాట్లాడి నన్ను బడిలో చేర్చేడు. బూదిని వాళ్ళయ్య పంపనన్నాడు. "మేకలు కాయడానికి పిక్కురుదాయి వుండాల... ఒల్లను" అన్నాడు వార్డెన్‌తో. నాకు చాల బాధనిపించింది. అలా నేను బడిలో కెళ్తె బూది పోడు పనులకి.... మేకల కాపుకి.... విప్పమొగ్గలు ఏరడానికీ పరిమితమై పోయింది.

బూదిని చూస్తుంటే జాలేస్తుంది నాకు. బూది మాత్రం తన స్థితికి బాధపడినట్టు నాకెప్పుడూ అనిపించలేదు. అదో పిల్ల తల్లి అయింది. అంతకుమించి మరేమీ మార్పులేదు దానిలో.

బూది విప్ప మొగ్గలు ఏరుతూనే వుంది.

ఆడపిల్లలు హాస్టల్ నుండి వరుసలు వరుసలుగా స్నానాలకైవెళ్తున్నారు గెడ్డకీ. నాలుగైదేళ్ళ క్రితం నేనూ అదే వరుసలో గెడ్డకు వెళ్ళేదాన్ని సినిమా కథలు చెప్పుకుంటూ. ఇప్పుడు నేనో బాధ్యతగల టీచర్ని. నన్నందరూ 'అదృష్టవంతురాలివి' అన్నారు. నిజమే. నేను చదువుకున్న బడిలోనే... నాకు ఉద్యోగం రావడం అదృష్టమే అనాలి మరి.

ఈ మధ్య నా వెనక... నా గురించి అందరూ ఏవేవో అనుకుంటున్నట్లు అనిపించేది. నాతో మాత్రం ఎవరూ ఏమీ అనేవారు కాదు. తెలుగుసార్ మాత్రం చెప్పేరు. నాకు కొంత అర్థమయ్యింది. కొంతకాలేదు. అంతా అయ్యేక ఇప్పుడు మొత్తం అర్థమయ్యింది.

బద్ధకంగా లేచి అద్దం ముందు కెళ్ళేను.

నా రూపం నాకే కొత్తగా కనిపించింది. అప్రయత్నంగానే గుండెమీద చేయివేసేను. నిన్న వుదయం యిదే వేళకి యిదే అద్దంలో నా నీడ చూసుకున్నప్పుడు... పచ్చగా మెరిసే పసిరిక పాము నా మెడను చుట్టుకుని గుండెమీద తలాన్చి నాలుకలు చాస్తున్నట్టు అనిపించింది. నా ఒళ్ళు జలదరించింది. 'తాళికట్టిన మొగుడట' వాడికెంత ధీమా, ఎంత నాటకమాడేడు.

కిటికీ దగ్గర ఎవరో నిలబడినట్లు గాజుల సవ్వడి. అటు చూసేను. బూది నవ్వుతోంది. దాని చేతిలో ఎర్రపువ్వులు, తలమీద విప్పమొగ్గల గంప, దానివెనక

దిసమొలతో దాని కూతురు. బూది ముఖం పరిశీలనగా చూసేను. దానికళ్ళు ఎంత స్వచ్ఛంగా తంగుడు పువ్వుల్లా తళతళ మెరిసిపోతున్నాయి.

బూది పువ్వులిచ్చి వెళ్ళింది.

"బూదికి నాకూ అట్టే తేడాలేదు. నేను చదువుకున్నాను. బూది చదువుకోలేదు. అయినా నేను బూదికంటే ఏ విధంగా మెరుగైనట్టు? చదువు సందెల్లేని బూది సుక్కడి వలలో పడిందంటే అదోదారి. మరి నేను? నేనేం చేసేను? ఇల్లాంటి విషయాల్లో ఆడపిల్లలందరూ.. ఒక్కటేనా"?

"అమ్మగారూ..."

ద్వారం దగ్గర అరుణ పాలచెంబుతో నిలబడి వుంది. పాలుపోసి "యింకా స్నానం చేయలేదండీ అమ్మగారూ?" అని నవ్వి ఖాళీ చెంబు తీసుకుని వెళ్ళిపోయింది అరుణ.

అరుణ చలాకైన పిల్ల. పదవ తరగతి చదువుతోంది. క్లాసుఫస్ట్. పాటలు బాగా పాడుతుంది. సరిగ్గా అరుణలాగే వుండేదాన్ని నేను. అరుణను చూస్తుంటే అప్పటి నన్ను నేను చూసుకుంటున్నట్లే వుంటుంది.

అప్పుడు నేను పదవతరగతి పరీక్షలు రాసేక శలవుల్లో ఇంట్లో వున్నాను. రిజల్టు కోసం చూస్తున్నాను. ఆ రోజు నేను ఇంట్లో కొర్రలు దంచుతున్నాను. అయ్య కాంట్రాక్టరు రంగరాజుతో మాట్లాడుతున్నాడు... ఇంటి ముందున్న మునగ చెట్టు కింద. మా వూరికి ముందు గెడ్డవుంది. ఆ గెడ్డ మీద బ్రిడ్జి నిర్మాణమవుతోంది. ఆ బ్రిడ్జి కంట్రాక్టరు రంగరాజు మా ఇంటికొచ్చేడు. అయ్యకీ అతనికీ బాగా నేస్తం కలిసింది.

బ్రిడ్జి పనులకు కూలీల్ని తీసుకెళ్లి పనులు చేయించడంతో పాటు కాంట్రాక్టరుకి భోజనాలు అమర్చడం వరకూ అయ్యే చూసేవాడు. పోడు పనులు పక్కన పెట్టేసేడు. అయ్య దినచర్యే మారిపోయింది. అయ్య కొండమీద పాకకెళ్ళి ఎన్నాళ్ళయ్యిందో, ఎప్పుడూ గోచీతో వుండే అయ్య లుంగీ కట్టడం లాల్చీ తొడగడం నేర్చేడు... కాదు కాంట్రాక్టరు నేర్పేడు. నెలకో పదిహేను రోజులకో కాంట్రాక్టర్ గారి వూరికి వెళ్ళేవాడు. కందులో, చింతపండో, పనసపళ్ళో, గుమ్మడికాయలో... మోసుకెళ్ళేవాడు.

పేపరు చూస్తున్న కాంట్రాక్టరు కేకవేసేడు.

"పిల్లా నీ నెంబరెంత. రిజల్టు వచ్చింది."

నెంబరు చెప్పేను. పేపర్లో నెంబరు చూసి సంతోషంగా చెప్పేడు. "ఫస్ట్‌క్లాస్‌లో పాసయ్యేవే పిల్లా... పార్టీ యిచ్చుకో" అని హాస్యమాడి..."విజయనగరం కాలేజీలో చేర్పిద్దాం... హాస్టల్‌లో వుండి చదువుతుంది..." అన్నాడు అయ్యతో.

"నా పిల్లనీ పిల్ల కాదా... నీ యిట్టమే... అలాగే సేత్తుం" ఒప్పుకున్నాడు అయ్య. నాకు చెప్పలేనంత ఆనందం కలిగింది.

కాంట్రాక్టరు నాకు కొత్తబట్టలు తెచ్చేడు. అతన్ని చూస్తే అయ్యని చూసినట్టే అనిపించింది నాకాక్షణంలో.

నేను విజయనగరంలో కాలేజీలో చేరేను. ట్రైబల్‌వెల్ఫేర్‌గరల్స్‌హాస్టల్లో... కొత్తనేస్తాలతో... కొత్త వుత్సాహంతో... చదువు... ఆనందంగా గడిచేవి రోజులు...

దసరా శలవులకి ఇంటికొచ్చేను.

అయ్యకి ఐ.టి.డి.ఏ. ఆఫీసుకు వెళ్ళడం తెల్సింది. అధికారులతో మాట్లాడ్డం తెలిసింది. కాంట్రాక్టరు రాసిచ్చిన కాగితాల మీద వేలి ముద్రలు వేసి 'లోన్లు' శాంక్షన్ చేయించుకోవడం తెలిసింది. అయితే అయ్యచేసే పనులన్నీ కాంట్రాక్టరు చెప్పు చేతల్లోనే.

నేను మావూరు వచ్చేసరికి గెడ్డమీద బ్రిడ్జిపని చురుకుగా సాగుతోంది. అయితే కాంట్రాక్టరు రంగరాజు లేడు. ఎవరో కుర్రాడున్నాడు అయ్య చెప్పేడు... కాంట్రాక్టరుగారికి ఆరోగ్యం బాగాలేదని. ఆ కుర్రాడు కాంట్రాక్టరు కొడుకనీ, నేనున్న పదిరోజులూ నాతో ఏదో ఒకలా మాట కలపాలనీ చూసేవాడు. నేను టీ చేసి యిస్తే కావాలని నా వేళ్ళు తాకాలని ప్రయత్నించేవాడు. నాకు తమాషాగా వుండేది. క్రమంగా అతనితో చనువు పెరిగింది.

ఒకరోజు బాగా పొద్దుపోయింది.

అయ్య మునగ చెట్టు కింద కూర్చుని ఖాళీ సిమ్మెంటు సంచులు లెక్క పెడుతున్నాడు. దూరంగా కొండమీది నుంచి పిల్లంగోవి పాట వినిపిస్తోంది. వీధి మధ్య "సన్నాయి"గాడు డప్పు కొడుతుంటే 'సొంబర' తుడుం మీద దరువులు వేస్తున్నాడు. పిల్లలు గంతులేస్తున్నారు.

అప్పుడు ఓ జీప్ వచ్చి ఆగింది.

జీప్‌లోంచి పోలీసులు దిగేరు. దిగీ దిగడంతోనే 'వెంకన్న ఎవడ్రా' అని ఓ పోలీస్ అడిగాడు. "నానే" అని చెప్పాడో లేదో తుపాకి మడమతో కొట్టేడు అయ్యని.

వీధిలో డప్పుల దరువులు ఆగిపోయేయి.

లాఠీ దరువులు ఆరంభమయ్యేయి.

మా అయ్యనీ... మరో నలుగురు ముసలోళ్ళనీ బాగా కొట్టేరు. నేను ఓ సందులో కెళ్ళి దాక్కున్నాను. వాళ్ళు కొట్టడానికి చెప్పిన కారణము నక్సలైట్లకు నిన్నరాత్రి అన్నం పెట్టినట్టు వారికి సమాచారం అందిందట. అన్నం పెట్టడం నిజమే. వంట నేనే చేసేను. కానీ వాళ్ళు నక్సలైట్లని నాకు తెలీదు. అయ్య చెప్పేడు... చేసేను. అయినా ఆకలితో వున్నవాళ్ళకి అన్నం పెట్టడం తప్పెలా అయ్యిందో అప్పటికి నాకు తెలీదు.

అయ్య బాధతో అరిచే అరుపులకు నాకు ఏడుపొచ్చింది. బయటకు రావడానికి భయమేసింది. అయ్య చెప్పిన అప్పటి వుద్యమం కబుర్లు... ఆ కథలు గుర్తుకొచ్చేయి.

"అమ్మా... యీ గెడ్డల అప్పుడు నీరు పారనేదే ఒట్టి రత్తమే పారిందే..." అని చెప్పి ఏడ్చే అమ్మ మాటలు గుర్తొచ్చేయి. పోలీసులు కొడుతూనే వున్నారు... "వాళ్ళెవరో చెప్పండ్రా" అని. అప్పుడొచ్చేడు కాంట్రాక్టరు గారబ్బాయి. ఎస్సైతో ఏదో మాట్లాడేడు. ఆ మాట్లాడే తీరు చూస్తే వాళ్ళిద్దరూ బాగా స్నేహితులనిపించింది. కొట్టడం ఆపి పోలీసులు వెళ్ళేరు. నాకు కాంట్రాక్టరు గారి అబ్బాయిమీద గౌరవం పెరిగింది.

శలవలు పూర్తయ్యేక విజయనగరంలో తనకు పనివుందని బయలుదేరుతూ నన్ను తన స్కూటర్ మీద తీసుకెళ్ళేడు. అతని వెనుక కూర్చున్న నాకు చిత్రమైన అనుభూతి కలిగింది. ఆ తరువాత నేను చాలాసార్లు ఆ బండీ మీద కూర్చున్నాను. నా ఇంటర్మీడియట్ చదువు పూర్తయ్యింది. చివరి పరీక్ష రాసేక నన్ను అన్నవరం తీసుకెళ్ళేడు. 'మనం పెళ్ళి చేసుకుందాం' అన్నాడు. శకుంతల దుష్యంతుల కథ చెప్పి 'మనది గాంధర్వ వివాహం' అన్నాడు. నేను మౌనంగా విన్నాను... నా అంగీకారం తెలియజేసేను తలవూపి. నాకెందుకో నిరాకరించాలని అనిపించలేదు. చాలామంది విద్యావంతులు యిలాగే చేస్తారని చాలా వుదాహరణలు చూపించి నా మెడలో తాళి కట్టేడు.

ఊహించని విధంగా నాకు ఇంటర్వ్యూ వచ్చింది.... ఆ వెంటనే సెకెండరీ గ్రేడు టీచర్‌గా... వేస్తూ ఆర్డర్సు వచ్చేయి. అదీ నేను చదువుకున్న బడిలోనే.

పెళ్ళి... ఉద్యోగం ఒకేసారి నన్ను అదృష్టవంతురాల్ని చేసేయని పొంగిపోయేను. టీచర్సు క్వార్టర్సులో నాకివ్వబడిన ఇంట్లో కొత్త కాపురం ప్రారంభించేం. మా అయ్య మాత్రం పాత ఇల్లు వదిలి రానన్నాడు.

మా అయ్యలో మాత్రం మునుపటి ఉత్సాహం లేదు. తన మనసులో ఏముందో చెప్పడు...

ఓ రోజు అయ్య బాధతో మూలుగుతున్నాడు. అప్పుడే పోస్ట్‌మేన్ ఉత్తరాలిచ్చి వెళ్ళేడు. అందులో ఒకటి బ్యాంకు నుంచి దుక్కి టెడ్లు 'లోన్' వడ్డీతో సహా చెల్లించమని.

అయ్యతో చెప్పే... "అదేటి కాంట్రాటు బావ్ కట్టనేదేటి?" అని ఆశ్చర్యపోయేడు. నాకు అర్థమైంది... "కాంట్రాక్టరు అయ్యని మోసం చేసేడు' అని అదే చెప్పేను మా అయ్యతో... కాంట్రాటు బావు.... అలగ సేత్తాడా." అని ముందు నమ్మలేదు.

మా ఆయనతో చెప్పేను. అతను చిరాగ్గా ముఖం పెట్టి "నాకేం సంబంధం లేదు" అని తేల్చేసేడు.

నాకు కోపం వచ్చింది.... ఏడుపూ వచ్చింది.

సరిగ్గా అప్పుడే మరో ఉత్తరం వచ్చింది. అది మా ఆయన భార్య రాసింది. పిల్లలకు ఆరోగ్యం బాగాలేదని... తొందరగా రమ్మని అప్పటికిగాని తెలియలేదు.... నా స్థానం ఏమిటో....

కాంట్రాక్టరు చేసిన.... అప్పులకి అయ్య మునిగిపోయేడు పీకల్దాక. అతని కొడుకు చేసిన పనికి... నేను...

అప్పుడప్పుడూ... నాతో పనిచేసే టీచర్సు నేను వెళ్ళేసరికి ఆపివేసే మాటల సారాంశం ఏమిటో యిప్పుడు బోధపడుతోంది.

బ్రిడ్జి పనులు పూర్తయ్యేయి.

ఐదురోజుల తర్వాత వచ్చేడు మా ఆయన. అతనితో ఓ ఇంజనీరును తీసుకొచ్చేడు. మందు.... విందు... ఏర్పాటు చేసేడు. ఇంజనీరుకు యిష్టమైన

వంటకాలు నా చేత చేయించేడు. నన్ను బాగా అలంకరించుకోమన్నాడు. ఆ పైన అతగాడు చెప్పిన మాటలు వినలేక కుమిలి కుమిలి ఏడ్చేను... అతగాడిని.... అప్పటికప్పుడు కత్తితీసి పొడిచెయ్యాలన్నంత కోపం వచ్చింది. కానీ లేచి నిలబడలేని నీరసం ముంచుకొచ్చింది. ఆ రాత్రి మా అయ్య పాకకు వెళ్ళిపోయేను. "ఎందమ్మీ" అని అడిగిన అయ్యకి ఏం చెప్పగలను?... మాటాడకుండా పడుకున్నాను. అప్పుడు వెళ్ళినవాడు మరో వారం తరువాత వచ్చేడు. నేను పలకరించలేదు సరికదా కన్నెత్తి చూడనైనా లేదు.

"నీకు ట్రాన్సఫర్ ఆర్డరు తెచ్చేను. నీవు నాతో వస్తున్నావు" అన్నాడు. నాకు ఒళ్ళు తెలియని కోపం వచ్చింది. బదిలీ కాగితం లాక్కుని ముక్కలు ముక్కలుగా చించి అతడి ముఖం మీదికి విసిరేను.

"నువ్వు మనిషివేనా.... ఛీ.... నీలాంటి మేకవన్నెపులులు మా కొండల్లో కొచ్చి.... పచ్చని అడవికి చిచ్చుపెడతన్నారని తెలుసుకోలేక పోయాము. విద్యా వంతులూ... మా మీద అభిమానంతో మా గిరిజనుల బతుకుల్ని బాగుచేస్తారనీ.... నమ్మామే కాని, మమ్మల్ని పీల్చి పిప్పి చేస్తారనీ.... మా బతుకుల్తో ఆటలాడతారనీ అనుకోలేదు. మా గిరిజన గూడాల్ని అభివృద్ధి చేస్తారని అనుకున్నాం గానీ.... అభివృద్ధి పేరుతో అణగదొక్కేస్తారని అనుకోలేదు.

నువ్వు బ్రిడ్జి కట్టి ఆ బ్రిడ్జిమీదుగా బస్సుల్లో.... కార్లలో నాగరికతనీ... విజ్ఞానాన్ని తీసుకొస్తారని భ్రమ పడ్డాం కాని మా కొండల్ని కొల్లగొట్టి బళ్ళకెత్తి ఆ బ్రిడ్జి మీదుగానే మోసుకుపోతావని అనుకోలేదు.

మీ నాగరికతలతోటి.. మీ తెలివి తేటల్తోటి మమ్మల్ని దోచుకున్నది చాలు, వెళ్ళు – యింకొక్క నిమిషం యిక్కడ నిలబడ్డావో ఏం చేస్తానో నాకే తెలీదు".

"... నీ మెడలో తాళికట్టేను... ఆ సంగతి మరిచిపోకు..." ధీమాగా అన్నాడు నాకు అరికాలి మంట నెత్తికెక్కింది. ఎండు కంపలు అంటించిన పోడుమంటలా... కోపం... ఉవ్వెత్తున లేచింది.

"ఏమన్నావ్... తాళికట్టేవా... కట్టుకున్నదాన్ని పరాయోడి పక్కలోకి వెళ్ళమన్న నువ్వు– తాళికట్టిన మొగుడివా... యిదేనా.... మీ నాగరికత... నాగరికత నట్టేట కలిసిపోను.... యిదిగోరా.... నీ బోడితాళి...." ఫట్‌న మెడలోని తాళి తెంపి

విసిరేసేను. చచ్చిన పాములా అతని కాళ్లకు చుట్టుకుంది పసుపుతాడు. దానిని వంగి తీస్తున్నప్పుడు అతడు నాకు పాములోడిలాగా కనిపించేడు. పాములోడు నయం విషసర్పాల కోరలు తీసి వాటిని ఆడించి ఆనందం పంచుతాడు. మరి వీడు తానే పామై కాటేస్తాడు.

"నీతో వచ్చి నీ పెళ్ళాం పిల్లలకి సేవచేసే పని మనిషిలా పడివుండాల్సిన ఖర్మ నాకులేదు. నా జీతం నీ దోసిట్లో పోసి తిరిగి నిన్నే ముష్టి ఎత్తుకునే దౌర్భాగ్య స్థితి నాకు అవసరం లేదు. నీ తండ్రి నా తండ్రినీ.... తండ్రిలాంటి కొండనీ... దోచుకుంటే నువ్వు నా వయసునీ.... నా స్వేచ్ఛనీ.... నా బతుకునీ దోపిడీ చేసేవు. అది చాలక నా మీద వ్యాపారం చెయ్యాలనుకున్నావు..."

"కులాంతర వివాహం పేరుతో.. ప్రభుత్వాన్ని మోసం చేసి.... సామాజికంగా రాజకీయంగా మమ్మల్ని ఎంత పీడనకి.... గురిచెయ్యాలనుకున్నావో.... ఛీ.... నీ ఒక్కొక్క ఆలోచనా ఒక్కొక్క నాగుపాము... పో యిక్కడినుంచి .... మోసాలు చేస్తూ.... మోసాల్లో కూరుకుపోతూ ఆ మోసాల్లోనే చావు... పో..."

ఆవేశంతో నా నరాలు చిట్లిపోతాయేమో అనిపించింది. ఈ హడావుడికి అందరూ గొడవల్లోకి వచ్చి నిలబడి చోద్యం చూస్తున్నారు. దఢాలున తలుపు మూసేను.

అద్దంలో నా మెడ... ఉరితాడు తీసేసినట్టుంది. హాయిగా వుంది. నా మెడని చేత్తో ఓసారి తడిమేను. నునుపుగా అద్దాన్ని తాకి నట్టనిపించింది. దూరంగా పర్వతశ్రేణులు అలలు అలలుగా నీలంగా... ఎండపడి కనుచూపుమేర కనులకు విందుచేస్తున్నాయి. విశాలంగా నన్ను ఆహ్వానిస్తున్నట్టు.

మా పాత ఇంటిముందు మునగచెట్టు కింద బూది దాని కూతురికి జడవేస్తోంది. దాని పక్కనే మేకపిల్లలు ఛెంగు ఛెంగున గంతులు వేస్తున్నాయి. హాస్టల్ పిల్లలు బ్రేక్ ఫాస్ట్ కోసం పళ్ళేలు పట్టుకుని వరుసలుగా నిలుచున్నారు.

గడపలోకి వచ్చేను. స్కూలు ప్రార్థనా స్థలంలో జండా కోసం కట్టిన దిమ్మమీద కూర్చుని తెలుగుసార్ ఏదో కొత్త పాట చెప్తున్నట్టుంది. అరుణ... గణపతిసారు సాధన చేస్తున్నారు. అటువేపు అడుగులు వేసేను.... అప్రయత్నంగా.

నా కళ్ళ ముందు గిరిజన గూడేలు... గిర్రున తిరిగేయి.

అభివృద్ధి పేరుతో... నాగరికత ముసుగులో నశించిపోతున్న నా జాతి సంస్కృతి నగ్నరూపం కనిపించింది. అడవి పిట్టల్లాంటి తమ్ముళ్ళు... చెల్లెళ్ళు చదువుల పేరుతో... నాగరికత పేరుతో స్వేచ్ఛకీ స్వచ్ఛతకీ దూరమౌతున్నారేమో... ననిపించింది. థింసానృత్యాలకీ, కంది కొత్తల పండగలో ఆనందంగా వేసే... చిందులకూ దూరమై పోతున్న నావారి దురదృష్టానికి... నాకు బాధ కలిగింది.

చిరుద్యోగాలనే వరంగా భావించి ప్రాథమిక స్థాయిలోనే చదువుల్ని ఆపేసి ఐ.టి.డి.ఏ. ఆఫీసుల చుట్టూ తిరుగుతున్న నాతరం... అజ్ఞానానికి నాకు జాలి కలిగింది.

నాగరికత వలలో చిక్కి 'నగరసాగర' తీరాన పడి గిలగిల లాడుతున్న నా సోదర సోదరీమణులు నా కళ్ళముందు నిలిచేరు. 'మోసపూరితమైన నాగరికతనేర్పే' కొత్తపాఠాలతో .... అదే బాటలో నడవాలనుకుంటే నా జాతి...? యీ ఆలోచనకు నా ఒళ్లు జలదరించింది. చినిగిన సంస్కృతీ విలువల్లో నా అడివి తల్లి దీనంగా చూస్తున్నట్లయ్యింది.

రోడ్డు మీదికి చూసేను.

నాతోపాటు ఉద్యోగంలో చేరిన ఓ అమ్మాయి ఎవరో అబ్బాయితో బండివెనుక కూర్చుంది. అతడేదో చెప్తుంటే ఆమె నవ్వుతోంది. నాకు జాలేసింది.

అరుణా... గణపతిసారూ, పాడుతున్న పాట శ్రావ్యంగా అలలు అలలుగా గాల్లో తేలి కొండల నడుమ గింగిరాలు తిరుగుతూ ప్రతిధ్వనిస్తూ దిక్కులకు వ్యాపిస్తోంది.

......

సెల్లెలా.... ఆ సెల్లెలా.. కొండమల్లె పువ్వా నా సెల్లెలా....
జాగర్త... జాగర్త... సెల్లెలా... నీ బతుకు జాగర్త... సెల్లెలా...
మాయా మర్మం ఎరగని సెల్లెలా....మల్లెపువ్వా నువ్వు... ముల్లులాగ మారాల
కొండపిల్ల పేరంటే సెల్లెలా... ఆడి గుండె జారి పోవాల సెల్లెలా....

పాట నా చెవిలో మారుమోగుతోంది. నా కర్తవ్యాన్ని గుర్తు చేస్తోంది. చాల రోజుల తరువాత గెడ్డవేపు వెళ్ళేను స్నానానికి.

కాంట్రాక్టరు లారీ బ్రిడ్జిమీదుగా.... పల్లంవేపు సాగిపోతోంది.

'సెల్లెలా' పాట నా వెన్నంటే వస్తోంది.

కొండలూ... చెట్లు.... వాగులూ.... వంకలు.... పిట్టా పులుగూ.... అడివి అడివంతా... మరో మార్పుకు.... సిద్ధంగా వున్నట్టు.... దూరంగా... ఊళ్లోంచి తుడుము డప్పు దరువులు... పాటకు శృతి కలుపుతూ... మంద్రమంద్రంగా వినవస్తున్నాయి.

యేటిపాట కథా సంకలనం
శ్రీకాకుళ సాహితి, శ్రీకాకుళం, *1997*, పుట. *92,99.*

నందిని సిధారెడ్డి (1955)

*
నాకు నా కలలే

ఎవరేమనుకున్నా
చిటికెనవేలులా జీవించలేను
హృదయం మాడ్చుకొని
ఉత్సవవిగ్రహం ముందు ఊరేగలేను

సరదా పడటానికి
ఒక్కరోజు చీకటి కాదు
సర్దుకుపోవటానికి
ఒక్కనాటి చావు కాదు

ఎవరేమనుకున్నా
మసిబట్టలా జీవించలేను

ఎవరికయినా
నెత్తురు ప్రకోపిస్తుంది
దేనికయినా కాలం వొస్తుంది
ఊరికే మొలిచిన గడ్డిపోచకు కూడా
ఒక శక్తి వొస్తుంది

ఎవరు తప్పదన్నా
మద్దెల పట్టుకు తిరగలేను

నది ముద్దాడకపోయినా
నగరానికి సంపద తొడిగాను

చందమామ గోరుముద్దలు పెట్టకపోయినా
తోటకు పూలు తొడిగాను
చెట్లకు తొట్లె కట్టినా చెంగలించాను
ఆకాశం ఊకొట్టినా అల్లుకపోయాను

తిన్నది చూల్లేదు
పన్నది చూల్లేదు
తన్నుకొచ్చే దుఃఖాన్ని
తాటాకుల కిందే తగులబెట్టుకున్నాను

మీకే ఉంటాయా కలలు
మీకే ఉండాల్నా కలలు
నదులు ఇంటిచుట్టూ తిప్పుకొని
నక్షత్రాలు దూసుకుంటారు
నగరాల నడుములు చుట్టి
బంగారు దుకాణాలు తురుముతారు
సింహాసనాలూ సినిమాహోర్డింగ్లు వియ్యమందుకుంటాయి

ఎవరేమనుకున్నా
నాకూ ఒక కల వొస్తుంది
నేల నిద్ర లేచినట్టు
అలుకుబోనం చేసి మొలక చల్లినట్టు
అవి మొలిచి సేనై ఊగినట్టు

విభా ప్రభాతములు

ఎవరేమనుకున్నా నాకు నా కలలే వొస్తాయి
పిడికిట్లోకి తీసుకున్న మట్టి
పిచ్చుకయి ఎగిరినట్టు
కనురెప్పల మీంచి
కందిరీగలు కదిలిపోయినట్టు
చార్మినార్‌కు ప్రాణం వొచ్చి
చౌరస్తాలో ఆలువ ఆడినట్టు

నాలుగు దశాబ్దాల నందిని సిధారెడ్డి కవిత్వం
మంజీరా రచయితల సంఘం, 2017, పుట.479,80.

కొండేపూడి నిర్మల (1955)

*

హృదయానికి బహువచనం

మరీ అంత హఠాత్తుగా కాదు గానీ
చాప కింద నీరు - పన్నెండేళ్ళ వయసు
చెప్పకుండానే వస్తాయి
శరీరం పొడుగెక్కి నును పెక్కి
గాజు కుప్పెలా పారదర్శకమైన చోట
కేంద్రీకరించిన దిగుల్లా
కలుగులో చిట్టెలుక లాంటి గుబుల్లా
తలవంచి చూపుని ఆరేసిన చోట
ఆశ్చర్యార్థకంలా పుట్టి
కొమ్మ చివర పూల తొడిమలా సాగిన మెడకింద
అరిటాకు లాంటి చీలికకు అటూ యిటూ
ఘనమూ ద్రవమూ కాని మనసుకి
అచ్ఛమైన బహువచనం
ఓహ్!

మనసునిప్పుడు అరచేత్తో పట్టుకోవచ్చు
రెండు చిట్టి పర్వతాల్లా ఎదిగి
వెన్నెలను ప్రశ్నిస్తున్న చూపుడు వేలికున్న
గోరింట మిసమిసల్లా
మాట్లాడని మల్లెమొగ్గలు

నడిచినప్పుడు సన్నగా కంపిస్తూ
స్నానంలో స్నానిస్తూ
నిద్రలో నిద్రిస్తూ
మెలకువలో మెలాంకొలీ పూస్తూ
ఎటువంటి కళ్లకైనా యివి మెత్తలు పరుస్తాయి.
రాగద్వేషాల్లేని విరాగులకు మల్లే.
సౌందర్య జ్వరంతో తడిసి
తపనతో వొణికి-
నమస్కరించే చేతుల్ని జోడించనీకుండా
కనికట్టు చేసినట్టు
కరిగిన శిలలై
ఘనీభవించిన అలలై
తమకి తామే వశం కాక
రెండు అద్భుత ప్రపంచాలవుతాయి.
ఇష్టంలేని క్షణం
ఊహామాత్రానికే మొహం చిట్లించుకుని
యుద్ధ ఖైదీలుగా పట్టుబడినట్టు
పారిపోయి
ఆత్మహత్యించుకుని కనిపిస్తాయి.
అమ్మతనం కోసం
తలక్రిందులుగా తపస్సు చేసినప్పుడు
మాతృగర్వంతో బరువెక్కి
పూలమాలాలంకృతుల్లా కొంచెం తలవాల్చి
ప్రేమంటే నలుపా తెలుపా - అంటూ
చిక్కుప్రశ్న లేస్తాయి.
నట్టనడి వయసులో వేసవిలో
మరుగుజ్జుతనం నీడయి పాకుతుంటే
నీకేం తెలీదు నువ్వూరుకో..'
అంటున్న స్వజనం మాటకి గతుక్కుమని

గతుక్కుమన్నట్టు కనిపించకుండా వుండేందుకు
ఏదో అంటూ వాదన పెంచుకుంటూ
కొంగుతో కళ్ళద్దాలు తుడిచినంత చప్పున
ఏది బాధా ఎందుకు లాస్యం--చెప్పలేక
పాచ్ వర్కయి నడుచుకుంటూ
'ఎక్స్‌గ్రేషియా' లుగా చేర్చుకున్న
కంచిపట్టుచీరల సంఖ్యా, చంద్రహారపు వరసల
అంకే
అవతల పెట్టి చూసుకుంటే
జాకెట్టు అచ్చొత్తినంత మేరా
చిక్కబడని చీకటి ఒక గీతగా
వెన్నుని చుట్టుకుంటూ వచ్చి గుండె మీద
అడుగులేస్తుంటే
దొరికిపోయిన బిక్కతనంలా యిమిడిపోయి-
ఆరుపదుల వయసులో
కాలానికి చిక్కి
రోగానికి చిక్కి
చేదెక్కిన వాస్తవాలకు చిక్కి
ఇదే మనసుని జోలెగా
పేగులు చీల్చి మెళ్ళో వేసుకున్నట్టు
పల్చటి నరాలు సాగి కనిపిస్తాయి
రసవర్ఝురికి తెరవేస్తూ
రాజీకి, జీవరాహిత్యానికి
తాంబూలమిస్తున్నట్టు
పరచిన ఆకులమీద వక్కలు పేర్చిన పోలికతో
చెప్పలేనంత వేదనగా --
దయగా, ఓరిమిగా --

5 జనవరి 1990

ఆమె, ఆంధ్రభూమి దినపత్రిక

పాపినేని శివశంకర్ (1952)

*

దుఃఖమేఘమల్హారి

అప్పుడప్పుడు శరీరం అశ్రువైతే మంచిది
ఆవేదనాదగ్ధమైతే మంచిది
సుఖించటమే అందరూ నేర్చారు
అన్ని పరిశోధనలూ భూమ్మీద మనిషి సుఖపడటానికే చేశారు
ఏడ్పు-దిగులు-వేదన-విషాదం-దుఃఖం మొదలైన మాటలన్నీ
అంటరానివిగా తేల్చారు
ఇల్లు, ఒళ్లు, చదువు, ఉద్యోగం, కారు, భార్య-అన్నీ సుఖం కోసమే
దుఃఖమూ ఒక సత్యమేనని అందరికీ తెలీదు

అప్పుడప్పుడు దుఃఖాన్ని దయగా నీ పెంపుడు కుక్కపిల్లల్లే
దగ్గరికి తియ్యటం మంచిది
పూడిక తీసిన బావిలో నీరూరినట్లు కంట్లో నీరూరితే మంచిది
దుఃఖించేటప్పుడు నీ కళ్ల వెనకాల లీలగా
ఒక కఠిన పర్వతం బొట్టు బొట్టుగా కరిగిపోతుంది
దుఃఖాంతాన నీ కళ్లు నిర్మలమవుతాయి, నీ లోపల పరిశుభ్రమవుతుంది
నువ్వు వెలిమబ్బారిన ఆకాశ మవుతావు
దుఃఖించిన వాడికే జీవితం అర్థమవుతుంది
దుఃఖం లేని ప్రపంచం అసంపూర్ణమవుతుంది
రెండు కళ్లు రెండు అపురూప కార్యాల కోసం ఉన్నాయి
ఒకటి నీ దుఃఖం కోసం
రెండోది పరాయి దుఃఖం కోసం.

ఒక ఖడ్గం - ఒక పుష్పం
పాపినేని ప్రచురణలు, గుంటూరు, 2004, పుట.60.

వి. ప్రతిమ (1956)

*

రాతిమొక్క

అనుకుంటాంగానీ
రాతినేలల్లో మొక్కలు మొలవ్వని...
నెర్రెలు విచ్చిపోయిన ఆ యింటి పాత
గోడల్లోంచి

మొలకెత్తిన మర్రిచెట్టు తలెత్తి
ఆకాశాన్ని పలకరిస్తుంది.
కుండీల్లో కుదించబడ్డ వటవృక్షానికేసి
సహజత్వంతో సగర్వంగా చూస్తుంది.
దానికింకా ఒక గర్వం...
సూర్యచంద్రులిరువురూ తనకి నమస్కరించిగాని
యింట్లోకి వెళ్ళరని....

ఆ రాతిచెట్టుని చూసిన క్షణంలో
అనంతానంత నిర్మలానందం ఆమె కళ్ళల్లో....
కనకుండానే కరిగిపోయిన కలలన్నింటిని
కలిపి స్వప్నపుష్పాల్ని చేసి ఎగరేయాలనుకుంటుందామె.
చీకటిరాత్రుల పదఘట్టనల కింద
బొట్లుబొట్లుగా రాలిపోయిన తన దుఃఖాన్ని

కాగితపు పువ్వులుగా మార్చి చరిత్రలో
దాచిపెట్టాలనుకుంటుందామె

పగిలిన గాజుముక్కల నడుమ నుండి
అక్షరాలని ఒక్కొక్కటిగా ఏరి
గుదిగుచ్చడానికి విఫల ప్రయత్నం చేస్తుంటుందామె
ఆ అక్షరాల్లో నుండి రెండు రెక్కలను మలిచి
భుజాల కతికించాలనుకుంటుంది

అనుకుంటాంగానీ.....
రాతినేలల్లో మొక్కలు మొలవ్వని
ఆమె చుట్టూ...ఆమె యింటి చుట్టూ
అల్లుకుపోయిన ముళ్ళకంచెల్ని దాటుకుని
రాతిచెట్టు నుండి గుప్పెడు ఆశల్ని
అప్పు తీసుకుంటుందామె....

రెండు భాగాలు
*సాహిత్య ప్రచురణలు, నాయుడుపేట, **2008**, పుట. 73.*

మందరపు హైమవతి (1956)

*

సర్ప పరిష్వంగం

అంతా బాగానే వుంటుంది
అప్పటి వరకు
కామంతోనైతేనేమి
మోహంతో నైతేనేమి
ఇరువురి తనువులొకటైనాక
అద్వైత సిద్ధి పొందినాక
ఈ లోకాన్నే మరచిపోయిన
అమృత ఘడియలలో
అక్షర తూణీరం నుంచి
ఒక ప్రశ్నల బాణం సంధిస్తావు
"జీతమెప్పుడిస్తారు"
వేశ్యకూడా ఆ సమయంలో
ఆ ప్రసక్తి తేదు
పశువైనా ప్రవర్తించదు
మరో విధంగా
ఒక్కసారిగా
వేయి రాక్షస బల్లులు
మీద పాకినట్టు

మనస్సు ఝుడుసుకొన్న ఆ క్షణంలో
నా జీవితం నుంచి
దూరంగా సుదూరంగా
విదిలించివేయాలనుకుంటాను నిన్ను
కానీ భారత స్త్రీనైనందుకు
సంప్రదాయాల సజీవ సమాధిలో
ఊపిరాడక గిలగిల కొట్టుకుంటూ
వివాహం ఊబిలో
కూరుకుపోతున్నపుడు
జీవితం నుంచి కాదుగదా
శరీరం నుంచైనా కించిత్తు కూడా
దూరమవడం నా చేతుల్లో లేని పని
క్షణ క్షణం ఇలా
రాజీ పడుతూనే మృత్యుపర్యంతం
బ్రతికేస్తూనే వుంటాను
నీ సర్పపరిష్వంగంలో.

నిషిద్ధాక్షరి
2004, పుట. 46,47.

అనిశెట్టి రజిత (1957)

*

మావ్వ బడి

మావ్వ ఎడతెరిపిలేకుండా చెప్పే ముచ్చట్లన్నీ
నేలా గడ్డీ కొమ్మా ఆకూ పూవూ కాయల సావాసమై గుబాళిస్తాయి
కండ్లల్లో పటంగడ్తూ ఆ దృశ్యాలు
ఊహలు ఊహలుగా ఊరినిండా పర్చుకుంటాయి
మావ్వ గోచిపోసిన చీరకట్టులోంచి
ప్రియంగా తీసిచ్చే జామకాయల సీమచింతల తీపివలె
నా కామె మాటలన్నీ ఎప్పటికప్పుడు కమ్మని అద్భుతాలే

బురద పూసుకునే మట్టి మనిషికి ఇంతటి
విషయ పరిజ్ఞాన పాండిత్య మెక్కడిదో గాని
మావ్వంటే నా కెప్పుడూ ఆశ్చర్యదాయకమే
సంధ్య దిగిపోతున్న చెరువుకుంటలో ఎర్రనైన నీటితీరు
ఆమె జీవితానుభవం నాకెప్పుడూ విస్మయమే

ఊరవతలి పనులకు పోయేటప్పుడు
ఆమె నన్ను నోరూరే ఎదురు చూపును జేసి
కనుమరుగైతుంది
మాపట్యాల మాసిపోయిన సూరీడై వస్తూ
కొంగు కొసన ముడేసుకున్న కాయో పండో అయి
దూరాల నుండే తియ్యని వాసనగా అలుముకుంటుంది

ఇంటి పట్టున ఉన్న ఏ రోజైనా అవ్వ కాలు గాలిన పిల్లే
నేలనలికి ముగ్గులు పెట్టే కాడి నుండీ
ఆకాశానికి బూజులు దులిపి
ఇంటిపైకప్పునంటిన చుక్కలకు అతుక పెట్టే
అవ్వ గిరికీలుకొట్టే పదిరెక్కల పెద్దపక్షే
మా ఇంటెనుక చింత చెట్టుకింద వాల్చిన
కుక్కి మంచం మీద
నా జేబుల్నిండా చింతకాయలతోటి
పుల్లపుల్లగా కన్ను మూత పడినప్పుడు
ఆమె నాకు లెక్కలేనన్ని మొలక చేతులతోటి
శ్రమదానం చేస్తున్న వింత మానవిలా
స్వప్న దర్శనమవుతుంది

నేను మా ఊరి గుడిలోని నేరేడు చెట్టుమీదికి
రాళ్ళ పువ్వులు రువ్వి రాలిన కాయలతోటి
కడుపు పూజ చేసొస్తుంటాను
కానీ అవ్వెంట కూలిపనుల కాడికేడికి పోయినా
ఆమె కండల్ని కరిగిస్తూ నెత్తురు మరిగిస్తూ
చెమట ధారలతో ప్రకృతిని అర్చించే పూజారిణిలా
తనవాళ్ళ కడుపు కూటికోసం
ఆకలి శత్రువుతో అనుదినం పోరాడుతున్న యోధురాలిగా
మావ్వే ఊరైనట్టు
ఊరంత జరిగే ఉత్పత్తికి ఊపిరైనట్టు
నాకు బరిగెబట్టి బడిలో చెప్పని చదువులు నేర్పే
పెద్ద బడైనట్టు అనిపిస్తుంది

మావ్వే లోకులందరికి బువ్వబెట్టే
జగన్మాత అయినంతటి గర్వంతోటి

నా గుండె కన్నీటి చెరువతుంది
శ్రామిక జీవన విశ్వవిద్యాలయమైన
ఆమె గురుత్వానికి విద్యార్థినై
నా దాహమార్చుకోను దోసిటపట్టిన నీళ్ళతో
ఆమె మట్టి కాళ్ళను అభిషేకిస్తాను.

ఉసురు
కవితా సంకలనం: 2002, పుట. 26, 27.

శిఖామణి (1957)

*

తవ్వకం

కన్నవాళ్ళను అడిగాను తడికళ్ళతో
నువ్వు మా కన్నయ్య వన్నారు
కట్టుకున్న పెళ్ళాన్ని అడిగాను
మెరిసే కళ్ళతో
నువ్వు నా మొనగాడు సిమెంట్ వి అన్నది
పోనీగదా అని పిల్లల్ని అడిగాను
కార్టూన్ నెట్‌వర్క్ తర్వాత
మేము ఎక్కువగా ప్రేమించేది
నిన్నేకదా డాడీ అన్నారు
వొకతన్ని అడిగాను మిత్రుడవన్నాడు
మరొకతణ్ణి అడిగాను శత్రువునన్నాడు
కొందరు ఆంధ్రోడన్నారు
మరికొందరు దళితుడన్నారు
ఇంకొందరు మాలోడన్నారు
అందరూ వాళ్ళకు తెలిసినవాడి గురించే తప్ప
నన్ను తెలిసిన వాళ్ళలా ఎవరూ మాట్లాడ్డం లేదు
ఇలా కాదని లోపలి వాణ్ణి అడిగాను

నిజంగా తెలుసుకోవవాలనుందా అని
ఒక తెలినవ్వునవ్వి తెరవెనక్కి తప్పుకున్నాడు
ఇక అప్పట్నుండీ
తవ్వకం లోలోపలికి
ఎప్పటికైనా మనిషి తగలకపోతాడా!

తవ్వకం కవితా సంకలనం
*నందిని ప్రచురణలు, హైదరాబాద్, **2009**, పుట. **95**.*

విమల మోర్తాల (1958)

*

'దిగంబరుల ఊరేగింపు'

సిగ్గుతో, అవమానంతో మనం మాత్రమే ఎందుకు తలదించుకోవాలి.
మనం మాత్రమే ఎందుకు గుండెలు పగిలేలా దుఃఖించాలి?

తల్లులారా రండి!
మన సిగ్గుబిళ్ళల్ని తీసి వాళ్ళ మొఖాలపై విసిరేద్దాం!
వస్త్రాపహరణాల చరిత్ర దారుల్లో
నాగరిక వస్త్ర ప్రపంచపు నీతుల్ని తగలబెడదాం రండి!

ఏ విషాద విభాత సంధ్యలోనో
మనం తల్లి హక్కును కోల్పోయాం.
మన స్వరాలను, స్వప్నాలను, ఆయుధాలను కోల్పోయాం
మన చరిత్రంతా గర్భదానాల, గర్భస్రావాల చరిత్ర
మన చరిత్రంతా శ్రమ పరాయీకరణల చరిత్ర

ప్రేమో, ప్రతీకారమో, లాభాపేక్షో
మనం వివస్త్రలం కానిదెన్నడు?
మన శరీరమూ, ఆత్మా నడి వీధులలో వేలం కానిదెన్నడు?
మనం నెత్తురు చిందించనిదీ, కన్నీరు కార్చనిదీ ఎన్నడు?
జూదంలో పణమైన, నిండు సభలో వలువలాడ్చబడిన
ద్రౌపది మన అక్క

ముత్తమ్మా! ముత్తమ్మా!
అమరావతి మనకిప్పుడు నగ్న గాథల్ని వినిపిస్తుంది.
మనం ఆడవాళ్ళం కదా!
శరీరం తప్ప, హృదయాలూ, మెదడూ లేని వాళ్ళం.
మనం 'గొప్ప అనుభవాన్నిచ్చే'
బలాత్కరింపబడే సంభోగ వస్తువులం.

మనం మగపిల్లల్ని కనే మంచి తల్లులం
మనం పగలు పతివ్రతలం
మనం రాత్రి దుస్తుల్ని విప్పే వేశ్యలం.
మనం ఎండకన్నెరుగని అసూర్యంపశ్యలం
మనం అంగాంగం పరిచే అర్ధ నగ్న వ్యాపార సుందరులం.

మనం ఆడవాళ్ళం కదా!
రెండు రొమ్ములు, జననాంగము కలవాళ్ళం కదా!
మన పాలు త్రాగి వాళ్ళు మన రొమ్ముల్ని కోస్తారు.
జన్మనిచ్చిన జననాంగాల్లో వాళ్ళు జీడి పోస్తారు.

ఈవ్! ఈవ్!
ఇప్పుడు నిషిద్ధ ఫలం కుట్ర గురించి మనం
ఎలుగెత్తి చాటుదాం!

భూమిని వంటికి చుట్టుకొని, మేఘాల మేలిముసుగు వేసుకుని,
మనం మాత్రమే సిగ్గుతో 'స్త్రీత్వం'లోకి ముడుచుకు పోవడం ఎందుకు?

మనకి దుస్తుల్ని కట్టబెట్టడమూ, విప్పడమూ
వాడి పురుషత్వానికి ప్రతీక అయింది.

బోస్నియానో, ఎల్ సాల్విడారో
చలకుర్తో, త్రిలోక్‌పురీ వీధులో
దండకారణ్యమో, ఎక్కడైతే నేం,

మనల్ని వివస్త్రల్ని చేయటం వాళ్ళ వినోద క్రీడయింది
మనపై లైంగిక హింస వాళ్ళ అధికార ప్రకటనైంది.

ఈ మగ దురహంకార మృగాల మొఖాలపై
ద్వేషంతో ఉమ్మేద్దాం.

సిగ్గుతో, అవమాన భారంతో దుఃఖిస్తున్న
నా తల్లులారా రండి!
వస్త్ర ధారుల అనాగరికతని ప్రశ్నిస్తూ,
వస్త్ర సంస్కృతీ విలువల్నీ, నగ్నత్వపు ఆయుధాల్నీ ధ్వంసిస్తూ
'దిగంబర స్త్రీల' ఊరేగింపు ప్రారంభమైంది.

నీలి మేఘాలు, స్త్రీవాద కవిత్వం
సం॥ ఓల్గా
అస్మిత, సికింద్రాబాద్, 1993, పుట.223,224.

యాకూబ్ (1958)

*

జలయాత్ర

మబ్బుతునక ఇసుకలోకి ఇంకిపోతుంది
భూమిని తొలిచి విత్తులేస్తుంది వానపాము
భూమి పసిరిక దుస్తులు ధరించి తడితడిగా మెరుస్తుంది

చెట్లు రంగుటద్దాలు పూస్తాయి
గుడిసెలు చుక్కల్ని కప్పుకుని తళతళలు పోతాయి
దూలం కింద దూడలు ఉలిక్కిపడతాయి
ఆకాశం గుమ్మిలో సూర్యచంద్రులు దాక్కుంటారు

పక్షి కొత్త రాగం వెతుక్కుంటుంది
చూరు ధారవుతుంది
రాత్రి శరీరంలో చినుకు శ్వాస!

అడవి నది అద్దంలో ముఖం చూసుకుంటుంది
నగరం
విశ్రాంతి వెతుక్కుంటున్నట్లు రోడ్లు నల్లని నవ్వుల్తో వాహనాల్ని
శపిస్తున్నాయి.

భూమ్మీద పడే చినుకు మేఘం పులకరింత

ఫల్గుణుని రథం సీల హఠాత్తుగా ఊడింది
అర్జునా...ఫల్గుణా...యాలీ...
చీకటిని పరిహసించింది మెరుపు

అంతా జలమయం
నీళ్ల మీద ఊళ్లు జలయాత్ర మొదలెట్టాయి !

సరిహద్దు రేఖ, కవితా సంకలనం
*మాధ్యమం ప్రచురణ, **2002**, పుట. **195**.*

ఎండ్లూరి సుధాకర్ (1959-2022)

*

కొత్త కల

ఈ పంచభూతాల తోలు వొలిచి
ఆకాశానికో మేకు
పాతాళానికో మేకు
సప్త సముద్రాల మీద
చర్మాన్ని నానబెట్టిన నీకు
ఆ సూర్యచంద్రులు
చెరో చెప్పు కావాలిసిందే!
ఆకలితోనో
అవమానంతోనో
తలవొంచుకొని
నీ చర్మపు జోళ్లు
కుట్టుకుంటున్న తాతా!
ఈ ప్రపంచం
ఉంగటంగా మారి
నీ ముంగాలి బొట్టినేలిని
ముద్దు పెట్టుకోవాలని
కలలు గంటున్నాను.

ఆంధ్రజ్యోతి వీక్లి, 4-10-1996

నల్లద్రాక్ష పందిరి, కవితా సంకలనం
జె.జె. ప్రచురణలు, సికిందరాబాద్, 2002, పుట. 30.

వాడ్రేవు చినవీరభద్రుడు (1962)

*

ఇది కూడా గ్రహించాన్నేను

ఇది కూడా గ్రహించాన్నేను.

ఒక వాక్యం నీలో మేల్కొనాలంటే
ముందు నువ్వే మేల్కొనవలసివుంటుందని.

విప్పారిన కళ్ళతో, విప్పుకున్న చెవులతో
నీ ఇంటి గుమ్మం ముందు నువ్వే వేచి వుండాలని.
నీ లోపలి మరకలు చెరుపుకోవలసివుంటుందని,
దుమ్ము తుడుచుకోవలసిఉంటుందని.

ఇది కూడా గ్రహించాన్నేను, లేదా బహుశా
అన్నిటికన్నా ఇదే ముఖ్యమని గ్రహించాను,

ఒక వాక్యం నీనుండి బయటకు రావాలంటే
నీ దారిని పరీక్షించుకోవలసివుంటుందని,
పరిరక్షించుకోవలసి వుంటుందని,
తక్కినమాటలన్నీ పక్కకు తొలగించవలసివుంటుందని.

ముందు, నువ్వు పక్కకు తప్పుకోవలసి వుంటుందని.

కోకిల ప్రవేశించే కాలం

శ్రీ ప్రచురణ, హైదరాబాద్, 2009, పుట. 68.

త్రిపురనేని శ్రీనివాస్ (1962-1996)

*

మిస్సింగ్

అతను మరణానికి లేదు.
జీవితానికి లేదు.
అదృశ్యమయ్యాడు.

కొమ్మనుంచి రాలిన పూవు
భూమిని చేరకుండా గాలిలోనే.

అతను ఇంటికి లేదు.
ఉద్యమానికి లేదు.
జైల్లోనూ లేదు.
అదృశ్యమయ్యాడు.

కొమ్మనుంచి రాలిన పూవు
భూమిని చేరకుండా.

అతను తల్లిదండ్రులకు లేదు.
భార్యా బిడ్డలకు లేదు.
శత్రువుకూ లేదు.
అదృశ్యమయ్యాడు.

కొమ్మనుంచి రాలిన పూవు
భూమిని.

అతను నేరానికి లేదు.
శిక్షకు లేదు.
విడుదలకూ లేదు.
అదృశ్యమయ్యాడు.

కొమ్మనుంచి రాలిన పూవు.

అతను ముగింపుకు లేదు.
కొనసాగింపుకూ లేదు.
అదృశ్యమయ్యాడు.

కొమ్మనుంచి

అదృశ్యమయ్యాడు.

లోపల సన్నగా వర్షధార.
రెల్లు పూల వూయల.
జ్ఞాపకం వులికిపాటు.
లోలకంలా పూర్వకాలం

రాలిన పూవు భూమిని చేరితే?
భూసారం చెట్టులోకి ప్రసారం.

కవిత్వం ప్రచురణలు, విజయవాడ, 1997, పుట. 25-26.

పైడి తెరేష్ బాబు (1963-2014)

*

చెవిటి పెద్దమనుషులకో శంఖం

ఎవడి సిద్ధాన్నాన్నీ మేం బలవంతంగా లాగేసుకోవడం లేదు.
ఎవడి పిత్రార్జితాల్నీ మేం ఆబగా పోగేసుకోవడం లేదు.
పంచెలు తట్టుకు బోర్లాపడేట్టు మా మీదికి ఎగబణ్నక్కర్లేదివాళ
ఎవడి తాతగాడి ముల్లెనీ మేం చాటుగా దున్నేసుకోవడం లేదు.
ఒకే రక్తాన్ని పంచరంగుల వర్ణ చిత్రంగా వక్రీకరించిందెవడని
అడుగుతున్నాం

ఎవడి కడుపు కక్కుర్తి మా బతుకుల్నిలా బజారుకీడ్చిందని
అడుగుతున్నాం
అడగాల్సిందేదో నిక్కచ్చిగా నిప్పంత పచ్చిగా అడుగుతున్నాం తప్ప
పొద్దెరగని కోళ్లలా మేమేం నోళ్ళు పారేసుకోవడం లేదు.
ఎన్ని రాయితీ గాలాలకు ఎరల్లేకుండానే చిక్కుకున్నాం
ఎన్ని కొంగజపాల్ని దాఖల్లేకుండా నమ్మి మల్లలు పగలగొట్టుకున్నాం
చేప్పిల్లల్ని చెరువులోంచి వెలేసిన అలల జుట్టుపట్టి ప్రశ్నిస్తున్నాం తప్ప
మా అంతట మేమేం చెరువు గట్లమీదికి ఎగిరెగిరి పోవడం లేదు.
ఎన్ని తూరుపు కొండల్ని వేటాడినా మా పేగులనిండా ఆకలే
మాకు దక్కాల్సిన వెలుతురేదని ఆకాశం గొంతుమీద కాలేసి
నిలదీస్తున్నాం తప్ప

మేం ఎవడి దీపాలనుండీ అక్రమంగా వెలుతురు పిండేసుకోవడం లేదు.
గాయమే బతుకైన జాతికి ప్రత్యేకించి గాయం అంటే ఏం తెలుస్తుంది.
తల్లి వేరునొదిలి ఎన్ని కొమ్మల్ని నరికినా ఏం ప్రయోజనముంటుంది.
మూలం దొరికేదాక గాయాన్ని కెలుకుతూ పోవడం తప్పదు మరి-
ఇన్నాళ్ళలా మా గాయాల నోళ్ళని పిరికి దారాలతో కుట్టేసుకోవడం
లేదు.

సం॥ జి.లక్ష్మీ నరసయ్య, పదునెక్కిన పాట, దళిత కవిత్వం
*దళితసాన ప్రచురణలు, విజయవాడ, **1996**, పుట.**257**.*

గోరటి వెంకన్న (1963)

*

నల్లతుమ్మ

ఓ నల్ల తుమ్మ పసిడి పూల కొమ్మ
నీవు లేక పలెల చిరునామ లేదమ్మ

గులకరాళ్ల సవుక నేలలో మొలిసేవు
గుట్టలు రాల్లున్న గుబురుగ పెరిగేవు
పెట్టిపోతల కొరకు పెట్టుకోవు బెంగ
మేకపంచకముంటె అదె నీకు సురగంగ
కంచె లేకనె పెరిగి కంచె నీవయ్యేవు
మంచెపై కాపుకు దాపు నీవయ్యేవు

వల్లంత ముల్లున్న వడి మెత్తనోయమ్మ
కొల్లలుగ పిట్లకు కొలువు నీ ఇల్లమ్మ
కాటుక పూతల నీ తనువు నలుపున్న
కడుపులో జాలోల పసుపూరుతావమ్మ
చివురాకులె గాని కొప్పెంతొ చిక్కన
పసరుగాలి విసిరె కొంగెంతొ సక్కన

పాలు మరసిన మేక పాలు నీ పిందెలు
జోల మేళములో జట్టులు
కాలు గడిపిన లేత కాల్లకు అందెలు

కమ్మగడతో కొమ్మలొంచె యలమందలు
కమ్మని విందుకయి జతగూడె మందలు
నీ పూలు కురిసిన పుప్పొటి చిందుల్లో
తడిసి తానమాడు గడుసు తుమ్మెదలు

పొద్దనె సందెపొద జల్లెడ పట్టేవు
నీ వాకిట వెలుగు కల్లాపి జల్లేవు
ఆ వెలుగు దొంతరల పూల పుంతాలని
సీతకొక సిలుకలు జాతరయి మూగేను
తూనెగె రాణీగ బింగన్న జంగన్న
నీ వగరు పరువాలకయి వగలు పోతాయి

వనములోపల మేత వలసి తినె ఉడత
క్షణముకో సొరొచ్చి వింత గంతుల నడత
సెరవలో దొరవులో తిరుగాడె కొంగమ్మ
సీకటయితే సాలు నీ మేనిపై వాలు
పాలకంకుల దూసెటి గిజి పరిగె పిట్టలు
గాలి ఊపె జోలమేళములొ జట్టులు

ఎగిరెగిరి అలసిన గువ్వ గోరింకలు
నీ వాలు కొమ్మలగని వొదిగి పోతాయి
మెత్తని నీ లేత ముళ్ల మునివేల్లతొ
తనువెల్ల లాలించి మురిపెంగ తడిమేవు
నీ వల్లొ పిట్టలు పులకించి నిదురించు
నీ ముల్లు పాముల జడిపించి అదిలించు

లేమిగల పిల్లల కనురెప్పలకు నీవు
కాసులేమడగక కాటుక రాసేవు
ఊరిబడి పిల్లల వయిలు చినిగి పోతె

విభా ప్రభాతములు ❖ 297

అతికించుకొమ్మని జిగురు నందించేవు
తమకెవ్వరు లేని అనాథ బాలలా
తనువుపైని చిరుగులంగి గుండయ్యేవు

కవి పండితులు నిన్ను కానకపోయిన
కాపుదానపు కవనమెల్ల నీ రూపమె
సెరువు గట్టించిన రాజెవ్వడొ కాని
తన పేరు ఇలపైన కలకాల ముండుటకు
రాతిపలకము పైన రంజిల్లె కలతోని
ఇంటిపేరుతొ సహ ఇంపొంద చెక్కించె
ఆ రాతిపైనున్న రాజు పేరేమాయె
నీ తావుతొ అది తుమ్మల రేవాయె

సక్కని నీ తనువు తలుపుచెక్కల కనువు
వంపయిన మంగలు నాగలి దుంగలు
మెండయిన మండలు గుంటుక దిండులు
కొర్రు బొంతులు గూడ గొర్రముంతలు చూడ
బల్లలు మంచాలు మండిరుసు గిర్రలు
అంతట నీవయి పల్లె నలరించేవు

విశ్వమే నాదని విర్రవీగె నరుడు
ఆరు మదముల కడవరకు వదలకనుండు
తన అందమును గాంచి తనకుతానుప్పొంగు
గాలి వీడిన క్షణమె తాను శవమయివుండు
నీవు ఆయువొదిలి కొత్త అందాలనొలుకేవు
మానులో దాగిన మహిమలను జూపేవు
ఉలి పనితనముతో టేకులా సోకొలుక

కలికాలమున వద్ద బత్తయ్య కానుక
తాటి గాలిపడిగె బొంగరాల గిరక
లేత చెక్కిలిని మెరిపించె ముక్కుపుడక
చేతికందిన చివురు నోటవగరు లొలుక
నీ ఆకు ఎరువయి భూతల్లి న్వాలక.

- అముద్రితం

జూపాక సుభద్ర (1964)

*

అయ్యయ్యో దమ్మక్కా....

మల్లన్న లోకానికి బాంచెగాడైనా
మా వాడకు మషూరే
బాసింగం గట్టుకున్నంత మాత్రాన
మల్లన్నకు బాంచనైతిని
అయ్యయ్యో దమ్మక్కా..
నాకతలు యెతలు గూడెం అద్దురాయికాన్నే...
ఆగం అయితయి
అయ్యయ్యో దమ్మక్కా..

మల్లన్న తోలమ్మ మొకానికి
గింత సున్నం, బూడిది రాసియ్యంగనే
డప్పుగ, సెప్పుగ, తొండంగ, సబ్బండంగ
నన్ను జూడు నా అందం జూడని
గీ జబ్బురు తోలమ్మ
తొంబయి రకాలుగ వన్నెల బడ్తదా

మల్లన్న బైట పనిల బలాదూరు
యింట్ల పెండకటి

సూపుకు సుతారి పనికి బికారి
రోలుతే....రోకలితే....
రోటికాడికి నన్నెత్తుకపో....అన్నట్లే
వుంటియి మల్లన్న మతులబులు
అయ్యయ్యో దమ్మక్కా....

లందను పొందిచ్చుడంటే
గుడంబ కుదిచ్చుకొని
బొంద దవ్వినట్లుగాదు
నరం తోలు నాననీకి
కోసెడు బాటలు అరిగే నీళ్లు మొయ్యాలె
కుక్క నక్క కాకి గద్ద కండ్లు పడకుంట
కూడు మర్సి కావలుండాలె
లుక్క లుక్క పురుగులు – జిబ్బ జిబ్బ యీగలు
గప్ప గప్ప గబ్బులు
కడుపుల పేగుల్ని కత్తోలె మెలిబెట్టి
కండ్లు బెయిని తిప్పి అడ్డంబడేసినా
తప్పని తలరాతయింది అయ్యయ్యో దమ్మక్కా....

లందను సందమామోలె సమాలించి
తనువు తంగేడు సెక్కె
పొద్దంత పొయికింద – పొరుక కట్టెలోలె కాలిపోయి
సింతంబలై వంత బాడినంక
తోలమ్మ బాలెంతయి బైటికొచ్చి
కుదురును అదుముకున్నంక
'గూడ' ముడుసుకున్నంక
అయ్యయ్యో...దమ్మక్కా....

దప్పుకు నాకు సెల్లు
దప్పు నా సంకెక్కని సంటిబిడ్డంజేసి
సిటికెన పుల్లల సిట్టిపొట్టి అడుగుల సప్పుల్లను
నా పొత్తిల్లకే అందకుంటజేసి
తలె పలిగి నాదెల్లిన దరువుంజేసి
మఘూర్ మల్లన్న కిర్రుచెప్పుల కిన్నెరైందు
'డొడ్డొంక డొం' అయిందు అయ్యయ్యో....దమ్మక్కా....

అయ్యయ్యో దమ్మక్కా, కయితలదొంతి
దండోరా ప్రచురణలు, హైదరాబాద్, 2009, పుట.50,51,52.

మద్దూరి నగేష్‌బాబు (1964 - 2002)

*

కల్లం (అచ్చుమ్మ ఈ కవిత నీకోసం)

ఇప్పటికీ శిస్తువసూళ్లకని అట్టా ఊళ్లమీదకి పోతంటే
కల్లాలు ఊడ్చుకుంటున్న ముసిలితల్లులు
నాకళ్లల్లో ఇసకదుమారమై పడుతుంటారు

ఎండాకాలం వచ్చీరాంగానే
మా ఎస్సీహాస్టల్ మారుతల్లి
నన్నుగెంటి తలుపులు మూసుకోని తాళాలు బిగిచ్చుకుంటే మా
రుద్రారం మాలపల్లె నాకోసం ఆప్యాయతగా గవిని తెరిచేది

అక్కడ దొరల కల్లాల్లో
ఒక చీపురై ఊడ్చుకుంటూ ఒక చేటై చెరుక్కుంటూ
కోతలైపోయిన వరిసేనులా అమ్మమ్మ
ఒక అత్యాచారానికో ఒక వస్తుకో ముతకకోక సుట్టినట్టు
సమురైపోయిన బుడ్డిదీపంలా అమ్మమ్మ

ఊరి ఓదెల్లోంచి రాలిపడ్డ పరిగెగింజలకోసం
ఎప్పుడో ఏకుంజావుననంగా పొలాలమీదకెల్లి
ఏజాముదాటినాకో వడ్లమూట నెత్తిన పెట్టుకొచే అమ్మమ్మ
నా కోసం సోలెడు వడ్లుపోసి మరీ కొనితెచ్చిన నూజీడీలిచ్చి
ఎదురుచూసీచూసి వాలిపోయిన నాకళ్లవత్తులు ఎలిగించేది.

ఆ టయాన వగుడాకంటిమా అమ్మమ్మ వడ్లు దంచుతుంటే
రోలుకీ కోకటికీ మధ్య నేనో గింజనై గిలగిల్లాడేవోణ్ణి
బతికినన్నాళ్లూ బతకటానికే చచ్చీచెడీ
అరవశాకిరి చేసీచేసీ అతాలణిగిపోయి
దగ్గీ దగ్గీ దగ్గీ దగ్గీ
ఈ ముదనష్టపు నేలమొకానింత నెత్తురూసి
మన్నులో మన్నై పోయిందా పిచ్చిది

నారుపోసినకాణ్ణుంచి నూర్చిందాకా నెత్తురోడ్చేవాళ్ల మొకాన
తాలుగింజలు
సేను మొకవైనా ఎరగనోళ్లగాదెల్లో బంగారం దాన్యాలు

అమ్మా !
బురదమట్టిలో ఇరుక్కున్న గింజల్ని కూడా
సులకసూత్రంగా ఊడ్చేనువ్వు
ఈ కులాలకల్లంలో మిగిలిపోయిన ఈ విషపుగింజల్ని
నా కొదిలిపోయావంటే....

మీరేవుట్లు శ్రీజ పబ్లికేషన్స్, నరసరావు పేట,
హైదరాబాద్, 1998, పుట. 82,83.

సీతారాం (1964)

*

యూసఫ్ ఇంకా ఇంటికి రాలేదు

కర్ఫ్యూ మోకులు విప్పారు
వీధులు విచ్చుకున్నాయి
గొంతెండిన పంపులు
నీళ్ళను పుక్కిలించి ఉమ్ముతున్నాయి
పాల సంచులు, ముక్క బియ్యం
దొరుకుతూనే వున్నాయి
కొమరయ్య తుపాకీకి అంటిన శవాన్ని
తుడిచాడు
ముప్పై తూటల్లో మూడే మిగిల్చి
కంపెనీలో లెక్క అప్పగించాడు
ఈ కొమరయ్య ఇరవయ్యేడు తూటాలు
ఎక్కడెక్కడ నాటాడు?
కోస్తున్న శవాల్లోంచి
ఒకటీ అరా తూటాలు తొంగి చూస్తున్నాయ్
అక్కడక్కడా దుకాణాలు
ఒక రెప్ప మూసి ఒక రెప్ప తెరిచి
చూస్తూనే వున్నాయి
యూసఫ్ మాత్రం ఇంట్లో లేడు
వాళ్ళ ఇంటికి వచ్చే దారిలో కూడా....

సం॥ మాణిక్యం, కవితా సంకలనం
లిటరరీ సర్కిల్ ప్రచురణ, హైదరాబాద్, 1995, పుట. అట్ట చివర.

అఫ్సర్ (1964)

*

globalitis

అన్నీ ముంగిటికొచ్చాయి
వాకిలి ముందే
ప్రపంచం సంతలా.

అన్నీ రూపాయలైపోయాయి
వొక్క నేను తప్ప
అన్నీ అమ్మకానికి సిద్ధం

అన్నీ శాసనాలైపోయాయి
శ్వాసకి
రవంత చోటులేదు

గాలి ఆడడం లేదు
ప్రపంచం
మరీ ఇంత చిన్నదైపోతుందనుకోలేదు

తెల్లదొరతనమే ఓడిపోతోంది
కుంఫిణీ
కొత్త భాష నేర్చుకుంది

వీధులు
విద్యుత్తీగలైపోయాయి.
కాసింత తాకితే

పక్షుల నెత్తుటి కళేబరాలు

అమ్ముడుపోతున్నాం
నిలువునా.
ఎవరెవరి సంతకాలపైనో
వస్తువుల పట్టిక
అయిపోతున్నాం

సంతలో భాష
ఇంటికొచ్చింది

తనఖా పెట్టడానికి
ఇంకేముందని అడుగుతుంది.
తడి మాటలతో తడిపి
గొంతు నొక్కే
అందమైన కత్తులు
నాట్యమాడుతున్నాయి
చుట్టూరా.

సత్యప్రమాణాలు పనికి రావు
అబద్ధం
వొక్కటే నిజం

సజీవంగా పోస్టుమార్టమ్
మళ్లీ
నిర్జీవమైతే
తాజాదనం పోతుంది కదా!

మార్కెట్‌లో

అంతా ఫ్రెష్‌గా వుండాలి....!

వలస, కవితా సంకలనం
2000, పుట. 143,144,145.

చల్లపల్లి స్వరూపరాణి (1968)

*

మంకెనపూవు

నేను ముళ్లకంపల్లో చిక్కుకొని
అల్లాడుతున్న పాలపిట్టను
ఎటు కదిలినా ముళ్ళన్నీ గుచ్చుకునేది నాకే -
ఇవి ఈనాటి ముళ్ళుకావు -
తరాల నుండి నా చుట్టూ పేర్చిన
బానిస సంకెళ్ళు.

ముందు నుయ్యి. వెనుక గొయ్యిలా
ఎప్పుడూ నా చుట్టూ
ప్రమాదం బుసలు కొడుతుంది.
అసలు.. నా జీవితాన్ని నేనుగా జీవించిందెప్పుడు…?
ఇంట్లో పురుషాహంకారం
ఒక చెంప చెళ్ళుమనిపిస్తే
వీధుల్లో కులాధిపత్యం
రెండో చెంప పగలగొడుతుంది.
కూలీ డబ్బుల కోసం పొలం పనికెళ్తే,
అక్కడ కామందు చెమటతోపాటు
నన్ను కూడా దోచుకోవాలని, కాపేసినపుడు,
నన్ను నేను విత్తనంగా భూమిలో పాతుకోవాలనిపించింది.
ఏళ్ళ తరబడి దూరమైన చదువుకోసం

హాస్టల్ ఒడికి చేరువయినపుడు
అక్కడ కూడా,
వార్డెన్ గాడి ఆకలి చూపుల్ని తట్టుకోలేక,
ఒంటిని, గుప్పిట్లోకి తీసుకొని
దూరంగా విసిరేయాలనిపించింది.
చిన్నప్పుడు, బడిలో నాకు బొట్టులేదని
పెద్దయ్యాక కులం లేదని
అందరూ, నన్ను ఆడిపోసుకున్నపుడు
కంపు గొడుతున్న ఊరును చూసి
గట్టిగా ముక్కు మూసుకోవాలనిపించింది.
కామానికి పనికి వచ్చిన నేను
కాపురానికి పనికి రానపుడు
ఏ కాలువలోనో తలదాచుకోవాలనిపించింది.
ఈ అవమానాలను ఎదురీదుతూనే
నాలుగు అక్షరాలు నేర్చుకొని
నేనుకూడా ఉద్యోగస్థురాలినై
ఆఫీసు కెళ్ళినపుడు...
'రిజర్వేషన్ కేటగిరి' అనే గుసగుసల్ని వినలేక
నాకే, నా చెవుల్లో సీసం పోసుకోవాలనిపించింది.
సహనం చచ్చిపోయినపుడు
గడ్డిపోచకూడా దబ్బనమై గుచ్చుకుంటుంది.
ఇక నాకు పరుగెత్తే ఓర్పు లేదు.
ఈ కష్టాల మంటల్లోనే బతుకుని కడుక్కొని
'మంకెనపూవు'లా విచ్చుకుంటాను
అగచాట్ల అడవుల్ని దాటి
సెలయేరులా దూకుతాను.

సం॥ జి.లక్ష్మీ నరసయ్య, పదునెక్కిన పాట, దళిత కవిత్వం
దళితసాన ప్రచురణలు, విజయవాడ, 1996, పుట.3,4.

జాజుల గౌరి (1968)

*

మన్నుబువ్వ

బుడ్డగున్నప్పట్నించి జూస్తున్న ఎన్నడూ జూసిన ఇంట్ల కయ్యాలే కయ్యాలు. నాకేం సమజ్ గాకుంటుండే. అవ్వ నాయినా ఎందుక్క గట్ల కయ్యం జేస్కుంటారో, ఎందుక్క తిట్టుకుంటరో, జెరసేపు కొట్లాడి మాట్లాడ్కుండేటోళ్ళు.

“ఇంట్లకీ ఏమన్నా సౌదలున్నాయా? రాషనున్నదా? పోరగాళ్ళ కడ్పులు ఎన్నడు మాడ్పుడే నాయే. నేనింత మాడవడ్తి ఆళ్ళింత మాడవట్రి. గింత జూస్కుంట గూడ నువ్వు జేసేది నువ్వు జెయ్యి. “నాకు తెల్వకడుగుతా పతాకం గిట్ల తాగి రాకుంటే నీ నోట్ల మన్నువడ్తదా, దుమ్మువడ్తదా? జేసిన కట్టమంతా సక్కంగా దీస్కొచ్చి నా సేతిలో పెట్టాలే నువ్వు గట్ల గన్నజెయ్యకుంటే ఇగనయ్యె! గీ సంసారం జేసుడు నాతరం గాదు, జూస్కో మరి, చేసిన కూలీ సేసినట్లు తీస్కోస్తనే మంచి గుంటది లేకుంటే ఇంటిల్లాదులం గిట్లనే మాడ్తుంటం సమజయ్యిందా? లేదా?’ అని పొయ్యికాడ కూకుని నాయిన దిక్కు జూస్కుంటూ అవ్వంటుంటే....

“ఏందే నీయమ్మ గిట్ల లొల్లిజేస్తవ్, సేసిన కట్టమంతా నీ సేతులల్ల పొయ్యవడ్తిగా. అదే పొద్దంతా పన్జేసి పొద్దిమీంకి గొంత బొట్టుతాగితే గింతగనం లొల్లిజేస్తవ్. కట్టం జేసచ్చిండు. గింత బువ్వేసి నీళ్ళిద్దామనవ్? నా కట్టం జూడకపోతివి, నా సుఖం జూడక పోతివి, ఎప్పుడు జూసినా ఇల్లు, సంసారం పోరగాళ్ళు గిదేనాయే నీ పికరు. అయిన కాడ్కి రూపాలిస్తుంటి గింతకంటే ఎక్కువ ఏడ్కేల్కితేవాల్నే. థూ.. నీ..అవ్వ ఎంతదెచ్చినా సాలకపాయే” అని అన్కుంట నాయిన బయటికి పోయేటోడు.

పొద్దుమీకల్ల పోయినోడు అద్దుమ్మ రాత్రైనంక ఊగుకుంట, తూలుకుంట ఇంటికి వచ్చేటోడు. మస్తు నిషాలో ఉన్నంక కూడా "ఒసేయ్ లచ్చిమి ఏమి జేస్తున్నవే నీ యవ్వ బాగా ఆకలై కడుపులో కాల్తుందే బువ్వేయ్యే, బువ్వెయ్యి, సెప్తె నీ సెవికెక్కదే..." అని అమ్మ దిక్కు ఉరిమి ఉరిమి జూస్తుండే.

అవ్వేమో! "నువ్వు గిట్ల ఏ రాత్రంటే ఆ రాత్రొస్తే నీ దిక్కని జూస్కుంట ఎవళ్ళు కూకుంటరన్కున్నవ్. జెల్ది రావాలని తెల్వదా, మస్తుగా తాగటం నేర్సినవ్, శరమ్ లేదు. తాగకమని ఎంతగనమని సెప్పాలే నీకు" అని నాయినను తిట్టుడు సురువు జేస్తుండే.

"ఏందే ఊకున్న కొద్ది ఎక్వ మాట్లాడుతున్నావ్. నామర్జె నేనేమన్నా జేస్కుంట. నేను నా కష్టమంత కర్సువెడ్త తాగి తందనాలాడ్తా నా ఇష్టం. నీయమ్మ ఇంటికాడ్కెని దెచ్చినవా నాకు ఎదురు సెప్తవా, సెప్తవా?" అని అవ్వను కొట్టకొట్టపోతుండె.

ఇద్దరు గిట్ల లొల్లిజేస్తుంటే ఆ లొల్లికి మాకందరికి మేల్కొస్తుండే కానీ మేము లేచిన మని సమజైతె నాయినా అందర్ని కలేసి తిడ్తడని గమ్మున పండుకునే ఉండెటోల్లం.

నాయిన అవ్వను తిట్టుడు వెడ్తుంటే అవ్వేమో మాటకు మాట ఎదురు సెప్తుండే గంతే ఇద్దరి సందున మస్తులొల్లయ్యి కొట్లాడుకుండెటోళ్ళు. నాయినకు తిక్కరేగి అవ్వను కొడ్తుండె. ఆ కొట్టుడుకు అవ్వ తిడ్తుండే. గది జూసి మాకు మస్తు ఏడ్పు వస్తుండేది. సెల్లెదిక్కు జూస్కుంట నేను ఏడ్సుకుంట పండుకునేదాన్ని. గట్లనే అందరం ఎప్పుడు నిద్రపోయేటోళ్ళమో మాకే తెల్వకపోతుండే. ఇద్దరు కొట్లాడి కొట్లాడి సద్దుమనిగి తాలకల్ల కోడి కూసేదేమో?మాకు తెల్వక పోతుండే.

నేను జెరపెద్దగైన కాన్నించి అన్ని సుద్దులు సమజైతుండే ఇంట్లనే అందరము కూకొని తినేటోళ్ళం. గానీ నాయిన వొక్కడే పన్జేసి రూపాలు దీస్కరావాలే. ఆ ఒచ్చిన రూపాయిలు గూడా ఇన్ని తాగుడుకు కర్సు గావట్టెనని. "తాగుడుకు కర్సు పెట్టకుండాగా రూపాలన్ని దెచ్చిస్తే మంచిగుంటదిగా, గట్టియ్యనీకి నీకు పాణం దరియ్యదాయే ఎట్లయ్య నీతో ఏగేది. మన పోరగాళ్ళ దిక్కన్నాజెర సోంచాంచుమని" నాయిన తాగనప్పుడు అవ్వంటుండె. అప్పుడు గమ్మునుండి పొద్దిమీకంగనే కల్లుదుకనం దిక్కువోయి గవేలెక్కలు జేస్తుండే. ఒకదినం పొద్దుగాలప్పుడు అవ్వ ఏమివొండలె.

నా కడుపుల కాలవట్టింది మెల్లగా అవ్వ కాడ్కిపోయి "అవ్వ ఆకలెత్తందే నాకేదన్నా చేసిపెట్టుమని" అడిగినా "ఉందు బిడ్డా! అన్నను దుక్నం కాడ్కి పంపించిన బియ్యంకొని దెస్తండుండు. జెరసెపైతే బువ్వండి పెడ్తా జెర ఓర్చుకోబిడ్డా" అని

ఓదార్చింది. ఇయ్యాల పొద్దుగాల్నుంచి నా పాణమంతా యెట్లనో అయి గుమ్మెచ్చింది. జెరసేపాగి, చూసి చూసి విసుగచ్చింది. అన్న ఇంకా రాలే కడుపులో కాలుతుంది. మల్లా అవ్వ కాడ్కి బోయి "అవ్వ ఏమన్నా ఉంటే ఇయ్యే కొనుక్కుంటా మస్తు ఆకలైతంది" అని లొల్లిజేసి ఏడిసినా.

"అయ్యో బిడ్డా! జెరసేపు ఓర్చుకో, పొద్దుగాలుంటే మాపటకీ ఉండదాయే మాపటికి ఉంటే పొద్దుగాలకు ఉండదాయే నేనెట్లా జెయ్యాలా బిడ్డా నాకాడున్న పైసలన్నీ అన్నకిచ్చినా. పొద్దుగాల నాయిన గూడా ఉపాసమే పోయిండు. ఎండలు బాగా కొడ్తున్నాయి. ఎండల ఎట్ల పన్జేస్తుండో ఏమో? గీ ఆరంనించి పని సరిగ్గా దొర్కతలేదంట గందుకే మస్తు కష్టమైతంది. నాయిన కాడున్న పైసలన్నీ ఇచ్చిపోయిండు. జెర ఓర్సుకో బిడ్డా! అగో అన్నొస్తుండు. బువ్వొండి పెడ్తనని" పొయ్యి కాడ్కిపోయింది. నాకేమో మస్తు ఆకలెయ్యవట్టింది. మెల్లగా లేసి కుండకాడ్కి బోయి నీళ్ళు తాగి ఆకిట్ల కొచ్చిన. ఆకిట్ల నిలబడితే నా నెత్తిమీద ఎండ బాగ కొడ్తంది. నా నీడేమో నా కాళ్ళ కిందకొచ్చింది. నాకు ఎండలో నిలవడ్తే గుమ్మెస్తంది. అక్కడ్నించి కదిలి ఇంటి ముందలున్న సెట్టు కాడ్కిబోయి చెట్టుకింద కూకున్న.

సెట్టు కింద సల్లగుందిగానీ నా కడుపులో మంటగుంది. ఆడనే శానాసేపు మన్నుల గీతలు గీసుకుంట కూకున్న. మన్నుతో ఆడ్కున్న. కడుపుల ఆకలి తక్వకాలే. గటూ గిటూ సూసి నన్ను ఎవ్వరు జూస్తులేరనుకున్నంకా, ఆ మన్ను దీస్కోని చేతితో అటుగిటు ఊపినా, జెరైనంక దొడ్డు రాళ్ళన్ని బోయి సన్న మన్ను చేతికొచ్చింది. దాన్ని ఆసన జూస్తే మస్తు కమ్మగుంది. గంతే లటుక్కున నోట్లో పోసుకున్న ఆకలి సల్లారే దాక మన్ను దింటనే ఉన్నా. జెరసేపైనంక ఆకలి తక్కువయింది. నడ్సుకుంట నడ్సుకుంట ఇంట్లకి బొయినా.

నేను బోయేతాలకల్ల అవ్వ బువ్వొండి ఎసరు వంపుతోంది. అన్న, సెల్లె అవ్వ సుట్టూ కూకుని బువ్వెప్పుడైతదా అని జూస్తుంద్రు. గానీ నేను కుండ కాడ్కిబోయి సెంబు నిండా నీళ్ళు దీస్కుని గట్ట గట్ట తాగి, అవ్వ దిక్కు పోయి మీదున్న దేగీస దిక్కు జూసుకుంట కిందనే పండుకున్నా. అప్పటిదాకా బువ్వడిగి గట్ల పండుకున్న, నా దిక్కు అవ్వ, అన్నా, సెల్లి సిత్రంగా జూస్తుంద్రు. నాకు ఆ తరువాత ఏమైందో ఏమో! ఇగలేసి తింటది, అగలేసి తింటదని ఎదిరిసూత్తనే ఉంటరు గావచ్చు.

తెలంగాణ కథలు

2003, పుట. 756,758.

మహమ్మద్ ఖదీర్ బాబు (1970)

*

నను తాకేసిందిరా

'రెరెరేయ్... తొయ్యబాకరా.... తొయ్య బాకా... రెరెయ్.... నీయవ్వా దొంగ నాయాలా....' అన్నాను ఏడుపు మొకం పెట్టి.

పొళ్లన్నీ అవుపడేలా 'కిక్కిక్కిక్కీ' అని నవ్వతా ఉన్నాడు సతీష్‌సింగుగాడు - నన్ను పంది మీదికి తోసేసి.

ప్రెతీసారీ వాడికిదో కిండలు! ఇస్కూలు విడిచినాక నా మానాన నేను యింటికి పోతా ఉంటే నా పక్కనే నడిచినట్టుగా నడిచి పంది మీదకినెట్టేస్తా వుంటాడు.

నేను అదిరిపడి పక్కకి దూకి - క్యావుబ్యావుమంటా అటూ ఇటూ ఎగరతా ఉంటే వాడికి తమాషా.

కానీ ఎన్నిసార్లని తప్పించుకునేది?

ఈసారి వాడు తొయ్యడానికి నేను అరవడానికీ సరిగ్గా సరీపోయి, గమ్మున పోతా వున్న పందికి కూడా బెదురుపుట్టి, తత్తరలో ఎటుపోవాలో తెలీక మీదకొచ్చేసింది. ఆ రావడం రావడం దాని కడుపు నా కాలిని తాకేసింది.

ఆనక దాని తడితడి బొచ్చు చర్మం మెత్తగా నా ఒంటికి రుద్దుకునింది.

అబ్బ, నా ఒంట్లో వికారం పుట్టింది చూడూ.... కడుపులో లొడలొడమని చెయ్యిపెట్టి తోడేసినట్టు అనిపించి వాంతికొచ్చేసింది. గబుక్కున ఏ బావిలోనైనా దూకి శుబ్రం చేసేసుకుందామా అన్నంత రోత పుట్టింది.

నాకు తెలియకుండానే కళ్లమ్మట నీళ్లు తిరిగినాయి. ఏడుపొచ్చేసింది!

నా ఏడుపూ నా అవస్తా చూసేసరికి సతీష్ సింగుగాడి మొకంలో నవ్వు మాయమై పోయింది. వాడు నా దగ్గిరకొచ్చి 'ఐయాం సారీరా.... ప్లీజ్‌రా.. సారీరా... పదరా కుళాయికాడ కడుక్కుందూగానీ' అన్నాడు బుజం మీద చెయ్యివేస్తా.

వాడి నంగమాటలకి యింత పొద్దుగున పొడుచుకొచ్చేసింది పౌరుషం!

"చేసింది చాలుగానీ ఒదులోరే దొంగనాయాలా. యిప్పుడు కాదు నీ పని.... రేపు చెబుతా. మాల్యాద్రయివోరితో చెప్పి నీ పని వాంపూస చేయించకపోతే అప్పుడు చూడయ్యా....' అని, ఏడ్చుకుంటానే యింటి దారి పట్టినాను.

దారి పొడుగూతా నా బాధ బాధ గాదు. మనసులో ఏందేందో బయాలు. 'పంది తాకితే బలే దోషం సామీ. ఏడు బావుల నీళ్లతో స్నానం చేస్తేగానీ ఆ దోషం పోదు' అని మా వీదిలోని పిలకాయలు చెప్తా ఉండిన మాటలు గెవనానికి వస్తా ఉన్నాయి. వాళ్ల లెక్క ప్రకారం మా కసాబ్ గల్లీలో ఏడు బావులు యాడాడ ఉన్నాయా అని లెక్కేసినాను కాసేపు.

మళ్లా... షమ్మీ వాళ్ల అన్న ఖాదర్‌బాషా గుర్తుకొచ్చినాడు. వాణ్ణొకసారి పంది తాకిందని తెలిసి వాళ్లమ్మ ఖుర్షీద్‌బీ మూడు పగళ్లూ మూడు రాత్రిళ్లూ తిడతానే వుంది వాణ్ణి.

'అయి పాల్లేకాడ ఆడతావా? ఆడతావా?' అంటా వాడి చమిటీ వొలిచేసి వొదిలిపెట్టింది. (ఖుర్షీద్‌బీ పందిని 'పంది' అనదు. ఆమే కాదు మాలో చాలా మంది కూడా 'పంది' అనే పదాన్ని నేరుగా నోటి మీదకి తేరు. అంటే ఆ మాట పలకడం కూడా మాలో నిషిద్ధమన్నమాట. ఒకేల దాని ప్రస్తావన తేదలిస్తే 'కాలా జాన్వార్' అని అంటారు. అంటే నల్లజంతువు – పంది అని అర్థం. మా భాషలో 'పంది'కి యింకో మాట కూడా వుంది– 'సువ్వర్' అని).

ఆ తన్నులు గుర్తుకొచ్చేసరికి బలే బయమైపోయింది నాకు. అసలికి యీ సంగతి యింట్లోనే చెప్పకపోతే? అని అనిపించింది.

మళ్లా అనుమానం. ఏమో.. ఎందుకొచ్చిన దోషం. యిట్టాంటివి యింట్లో చెప్పి ప్రాయచ్చిత్తం చేయించుకోకపోతే సొర్గద్వారాలు మన కోసం శాశ్వితంగా గెడియ పడిపోతాయేమో కదా! అని పరలోక బీతి వచ్చింది.

ఆఖరుకు ఎట్టయితే ఏమి - పంది తాకిందన్న సంగతి యింట్లో చెప్పితీరాల్సిందే అని నిచ్చయించుకొని యింటికి చేరినాను. అయితే ఎమ్మట్నే గడపలోకి అడుగుపెట్టలేదు.

'మోవ్... అమోవ్' అన్నాను బయిట్నించి.

నాకేక విని మా నాయినమ్మ బయిటికొచ్చింది.

నా ఏడుపు మొకం, కాలికంటిన బురదా చూసి 'ఏందిరా నాయినా... ఏందో చేసుకొచ్చినావే' అనింది గాబరాగా. నేను బయం బయంగా మొకం పెట్టి, గోర పాపమేదో చేసిన వాడిలాగా 'పంది తాకేసింది మా' అన్నాను.

'ఆరి మౌలా.... తాకేసిందా! ఆణ్ణే ఆగు. లోపలికి రాబాకా' అని గబగబా యింట్లోకి వెళ్లింది మా నాయినమ్మ.

లోపల్నించి మాటలినిపిస్తా ఉన్నాయి.

'ఏందంట వాడిదా?' అంటా ఉంది మా అమ్మ.

'పంది తాకిందంటలే. నువ్వేమీ అనబాక. అసలికే దడుసుకొని ఉన్నాడు బిడ్డ' అని బిందెడు నీళ్లు తెచ్చింది మా నాయినమ్మ.

'నీళ్లు బోస్తాను. పక్కకిరారే' అంటా నన్ను సైడు కాలవ దగ్గిర నిలబెట్టింది.

'గుడ్డలిప్పబాక. అయికూడా తడవాలి' అని చెంబు నిండుగా నీళ్లు తీసుకునింది.

ఆ చెంబుకాణ్ణుంచి బిందెలోని నీళ్లయిపోయే ఆఖరి చెంబు దాకా.. రెండు నిమిషాలకొక తడవ ఏందో మంత్రం చదవడం, ఆ మంత్రం ప్రభావాన్ని చెంబులోని నీళ్లలోకి విడుస్తున్నట్టుగా 'షు..షు...' అని వూదడం, నా నెత్తిన కుమ్మరించడం...యిదే పని. (అప్పటికి ఏడు బావుల నీళ్లు పోసేంత చాదస్తం మా నాయినమ్మకు లాకపోవడం మంచిదయ్యింది. లాకుంటే అన్ని స్నానాలు చేయలాక కాగితం నానినట్టుగా నానిపొయ్యుండేవాణ్ణి).

శుద్ధి స్నానం పూర్తిగా ముగిసినాక తువ్వాలు తెచ్చిస్తా 'గుడ్డలాణ్ణే యిప్పేసి లోపలికిరా' అనింది మా నాయినమ్మ. తువ్వాలు కట్టుకొని గుడ్డలిప్పేసినాక - కట్టెపుల్లతో వాటిని దూరంగా పైకెత్తి బావికాడ తీసుకెళ్లి పడేసింది.

అంతటితో పంది తాకిందన్న బాధ తీరి, దోషం పోయి, కత ముగిసిందని ఊపిరి పీల్చుకుంటా ఉంటే మా అమ్మ రంగప్రవేశం చేసింది.

'రా నాయినా... రా.... నీ కోసరమే చూస్తున్నా' అంది కట్టెత్తుకుంటా.

మా నాయినమ్మ అడ్డం పడింది.

'ఉరుకోమ్మే! వాడేమన్నా కావాలనిపోయి తాకొచ్చినాడా? దాని మీదకెక్కి డాన్సాడినాడా? దానిపాటికదే వచ్చి మీద పడిందంట' అనింది.

అన్నాక మా అమ్మను తమాషా పట్టిస్తున్నట్టుగా నవ్వింది.

'అయినా పందొచ్చి తాకిందంటే తాకదా? అన్నదమ్ముల ప్రేమ చూపమంటే చూపదా? ఇదంతా మీ అవ్వ పెట్టిన దీవెన మహిమేగా' అనింది మా అమ్మతో.

ఆ మాటలకి కట్టె అవతల పారేసి 'మొదలయ్యిందండి ఆమె గారి కిండలు' అని మూతి ముడుచుకుంటా వెళ్ళిపోయింది మా అమ్మ.

మా నాయినమ్మ మళ్లా నవ్వింది!

ఆ నవ్వు చూసేసరికి యీడేందో పంది కతున్నట్టుందే అని అర్థమైపోయింది నాకు. ఆ రాత్రి సైగ్గా మా అమ్మ పక్కలో చేరినాను. కాసేపు తాలినాక – 'సాయింత్రం ఏందిమా నీతో తమాషా చేస్తాంది నాయినమ్మ.... ఆ కతేందో చెప్పవా మా' అని బతిమిలాడినాను.

అప్పుడు మా అమ్మ ముసిముసిగా నవ్వతా 'అది తమాషా కాదురా... నిజ్జంగానే మా వొంశానికి మా అవ్వ పెట్టిన సల్లటి దీవెన' అని యిట్టా కత మొదలెట్టంది.

'యిది యిప్పటిది కాదులే... మా అమ్మ కూడా పుట్టనప్పటి కత. మా తాత (అమ్మ నాయిన) అల్లిసాయిబుది బాగా బతికిన వొంశం. అయితే ఆయన చిన్నతనంలోనే పెద్దోళ్లు సంపాదించిన ఆస్తులన్నీ కరిగిపోయినాయంట. పూటకు గతిలేని పరిస్థితి వచ్చిపడిందట. సరిగ్గా ఆ టైములోనే మా అవ్వ మాహబీ (అల్లిసాయిబు సొంత అక్క) యిరవై ఏళ్లకే విదవరాలయ్యి తమ్ముడి పంచన చేరింది. అప్పటికి మా తాత వొయసు ఎంతనీ? పదిహేడు సంవత్సరాలు. ఒక తట్టు విదవరాలైన అక్క, యింకోతట్టు చేతగాని యిద్దరన్నల్ని చూసుకుని యింకో ఆసరాలాక ఇంటడి బరువు

నెత్తికెత్తుకున్నాడంట మా తాత. మా అవ్వ కూడా మా తాతకు అక్కలా గాకుండా తల్లిలా కనిపెట్టుకుని ఉండి పొయ్యిందంట. అప్పట్నించి మా తాతకు మా అవ్వమాట మీదనే గురి. ఆమె ఏమి చెబితే అదే చేసే వాడంట మా తాత.

కొంతకాలానికి కంసాలి పని నేర్చుకొని.... నెమ్మదిగా నాలుగు గిరాకీలు పట్టి... పెళ్లయినాక సొంతంగా అంగడి పెట్టుకొని డబ్బులు కూడబెట్టినాడు మా తాత. ఆ డబ్బుతో ఇల్లు కొందామనుకొని వరవకట్ట కాడ ఒక యిల్లు బేరం చేసినాడు. అయితే యీ మాట అక్కతో చెప్పాలి గదా. అందుకని యింటికొచ్చి- 'అకా! యిట్టా ఒకిల్లు బేరానికి వచ్చుంది. అయితే అది పందుల్ని పెంచే ఒడ్డోనిది. మనం చూస్తే సాయిబులమి. పందులు పొర్లాడిన అట్టాంటి ఇంటిని కొనాలా వద్దా? అని అనుమానంగా వుందకా' అన్నాడంట.

అప్పుడు మా అవ్వ బాగా ఆలోచించి – "నాయినా! వడ్డోని ఇల్లంటున్నావు... పందులు పొర్లాడాయంటున్నావు. యీ మాటలే నిజమైతే ఎమ్మట్నే ఆ ఇల్లు కొనెయ్యి. పంది కడుపు ఎంత చలవో ఆ యింట్లో పుట్టి పెరిగే నీ వొంశం కూడా అంతే చలవవద్ది. నీకు బిడ్డలు పుట్టి, వాళ్లకు బిడ్డలు పుట్టి నీ వొంశెం కళకళలాడతది.." అని దీవించిందంట. మా తాత ఆ యిల్లు కొన్నాడు. మా అవ్వ దీవెన నిజమైంది. అప్పట్నించి మా వొంశంలో పిల్లల్లేని వాళ్లెవరూ లేరు. మీ నాయినోళ్ల వంశెంలో ఒకటికి రెండన్నా అట్టాంటి కేసులున్నాయిగానీ మాకు ఆ బాదలా. మా తాతకు నలుగురు కూతుర్లు పుట్టినారు. వాళ్లలో ఒకోకరికి నలుగరికి తక్కువ కాకుండా బిడ్డలు పుట్టినారు. ఆ బిడ్డలకి మళ్లా బిడ్డలు పుట్టినారు. మా అమ్మ ఆరుగురిని కంటే ఆమెకు పుట్టిన నేను మీ నాయిన పాలబడి నలుగరిని కనివిడిచినాను. నాకు పుట్టిన నువ్వు రేపు పెద్దయినాక పెళ్లి చేసుకొని పుట్టాసాలగా మందిని కంటావు....' అని కత ముగించింది మా అమ్మ.

(మా అమ్మ చెప్పిన పంది చలవ కత ప్రకారం మా అమ్మోళ్ల అవ్వ అట్టాంటి దీవెనే యిచ్చుంటే ఇప్పుడామె ఆత్మ ఎంతగా క్షోబిస్తా ఉందో ఏమో! ఎందుకంటే ఒకరికి నలగర్ని కనే హయాము మా అమ్మ తరంతోటే అంతమయిపోయింది మావాళ్ళల్లో. ఇప్పుదంతా కట్టే కట్టు. మా పిన్నికి యిద్దరు బిడ్డలు కట్టు. మా పెద మేనమామకు యిద్దరు బిడ్డలు కట్టు. చినమేనమామకు ఒకడు పుట్టినాడు.

యింకొకడు పుట్టకముందే కట్టోకట్టు అంటా ఉన్నాడు. మా పెద్దమ్మ కూతురికి కూడా యిద్దరే బిడ్డలు. వీళ్లేకాదు మా అమ్మోళ్ల వొంశంలో యిప్పుడు మా తరం వోళ్లంతా 'ఒకరా? యిద్దరా?' అనేవాళ్లే తయారైనారు. ఎప్పుడైనా వీళ్లతో తమాషాగా 'యింకొకర్నికనకూడదా?' అనంటే 'ఒకర్ని సాకేసరికే దేవుడు అవుపిస్తా ఉన్నాడు... యిద్దరు ముగ్గురు దేనికి నాయినా... కూటికీ గుడ్డకీ నకనకలాడడానికా? నువు కూడా పెళ్లి చేసుకొని కను. అప్పుడు పులుసుకారి నీకే తెలుస్తుంది' అంటారు అక్కసుగా).

దర్గామిట్ట కథలు
1999, పుట.63,67.

ఖాజా (1870)

*

ఏకే కులం

ఏ కులమని నను వివరంబడిగితే
ఏమని దెల్పుదు లోకులకు, పలుగాకులకూ
దుర్మార్గులకూ ఈ దుష్టులకు
-దూదేకుల సిద్ధయ్య

☆

ఈ లోకాకులన్నీ నన్ను ఏకాకిని చేసి
ఏకుల్లో తొక్కిన కథ యిది

మసీదుని నాలుగు గుమ్మటాలతో భాగించినట్టు
అందర్నీ పోగులుగా కలిపి నేసిన మతం తానుని
ఎక్కువ తక్కువ ముక్కలుగా చింపిన
మనుముల్లాల సంగతి యిది

అందరూ సమానమేనని చెప్పి అల్లా కళ్లలో కారం కొట్టి
నా నిచ్చెన మెట్లను తెగనరికి
నన్నో మరుగుజ్జుగా మలిచిన
మోసపు మోలీసాబ్‌ల నమ్మకద్రోహమిది

నా కల్మాలో కల్మశాన్నీ
దుఆ లో దోషాల్నీ వెతికి

నన్ను లథాఫ్ లతీఫ్‌గా చిత్రించిన
ఖాన్‌దానీ కుట్రదారుల కపటత్వమిది

ప్రవక్తలు ఎక్కడా చెప్పిన గుర్తులేదు
కుట్ర ఎలా జరిగిందో కూడా తెలియదు
నా చాపకింద నేల మాత్రం నదికోతకు గురైంది

నా నవాబ్‌గిరీ కాలరు సర్దుకుంటుండగా జారిన కాలు
పత్తిబేళ్ల మధ్యకు నన్నో ముక్కపురుగులా విసిరింది

నా మొఘలాయీతనపు దర్పమంతా
నిప్పులమీద సాంబ్రాణిలా కరిగి
పాలిపోయిన దూదిలాంటి పొగ
నన్ను కఫనై కమ్ముకుంటే
ఏకకులం కలిగిన మత పరీక్ష నాళికలోంచి
నేను ఏకే కులస్తుడిగా రెండో పుటక పుట్టాను

నేనిప్పుడు ముసల్మాన్ని....
కాదు సాయెబుని....
కాదుకాదు.... పింజారీని...
అహహహహా.... నూర్‌బాషాని....
ప్చ్... ఉహూ.... దూదేకులవాణ్ని....

సం॥ షాజహానా, స్కైబాబా, అలావా, ముస్లిం సంస్కృతి కవిత్వం
నసల్ కితాబ్‌ఘర్, పుట. 70, 71.

ఎమ్.ఎమ్. వినోదిని (1970)

*

బ్లాక్ ఇంక్

సెల్లారంతా పిల్లలతో విరగబూసిన పూలతోటలా ఉంది. రకరకాల పిట్టలు అరుస్తున్నట్టు పిల్లల అరుపులు, ఆటలు, పాటలు, కేకలు - గోలగోల, బుల్లి బుల్లి సైకిళ్లు - తూనీగల్లా. తూనీగల మీద సీతాకోకచిలకల్లా పిల్లలు - జుయ్ జుయ్ మని. సడెన్ బ్రేకులు - నవ్వులు - విరగబడి, తుళ్ళిపడి, పడీపడీ, పకాపకా. విచ్చుకున్న పువ్వుల్లా మొహాలు. రాలిపడుతున్న పుప్పొడిలా నవ్వుల వెలుగులు.

స్సుర స్సుర టీ పొంగి స్టవ్వారిపోయింది.

ఒక చేతిలో టీ కప్పు - ఇంకో చేతిలో రిమోట్.

'కలిసి పాడుదాం' అంటూ పిల్లలతో కలిసి పాడుతున్న శోభన్‌బాబు... 'బలిపీఠమా'?

కాలింగ్ బెల్ బదులు, వేళ్ల కణుపులతో శబ్దం-రిథమిగ్గా.

పాటని మ్యూట్‌లోకి తోసి తలుపు తీశా.

సీతాకోకరెక్కల్తో నేసిన ఫ్రాకేసుకున్న పువ్వులా - పాప.

ఎనిమిదేళ్లుంటాయా?

కళ్లనిండా నవ్వు - ఉబికి ఉబికి వస్తోంది. పట్టనంత నవ్వుని నోట్లో కుక్కుకుని, ఇంకొంచెం నవ్వుని బుగ్గల్లో దోపుకొని... బొటనవేలెత్తి రెండు పెదాల మధ్యకు తీసికెళ్తూ... పువ్వు తిరిగి తాజాతనం పొందడానికి కొంచెం నీళ్లు చిలకరించుకోడాని కొచ్చినట్లుంది.

లోపలికి రమ్మన్నట్లుగా తలూపి, ఫ్రిజ్ దగ్గరకు నడిచా – నా వెనకే తను... పూరేకల పాదాలకు చుట్టిన పట్టీలు కూడా మెత్తగానే మోగుతున్నాయ్.

"ఆంటీ, ఆ పాట్ వాటర్ యిస్తారా?"

నోటి పూలగంపలోంచి ఓ నవ్వు పువ్వు తుళ్లిపడింది.

కళ్లల్లో చిన్ని ఆశ... చిన్ని ఇష్టం... చాలా చిన్ని అభ్యర్థన....

నాకు – కుండకీ మధ్య మైలు దూరముండి, ఆ మధ్యలో గులక రాళ్లుండి, నాకు చెప్పుల్లేకున్నా సరే – వెళ్లి నీళ్లు తెచ్చుండేదాన్ని!

వెంట వెంటనే రెండు గ్లాసులు తాగింది

"థ్యాంక్యూ ఆంటీ.. గేమ్ మజ్జలో వచ్చేశాను" గ్లాసు టీపాయ్ మీద పెట్టి – తలుపు బయట విప్పిన పొందికైన హై హీల్ పిచ్చుక గూళ్లల్లో పసి పావురాయి పాదాలను దోపి, రెక్కలు మొలిచిన డాల్ఫిన్‌లా ఎగురుకుంటూ, ఈదుకుంటూ మెట్లమీంచి సెల్లార్‌లోకి చేరిపోయింది.

పాప తాగిన గ్లాసు పక్కనే టీ కప్పు – వంగి తీసుకున్నా. ఛానెల్ మార్చా. బ్లాక్ అండ్ వైట్లో కుట్టి పద్మిని – కళ్లు తిప్పుతూ.. 'పిల్లలూ దేవుడూ చల్లని వారే... కల్లకపట మెరుగనీ కరుణామయులే" పాడుతోంది.

నా 'టీ' చల్లబడిపోయింది. టీ వేడిగానే తాగాలి. మళ్లీ టీ పెట్టుకున్నా... వేడి వేడి టీ. కప్పులో పోసుకొనొచ్చి కూర్చోబోతుండగా మళ్లీ అదే శబ్దం – తలుపు మీద వేళ్ల కణుపులతో...

బెలూన్లో గాలిలా...బుగ్గల్లో నవ్వుతో మళ్లీ అదే చందమామ.

ఈ సారి చిటికెన వేలుని గోరు కన్పించేటట్లు పైకి లేపి రెండు కళ్ల మధ్య నిలబెడుతూ...

ఈ సారి యిదన్నమాట... నవ్వొచ్చింది. బాత్రూమ్ వైపు చెయ్యి చూపించా!

"జుజ్జెపుడూ లెట్రిన్‌లోనే వెళ్లాలి. బాత్రూంలో వెళ్లకూడదు. మమ్మీ చెప్పింది. ఇప్పుడు – నేను లెట్రిన్‌లోనే వెళ్లా".

వెన్నెల్లో ముంచి తీసిన రెండు పూరెక్కలకూ మధ్య తేనె చుక్కలద్దినట్లు కళ్లు - వాటి మీద వాలడానికి తటపటాయిస్తున్న రెండు కందిరీగల్లా దట్టమైన వెంట్రుకలతో కనురెప్పలు... చెమట పట్టినట్టు మొహమంతా... నవ్వు పట్టింది.

'ఎప్పుడూ యిలా నవ్వుతూనే ఉంటుందా? పేరేమయి వుంటుంది? హాసిని? హాస్య? హసిత? స్మైలీ...?'

"ఆంటీ, నేను కొంచెం సేపు మీ దగ్గరుండొచ్చా?"

ఊర్లో మా తాటాకు బాత్రూం దడిమీద అల్లుకున్న పచ్చని తీగ-సాయంకాలం పూసిన పసుపుపచ్చని సోయగాల బీరపువ్వు - నడిచొచ్చి - నా యీ కాంక్రీట్ కుటీరంలో తన పుప్పొడి చినుకుల నవ్వులతో నాతో గడుపుతానంటే వద్దనడం కూడానా...?

"కూర్చో, నీ పేరేంటి?"

"శ్రియ, ఫోర్త్ బి"

"ఏ ఫ్లాట్?"

"మాది గాంధీనగర్ ఆంటీ, సెకెండ్ ఫ్లోర్ టూ జీరో టూలో మోహన్‌రావుగారు మా చినతాతగారు. అంటే మా డాడీకి చినడాడీ అన్నమాట. ఈ రోజు రేపు హాలిడేస్ కదా, ఇక్కడికొచ్చేశా. మార్నింగ్ మా డాడీ దింపేసి వెళ్లిపోయారు."

ఒక కేబుల్ కనెక్షన్... వంద ఛానళ్లు!

"మీరు జాబ్ చేస్తారా ఆంటీ"

చెప్పాను. వివరాలు కూడా.

"ఇది మాకు స్కూల్ వదిలే టైం. నేను యింటికొచ్చేసరికే ఫో ఫోఫిఫ్టీన్ అయిపోతుంది. నేను యింటికి రాగానే ఫస్టు మా మమ్మీ హార్లిక్సిస్తుంది"

నేను టీ పెట్టుకొని తనకి హార్లిక్స్ కలిపా.

మొహమాటపు రేపర్ చుట్టిన చాక్లెట్ నవ్వు!

రెండు చేతులతో జాగ్రత్తగా కప్పు పట్టుకొని చాలా యిష్టంగా తాగుతోంది. చివర్లో కొంచెం మిగిల్చి లేచి నిలబడి "అపాంగ్ జపాంగ్, బపాంగ్!!" అంటూ అడ్వర్టయిజ్‌మెంట్లో పిల్లల్లా నడుమూ, చేతిలో కప్పు తిప్పుతూ...

చాలా నవ్వొచ్చింది... గట్టిగా నవ్వాను.

నేనింకా నవ్వుతుండగానే నా కప్పు,, తన కప్పు తీసుకెళ్లి సింకులో పెట్టేసింది.

"ఏంటలా చూస్తున్నారూ? నాకు ఖాళీగా వుండటం ఇష్టముండదు. ఎప్పుడూ ఏదో ఒక పని చేస్తూ వుంటా. ఇంట్లో కూడా అంతే. ఎప్పుడూ మా మమ్మీకి హెల్ప్ చేస్తుంటాను... సో... నాకేదయినా పని చెప్పండి..."

"చెప్తాలే, దా, ముందిటొచ్చి కూర్చో - మీ యింటి దగ్గర నీకు ఫ్రెండ్సున్నారా?"

"ఓ... తరుణ్, ఆష్‌తోష్, లాలస... యివి ఫ్రిజ్‌లో సర్దాల్సిన కూరగాయలా?" పొద్దున రిలయన్స్ నుండి తెచ్చిన కవర్లను చూపిస్తూ అడిగింది.

నవ్వుతూ కవర్లను ఫ్రిజ్ దగ్గరకు లాగా. ఇద్దరం అక్కడే చతికిలబడ్డాం.

పాప మాట్లాడుతూనే ఉంది. ఏ మాటా తనంతట తాను బయటకు రావడం లేదు. వెనకా ముందూ నవ్వుల కాన్వాయ్. కూరగాయల్ని ఆర్నమెంట్లుగా ఎట్లా ఉపయోగించొచ్చో చెబుతూనే పీలర్, చాకూ తీసుకొని వాటిని పూలనీ, పక్షుల్నీ చేయడానికి ఒకటే ప్రయత్నం.

ఫెయిలయితే దీనికి రెక్క విరిగిందనీ, దీనికో కాలు పొట్టలోనే ఉంది - ఆపరేషన్ చేసి బయటకు తియ్యాలని చమత్కరించింది. తను చెప్పే తీరుకి చాలా చాలా నవ్వొచ్చేస్తోంది. తట్టుకోలేనంత! నవ్వుకీ నవ్వుకీ మధ్య ఒక షార్ట్‌బ్రేక్ కూడా లేకుండా పోతోంది.

కూరగాయలు సర్దడం అయిపోయింది. తను లేచి నిలబడి నాకు చెయ్యందించింది. మీగడతో చేసినట్లు చేతివేళ్లు. మెత్తగా ముట్టుకుంటే నా వేలి ముద్రలు పడతాయోమోనన్పించేంత నున్నగా, ట్రాన్స్‌పరెంట్‌గా, సుకుమారంగా, ఆత్మీయంగా... ఆ చెయ్యి వదలాలన్పించలా - నా స్పర్శ తనతో ఏం చెప్పిందో, తలెత్తి నా మొహంలోకి చూస్తూ నా నడుముని చుట్టేసింది.

పాలపువ్వుల్ని పూసిన పూలతీగలా పాప! నా మనసు పూరేకుల మత్తులో కూరుకుపోయింది.

నా గుండెల వరకే వచ్చిన పాప మునివేళ్ల మీద పైకి లేచి నవ్వుల బుగ్గల్లోంచి పెరుక్కొచ్చిన ఓ హాయి ముద్దుని పెదాల మీదకి లాక్కొచ్చి లేతలేతగా

తడితడిగా నా బుగ్గ మీద అద్దింది. అటు మనసూ, ఇటు శరీరం దూది మబ్బుల్లోంచి దూరి, నెలవంక అంచుల్ని పట్టుకుని "సీ-సా" ఆడుతున్నాయి.

ఇద్దరం హాల్లో కొచ్చాం. నా చెయ్యి ఒకటి తన భుజం చుట్టూ తన చెయ్యి నా నడుం చుట్టూ.

"ఏం చేద్దాం?" అడిగా

"ఓ పని చేద్దాం! ఏదైనా పనిచేద్దాం!!"

బాల్కనీ లోంచి ఆరిన బట్టల్ని తెచ్చి దీవాన్ మీద వేసి మడత పెట్టడం మొదలు పెట్టాం. కర్చీఫుల్ని సమోసాల్లా మడత పెట్టి తలమీద పెట్టుకొని -

"హ్వాస్సమోస్సాలే.. స్సమోస్సాలూ..!" అంటూ ఇల్లంతా తిరుగుతూ అమ్మింది.

రెండేసి ముద్దులకి ఒక సమోసా చొప్పున నేనే కొనుకున్నాను.

"అవునూ. నువ్వింక ఆడుకోడానికి వెళ్లవా?"

"ఊహూ...మీతోనే ఉంటాను" నవ్వుని గారాబంలో రంగరించి...

'ఆం బీం బుష్' అని ముద్దుకి ఓ రూపం తెప్పిస్తే అది ఈ పాపమొహం.

"అలాగే" అన్నాను.

"ఇంకా ఏదైనా పని చేద్దామా"? అడిగింది.

"ఓ పని చేద్దాం, ఏమైనా తిందాం" అని, వంటింట్లోకెళ్లి స్క్వేర్‌షేప్ స్టీల్ సాసర్ నిండా గవ్వలు తెచ్చాను. వాటిని చూసి అడిగింది.

"మెగాస్టార్ ఫుడ్డా"?

"ఏం? యివంటే ఆయనకిష్టవా"?

"ఊహు కాదు. 'చిరు' తిండికి నేను పెట్టిన ట్రాన్స్‌లేషన్ పేరు"

ఇద్దరం పకపకా నవ్వుకున్నాం. తనకి ఏ మెగాస్టార్ ఫుడ్డిస్టమో లిస్టు చెప్పుకొస్తోంది.

మార్కెట్లో రంగురంగుల పూలు కుప్పలు కుప్పలుగా పోసినట్టు - నవ్వుల పువ్వుల్ని నా యింటినిండా పోసింది. క్రిస్మస్‌రోజు మా యింటి సీలింగుకీ, గోడలకీ, తలుపులకీ, కిటికీలకీ-రకరకాల డిజైన్లున్న రంగురంగుల కాగితాల్లా నా యింటినిండా ఈ పాప మాటలే అతుక్కొని గాలికి ఊగుతున్నాయ్.

"ఆంటీ, ఆ సౌండేంటీ"? పక్క ఫ్లాట్లోంచి గట్టిగా కసిగా తలుపులు బాదుతున్న శబ్దం వింటూ–కనుబొమ్మలు పైకి లేపి అడిగింది.

"పక్కింటోళ్లు, వాళ్ల డాగుని లోపలబెట్టి లాక్ చేసి బయటికెళుతుంటారు. మళ్లీ వాళ్లు తిరిగొచ్చేవరకూ అది అలాగే చేస్తుంటుంది. కుక్కంటే ఎవరూ నమ్మరు. అచ్చం మనిషిలా ముందు కాళ్లతో తలుపునలా బాదుతూనే ఉంటుంది."

"పాపం కదా, ఎందుకలా, యానిమల్స్‌ని బాధ పెట్టడం"?

"........" ఏం చెప్పాలి?

"యానిమల్స్ బాధ పడితే నేనసలు చూడలేను. ఒకసారి ఏమయిందో తెల్సా ఆంటీ? నేను స్కూల్ నుంచి ఆటోలో వస్తున్నా. డ్రైవరంకుల్ అందర్నీ వాళ్లిళ్ల దగ్గర దించేశాడు. నేను చివర్లో దిగుతానన్న మాట. ఇంకో ఫైవ్ మినిట్స్‌లో మా యిల్లు వచ్చేస్తుంది. గల్లీలోంచి వస్తుంటే ఒక పిగ్‌పిల్ల మా ఆటోకింద పడింది. దాని కాలు విరిగింది. ఆటో ఆపమంటే అంకులేమో 'ఫర్వాలేదు... వెళ్లిపోదాం' అన్నాడు. నేను దెబ్బలాడి దానిని ఆటోలో ఎక్కించుకోని... నా కర్చీఫ్‌తో కట్టుకట్టాను. ఒళ్లో పెట్టుకొని నారాయణగూడ హాస్పిటల్‌కి తీసుకెళ్లి డాక్టరు చేత కట్టు కట్టించాం. మళ్లీ తీసుకొచ్చి అదే గల్లీలో వదిలేశాం – వాళ్ల అమ్మ దగ్గర..." వెలుగు మొహంతో కాండిల్లా నిలబడి చెప్పుకుపోతుంది.

"మరి నువ్వు రాకపోతే మీ అమ్మ కంగారు పడలేదా?"

"ఎందుకూ? డ్రైవరంకుల్ సెల్‌ఫోన్లోంచి ఫోన్ చేసి చెప్పాగా"?

"ఇంటికొచ్చాక ఆ పిగ్‌పిల్ల గుర్తొచ్చి డల్‌గా అన్పించింది. రాత్రి ట్వల్వ్ వరకూ కూర్చుని ఇదంతా డైరీలో రాశా..."

"యేంటీ? నువ్ డైరీ రాస్తావా?" ఇంకేదో చెప్పబోతుంటే ఆపి కొంచెం ఆశ్చర్యంగా అడిగా.

"అవునాంటీ, నేను రోజూ డైరీ రాస్తా, నాకిది మా రాఘవ మామ నేర్పాడు. నాకు సిస్టర్స్, బ్రదర్స్ లేరుకదా, ఒక్కదాన్నే కదా. అందుకే డైరీతో షేర్ చేసుకుంటానన్న మాట..."

బయట చీకటి కమ్ముకుంటోంది. నా ఫ్లాట్‌లో మాత్రం ఈ మూడడుగుల నిలువు చందమామ వెన్నెల కురిపిస్తూనే ఉంది. చీకటిని చొరబడనివ్వకుండా వెలుగు నవ్వుల కత్రలు విసురుతూనే ఉంది.

పాప చెప్పేది వింటూనే క్యారట్‌ఫ్రై చేశా. పెరుగు చారు చేశా. కొంచెం ముద్దపప్పు చేశా. ఇవన్నీ పాపకి యిష్టమైన అయిటమ్స్ అని తెల్సుకొని.

"అన్నం తినేద్దామా?" అడిగా.

"అప్పుడేనా? ఓ పని చేస్తా. నేను మీతో కల్సి భోంచేస్తానని మా నాన్నమ్మతో చెప్పి వచ్చేస్తా"

"తొందరగా వచ్చెయ్"!

రెండు నిమిషాల తర్వాత - వాకిట్లో చెప్పులిప్పి, ఆ ఏడేడు రంగుల ఇంద్రధనుస్సు ఒంటినిండా నవ్వుల తళుకులు అద్దుకొని అడుగుపెట్టింది. బుల్లి బొటనవేలు ఎత్తి చూపి "నా భోజనం మీతోనే" అంటూ ఒక్క గంతులో నన్ను హత్తుకుపోయింది.

ఏదో సువాసన తన మీంచి నా మీదకు వస్తోంది. ఒంటిమీద నుంచి కాదు, ఒంట్లోంచి! మనుషుల్ని తన వశం చేసుకొనే ఒక పరిమళమేదో... పిల్లలవొళ్లు సహజ సిద్ధంగానే వెదజల్లుతుందనుకుంటా. గుండెల్నిండా ఆ సుగంధ ద్రవ్యాన్ని పీల్చుకున్న పరవశంతో పాప నుదుటిమీద ముద్దు పెట్టుకున్నా. ఇద్దరం కిచెన్లో కెళ్లాం. గిన్నెలన్నీ హాల్లో టీపాయ్ మీదకు చేరవేస్తోంది.

చిన్నప్పుడూ మా యింటి తాటాకు కప్పులోంచి దూరొచ్చిన కాంతికిరణం మట్టినేల మీద వెలుగు సున్నాలా పడి - కొంచెం-జరుక్కుంటూ జరుక్కుంటూ వెళ్లినట్లు ఈ పాప తన వెలుగు పాదాలతో ఇల్లంతా కలియ తిరుగుతూ నా మనస్సంతా నులివెచ్చని వెలుతురు పూలని పూయిస్తోంది.

"రేపీవినింగ్ ఇంటికెళ్లగానే మీ గురించి కూడా నా డైరీలో రాసుకుంటా" గిన్నెల్లో గరిటలు పెడుతూ... "అవునూ నా డైరీ గురించి మీకో ఇంపాటెంట్ విషయం చెప్పలేదు కదా?"

"ఏంటది"? ఫ్రిజ్‌లోంచి వాటర్ బాటిల్ తీసి తనకందిస్తూ అడిగా.

"నా కిష్టమైనవే బ్లూ ఇంకుతో రాసుకుంటా, నాకు నచ్చనివి, ఇష్టం లేనివి బ్లాకింకుతో రాస్తా..."

"అంటే పిగ్‌పిల్ల గురించి బ్లాక్ ఇంక్‌తో రాశావా?"

"నోనో...అది నాకు చాలా ఇష్టమైన పని... ఒకసారి మహిమ వాళ్లింటికెళ్లి, వాళ్లమ్మ పెడితే టిఫిన్ కూడా తిన్నా... అది బ్లాకింకుతో రాశా... ఈ బౌల్లో దేంటాంటీ..."?

"చికెన్. నిన్నటిది. ఫ్రిజ్‌లో ఉంటే తీశా"

"అదేంటి? మీరు నాన్‌వెజ్ తింటారా?" చాల ఆశ్చర్యంగా... చాల చాల అనుమానంగా.

తన ప్లేట్లో అన్నం పప్పు పెట్టి కొంచెం క్యారెట్ ఫ్రై వేశా.

"అవునూ...ఏం"? నా ప్లేట్లో అన్నం కొంచెం కొరివికారం పచ్చడి, రెండు చికెన్ ముక్కలు వేసుకుంటూ.

"మీరు బ్రామిన్స్ కారా?" కళ్లలో ఎప్పుడూ ఉండే నవ్వు చెప్పా పెట్టకుండా ఇగిరిపోయి అడుగంటుతోంది.

"కాదు"

"చౌదరీసా?

"కాదు"

"మరి రెడ్డీసా?"

"ఊహూ... కాదు."

"మరి యింకెవరు?"

"దళిత్!" ఆ పిల్లతో ఏం చెప్పాలో ఎలా చెప్పాలో అర్థం కావడం లేదు.

"అంటే... వేరే హిందూసా?"

"కాదు. క్రిస్టియన్స్!"

"హరిజన్సా? అంటే మహిమా వాళ్లకి లాగా...?"

ఆరో తరగతిలో డ్రిల్లు మాస్టారు గ్రౌండ్లో పరిగెత్తమన్నప్పుడు చూపుడు వేలంత ముల్లు అరికాల్లో కసుక్కున దిగి కాడ దగ్గర విరిగిపోయింది. ఇప్పుడదే ముల్లు తిరిగొచ్చి రెండింతలై నా గుండెల్లో కసుక్కున దిగబడింది.

"ముందు అన్నం తిను..." నేను అన్నం కలుపుకుంటూ

"నిజం చెప్పండి, హరిజన్సేనా...?" పాప మొహంలో రంగులన్నీ మాయమయ్యాయి. చిన్నగా బూడిదరంగు అలుముకుంటోంది.

"అవును...అయినా యిప్పుడవన్నీ ఎందుకు? మనం ఫ్రెండ్స్ కదా, మనమధ్య అవన్నీ అవసరమా?"

"ఊ... మా డాడీకి, మా మమ్మీకి హరిజన్స్ ఫ్రెండ్సే లేరు! నాక్కూడా లేరు! అసలు మాకు వాళ్లతో ఫ్రెండ్షిప్పే ఇష్టం వుండదు. నా ఫ్రెండ్సంతా బ్రామిన్స్, చౌదరీస్, రెడ్డీస్, వేరే హిందూస్..."

ఆకాశం అంచుల వరకు ఎగిరిన రంగుల గాలిపటం పుటుక్కున తెగిన చప్పుడు.

"నేనంటే నీ కిష్టమే కదా..." నా చేతిలో అన్నం మెతుకులు నలిగిపోతున్నాయ్.

"ఇష్టమే.." పాప మొహం వాంతి తన్ను కొస్తోంటే అతి కష్టం మీద ఆపుకున్నట్లుంది.

"మరి కూర్చో, అన్నం తిందాం!"

కూర్చోలేదు. అలాగే నిలబడి నా వైపు రెప్పవాల్చకుండా చూస్తోంది. లుకలుకమని తిరుగుతున్న తెల్లటి పురుగుల్ని చూస్తున్నంత అసహ్యం ఆ పిల్ల కళ్లల్లో.

"నానమ్మ పిలుస్తున్నట్లుంది" గబుక్కున కదలి, గబగబా నడుచుకుంటూ బైట విప్పిన చెప్పులు వేసుకొని పడిపోతుందేమో అన్నంత ఫాస్టుగా పరిగెత్తుకొని వెళ్లిపోయింది.

ఇందాకటి వెలుగు సున్నా - భూతద్దంలోంచి సీతాకోకచిలకలు బొచ్చు పురుగులై నా మీదకు పాక్కుంటూ వస్తున్నాయ్!

బ్లాక్ ఇంక్ కథలు

వినోదిని ప్రెస్, హైదరాబాద్, 2015, పుట.33,40.

షాజహానా (1974)

*

దూ(స్రా ఆస్మాం

దలిందరాగి మనల్నిలా చెరోవైపు
లాగిపడేస్తుందని నేనెప్పుడనుకున్నాను?
చెల్లెళ్ళ పెళ్ళి బరువు పిల్లల చదువు సంధ్యల ప్రశ్నార్థకాలు
నిన్ను పరదేశానికి తరిమితే
పాతికేళ్ళకే దిగులుగూట్లో ఒంటరి పక్షినై...

నువ్వు రాసే ఉత్తరాలలో
నువ్వు తిరుగాడిన నీడల్ని వెతుక్కుంటూ...
సుదూర తీరాల్లో దీనార్ల కౌగిలింతల్లో చిక్కి
ఇటువైపు నువ్వు రాని చేదు అనుభూతిని
ఏ మెయిల్లో ప్యాక్ చేసి పంపను
నువ్వు పంపే కరెన్సీ కాయితాలకు నీ స్పర్శెలా వస్తుంది
ప్రతీ రాత్రి ఖాళీగా వెక్కిరించే సగం పక్క..

ఏ రెండు మూడేళ్ళకో నువ్వొస్తున్న కబురు
రోహిణి తర్వాత భూమి ఆకాశం వైపు చూసే చూపు నాది
నీ ఎన్ని రాకలకి చల్లబడతానో...

తీరీ తీరని దేహ మనఃతపనల వెనక
మళ్ళీ వెళ్ళిపోతావనే ఒక దుఃఖపు సుడి
ప్రతిసారీ ఆకాశాన్ని చీల్చుతూ పైకెగిరే నువ్వు
ఒక్కసారి వెనక్కి తిరిగిచూడు
కిటికీ కివతల శూన్యం నింపుకున్న రెండో ఆకాశం!

నఖాబ్, ముస్లిం స్త్రీ కవిత్వం
నసల్ కితాబ్ ఘర్, హైదరాబాద్, 2005, పుట. 70, 71.

కవులు - రచయితల సంక్షిప్త పరిచయం

తిక్కన (1205-1288)

13వ శతాబ్దం. ఆంధ్ర మహా భారతాన్ని నన్నయ్య రాసిన ఆది, సభా పర్వాలను, అరణ్య పర్వాన్ని ఒదిలి - విరాట పర్వం నుంచి చివరి వరకూ ఆంధ్రీకరించాడు. మనుమసిద్ధి రాజాస్థానంలో మంత్రిగా ఉంటూ విరాట పర్వంలో రాజుల అధికార దర్పాన్ని, దౌష్ట్యాన్ని విమర్శించాడు. రచనలో సంస్కృత పదాల వాడుక తగ్గించి తెలుగు పదాలను, చిన్న చిన్న పదాలను విరివిగా ఉపయోగించాడు. పురాణ రచనలలో నాటకీయతను అందంగా, ఔచిత్యంగా చొప్పించిన కవి. కవిబ్రహ్మగా తెలుగు సాహిత్యంలో ప్రసిద్ధుడు. నిర్వచనోత్తర రామాయణం ఇతని మరొక ప్రసిద్ధ రచన. ఈయన నెల్లూరి నివాసి.

మంచెన (13వ శతాబ్దం)

సంస్కృతాంధ్ర భాషలలో ప్రవీణుడు. కేయూర బాహు చరితము గ్రంథకర్త. తిక్కనకు గొప్ప శిష్యుడు. సాంఘీక విషయాలను గురించి ఆలోచించి వాటిని కవితలలో చొప్పించిన కవి. తన రచనలను రాజులకు అంకితమిచ్చి ప్రతిఫలాన్ని స్వీకరించటానికి వ్యతిరేకి.

అన్నమాచార్య (1408-1503)

ఈయన ప్రధానంగా వాగ్గేయకారుడు. భక్తి కవితా మార్గంలో వేల కీర్తనలు రచించాడు. తిరుపతి శ్రీ వేంకటేశ్వరుని భక్తుడు. తన కీర్తనలను రాగి రేకులపై రాయించి దేవాలయంలో ఒక గదిలో భద్ర పరిచాడు. కుల, మతాలను నిరసించే ధోరణి, సర్వ జీవులలోని ఆత్మ ఒక్కటేననే తాత్త్వికత ఇతని దృక్పథంలో ఉన్నాయి. కీర్తనలలో సహజమైన, అచ్చమైన కవిత్వం వల్ల ఈయనకు అపరిమిత ప్రజాదరణ ఉంది.

ఆతుకూరి మొల్ల (1440-1530)

స్త్రీగా, కుమ్మరి కులానికి చెందిన వ్యక్తిగా వివక్షకు గురైనా తన రచన వల్ల కీర్తి పొందింది. రాజులకు గ్రంథాలను అంకితం ఇచ్చే సంప్రదాయానికి వ్యతిరేకి. ఈమె రాసిన రామాయణం మొల్ల రామాయణంగా ప్రసిద్ధి చెందింది.

పోతన (1440-1530)

మహా భాగవతాన్ని తెలుగులో రచించాడు. ఈయన పద్యాలు ఒకటి రెండైనా నోటికి రాని తెలుగువారు అరుదు. తెలంగాణా ప్రాంతం వరంగల్ జిల్లాలోని బమ్మెర గ్రామానికి చెందినవాడు భాగవతాన్ని రాజులకు అంకితమివ్వడానికి నిరాకరించి, రాజుల నెదిరించి నిలబడినవాడిగా ప్రసిద్ధుడు. పద్య రచనలలో సారళ్యత, సౌందర్యం ఈయన ప్రత్యేకతలు. సహజ కవిగా ప్రసిద్ధుడు.

ధూర్జటి (1480-1545)

విజయనగర ఆస్థానంలో ఉండి, రాజులను గాక ఈశ్వరుని నమ్ముకున్న వాడు. కాళహస్తీశ్వర కావ్యంగాను, శ్రీకాళహస్తీశ్వరా అనే మకుటంతో ఒక శతకాన్ని రచించాడు. ధూర్జటి పద్యరచనా ధార అనన్య సామాన్యం.

వేమన (1652-1730)

తీవ్రమైన సామాజిక విమర్శతో, ఆటవెలదులనే తెలుగు ఛందస్సులో వేల పద్యాలు రాసిన కవి. వేమన పద్యాలు పదైనా నోటికి రాని తెలుగు వారుండరు. కులం, మతం, మూఢాచారాలు, కపటత్వం, రాజరికం ఇట్లా ఈయన పదునైన విమర్శకు గురికాని రంగం లేదు. తాత్విక భావనలను తేలిక భాషలో ప్రజలకు అర్థం చేయించిన కవి.

ముద్దుపళని (1739-1790)

శతాబ్దానికో కవయిత్రి లేని కాలంలో తన ప్రబంధంతో తన కాలపు కవులను మెప్పించిన కవయిత్రి. “రాధికా సాంత్వనము” ఈమె ప్రసిద్ధ కావ్యము. ఈమె దేవదాసి కులానికి చెందినది కావడంతో ఆధునిక కాలంలో మరుగున పడింది. కవుల చరిత్ర రాసిన, ఆధునిక సంఘ సంస్కర్త వీరేశలింగం పంతులుగారు “ఈమె వేశ్య యగుటచే పచ్చి శృంగారము రాసినది” అనటంతో బ్రిటీష్ ప్రభుత్వం “రాధికా సాంత్వనము” నిషేధించారు. స్వాతంత్ర్యానంతరమే నిషేధం ఎత్తి వేయబడింది.

కందుకూరి వీరేశలింగం (1848-1919)

సాహిత్య, సామాజిక రంగాలలో ఆంధ్రదేశాన్ని తొలిసారిగా మేల్కొలిపి ముందుకి నడిపించినవాడు. భాషలో సరళ గ్రాంథికతను ప్రవేశపెట్టి నవల, నాటకం, ప్రహసనాలు, వ్యాసాలు, ఆత్మకథ వంటి ప్రక్రియలన్నిటినీ ప్రారంభించినవాడు. స్త్రీ విద్య కోసం పాఠశాలలు స్థాపించాడు. వితంతు పునర్వివాహాన్ని తన యింట్లోనే జరిపించాడు. వితంతు శరణాలయాన్ని నడిపాడు. ఈయన భార్య రాజ్యలక్ష్మి కూడా ఈ వుద్యమాలన్నింటిలో భాగమయింది. హేతువాదానికి, రాడికల్ భావాలకు ఈయన వేసిన పునాదులు ఆంధ్ర దేశాన్నీ, తెలుగు భాషనూ యిప్పటి వరకు అభ్యుదయం వైపే బుద్ధి జీవులు మొగ్గి వుండేలా చేశాయి.

గురజాడ వేంకట అప్పారావు (1862-1915)

సాహిత్యంతో సామాజిక విమర్శ, కళా విలువలు దెబ్బతినకుండా చేయవచ్చని నిరూపించి “అడుగుజాడ గురజాడది, అది భావికి బాట” అనిపించుకున్నవాడు. ఆయన “కన్యాశుల్కం” నాటకం రాసి 125 సంవత్సరాలైనా తన ప్రాసంగికతను కోల్పోలేదు. తన కాలపు బ్రాహ్మణ సమాజంలోని దురాగతాలను, దురాచారాలను, దుష్టత్వాన్ని సాహిత్యం ద్వారా బట్ట బయలు చేశాడు. వ్యవహారిక భాషోద్యమ నాయకుడు. కన్యాశుల్కాన్ని మాండలిక యాసలో రచించాడు. సాహిత్యం రైతుల ముంగిళ్ళకు చేరాలని ఆశించాడు. ముత్యాల సరాలు అనే కొత్త ఛందస్సు నేర్పించి అధునాతన భావాలను చెప్పాడు.

భండారు అచ్చమాంబ (1874-1905)

తొలి తెలుగు కథా రచయిత్రి. సరళమైన తెలుగులో స్త్రీల జీవితాలకు సంబంధించిన కథలు రాశారు. ప్రసిద్ధ స్త్రీల జీవిత చరిత్రలను రాశారు. స్త్రీల సంఘాలు ఆంధ్ర దేశంలో అనేక చోట్ల స్థాపించారు. ప్లేగు వ్యాధిగ్రస్తులకు సేవ చేస్తూ, ఆ వ్యాధి సోకి మరణించారు.

ఉన్నవ లక్ష్మీనారాయణ (1877-1958)

గుంటూరు వేములూరుపాడులో జన్మించారు. ఇంగ్లండులో న్యాయశాస్త్రం చదివి 1916లో తిరిగి వచ్చారు. స్త్రీ విద్య కోసం 1922లో 'శారదా నికేతన్' స్థాపించారు. ఈయన సంస్కర్త, జాతీయవాది. స్వాతంత్ర్య పోరాటంలో జైలుకెళ్ళినవాడు. జైలు జీవితంలో 1920లో రచించిన నవల "మాలపల్లి" దళిత జీవితాల గురించి, అనేక సాంఘిక అసమానతల గురించి ఆలోచించిన తొలి తెలుగు నవల. ఆ కాలపు సమస్యలు, ఉద్యమాలను స్పృశిస్తూనే విప్లవాన్ని మన దేశంలో ఆ విప్లవ ప్రభావాన్ని చిత్రించిన నవల. ఈ నవలను బ్రిటీష్ ప్రభుత్వం రెండుసార్లు (1922, 1936) నిషేధించింది.

త్రిపురనేని రామస్వామి చౌదరి (1887-1943)

కృష్ణాజిల్లా అంగలూరులో జన్మించారు. ఆంధ్ర దేశంలో బ్రాహ్మణ వ్యతిరేకోద్యమం మొదలు పెట్టినవాడు. "శంబూక వధ" "సూత పురాణం" వంటి ప్రసిద్ధ రచనలు చేశారు. సమాజంలోని అగ్రవర్ణ ప్రాబల్యాన్ని, ఆధిక్యాన్ని నిరసిస్తూ, సంస్కృతాంధ్ర భాషల్లో యెన్నో రచనలు చేశారు. రాజకీయ రంగంలోనూ చురుకైన పాత్ర పోషించారు. సంస్కృతంలో వున్న వైదికాచార మంత్రాలనన్నీ యథాతథంగా తెలుగులోకి అనువాదం చేశారు. ఆ మంత్రాలు నేర్చుకుని బ్రాహ్మణులు కాని శూద్రకులాల వారు వివాహ కర్మకాండను నేటికీ జరిపిస్తున్నారు.

భాగ్యరెడ్డివర్మ (1888-1939)

హైదరాబాద్ స్టేట్‌లో జన్మించారు. తెలంగాణా ప్రాంతంలో దళిత సమస్యల గురించి స్పందించి అనేక సంస్కరణలు చేపట్టిన తొలి రచయిత. ఈయన కథలలో దళిత సామాజిక స్పృహ, దళితుల అణచివేత ప్రధాన వస్తువులు. కేవలం రచనలే కాకుండా అనేక సంస్కరణ కార్యక్రమాలు నిర్వహించిన వ్యక్తి.

శ్రీపాద సుబ్రహ్మణ్య శాస్త్రి (1891-1961)

తూర్పు గోదావరి జిల్లాలో జన్మించారు. తెలుగు కథకు ఒక ప్రత్యేకతను సంపాదించి పెట్టిన కథా రచయిత. సంస్కరణ భావాలతో బ్రాహ్మణ జీవితాలను, ఆచారాలను తీవ్రంగా విమర్శించిన రచయిత. ఈయన వాడిన భాష సరళము. సుందరము. స్రీలు మాట్లాడే తీరును శ్రద్ధగా గమనించి తన భాషా శైలి యేర్పరచుకున్నానని చెప్పారు. గులాబీ అత్తరు, వడ్లగింజలు ఇలాంటి తవ్వాయి వస్తే వంటి ప్రసిద్ధ కథలు రాశారు. 'ఆత్మబలి' అనే నవల వితంతు స్త్రీల లైంగికత్వాన్ని గురించి మాట్లాడుతుంది.

గరిమెళ్ళ సత్యనారాయణ (1893–1952)

శ్రీకాకుళం జిల్లా గోనెపాడులో జన్మించారు. జాతీయోద్యమ ప్రభావంతో కవితలు, పాటలు, కథలు రాసిన రచయిత. ఆ కాలంలో ఈయన రాసిన "మాకొద్దీ తెల్ల దొరతనము" "కల్లు మానండో బాబు కళ్ళు తెరవండోయ్" పాటలు ఉద్యమ గీతాలై లక్షలాదిమంది పాడుకున్నారు.

గుడిపాటి వెంకటచలం (1894–1979)

తెనాలిలో జన్మించిన చలం తెలుగులో మొదటి రాడికల్ రచయిత. స్త్రీల అణచివేత గురించిన అన్ని పార్శ్వాలకూ కళ్ళు తెరిపిస్తూ కథలు, నవలలు, నాటకాలు, వ్యాసాలు రాసి తెలుగు సమాజానికి షాక్ ట్రీట్‌మెంట్ యిచ్చిన రచయిత. స్త్రీల లైంగికత్వం, శ్రమ విభజన, శ్రమ దోపిడీ, మాతృత్వం వంటి కీలక విషయాల గురించి రాసిన తొలి రచయిత. ఆయన రాస్తున్న కాలంలో సమాజం ఆయనను తీవ్రంగా విమర్శించి బాధించింది. స్త్రీల గురించే కాకుండా పిల్లల పెంపకం గురించి "బిడ్డల శిక్షణ" అనే పుస్తకం రాశాడు. తెలుగులో అటువంటి పుస్తకం మళ్లీ రాలేదు. చలం కాలంలో ఆయన వలే రాసిన మరొక భారతీయ రచయిత లేడు.

బసవరాజు అప్పారావు (1896–1933)

భావ కవితా ధోరణిలో అనేక కవితలు రాసిన ప్రసిద్ధ కవి. ఈయన కవిత్వం ఆడంబరం లేని సహజత్వంతో ఉంటుంది.

గుర్రం జాషువ (1895–1971)

గుంటూరు జిల్లాకు చెందిన ప్రముఖ దళిత కవి. ఎంతో కష్టపడి సంస్కృత, తెలుగు భాషలలో పాండిత్యం సంపాదించి అనేక కావ్యాలు రాశారు. కులం పేరుతో చిన్నబుచ్చి, అవమానించిన వారినెదుర్కొంటూ, కవిగా తెలుగు సాహిత్యంలో తిరుగులేని స్థానాన్ని సంపాదించుకున్నారు. అనేక పురస్కారాలు, సన్మానాలు, సత్కారాలు పొందారు. గబ్బిలము, ఫిరదౌసి, ముంతాజ్ మహల్ ఈయన కావ్యాలలో ప్రసిద్ధి చెందినవి.

నండూరి సుబ్బారావు (1895–1957)

పశ్చిమ గోదావరి జిల్లా వసంతవాడలో జన్మించారు. తెలుగు కవిత్వంలో అప్పటి వరకూ వున్న సర్వ నియమాలనూ తోసివేసి "ఎంకి" "నాయుడు" అనే జానపద నాయికా నాయకులను సృష్టించి, జానపదుల భాషలో గీతాలు రాసి ఆనాటి బ్రాహ్మణీయ సాహిత్య లోకంలో కల్లోలం సృష్టించాడు. భావంలో, భాషలో వ్యక్తీకరణలో సాహసం, సౌందర్యం నింపిన కవి. ఎంకి తెలుగు సాహిత్యంలో చిరకాలం జీవించే మనిషై పోయింది. "ఎంకి పాటలు" ఒకటే ఈయన కృతి.

కనుపర్తి వరలక్ష్మమ్మ (1896–1942)

గుంటూరు జిల్లాలోని బాపట్లలో జన్మించారు. ఆధునిక తెలుగు రచయిత్రులలో తొలి తరానికి చెందినది. జాతీయోద్యమం, సంస్కరణోద్యమం ఈమెను ప్రభావితం చేశాయి.

శారద లేఖలు పేరుతో 'కాలమే' నిర్వహించారు. ఈమె కథలు సున్నితమైన హాస్య వ్యంగ్యాలతో సామాజిక విమర్శ చేస్తాయి.

సురవరం ప్రతాపరెడ్డి (1896-1953)

మెహబూబ్‌నగర్‌లో జన్మించారు. హైదరాబాదు రాజ్యంలో నిజాం అణచివేత పరిపాలనకు వ్యతిరేకంగా జరిగిన తెలంగాణా పోరాటంలో చురుకైన పాత్ర పోషించారు. సాంఘీక చరిత్రకారునిగా ఆయన తెలుగు ప్రజల చరిత్రను తెలుగులోనే "ఆంధ్రుల సాంఘిక చరిత్ర" అనే పేరుతో రచించారు. కవిత్వము, కథానికలు రాసారు. తెలంగాణాలో గోల్కొండ కవులు అనే పేరుతో మూడువందల మంది తెలంగాణా కవులను ఒక జాబితాగా తయారు చేసి తెలంగాణాలో సాంస్కృతిక పునరుజ్జీవనానికి పునాదులు వేసారు.

దేవులపల్లి కృష్ణశాస్త్రి (1897-1980)

తూర్పు గోదావరి జిల్లా పిఠాపురం వీరి స్వగ్రామం. భావ కవితోద్యమ నాయకుడిగా తెలుగులో గొప్ప కవులలో ఒకడు. ఈయన గీతాల సౌందర్యం తెలుగువారిని ముగ్ధులను చేసింది. "కృష్ణపక్షం" "ఊర్వశి" "ప్రవాసము" ఈయన ప్రసిద్ధ రచనలు. ప్రకృతి, ప్రణయం, మృత్యువు ఈయన ప్రధాన కవితా వస్తువులు.

జానపదగీతం (అముద్రితం)

జానపదులు పాడుకునే పాట. ఉద్యమాలలో బహుళ ప్రచారం పొందింది.

కుసుమ ధర్మన్న (1900-1945)

రాజమండ్రిలోని లక్ష్మీవారపు పేటలో జన్మించారు. దళిత మేధావి. రచయిత. మార్క్సిజాన్ని, గాంధీని, అంబేద్కర్‌నీ బాగా అధ్యయనం చేశాడు. బౌద్ధ, క్రైస్తవ, ఇస్లాం మతాల గురించి క్షుణ్ణంగా తెలుసుకుని అంబేద్కర్ మార్గాన్ని అనుసరించి రచన, కార్యాచరణ చేసిన తొలి తెలుగు దళిత కవి. ఈయన రాసిన "మాకొద్దీ నల్లదొరతనము" పాట లక్షలమంది పాడుకున్నారు. దళిత తాత్త్వికుడిగా చెప్పుకునే రచయిత.

కొడవటిగంటి కుటుంబరావు (1909-1980)

గుంటూరు జిల్లా తెనాలి వీరి స్వస్థలం. కొన్ని వందల కథలు, వ్యాసాలు, ఇరవై నవలలు రాసిన ఈయన మార్క్సిస్టు రచయిత. మధ్య తరగతి బ్రాహ్మణ కుటుంబాలలోని కపటత్వం, మూర్ఖత్వం ఈయన కథా వస్తువులు. 'ప్రేమ' అనే ఆధునిక భావనను కాల్పానిక ఊహల నుండి విముక్తం చేసి తన కథలతో నేల మీదికి దించాడు. సాహిత్య విమర్శ, సినిమా వ్యాసాలు, సైన్సు వ్యాసాలు, రాజకీయ, కళా రంగాల గురించిన వ్యాసాలు విరివిగా రాశారు. "చందమామ" పిల్లల పత్రిక సంపాదకుడిగా కొన్ని తరాలను ప్రభావితం చేశారు. 'బుద్ధికొలత' అనే తాత్త్విక భావనను పరిచయం చేశారు.

శ్రీరంగం శ్రీనివాసరావు (1910-1983)

విశాఖపట్టణంలో జన్మించారు. మహాకవి శ్రీశ్రీ అంటే చాలు – తెలుగువారందరికీ తెలుస్తుంది. మహాప్రస్థానం లేని ఆధునిక తెలుగు సాహిత్యాన్ని ఊహించలేము. అభ్యుదయ కవితా పథ నిర్దేశకుడు. విప్లవ కవిత్వోద్యమ నాయకుడు. మహాప్రస్థానం, ఖడ్గసృష్టి, మరో ప్రస్థానం ఈయన ప్రసిద్ధ రచనలు. కథలు, వ్యాసాలు, నాటికలు రాశారు. ఆత్మకథ "అనంతం" రాశారు. సినిమా పాటల రచయితగా కూడా ప్రసిద్ధుడు.

త్రిపురనేని గోపిచంద్ (1910-1962)

కృష్ణాజిల్లా చౌటపల్లిలో జన్మించారు. ప్రసిద్ధ కథకుడు. నవలా రచయిత. తత్త్వ శాస్త్రాన్ని పరిచయం చేసినవాడు. అభ్యుదయ భావాలతో మొదలై అరవిందుని ప్రభావానికి లోనయ్యాడు. "అసమర్థుని జీవిత యాత్ర" తెలుగులో తొలి సైకో ఎనలిటికల్ నవల. "పండిత పరమేశ్వర శాస్త్రి వీలునామా" "చీకటి గదులు" యితర ప్రసిద్ధ నవలలు.

బోయి భీమన్న (1911-2005)

తూర్పు గోదావరి జిల్లా మామిడికుదురులో జన్మించారు. ప్రసిద్ధ దళిత కవి. 'పాలేరు' నాటకంతో సంచలనం సృష్టించారు. "గుడిసెలు కాలిపోతున్నాయి" వంటి అనేక కవితలు, మరెన్నో గేయాలు పాటలతో తెలుగు సాహిత్యంలో చెరగని స్థానం సంపాదించుకున్నారు.

కాళోజీ నారాయణరావు (1914-2002)

ప్రజాకవిగా తెలుగు సాహిత్యంలో తనదైన ప్రత్యేక ముద్ర వేసిన కవి. పదునైన రాజకీయ, సాంఘిక విమర్శ ఒక వంక, అతి సున్నిత భావోద్వేగాలు యింకొక వంక తన కవిత్వంలో నింపిన అనితర సాధ్యుడైన కవి. రచనే కాక, చురుకైన రాజకీయ జీవితం గడిపి, తెలంగాణా గుండె చప్పుడుగా మారిన కవి.

చాగంటి సోమయాజులు (1915-1994)

శ్రీకాకుళంలో జన్మించారు. ప్రసిద్ధ ఉత్తరాంధ్ర కథకుడు. కథా రచనలో ఈయనది ప్రత్యేక మార్గం. అభ్యుదయ రచయితగా అనేకమందిని ప్రభావితం చేశాడు. తెలుగు కథ అనగానే గుర్తొచ్చే పేరు చాసో.

వట్టికోట ఆళ్వారుస్వామి (1915-1964)

నల్గొండ జిల్లా మదారంకలాన్‌లో జన్మించారు. తెలంగాణా సాయుధ పోరాట ప్రారంభాన్ని అక్షరబద్ధం చేసిన నవలా రచయిత. కథా రచయిత. "ప్రజల మనిషి" "గంగు" ఈయన ప్రసిద్ధ నవలలు. రచనలే కాక ప్రత్యక్ష కార్యాచరణతో తెలంగాణా సమాజంపై చెరగని ముద్ర వేసిన వ్యక్తి.

బుచ్చిబాబు (1916-1967)

"చివరకు మిగిలేది" నవలతో తెలుగు నవలా సాహిత్యానికి కొత్త మార్గాన్ని పరిచయం చేసిన రచయిత. అనేక కథలు, సాహితీ వ్యాసాలూ రాశారు.

పొట్లపల్లి రామారావు (1917-2001)

వరంగల్ జిల్లా తాటికాయల గ్రామంలో జన్మించారు. తెలంగాణా సాహిత్య మేధో ఆవరణాన్ని సుసంపన్నం చేసిన రచయిత. సాహిత్య పరంగా, సాంస్కృతికపరంగా లోతుగా ఆలోచించి, ఆ ఆలోచనలను కవిత్వీకరించారు. "చుక్కలు" "ఆత్మవేదన" "అక్షర దీప్తి" "నాలో నేను" "సైనికుని జాబులు" ఆయన రచనలు.

కాంచనపల్లి చిన వెంకటరామారావు (1921-1992)

ఈయన నల్గొండ జిల్లాలోని పానగల్లు గ్రామంలో జన్మించారు. విద్యార్థి దశ నుంచి ఆంధ్ర మహా సభలో చురుకుగా పని చేశారు. ఈయన కవిత్వము, వ్యాసాలు, కథలు, నాటికలు రాశారు. న్యాయ వాదిగా పనిచేస్తూ 1952 ఎన్నికలలో పోటీ చేసి గెలిచారు. శాసనసభలో ఉప సభాపతిగా తన సేవలందించారు. ఆయన కవితా సంకలనం "అరుణరేఖలు", కథా సంకలనం "మా ఊళ్లో కూడానా" అనేవి ప్రసిద్ధమైనవి.

దేవరకొండ బాలగంగాధర తిలక్ (1921-1966)

పశ్చిమ గోదావరి జిల్లా మండపాకలో జన్మించి తణుకులో జీవనం కొన సాగించారు. తిలక్ తన కవితా సంకలనం "అమృతం కురిసిన రాత్రి" ద్వారా తెలుగు సాహిత్యాభిమానుల హృదయాలలో చిరంజీవి అయ్యారు. కవితలతో పాటు గొప్ప కథలు రాసిన రచయిత.

రాచకొండ విశ్వనాథశాస్త్రి (1922-1993)

విశాఖపట్నంలో పుట్టి పెరిగి రావిశాస్త్రిగా పాఠకులకు పరిచయమైన కథా రచయిత. లంపెన్ ప్రొలిటేరియేట్ జీవితాన్ని సగౌరవంగా సాహిత్య రంగంలోకి తీసుకొచ్చిన రచయిత. "ఆరు సారా కథలు" "ఆరు సారో కథలు" వంటి అనేక కథా సంకలనాలు, రత్తాలు-రాంబాబు, గోవులొస్తున్నాయి జాగ్రత్త! సొమ్ములు పోనాయండి, రాజు-మహిషి వంటి నవలలు రాశారు. విప్లవ రచయితల సంఘం వ్యవస్థాపక సభ్యులు, ఉపాధ్యక్షులు.

కాళీపట్నం రామారావు (1924 - 2021)

శ్రీకాకుళం జిల్లా పొందూరులో జన్మించారు. 70వ శతాబ్దం నుంచీ కథలకు చిరునామాగా అందరు చెప్పుకునే, కారా మాస్టారని ఆప్యాయంగా పిల్చుకునే ఈయన 'యజ్ఞం' కథ తెలుగు సాహిత్యంలో మైలురాయి. రాసిలో తక్కువైనా వాసిలో ఈయనతో పోటీ చేయగల రచయితలు అరుదు. శ్రీకాకుళం జిల్లాకు చెందిన ఈయన అక్కడ "కథా నిలయం" స్థాపించి తెలుగు సాహిత్య సంపదనంతా అక్కడ నిక్షిప్తం చేశారు.

ఆరుద్ర (1925–1998)

విశాఖపట్నంలో జన్మించారు. అభ్యుదయ కవి. అనేక కవితా సంపుటా లతో పాటు, తెలుగు సాహిత్యపు ప్రారంభదినాల నుంచీ పరిశోధన చేసి “సమగ్ర ఆంధ్ర సాహిత్య చరిత్ర” పేరుతో పదమూడు సంపుటాలు వెలువరించారు. సినిమా పాటల రచయితగా సామాన్యులకూ పరిచితుడు.

ఆలూరి బైరాగి (1925–1979)

ఆలూరి సుబ్బారావు అసలు పేరు. గుంటూరు జిల్లాలోని తెనాలి సమీపంలో ఐతానగరంలో జన్మించారు. తెలుగు, హిందీ భాషలలో రచనలు చేసారు. మానవతావాద కవిగా హిందీలో చిన్నతనం నుండీ కవితలు రాసేవారు. “నూతిలో గొంతుకలు” కవితా సంకలనం ద్వారా తెలుగు కవిత్వంలో తాత్త్వికతతో కూడిన కొత్తదారిని వేసిన కవి. ఈయన బీద ప్రజల, కార్మికుల, స్త్రీల, వేశ్యల జీవితాలలోని కష్టాల గురించి, ఆకలి గురించి మానవీయ దృక్పథంతో కవితలు రాసారు. మానవ జీవన పరిస్థితులలోని వైరుధ్యాలను గురించి పట్టించుకున్న కవి.

దాశరథి కృష్ణమాచార్యులు (1925–1987)

వరంగల్ జిల్లాలో చిన్న గూడూరు గ్రామంలో జన్మించారు. విద్యార్థి దశలోనే కవిగా గుర్తింపబడ్డారు. మీర్జా గాలీబు కవిత్వాన్ని తెలుగులోకి అనువాదం చేశారు. తెలంగాణా పోరాట యోధుడు కూడా అయిన ప్రసిద్ధ కవి. నిజాం రాజు – తరతరాల బూజు అనగలిగిన సాహసి. సాయుధ పోరాట కాలంలో జైలు జీవితం గడిపారు. సినిమా పాటల రచయితగా సామాన్యులు కూడా అభిమానించే కవి.

దాశరథి రంగాచార్యులు (1930–2015)

వరంగల్ జిల్లాలో చిన్న గూడూరు గ్రామంలో జన్మించారు. తెలంగాణా సాయుధ పోరాటంలో పాల్గొన్న రచయిత. “చిల్లర దేవుళ్ళు” “మోదుగ పూలు” మొదలైన నవలల ద్వారా ప్రసిద్ధుడు. నవలలతో పాటు కథలు, వ్యాసాలు, వేదాల పరిచయం, యిట్లా వైవిధ్య భరితమైన రచనలు చేశారు.

మధురాంతకం రాజారాం (1930–1999)

చిత్తూరు జిల్లా దామల చెరువు గ్రామంలో జన్మించారు. తెలుగు కథా రచనకు గురువు అని చెప్పదగిన రచయిత. కొన్ని వందల కథలు రాశారు. రాయలసీమ ప్రాంత భౌగోళిక సామాజిక స్వరూపాన్ని ఈయన కథలు ప్రతిబింబిస్తాయి.

సి. నారాయణ రెడ్డి (1931-2017)

కవిగా సుప్రసిద్ధుడైన సినారె తెలంగాణా ప్రాంతానికి చెందినవాడు. కరీంనగర్ జిల్లా హనుమాజీపేటలో జన్మించారు. ఉర్దూ మీడియంలో చదువుకొని తరువాత తెలుగు భాషలో పాండిత్యం సంపాదించారు. ఆయన పరిశోధన గ్రంథం "ఆధునికాంధ్ర కవిత్వం - సంప్రదాయము, ప్రయోగము" యిప్పటికీ ప్రామాణికము. ఆయన రాసిన 'విశ్వంభర' కావ్యానికి జ్ఞానపీఠ్ అవార్డు వచ్చింది. పద్మభూషణ్ పురస్కారం, రాజ్యసభ సభ్యత్వంతో రాణించిన కవి. 80కి పైగా కవితా సంకలనాలు, సినిమా పాటలు రచించారు. కవిగా సామాన్యులకూ అభిమాన కవి.

శివసాగర్ (1931-2012)

కమ్యూనిస్టు ఉద్యమ నాయకుడైన తొలితరం దళితుడు. శివసాగర్ పేరుతో 80వ దశాబ్దంలో అజ్ఞాతవాసంలో ఉండి నక్సల్‌బరి ఉద్యమకారుడిగా ఈయన రాసిన కవిత్వం తెలుగు సాహిత్యంలో సాటిలేనిది. మార్క్సిస్టు - లెనినిస్టు పార్టీ దళిత ఉద్యమ నాయకుడిగా, దళిత రచయితలకు ప్రేరణగా నిలిచాడు. "ఉద్యమం నెలబాలుడు" "నెలవంక" కవితా సంకలనాలు ప్రచురించారు. తరువాత ఆయన కవితలన్నీ ఒక సమగ్ర కవితా సంకలనంగా ప్రచురించారు.

వాసిరెడ్డి సీతాదేవి (1933-2007)

గుంటూరు జిల్లా చేబ్రోలులో జన్మించారు. తొలితరం నవలా రచయిత్రులలో సామాజిక స్పృహ కలిగిన రచయిత్రి. కుటుంబ సంప్రదాయాల కారణంగా చిన్నతనంలో చదువుకు దూరమైనా, తన విద్యకు ఆటంకంగా ఉన్న సాంఘిక పరిస్థితులను ఎదిరించి మద్రాసు వెళ్ళి హిందీ చదువుకుని అనేక ఉన్నతోద్యోగాలు చేసి జవహర్ బాల భవన్ డైరెక్టర్‌గా పదవీ విరమణ చేసారు. ఆమె నవల "మట్టి మనిషి" నేషనల్ బుక్ ట్రస్టు ద్వారా 14 భారతీయ భాషలలోకి అనువాదమయింది. "రాబందులు-రామచిలుకలు" ఆంధ్రదేశపు సామాజిక, రాజకీయ జీవితాన్ని చిత్రించాయి. ఈమె నవల మరీచికను 1982లో ఆంధ్రప్రదేశ్ ప్రభుత్వం నిషేధించింది. సీతాదేవిగారు కోర్టుకు వెళ్లి ఆ నిషేధాన్ని ఎత్తివేయించుకున్నారు.

కొలకలూరి ఇనాక్ (1939)

గుంటూరు జిల్లా కొలకలూరులో జన్మించారు. తొలితరం దళిత కథా రచయితలలో అగ్రగణ్యులు. ఈయన కథలు దళితుల, వ్యవసాయ కూలీల, రైతుల జీవితాలను ప్రతిఫలిస్తాయి. కథలతో పాటు సాహిత్య విమర్శ, నాటకాలు, ఆత్మకథ వంటి అనేక ప్రక్రియలలో రచనలు చేశారు. శ్రీ వేంకటేశ్వర విశ్వవిద్యాలయ వి.సి.గా పదవీ విరమణ చేశారు. ఈయన "అంతరంగ జీవనం"కు ప్రతిష్టాత్మక మూర్తి దేవి అవార్డు లభించింది.

కేతు విశ్వనాథ రెడ్డి (1939)

కడపజిల్లాలో నాగమ్మ రంగసాయి పురంలో జన్మించారు. రాయలసీమకు చెందిన ప్రముఖ కథా రచయిత. కథా రచనలతో పాటు సాహిత్య విమర్శ, అంబేద్కర్ ఓపెన్ యూనివర్సిటీ ద్వారా తెలుగు సాహిత్య బోధనలో కొత్త దారులు వేయటం ఈయన ప్రత్యేకతలు. కేంద్ర సాహిత్య ఎకాడమి అవార్డు గ్రహీత. కేతు విశ్వనాథ రెడ్డి కథలు అనే కథా సంకలనంలో ఆయన రాయలసీమలోని కరువు గురించి, ముఠా రాజకీయాల గురించి వివరంగా చిత్రించారు.

బొజ్జా తారకం (1939–2016)

తూర్పుగోదావరి జిల్లాలోని కందికుప్ప అనే గ్రామంలో జన్మించారు. న్యాయవాదిగా పౌరహక్కులు, మానవహక్కులు, దళిత హక్కుల కోసం పనిజేశారు. కవి తాత్వికుడు, రాజకీయ కార్యకర్త, అంబేద్కరిస్టు అయిన ఈయన దళిత మహాసభను ప్రారంభించారు. చుండూరులో జరిగిన దళిత మారణకాండ కేసులో సీనియర్ పబ్లిక్ ప్రాసిక్యూటర్‌గా వాదించారు. “నాలాగే గోదావరి” “బ్రెజిల్ ప్రజల భూపోరాటం” ఆయన రచనలలో ప్రసిద్ధమైనవి.

పి. సత్యవతి (1940)

ప్రసిద్ధ కథా రచయిత్రి. స్త్రీవాద కథా రచనలలో ప్రసిద్ధురాలు. ఆంగ్లం నుంచి తెలుగులోకి అనువాదాలు చేశారు. “సత్యవతి కథలు” పేరుతో వెలువడిన కథా సంకలనం, సైమన్ ది బోవా సెకెండ్ సెక్స్ అనువాదం ఈమె రచనలలో చెప్పుకోదగినవి.

వరవరరావు (1940)

వరంగల్ జిల్లాలోని చిన పెండ్యాల గ్రామంలో జన్మించారు. తెలంగాణాకు చెందిన విప్లవ కవి. వరంగల్ సీకేయం కాలేజీలో అధ్యాపకుడిగా పని చేస్తూ, సాహితీ మిత్రులు అనే సంస్థ స్థాపించి సృజన అనే సాహిత్య పత్రికను సంపాదకునిగా నడిపారు. తిరగబడు కవులలో ఒకరు. విప్లవ రచయితల సంఘం వ్యవస్థాపక సభ్యులు. “ఊరేగింపు” “భవిష్యత్ చిత్రపటం” వంటి కవితా సంకలనాలతో ప్రసిద్ధుడు. ప్రజా వుద్యమాలతో నిరంతరం సంబంధం, జైలు జీవితం, అజ్ఞాతవాసం – ఆసక్తికరమైన జీవితం గడిపిన రచయిత.

కె.శివారెడ్డి (1943)

గుంటూరు జిల్లాలో కురుమూరు వారి పాలెంలో జన్మించారు. హైదరాబాదులో వివేకవర్ధని కళాశాలలో అధ్యాపకునిగా పని చేశారు. ప్రిన్సిపాల్‌గా పదవీ విరమణ చేశారు. ప్రముఖ కవి. ప్రజా ఉద్యమాల పట్ల సానుభూతితో ప్రజల పక్షాన కవిత్వం రాసిన కవి. “శివారెడ్డి కవిత్వం” పేరుతో ఆయన సమగ్ర కవితా సంకలనం వెలువడింది. కేంద్ర సాహిత్య అకాడమీ అవార్డు గ్రహీత.

సింగమనేని నారాయణ (1943-2021)

అనంతపురం జిల్లాలో బండమీదపల్లి గ్రామంలో జన్మించారు. ఆ జిల్లాలోనే అనేక గ్రామాలలోని పాఠశాలల్లో అధ్యాపకునిగా పనిచేశారు. రాయలసీమ ప్రాంత దుర్భిక్ష పరిస్థితులను, రైతుల బాధను ఆగ్రహాన్ని కథల్లో చెప్పిన ప్రసిద్ధ కథకుడు. ప్రజా రాజకీయ కార్యకర్త. రాయలసీమ రచయితలను సమీకరించి ఆ ప్రాంత సాహిత్యోద్యమాన్ని నిర్మించటంలో కీలక పాత్ర ఈయనది. కథలతో పాటు సాహిత్య విమర్శ చేశారు. అనేక పుస్తకాలకు సంపాదకత్వం వహించి ప్రచురించారు.

చెరబండ రాజు (1944-1982)

ఈయన అసలు పేరు బద్దం భాస్కర రెడ్డి. హైదరాబాదులోని అంకుశాపురంలో జన్మించారు. హైదరాబాదులోనే ప్రభుత్వ పాఠశాలలో తెలుగు అధ్యాపకులుగా పనిచేశారు. 1960లలో దిగంబర కవులలో ఒకరిగా సాహిత్య జీవితం ప్రారంభించి, విప్లవ రచయితల సంఘంలో కీలక పాత్ర పోషించిన సుప్రసిద్ధ కవి. ఈయన కవితలు, పాటలు ప్రభుత్వాన్ని కలవరపరచటంతో ఈయన మరికొందరు కవులపై ప్రభుత్వం సికిందరాబాద్ కుట్ర కేసు పెట్టింది. 1971లో ప్రివెంటివ్ డిటెన్షన్ యాక్ట్ కింద అరెస్టు చేయడంతో జైలుకి వెళ్ళారు. మళ్ళీ 1973లో అంతర్గత భద్రతా చట్టం కింద జైలుకి పంపారు. ఉద్యోగం నుంచి సస్పెండ్ చేసారు. అనారోగ్యంతో చిన్నవయసులోనే మరణించారు. విప్లవ కవిగా చిరకాలం జీవిస్తారు.

అక్కినేని కుటుంబరావు (1946)

కృష్ణాజిల్లాలోని చౌటపల్లి గ్రామంలో జన్మించారు.''మాలపల్లి'' తర్వాత స్వాతంత్ర్యానంతర గ్రామీణ దళిత జీవితాన్ని చిత్రించే "సొరాజ్జెం" నవల ద్వారా ప్రసిద్ధులు. ప్రైవేటు రంగ కార్మిక జీవితాలను చిత్రించిన "కార్మికగీతం" మరొక విభిన్న నవల. "మోహనరాగం" "కొల్లేటి జాడలు" మొదలైన నవలలు తెలంగాణా, ఆంధ్ర ప్రాంతాల గ్రామీణ జీవితాన్ని ప్రతిబింబిస్తాయి.

అమ్మంగి వేణుగోపాల్ (1948)

వికారాబాద్ జిల్లాకు చెందినవారు. కరీంనగర్, మెదక్, నల్గొండ, మహబూబ్ నగర్ కళాశాలలో అధ్యాపకుడిగా పనిచేసి 2004లో ప్రిన్సిపల్‌గా పదవీ విరమణ చేసారు. కవిత్వం, కథలు, సాహిత్య విమర్శ, అనువాదాలు - ఇలా ఎన్ని ప్రక్రియల్లోనో కృషి చేశారు. ఈయన కవితా సంకలనాలు "మిణుగురులు" "పచ్చబొట్టు" - "పటాన్‌చెరు" "భరోసా".

రాచపాళెం చంద్రశేఖర రెడ్డి (1948)

చిత్తూరు జిల్లాలో కుంట్రపాకం గ్రామంలో జన్మించారు. అనంతపురం శ్రీ కృష్ణదేవరాయ విశ్వవిద్యాలయంలో తెలుగు విభాగంలో ఆచార్యులుగా పని చేసి పదవీ విరమణ చేసారు. ప్రధానంగా సాహిత్య విమర్శకులు. "మన నవలలు - మన కథానికలు" అనే విమర్శనా గ్రంథానికి 2014లో కేంద్ర సాహిత్య అకాడమీ అవార్డు పొందారు.

ఎన్. గోపి (1948)

తెలంగాణాకు చెందిన సుప్రసిద్ధ తెలుగు కవి. మానవ జీవితంలోని సమస్త అనుభూతులనూ కవిత్వీకరించిన కవి. వేమన కవిత్వం పై ఈయన చేసిన పరిశోధన ప్రామాణికం. 'నానీ'లు అనే కొత్త కవితా ప్రక్రియ ప్రారంభించాడు. కేంద్ర సాహిత్య అకాడమి అవార్డు గ్రహీత.

గద్దర్ (1949)

ఈయన అసలు పేరు గుమ్మడి విఠల్ రావు. హైదరాబాద్ జిల్లాలోని తూప్రాన్‌లో జన్మించారు. తెలుగు సాహిత్యంలో 'పాట'కు ప్రాచుర్యం కలిగించిన విప్లవ గాయకుడు. ప్రజా గాయకుడు. జననాట్య మండలి ఏర్పడటంలో బాధ్యత వహించారు. మార్క్సిస్టు - లెనినిస్టు పార్టీ కార్యకర్తగా అజ్ఞాతవాస జీవితం గడిపారు. పోలీసు కాల్పులలో తీవ్రంగా గాయపడి కోలుకున్నాడు. తెలంగాణా మాండలికంలో ప్రజల నిత్య జీవితపు యాతనల గురించి, ప్రభుత్వాల నిర్లక్ష్యం గురించి, విప్లవ అవసరాన్ని గురించి రాసిన గద్దర్ పాటలు ప్రజలు పాడుకునే గీతాలయ్యాయి.

దేవిప్రియ (1951-2020)

గుంటూరు జిల్లాలోని తాడికొండ గ్రామంలో జన్మించారు. ఈయన అసలు పేరు ఖాజా హుస్సేన్. జర్నలిస్ట్‌గా, పాటల రచయితగా, కవిగా ఎంతో ప్రాచుర్యం పొందిన కవి. "అమ్మ చెట్టు" "నీటి పుట్ట" "చేప చిలుక" "తుఫాను తుమ్మెద" "గరీబు గీతాలు" "సమాజానంద స్వామి" "గాలి రంగు" మొదలైన కవితా సంకలనాలు ప్రచురించారు. కేంద్ర సాహిత్య అకాడమీ అవార్డు గ్రహీత.

చిలుకూరి దేవపుత్ర (1951 - 2016)

అనంతపురం జిల్లాలోని కలువ పల్లి గ్రామంలో జన్మించారు. తెలుగు సాహిత్యంలో ప్రముఖ దళిత స్వరం. నవలలు, కథలు రాసిన రాయలసీమ రచయిత. "అద్దంలో చందమామ" (1989), "పంచమం"(1998) నవలలు దళిత జీవిత సారాన్ని మనకు పంచుతాయి. మూడు కథా సంకలనాలు వెలువడ్డాయి.

కె.ఎన్.వై. పతంజలి (1952 - 2009)

విజయనగరం జిల్లా ఆలమండలో జన్మించారు. అనేక వార్తా పత్రికలలో జర్నలిస్ట్‌గా పని చేసారు. 'సాక్షి' దినపత్రికకు సంపాదకులుగా పని చేసారు. ఉత్తరాంధ్రకు చెందిన ఈయన, ఆ మాండలికంలో హాస్య, వ్యంగ్య ధోరణిలో రాసిన నవలలు సామాజిక విమర్శనాస్త్రాలు. "గోపాత్రుడు" "వీరబొబ్బిలి" కథలలో గతించిపోయిన, శిథిలమైన రాజవంశీకుల మనస్తత్వాలను గురించి రాసారు. ఈయన పాత్రికేయ వృత్తిలో సంపాదకులుగా పనిచేసి అక్కడి జీవితం గురించి "పెంపుడు జంతువులు" అనే నవల రాశారు. పోలీసుల దయనీయ జీవితం గురించి "ఖాకీవనం" అనే నవల రాశారు.

బి.యస్.రాములు (1949)

జగిత్యాలలో జన్మించారు. విరసంలో పౌరహక్కుల ఉద్యమంలో చురుకైన పాత్ర పోషించారు. 1985 - 1990 మధ్య కాలంలో అజ్ఞాతవాసంలో ఉంటూ విప్లవ, సాంస్కృతిక సంఘాలను ఏర్పాటు చేయటంలో చురుకుగా పని చేసారు. 150కి పైగా కథలు, నవలలు, రాజకీయ, తాత్త్విక వ్యాసాలు సాహిత్య విమర్శ ఇలా ఎన్ని ప్రక్రియలలోనో రచనలు చేసారు. తెలంగాణాలో సాహితీ రాజకీయ కార్యకర్తగా పేరు పొందిన ఈయన ప్రస్తుతం తెలంగాణా రాష్ట్ర బి.సి. కమిషన్ అధ్యక్షులుగా పని చేస్తున్నారు.

కత్తి పద్మారావు (1953)

గుంటూరు జిల్లాలో జన్మించిన ఈయన 1985లో కారంచేడులో దళితుల ఊచకోత తరువాత దళిత మహాసభ ఏర్పాటు చేసిన వారిలో ప్రముఖులు. ప్రజా మేధావి. దళిత నాయకుడు అయిన పద్మారావు రచనలు దళితుల, స్త్రీల సిద్ధాంతాల గ్రంథాల నుండి ఫూలే - అంబేద్కర్ - బౌద్ధ - తాత్త్వికతల వరకు విస్తరించాయి. కవిగా కూడా ఈయన సుప్రసిద్ధుడు. సాహితీ విమర్శకుడు. కుల వ్యవస్థతో గుర్రం జాషువా తలపడిన తీరు గురించి ఈయన విస్తృతంగా రాసారు.

గంటేడ గౌరునాయుడు (1954)

విజయనగరం జిల్లాకి చెందిన రచయిత. ఉత్తరాంధ్ర రచయితలలో ప్రముఖులు. అణచివేతకు గురవుతున్న ప్రజల గురించి రచనలు చేస్తారు. ఉపాధ్యాయ వృత్తిలో ఉన్నారు. ఉత్తరాంధ్ర రచయితలను సమీకరించి పుస్తకాలు ప్రచురించారు. ఈయన రచనలలో “ఏటిపాట” ప్రసిద్ధమైనవి.

నందిని సిధారెడ్డి (1955)

సిద్ధిపేటలోని బందారం గ్రామంలో జన్మించారు. కవిగా, ప్రజల పక్షం వహించే మేధావిగా ప్రసిద్ధుడు. ప్రభుత్వ కళాశాలలో తెలుగు ఆచార్యులుగా పని చేశారు. తెలంగాణా రచయితలను ఒక వేదిక మీదకి తీసుకొచ్చేందుకు, రచయిత సంఘాలను ఏర్పరిచారు. తెలంగాణా సాహిత్యాన్ని ప్రజల దగ్గరకు చేర్చేందుకు కృషి చేశారు. మంజీరా రచయితల సంఘం స్థాపకులు. ప్రస్తుతం తెలంగాణా సాహిత్య అకాడమీ అధ్యక్షులు.

కొండేపూడి నిర్మల (1955)

విజయవాడలో జన్మించారు. స్త్రీవాద కవయిత్రిగా ప్రసిద్ధులు. 1988లో ఆమె కవితా సంకలనం “సందిగ్ధ సంధ్యకు” ఫ్రీవర్స్ ఫ్రంట్ అవార్డు వచ్చింది. “నడిచే గాయాలు” “బాధా శప్తనది” మొదలైన కవితా సంకలనాలతో పాటు “శత్రు స్పర్శ” అనే కథా సంకలనం ప్రచురించారు. తెలుగు విశ్వవిద్యాలయం నుంచి ఉత్తమ రచయిత్రి అవార్డు అందుకున్నారు.

పాపినేని శివశంకర్ (1952)

గుంటూరు జిల్లా నెక్కల్లులో జన్మించారు. తాడికొండలోని ప్రభుత్వ కళాశాలలో తెలుగు అధ్యాపకులుగా పనిచేశారు. "ఆకుపచ్చని లోకంలో" "నిశాంత" "రజనీ గంధ" కవితా సంకలనాలు ప్రసిద్ధమైనవి. "మట్టి గుండె" కథా సంకలనం "సాహిత్యం – మౌలిక భావనలు" అనే రచన ముఖ్యమైనవి. "రజనీ గంధ"కు 2016లో సాహిత్య అకాడెమి అవార్డు వచ్చింది.

వి. ప్రతిమ (1956)

చెన్నైలో జన్మించారు. స్త్రీవాద కథలు, కవితలు రాశారు. "పక్షి" "ఖండిత" కథా సంకలనాలు. "రెండు భాగాలు" కవితా సంకలనం ఆమె రచనలలో ముఖ్యమైనవి.

మందరపు హైమవతి (1956)

విజయవాడలో జన్మించారు. స్త్రీవాద కవయిత్రి. "నిషిద్ధాక్షరి" కవితా సంకలనం ప్రసిద్ధి పొందింది.

అనిశెట్టి రజిత (1957)

వరంగల్‌లో జన్మించారు. దళిత బహుజన కవయిత్రిగా, కార్యకర్తగా ప్రముఖ పాత్ర నిర్వహిస్తున్నారు. అనేక కవితా సంకలనాలు వెలువరించారు. ప్రజాస్వామిక రచయిత్రుల వేదిక సభ్యురాలుగా ఉన్నారు.

శిఖామణి (1957)

పుదుచ్చేరి రాష్ట్రంలో భాగన, తూర్పు గోదావరి జిల్లా సమీపంలోని యానాంలో జన్మించారు. దళిత కవిగా, సాహితీ విమర్శకులుగా ప్రసిద్ధులు. తెలుగు విశ్వవిద్యాలయం నుంచి ఆచార్యులుగా పదవీ విరమణ చేశారు. "మువ్వల చేతికర్ర" "హోరుగాలి" "కిర్రు చెప్పుల భాష" "నల్లగేటు" "నందివర్ధనం" "తవ్వకం" "గిజిగాడు" మొదలైన కవితా సంకలనాలు ప్రచురించారు.

విమల మోర్తాల (1958)

హైదరాబాదులో జన్మించారు. విప్లవ కవయిత్రిగా ప్రారంభించి స్త్రీవాద రచనలు కూడా చేశారు. వి.ర.సం ఉపాధ్యక్షులుగా, పి.వో.డబ్ల్యూ (స్త్రీ విముక్తి) కార్యదర్శిగా పనిచేశారు. "అడవి ఉప్పొంగిన రాత్రి" "మృగన" కవితా సంకలనాలు ప్రసిద్ధి చెందాయి. బాలల హక్కుల గురించి ప్రత్యేక ఆసక్తితో పని చేస్తున్నారు.

యాకూబ్ (1958)

ఖమ్మం జిల్లాలోని రొట్టమాకు రేవులో జన్మించారు. కవిగా సుప్రసిద్ధులు. 1992లో వచ్చిన "ప్రవహించే జ్ఞాపకం" మొదటి కవితా సంకలనం. "సరిహద్దు రేఖ" "ఎడతెగని ప్రయాణం"

కవితా సంకలనాలు ముఖ్యమైనవి. ఈయన కవితలు అనేక భాషలలోకి అనువాదమైనాయి. "కవి సంగమం" పేరుతో సంస్థను ప్రారంభించారు. "ఊరు-వాడ" "లోయ" "మీరేవిట్లు" ఈయన రచనలు. చిన్న వయసులోనే మరణించారు.

ఎండ్లూరి సుధాకర్ (1959-2022)

నిజామాబాద్‌లో జన్మించారు. ప్రముఖ దళిత కవి, విమర్శకుడు, తెలుగు విశ్వ విద్యాలయంలో ఆచార్యులు. దళిత కవి జాషువా గురించి పరిశోధన చేశారు. "వర్తమానం" "కొత్త గబ్బిలం" "నల్ల ద్రాక్ష పందిరి" కవితా సంకలనాలు. "మల్లె మొగ్గల గొడుగు" "మాదిగ కథలు" ప్రసిద్ధి చెందాయి. దళిత సాహిత్యంలో ముఖ్యమైన గొంతు.

వాడ్రేవు చినవీరభద్రుడు (1962)

తూర్పు గోదావరి జిల్లాలోని రాజవొమ్మంగి గ్రామంలో జన్మించారు. ఐ.ఏ.యస్. అధికారిగా ఆదివాసీల సంక్షేమం కోసం పనిచేసిన అధికారిగా పేరు తెచ్చుకున్నారు. మారుమూల గిరిజన గ్రామాలలో పాఠశాల విద్యను బలోపేతం చేయటం కోసం కృషి చేశారు. "నిర్వికల్ప సంగీతం" కవితా సంకలనం, "ప్రశ్న భూమి" కథా సంకలనం ప్రసిద్ధమైనవి. యాత్రా సాహిత్యం, సాహిత్య విమర్శలో కూడా మంచి రచనలు చేశారు.

త్రిపురనేని శ్రీనివాస్ (1963-1996)

తిరుపతిలో జన్మించారు. జర్నలిస్టుగా ఆంధ్రజ్యోతి, ఉదయం, వార్తా పత్రికలలో పని చేశారు. ఆంధ్రజ్యోతి వారపత్రికకు సంపాదకునిగా పనిచేశారు. అనేక స్త్రీ వాద, దళిత స్వరాలను మొదటిసారి పరిచయం చేసిన ఘనత ఈయనకు దక్కుతుంది. 14 కవితా సంకలనాలను సంకలితం చేసి ప్రచురించిన త్రిపురనేని శ్రీనివాస్ కవితా సంకలనాలు "రహస్యోద్యమం" "హో".

పైడి తెరేష్ బాబు (1963-2014)

ప్రకాశం జిల్లాలో జన్మించారు. కవి, రచయిత, సంగీత దర్శకుడు. సినిమా, టి.వి. రచయిత. దళిత రచయితగా తెలుగు సాహిత్యంలో తనదైన ముద్ర వేసినవాడు. బుద్ధిజంపై ప్రత్యేక ఆసక్తితో అధ్యయనం చేశారు. "నిశాని" "హిందూ మహా సముద్రం" "అల్పపీడనం" ఈయన కవితా సంకలనాలు.

గోరటి వెంకన్న (1963)

మహబూబ్ నగర్ జిల్లా గౌరారంలో జన్మించారు. వర్తమాన వాగ్గేయకారుడు. జానపద బాణీలలో, సామాజిక, తాత్త్విక భావాలతో నిండిన అద్భుతమైన పాటలు రాసి, పాడి తెలుగు సాహిత్యాన్ని సుసంపన్న చేశారు. "లోక్ నాయక్ ఫౌండేషన్ అవార్డు" "తెలంగాణా రాష్ట్ర ప్రభుత్వ అవార్డు" పొందారు. "అల సెంద్రవంక" పాటల సంకలనం ముఖ్యమైన ప్రచురణ.

జూపాక సుభద్ర (1964)

వరంగల్ జిల్లాలో దానురంచ పల్లెలో జన్మించారు. ఉమ్మడి ఆంధ్ర ప్రదేశ్ రాష్ట్ర సెక్రటేరియట్‌లో పనిచేస్తూ ఉద్యోగ సంఘానికి పోటీ చేసిన తొలి దళిత మహిళ. దళిత కవయిత్రులలో పదునైన కంఠం. దళిత దృక్పథం నుండి సాహిత్య విమర్శ ఈమె ప్రత్యేకత. "కైతునకల దండెం" అనే మాదిగ కవితా సంకలనం ప్రచురించారు. "రాయక్క మాన్యం" కథా సంకలనం "అయ్యయ్యో దమ్మక్కా" కవితా సంకలనం సుభద్ర రచనలలో ప్రముఖమైనవి. అనేక పత్రికలలో కాలమ్స్ రాస్తూ సాంఘిక విమర్శ చేస్తున్నారు.

మద్దూరి నగేష్‌బాబు (1964)

గుంటూరు జిల్లాలో జన్మించారు. ఆంధ్రప్రదేశ్ సర్వీసెస్‌లో డిప్యూటి తహసిల్‌దారుగా పనిచేశారు. దళిత కవులలో బలమైన గొంతు నగేష్ బాబుది. "వెలివాడ" "రచ్చబండ" ఇత్యాది ఐదు కవితా సంకలనాలు ప్రచురించారు.

సీతారాం (1964)

ఖమ్మం జిల్లాలో జన్మించారు. కవిగా సుప్రసిద్ధులు. "ఇదిగో ఇక్కడిదాకే" "సన్ ఆఫ్ మాణిక్యం" కవితా సంకలనాలు ముఖ్యమైనవి. కళాశాల అధ్యాపకుడిగా విద్యా ప్రమాణాలు పెంచేందుకు విద్యార్థులలో సాహిత్యంపై ఆసక్తి పెంచటానికి నిర్విరామ కృషి చేసే సీతారాం మంచి సాహితీ విమర్శకుడు.

అఫ్సర్ (1964)

ఖమ్మం జిల్లాలో జన్మించారు. ఆధునిక కవిత్వం పై పరిశోధన చేశారు. సుప్రసిద్ధ కవి. "రక్త స్పర్శ" "ఇవ్వాళ" కవితా సంకలనాలు. "ఆధునికత - అత్యాధునికత" సాహిత్య విమర్శ ప్రసిద్ధి చెందాయి.

చల్లపల్లి స్వరూపరాణి (1968)

గుంటూరు జిల్లాలో జన్మించారు. చరిత్ర, పురాతత్త్వ శాస్త్ర ఆచార్యులుగా తెలుగు విశ్వవిద్యాలయంలో పనిచేసి ప్రస్తుతం నాగార్జున విశ్వవిద్యాలయంలో "బుద్ధిస్ట్ స్టడీస్" విభాగానికి అధిపతిగా ఉన్నారు. దళిత స్త్రీ వాదం, దళిత బుద్ధిజం దృక్పథాలతో సాహిత్య సృజన ఆమె ప్రత్యేకత. "మంకెన పువ్వు" "అస్తిత్వ గానం" అనే రెండు కవితా సంకలనాలు ప్రచురించారు. "బహుజన కెరటాలు" అనే పత్రికకు సంపాదకురాలిగా ఉన్నారు.

జాజుల గౌరి (1967)

సికిందరాబాద్‌లో జన్మించారు. బాల్య వివాహంతో చదువుకు దూరమైనా, స్వయం కృషితో చదివి న్యాయవాదిగా పనిచేస్తున్నారు. దళిత దృక్పథంతో రచనలు చేసే రచయిత్రి. తెలంగాణ దళిత రచయిత్రులలో ముఖ్యురాలు. "మన్నుబువ్వ" కథాసంకలనం, "వయినం" నవల ప్రసిద్ధి పొందాయి.

మహమ్మద్ ఖదీర్ బాబు (1970)

నెల్లూరు జిల్లా, కావలిలో జన్మించారు. ముస్లిం జీవితాలను కథలుగా మలిచారు. ప్రపంచీకరణ నేపథ్యంలో మారుతున్న జీవితాలను, మానవ సంబంధాలను కథా వస్తువులుగా తీసుకుని గొప్ప కథలు రాశారు. "దర్గ మిట్ట కథలు" "పోలేరమ్మ బండ కథలు" "బియాండ్ కాఫీ" "మెట్రో కథలు" ప్రసిద్ధ సంకలనాలు.

ఖాజా (1970)

ఖమ్మం జిల్లాలో జన్మించారు. సుప్రసిద్ధ కవి. "ఫత్వా" కవితా సంకలనం బహుజనాదరణ పొందింది.

ఎమ్.ఎమ్. వినోదిని (1970)

గుంటూరులో జన్మించారు. కడపలోని యోగి వేమన విశ్వవిద్యాలయంలో ఆచార్యులుగా పనిచేస్తున్నారు. దళిత కవయిత్రిగా, రచయిత్రిగా, కార్యకర్తగా సుప్రసిద్ధురాలు. దళిత సాహిత్యం గురించి, స్త్రీవాద కోణాల గురించి విస్తృతంగా పరిశోధన సాగిస్తున్నారు. "ఒంటినిట్టాడి గుడిసె" అనే కవిత బాగా ప్రాచుర్యం పొందింది. 2015లో "బ్లాక్ ఇంక్" అనే కథా సంపుటి ప్రచురితమైంది.

షాజహానా (1970)

ఖమ్మంలోని కమలాపురంలో జన్మించారు. ముస్లిం స్త్రీల అణచివేత గురించి మొదటగా సాహసంతో రాసిన రచయిత్రి. దూదేకుల కులం మీద ముస్లిం కమ్యూనిటీలో అమలయ్యే ముస్లిం వివక్షను బహిర్గతం చేసే కథలు, కవితలు రాశారు. తెలంగాణాలో ముస్లింలు మాట్లాడే ప్రత్యేకమైన తెలుగు భాషను, ఉర్దూ తెలుగులు కలిసిన భాషను సాహిత్యంలోకి తెచ్చారు. "నఖాబ్" "దర్దీ" కవితా సంకలనాలు "లద్దీఫ్ని" కథా సంకలనం ప్రసిద్ధమైనవి.